துணிவு விடுக்கும் தூது

துணிவு விடுக்கும் தூது

தைரியசாலியின் பக்கமே அதிர்ஷ்டக் காற்று

ரயன் ஹாலிடே

மொழிபெயர்ப்பு:

PSV குமாரசாமி

MANJUL

மஞ்சுள் பப்ளிஷிங் ஹவுஸ்

First published in India by

MANJUL

Manjul Publishing House
Corporate and Editorial Office
•2nd Floor, Usha Preet Complex, 42 Malviya Nagar, Bhopal 462 003 – India
Sales and Marketing Office
•C-16, Sector 3, Noida, Uttar Pradesh 201301 – India
Website: www.manjulindia.com
Distribution Centres
Ahmedabad, Bengaluru, Kochi, Kolkata, Chennai,
Hyderabad, Mumbai, New Delhi, Pune

Tamil translation of
Courage is Calling: Fortune Favours the Brave by *Ryan Holiday*

This edition published by arrangement with Portfolio, an imprint of Penguin Publishing Group, a division of Penguin Random House LLC

This tamil edition first published in 2025

ISBN 978-93-5543-503-3

Translated by: PSV Kumarasamy
Edited by Nagalakshmi Shanmugam
Layout by: Manoranjan Kumar

Printed and bound in India by Thomson Press (India) Ltd.

தலைசிறந்த செயல்களைச் செய்யும்படி நமக்கு அறைகூவல் விடுத்தபடி பிறர் நம்மிடம் வருவதற்காக நாம் காத்துக் கொண்டிருக்க வேண்டாம். அத்தகைய அழைப்பை விடுக்கின்ற முதல் நபராக நாமே இருப்போம். இப்போது நம்முடைய தலைவர்களாக இருப்பவர்களைவிட நீங்கள் தலைமைக்கு அதிகத் தகுதியானவராக உங்களை வெளிப்படுத்துகின்ற விதத்தில், நீங்கள்தான் தளபதிகளிலேயே மிகவும் துணிச்சலானவர் என்று காட்டிக் கொள்ளுங்கள்.

— செனோபோன்

மஞ்சுள் பப்ளிஷிங் ஹவுஸ்
வெளியிட்டுள்ள
ரயன் ஹாலிடேயின்
பிற தமிழ் மொழிபெயர்ப்பு நூல்கள்

1. **தடைக்கற்களே வெற்றிக்கான படிக்கட்டுகள்**
2. **அகங்காரமே உங்கள் எதிரி**

உள்ளடக்கம்

பகுதி 1. பயம்

பகுதி 2. துணிவு

பகுதி 3. கதாநாயகத்துவம்

நுழையுமுன்

மிக மிக நீண்டகாலத்திற்கு முன்பு, ஹெர்குலிஸ் அந்தச் சாலையில் வந்து கொண்டிருந்தபோது அது ஓரிடத்தில் இரண்டாகப் பிரிந்தது.

பைன் மரக் காடுகள் அணிவகுத்து நின்ற அந்த வனப்பகுதியில், அந்தக் கிரேக்கக் கதாநாயகன் முதன்முதலாக ஒரு முக்கியமான தீர்மானத்தை எடுக்க வேண்டிய நிலைக்குத் தள்ளப்பட்டான்.

துல்லியமாக அது எந்த இடம் என்பதோ அல்லது எப்போது என்பதோ எவருக்கும் தெரியாது. அந்தக் கணத்தைப் பற்றி நாம் சாக்ரடீஸின் கதைகளிலிருந்து படித்திருக்கிறோம். ஐரோப்பிய மறுமலர்ச்சிக்காலக் கலைப்படைப்புகள் அதை அழகாகப் படம் பிடித்துள்ளதை நாம் பார்த்திருக்கிறோம். ஜோஹன் செபாஸ்டியன் பாக்கின் நாடகக் கதைப் பாடலில், அவனுடைய ஆற்றலும் வேதனையும் வெளிப்பட்டிருந்ததை நாம் கேட்டிருக்கிறோம். 1776 இல் ஜான் ஆடம்ஸ் முன்மொழிந்த யோசனை ஒப்புக் கொள்ளப்பட்டிருந்திருக்கும் பட்சத்தில், அமெரிக்க அரசின் அதிகாரபூர்வமான இலச்சினையில், ஹெர்குலிஸ் இப்படிப்பட்டதொரு சந்தியில் நின்று கொண்டிருக்கின்ற ஒரு காட்சி இடம்பெற்றிருந்திருக்கும்.

ஹெர்குலிஸ், வரலாற்றில் அழியாப் புகழ் ஈட்டுவதற்கு முன்பாக, அவன் அந்தப் பன்னிரு

பணிகளைத் தொடங்குவதற்கு முன்பாக, அவன் இந்த உலகையே புரட்டிப் போடுவதற்கு முன்பாக, அவன் அந்த இடத்தில் தன் வாழ்வின் மிக முக்கியமானதொரு நெருக்கடியை எதிர்கொண்டான். நாம் நம்முடைய வாழ்க்கையில் பொதுவாக எதிர்கொள்கின்ற சவால்களுக்கு ஒப்பானதுதான் அதுவும்.

அவன் எங்குச் சென்று கொண்டிருந்தான்? எங்குப் போக முயற்சி செய்து கொண்டிருந்தான்? கதையின் நோக்கமே அதுதான். அப்போது அவன், நம்மில் பெரும்பாலானோரைப்போல, என்ன செய்வதென்று தெரியாத உறுதியற்ற நிலையில் தனியாக இருந்தான்.

அந்தச் சாலை இரண்டாகப் பிரிந்த இடத்தின் ஒரு பக்கமாக ஓர் அழகான தேவதை நின்று கொண்டிருந்தாள். நேர்த்தியாக உடை அணிந்திருந்த அவள், ஹெர்குலிஸ் தன்னைப் பின்தொடர்ந்து வந்தால் அவன் இனியும் தன் வாழ்க்கையில், பயம், வலி, மகிழ்ச்சியின்மை போன்றவற்றை ஒருபோதும் சந்திக்க வேண்டியிருக்காது, அவனுடைய ஒவ்வோர் ஆசையும் பூர்த்தியாகும் என்றும், ஒட்டுமொத்தத்தில் அவனுடைய வாழ்க்கை இலகுவாகவும் சௌகரியமாகவும் இருக்கும் என்றும் அவனிடம் கூறினாள்.

அந்தச் சாலையின் மறுபுறத்தில் கறாரான தோற்றத்தில் இருந்த மற்றொரு தேவதை நின்று கொண்டிருந்தாள். தூய வெண்ணிற ஆடை அணிந்திருந்த அவள், ஹெர்குலிஸ் தன்னைப் பின்தொடர்ந்து வந்தால் வாழ்க்கை கடினமானதாக இருக்கும் என்றும், அவன் பல தியாகங்களைச் செய்ய வேண்டியிருக்கும் என்றும், பயம் ஏற்படுத்துகின்ற பல கணங்கள் அதில் இருக்கும் என்றும் அவனிடம் தெரிவித்தாள். ஆனால், அந்த வாழ்க்கை ஒரு கடவுளின் வாழ்க்கைக்கு ஒப்பானதாக இருக்கும் என்றும், அவனுடைய முன்னோர்கள் அவனிடம் எதிர்பார்த்திருந்ததொரு வாழ்க்கையாக அது இருக்கும் என்றும் அவள் அவனுக்கு உறுதியளித்தாள்.

இது ஓர் உண்மையான கதையா? இது உண்மையிலேயே நிகழ்ந்ததா?

இது ஒரு தொன்மக்கதையாக இருந்தால், இது முக்கியமானதா?

ஆமாம். முக்கியமானதுதான். ஏனெனில், இது நம்மைப் பற்றிய கதை.

இது நம்முடைய தடுமாற்றத்தைப் பற்றியது. ஹெர்குலிஸைப்போலவே, இரண்டாகப் பிரிகின்ற ஒரு சாலையில் நாம் நிற்பதைப் பற்றியது இது.

ஹெர்குலிஸைப் பொறுத்தவரை, இது நல்லொழுக்கத்திற்கும் தீயொழுக்கத்திற்கும் இடையே ஒன்றைத் தேர்ந்தெடுப்பதைப் பற்றியது. இலகுவான பாதை, கடினமான பாதை ஆகிய இரண்டில் ஒன்றைத் தேர்ந்தெடுப்பதைப் பற்றியது. எண்ணற்றோர் பயணப்பட்டிருந்த பாதை, குறைவான நபர்கள் பயணப்பட்டிருந்த பாதை ஆகிய இரண்டில் ஒன்றைத் தேர்ந்தெடுப்பதைப் பற்றியது. நாம் அனைவருமே இதுபோன்ற ஒரு சூழலை எதிர்கொள்கிறோம்.

ஒரே ஒரு கணம் மட்டுமே தயங்கிய ஹெர்குலிஸ், அனைத்து வித்தியாசங்களையும் ஏற்படுத்திய ஒரு பாதையைத் தேர்ந்தெடுத்தான்.

அவன் நல்லொழுக்கப் பாதையைத் தேர்ந்தெடுத்தான்.

நல்லொழுக்கம் என்பது பத்தாம்பசலித்தனமான ஒன்றாகத் தோன்றலாம். ஆனால், நல்லொழுக்கம் என்பது காலங்கடந்து நிற்கின்ற ஒன்று, எளிமையான ஒன்று. மனரீதியான மற்றும் உடல்ரீதியான உன்னதத்தையும் தார்மிகத்தையும் அடக்கிய ஒன்று அது.

பண்டைய உலகில் நல்லொழுக்கம் நான்கு அம்சங்களை உள்ளடக்கியதாக இருந்தது.

துணிவு.

புலனடக்கம்.

நீதி.

ஞானம்.

மார்க்கஸ் அரேலியஸ் அவற்றை 'நற்பண்புகளின் உரைகல்' என்று அழைத்தார். சராசரி மக்கள் அவற்றை 'முதன்மையான நல்லொழுக்கங்கள்' என்று அழைத்தனர். பெரும்பாலான தத்துவங்களாலும், கிறித்தவ மதம், புத்த மதம், இந்து மதம் போன்ற பெரும்பான்மையான மதங்களாலும் சுவீகரித்துக் கொள்ளப்பட்டுள்ள நான்கு அம்சங்கள் அவை. முதன்மையானவை என்பதற்கு நிகரான ஆங்கில வார்த்தையான 'கார்டினல்' என்ற வார்த்தை லத்தீன் மொழியிலிருந்து வந்த ஒன்று. 'கீல்' என்பது அதன் பொருள்.

நல்லதொரு வாழ்க்கையெனும் கதவின் கீல் அது.

முதலாவது இந்தப் புத்தகத்தின் தலைப்பு.

மற்றவை இதையடுத்து இதே வரிசையில் வரவிருக்கின்ற பிற நூல்களின் தலைப்புகள்.

நான்கு புத்தகங்கள். நான்கு நல்லொழுக்கங்கள்.

ஒரே நோக்கம்: நீங்கள் தேர்ந்தெடுப்பதற்கு உங்களுக்கு உதவுவது...

துணிவு, தைரியம், மன வலிமை, கௌரவம், தியாகம்...

புலனடக்கம், சுயகட்டுப்பாடு, மிதம், நிதானம், சமநிலை...

நீதி, நியாயம், சேவை, சகோதரத்துவம், நற்குணம், இரக்கம்...

ஞானம், அறிவு, கல்வி, உண்மை, சுய அலசல், அமைதி...

இவைதாம் அனைத்து வழிகளிலும் ஓர் உன்னதமான, கௌரவமிக்க, புகழ்மிக்க வாழ்க்கையை வாழ்வதற்கான வழிகள்.

ஜான் ஸ்டைன்பெக் இவற்றை ஒருவர் கொண்டிருக்கக்கூடிய இனிமையான மற்றும் பெருமைமிக்க நற்குணங்கள் என்று வர்ணிக்கிறார்.

இந்த நல்லொழுக்கங்களைக் கொண்டிருப்பதில் ஆண், பெண் பேதம் கிடையாது. நீங்கள் வலிமைமிக்கவரா அல்லது கூச்ச சுபாவம் உடையவரா, மேதையா அல்லது சராசரியான அறிவுள்ளவரா என்பன போன்றவையும் ஒரு பொருட்டல்ல.

இந்த நற்குணங்கள் ஒன்றோடொன்று தொடர்புடையவை, பிரிக்கப்பட முடியாதவை. ஆனாலும், ஒன்றிலிருந்து மற்றொன்று வேறுபட்டுள்ளது. சரியான செயலைச் செய்வதற்குக் கண்டிப்பாகத் துணிச்சல் தேவை. எது தேர்ந்தெடுப்பதற்குப் பொருத்தமானது என்பதைத் தெரிந்திருப்பதற்குத் தேவையான ஞானம் இல்லையெனில், சுயகட்டுப்பாடு சாத்தியப்படாது. நியாயம் அமல்படுத்தப்படவில்லை என்றால், அங்கே துணிச்சலால் என்ன பயன்? நம்மை மேலும் அடக்கமானவராக ஆக்காத ஞானத்தால் என்ன பிரயோஜனம்?

இந்த நான்கு நல்லொழுக்கங்களும் ஒரு திசைகாட்டிக் கருவியைப்போலச் செயல்படக்கூடியவை. அவை நமக்கு வழிகாட்டக்கூடியவை. நாம் எங்கிருக்கிறோம், எவை

முன்னுரை

உங்களால் செய்யப்பட முடியாத செயல்
என்ற ஒன்று இந்த வாழ்க்கையில் கிடையாது.
உங்களுடைய மொத்த வாழ்க்கையும் ஒரு
கதாநாயகத்தனமான வழியில் வாழப்பட வேண்டும்.

— லியோ டால்ஸ்டாய்

துணிச்சலைவிட மேலாக வேறு எதையும் நாம் போற்றுவது கிடையாது. ஆனால், இருப்பதிலேயே பற்றாக்குறையாக இருக்கின்ற விஷயம் அதுதான்.

அதற்கு என்ன காரணம்? அரிதாக இருக்கின்ற காரணத்தினால்தான் அதை நாம் போற்றுகின்றோமா?

இருக்கலாம்.

ஆனால், நான்கு முதன்மையான நல்லொழுக்கங்களில் முதலாவதான துணிவு ஓர் அருமணி அல்ல. பல கோடி ஆண்டுகளாகத் தயாரிப்பில் இருந்து வருகின்ற ஒரு வைரக்கல் அல்ல அது. பூமியிலிருந்து உறிஞ்சி எடுக்கப்பட வேண்டிய பெட்ரோலும் அல்ல அது. அதிர்ஷ்டவசமாகக் கிடைக்கின்ற அல்லது ஒரு சிலரால் கையகப்படுத்தப்படுகின்ற, தீர்ந்து போகக்கூடிய ஒரு வளமும் அல்ல அது.

இல்லை. அது இன்னும் எளிமையானது, புதுப்பிக்கப்படக்கூடியது. அது நம் ஒவ்வொருவரிடமும் இருக்கிறது, எல்லா இடங்களிலும் இருக்கிறது. ஒரு கணத்தில்

நம்மால் கைவசப்படுத்தப்படக்கூடியது அது. சிறியது, பெரியது என்ற பாகுபாடின்றி எல்லா விஷயங்களிலும் இது பொருந்தும்.

வேலை, வீடு, மற்றும் பிற இடங்களிலும் இதைப் பயன்படுத்திக் கொள்வதற்கு எல்லையற்ற வாய்ப்புகள் இருக்கின்றன.

ஆனாலும், இது அரிதான ஒன்றாகவே இருக்கிறது.

எதனால் அப்படி இருக்கிறது?

ஏனென்றால், நாம் பயப்படுகிறோம். நம்மை ஈடுபடுத்திக் கொள்ளாமல் இருப்பது எளிதானது. நாம் அப்போது வேறு ஒன்றில் மும்முரமாக இருப்பதால், அதில் குதிப்பதற்கான நேரம் அதுவல்ல என்று நாம் நினைக்கிறோம். ஏதோ, சண்டையிடுதல் மட்டுமே இந்த உலகிலுள்ள ஒரே துணிச்சலான காரியம் என்பதுபோல, "நான் ஒரு படைவீரன் அல்லன்," என்று நாம் கூறுகிறோம்.

நாம் பாதுகாப்பானவற்றுக்குப் பின்னால் ஒளிந்து கொள்ளவே விரும்புகிறோம். நானா? வீரத்துடனா? அது அகங்காரமிக்கதாக, வடிகட்டிய முட்டாள்தனமானதாக நமக்குத் தோன்றுகிறது. அதை நாம் வேறு யாரோ ஒருவருக்கு விட்டுக் கொடுத்துவிடுகிறோம். நம்மைவிட மேம்பட்ட, நம்மைவிட அதிகத் தகுதி வாய்ந்த, நம்மைவிடச் சிறப்பாகப் பயிற்சி பெற்றுள்ள, நம்மைவிட இழப்பதற்குக் குறைவாக உள்ள ஒருவருக்கு அதை நாம் விட்டுக் கொடுத்துவிடுகிறோம்.

அது புரிந்து கொள்ளத்தக்கதுதான். இன்னும் சொல்லப் போனால், அது தர்க்கரீதியாகச் சரியானதுதான்.

எல்லோரும் இதேபோன்று சிந்தித்தால் என்னவாகும்? அப்போது நம் நிலை என்ன?

"பண்டைய காலத்திலிருந்தே, துணிவின் சரிவு, முடிவின் அறிகுறியாகப் பார்க்கப்பட்டு வந்துள்ளது," என்று அலெக்சான்டர் சோல்ஜெனிட்சின் குறிப்பிடுகிறார்.

அதற்கு நேரெதிராக, வரலாற்றின் மாபெரும் கணங்கள் அனைத்தும் ஒரு விஷயத்தைப் பகிர்ந்து கொள்கின்றன. சாதாரண மனிதர்களின் துணிச்சல்தான் அது. நிலவில் மனிதன் கால் பதித்தது, குடிசார் உரிமைகளுக்கான போராட்டம், மாபெரும் கிரேக்கப் போரான தெர்மோபைலோ போர், மறுமலர்ச்சிக் காலக்கட்டக் கலை போன்ற எதுவாக வேண்டுமானாலும் இருக்கலாம். இது

போன்ற சமயங்களிலெல்லாம், மக்கள், எவை செய்யப்பட வேண்டுமோ அவற்றைச் செய்துள்ளனர். அப்போது அவர்கள், “நான் இதைச் செய்யாவிட்டால் வேறு யார் செய்வார்கள்?” என்ற கேள்வியைத் தங்களிடம் கேட்டனர்.

துணிச்சல், துணிச்சல், துணிச்சல்

இரண்டு விதமான துணிச்சல் இருப்பதாக நீண்டகாலமாகவே கருதப்பட்டு வந்தது. ஒன்று உடல்ரீதியானது, மற்றொன்று தார்மிகரீதியானது.

உடல்ரீதியான துணிச்சல் என்பது ஒரு படைவீரன் ஒரு குதிரையில் தாவி ஏறி எதிரிப் படைக்குள் பாய்ந்து செல்வது. ஒரு தீயணைப்புப் படைவீரன், கொழுந்துவிட்டு எரியும் நெருப்புக்குள் புகுவது. இயற்கையைத் துச்சமாக மதித்து, துருவப் பிரதேசத்திற்குள் ஒரு சாகச விரும்பி செல்வது.

தார்மிகரீதியான துணிச்சல் என்பது ஒரு விசிலூதி அதிகாரத்தின் அக்கிரமங்களை அம்பலப்படுத்துவது. பிறர் சொல்லத் துணியாத உண்மைகளைத் துணிந்து கூறுவது. ஒரு தொழில்முனைவோன், அனைத்தும் தனக்கு எதிராக இருந்தும் துணிந்து தொழிலில் இறங்குவது.

ஒருபுறம், ஒரு படைவீரனின் உடல்ரீதியான துணிச்சல். மறுபுறம், ஓர் அறிவியலறிஞனின் தார்மிகரீதியான துணிச்சல்.

இந்த இரண்டும் அடிப்படையில் ஒன்றுதான் என்பதைக் கண்டுகொள்ள ஒரு தத்துவஞானி நமக்குத் தேவையில்லை.

அதாவது, உண்மையில் இரண்டு விதமான துணிச்சல் இல்லை. ஒரே ஒரு துணிச்சல்தான் இருக்கிறது. ஆபத்திற்குக் குறுக்கே நீங்கள் உங்களை வலுக்கட்டாயமாக வைத்துக் கொள்வது அது. சில நேரங்களில் அது உங்களுடைய உயிருக்கே உலை வைக்கவும் கூடும். வேறு சில நேரங்களில் அது நிதிரீதியான ஒன்றாகவோ அல்லது உருவகரீதியான ஒன்றாகவோ இருக்கக்கூடும்.

துணிச்சல் என்பது ஆபத்தை உள்ளடக்கியது.

அதில் தியாகம்,

அர்ப்பணிப்பு,

விடாமுயற்சி,

உண்மை,

உறுதிப்பாடு

ஆகியவை அடங்கியிருக்கின்றன.

மற்றவர்கள் செய்யாத அல்லது செய்ய முடியாத காரியங்களைச் செய்வது அது. நீங்கள் செய்யக்கூடாதது அல்லது உங்களால் செய்ய முடியாதது என்று மற்றவர்கள் நினைக்கின்ற காரியங்களைச் செய்வது அது. இல்லையெனில் அதற்குப் பெயர் துணிச்சல் அல்ல. நீங்கள் எதையாவது அல்லது எவரையாவது துணிந்து எதிர்கொண்டிருக்க வேண்டும்.

ஆனாலும், துணிச்சல் என்றால் என்ன என்று விளக்கமளிப்பது கடினமானதாகத்தான் இருக்கிறது. அதைப் பார்க்கும்போது, அதை நம்மால் அடையாளம் கண்டு கொள்ள முடிகிறது என்றாலும், அதை விவரிப்பது சற்றுச் சிரமம்தான். இந்த நூலின் நோக்கம் வரையறைகளைச் செய்வது அல்ல என்பதை நீங்கள் புரிந்து கொள்ள வேண்டும். துணிச்சலை ஓர் அருமணியாகக் கருதாமல், கையில் எடுத்துப் பல கோணங்களிலிருந்தும் உற்று நோக்கப்படக்கூடிய ஒன்றாக அதைக் கருத வேண்டும். அப்படிப் பார்க்கின்றபோது, நம்மால் அதன் கச்சிதங்கள் மற்றும் குறைபாடுகள் ஆகிய இரண்டையுமே அவதானிக்க முடியும். அப்போது, அதன் முழுமையின் மதிப்பை நம்மால் புரிந்து கொள்ள முடியும்.

ஆனால், நல்லொழுக்கம் என்ற பண்புநலனின் அரூபமான அர்த்தத்தைப் புரிந்து கொள்வதற்காக நாம் இதைச் செய்யவில்லை. நாம் ஒவ்வொருவருமே இரண்டாகப் பிரிகின்ற சாலையில் எதைத் தேர்ந்தெடுப்பது என்ற நெருக்கடியை எதிர்கொள்கிறோம். ஒருவேளை நாம் பொதுமக்களால் தேர்ந்தெடுக்கப்பட்ட ஒரு பதவியை அலங்கரித்துக் கொண்டிருக்கலாம். ஒருவேளை, நாம் நம் வேலைச் சூழலில் நெறிமுறையற்ற ஏதோ ஒன்றைப் பார்க்க நேர்ந்திருக்கலாம். ஒருவேளை, நம்மைக் கதிகலங்கடித்துக் கொண்டிருக்கின்ற இந்த நவீன உலகில் நல்ல குழந்தைகளை வளர்க்க முயல்கின்ற பொறுப்புள்ள பெற்றோராகப் பரிணமிக்க நாம் முயன்று கொண்டிருக்கலாம். ஒருவேளை, சர்ச்சைக்கிடமான அல்லது பழமைவாதத்திற்கு எதிரான ஒரு யோசனையைப் பின்தொடர்ந்து கொண்டிருக்கின்ற ஓர் அறிவியலறிஞராக நாம் இருக்கலாம். ஒருவேளை

நாம் ஒரு புதிய தொழிலைத் தொடங்குகின்ற கனவைத் தோளில் தூக்கித் திரிந்து கொண்டிருக்கலாம். ஒருவேளை நாம் நாளை நிகழவிருக்கின்ற போரில் குதிக்கப் போகின்ற ஒரு சிப்பாயாக இருக்கலாம். ஒருவேளை நாம் மனிதச் செயல்திறனின் எல்லையைக் கடந்து செல்ல முயற்சிக்கின்ற ஒரு விளையாட்டு வீரனாக இருக்கலாம்.

இச்சூழ்நிலைகள் ஒவ்வொன்றுக்கும் தேவைப்படுவது துணிச்சல். நடைமுறைரீதியான துணிச்சல். இப்போது, இக்கணமே அது தேவை. நமக்கு அது இருக்குமா?

வின்ஸ்டன் சர்ச்சில் இவ்வாறு கூறியுள்ளார்:

> *"ஒவ்வொருவருடைய வாழ்க்கையிலும் அதிசிறப்புக் கணம் ஒன்று வரும். அது அவர்களுடைய தோள்களைத் தட்டி, அவர்களால் மட்டுமே செய்யப்படக்கூடிய, அவர்களுடைய திறமைக்குத் தீனி போடுகின்ற தனித்துவமான வாய்ப்பு ஒன்றை அவர்களுக்கு வழங்கும். அந்த ஆகச் சிறந்த நேரத்தைத் தங்களுக்குச் சாதகமாகப் பயன்படுத்திக் கொள்வதற்குத் தங்களைத் தயார்படுத்திக் கொண்டிராத நிலையில், அதை வாரிச் சுருட்டிக் கொள்வதற்கு ஏற்பத் தங்களுடைய திறமைகளை வளர்த்துக் கொள்ளாத நிலையில் அவர்கள் இருந்தால், அது மிகவும் துயரமானதாக இருக்கும்."*

இன்னும் சரியாகச் சொல்ல வேண்டுமென்றால், அப்படிப்பட்டப் பல கணங்கள் நமக்கு வாய்க்கும், அப்படிப்பட்டப் பல கணங்கள் நம்முடைய தோளைத் தட்டும்.

சர்ச்சில் தன் சிறு வயதில், தன்மீது பாசம் காட்டாதிருந்த பெற்றோர்களைச் சகித்துக் கொள்ள அவருக்குத் துணிச்சல் தேவைப்பட்டது. அவரை முட்டாளாக நடத்திக் கொண்டிருந்த அவருடைய ஆசிரியர்களை அலட்சியம் செய்வதற்கு அவருக்குத் துணிச்சல் தேவைப்பட்டது. ஒரு போர்ப் பத்திரிகையாளராக அவர் இருந்தபோது, சிறைபிடிக்கப்பட்டு, மயிரிழையில் உயிர்தப்பியிருந்த கொடுமைகளை அவர் எதிர்கொண்டபோது அவருக்குத் துணிச்சல் தேவைப்பட்டது. பொது வாழ்க்கையில் குதிப்பதற்கு அவருக்குத் துணிச்சல் தேவைப்பட்டது. ஓர் எழுத்தாளராக அவர் தன் படைப்புகளை வெளியிட்டபோது அவருக்குத் துணிச்சல் தேவைப்பட்டது. ஓர் அரசியல்

கட்சியிலிருந்து மற்றோர் அரசியல் கட்சிக்குத் தாவுவதற்கு, முதலாம் உலகப் போரில் பங்கு கொள்வதற்காக இராணுவத்தில் சேர்வதற்கு, அரசியலில் அவர் பல காலம் ஒதுக்கி வைக்கப்பட்டிருந்ததை ஏற்றுக் கொள்வதற்கு அவருக்குத் துணிச்சல் தேவைப்பட்டது. பின்னர் ஹிட்லர் ஐரோப்பாவைக் கலக்கிக் கொண்டிருந்தபோது, அவரை எதிர்த்துத் தனியாகத் துணிச்சலுடன் நின்ற கணம்தான் சர்ச்சிலின் வாழ்க்கையின் அதிசிறப்புக் கணமாக அமைந்தது. இரண்டாம் உலகப் போரில் வெற்றியை ஈட்டிக் கொடுத்ததற்குப் பிறகும் அவர் அரசியல் அநாதையாக்கப்பட்டார். அதற்குப் பிறகும் அவர் துணிச்சலுடன் மீண்டெழுந்து வந்தார். தன் அந்திமக் காலத்தில் ஓவியம் வரையக் கற்றுக் கொண்டு, துணிச்சலுடன் அவற்றைப் பொதுவெளியில் காட்சிக்கு வைத்தார். ஸ்டாலினுக்கும் சோவியத் ஒன்றியத்தின் இரும்புத்திரைக்கும் எதிராக அவர் நின்றது என்று மேலும் மேலும் அடுக்கிக் கொண்டே போகலாம்.

துணிவாகச் செயல்பட வேண்டிய வேளையில் அப்படிச் செயல்படாமல் போவதும் இயல்புதானா? தவறுகள் இழைக்கப்படுவதும், சந்தர்ப்பங்கள் கை நழுவுவதற்கு அனுமதிப்பதும் அந்தக் கணக்கில் வருமா? ஆமாம். சந்தேகத்திற்கு இடமில்லாமல் அந்தக் கணக்கில்தான் வரும். ஆனால், இப்படிச் சாக்குப்போக்குகள் சொல்லிக் கொண்டிருப்பதற்குப் பதிலாக, துணிச்சல் கணங்களில் நம்முடைய கவனத்தைக் குவித்து, அதிலிருந்து கற்றுக் கொள்ள நாம் முயல வேண்டும்.

தலைசிறந்தவர்களின் வாழ்க்கையில் இதைத்தான் நாம் பார்க்கிறோம். அவர்களுடைய வாழ்க்கையில் அவர்கள் துணிச்சலாகச் செயல்பட்டிருந்த ஒரு முக்கியமான கணமும் இருக்கும், சிறிய அளவில் அவர்கள் துணிச்சலுடன் செயல்பட்டிருந்த கணங்களும் இருக்கும். ரோசா பார்க்ஸ் அந்தப் பேருந்தில் செய்திருந்த காரியம் பெரும் துணிச்சலான காரியம் என்பதில் சந்தேகம் இல்லை. ஆனால், ஒரு கருப்பினப் பெண்ணாக இருந்தபோதிலும், இனவெறி தலைவிரித்தாடிக் கொண்டிருந்த அமெரிக்காவின் தெற்குப் பகுதியில், அவர் நாற்பத்திரண்டு ஆண்டுகளாக, நம்பிக்கை இழக்காமலும் மனக்கசப்பு கொள்ளாமலும் வாழ்ந்து வந்திருந்ததையும் துணிச்சல் கணக்கில்தான் எடுத்துக்

கொண்டாக வேண்டும். கருப்பின மக்களுக்கான தேசியச் சங்கத்தில் அவர் தன்னை இணைத்துக் கொண்டது, வாக்குரிமைக்குத் தன் பெயரைப் பதிவு செய்து கொண்டது ஆகியவற்றையும் இதில் சேர்த்துக் கொண்டாக வேண்டும்.

வரலாறு, இரத்தம், வியர்வை மற்றும் கண்ணீரால் எழுதப்பட்ட ஒன்று. அதன் பக்கங்கள், துணிச்சல்மிக்க மனிதர்களின் அமைதியான சகிப்புத்தன்மையால் பொறிக்கப்பட்டுள்ளன.

எதிர்த்து நின்ற மனிதர்களால்...

போராடிய மனிதர்களால்...

ஆபத்தை அலட்சியப்படுத்திய மனிதர்களால்...

எதிர்த்துப் பேசிய மனிதர்களால்...

கடினமான முயற்சிகளை மேற்கொண்ட மனிதர்களால்...

மற்றும் தங்களுடைய பயங்களை வெற்றி கொண்ட மனிதர்களால் அது நிரம்பிக் கிடக்கிறது. அவர்கள்தாம் கொண்டாடப்படுகின்ற கதாநாயகர்களாக உயர்ந்தனர்.

துணிச்சல் நம் ஒவ்வொருவருக்கும் வெவ்வேறு காலகட்டங்களில் வெவ்வேறு விதங்களில் வெவ்வேறு வடிவங்களில் அழைப்பு விடுக்கிறது. ஆனால், அது புறத்திலிருந்து வராமல் அவர்களுடைய அகத்திலிருந்து வந்தது.

முதலில் பயத்திலிருந்து மீள்வதற்கும், கோழைத்தனத்திலிருந்து வெளியே வருவதற்கும் நமக்கு அழைப்பு விடப்படுகிறது. அதையடுத்து, நம்முடைய சாதகமற்றச் சூழ்நிலைகளிலிருந்து, நமக்கு எதிராகச் செயல்பட்டுக் கொண்டிருக்கின்ற சந்தர்ப்பங்களிலிருந்து, நம்முடைய வரம்புகளிலிருந்து மீண்டு தைரியத்துடன் வெளியே வருவதற்கான அழைப்பு நமக்கு விடுக்கப்படுகிறது. இறுதியாக, கதாநாயகத்தனத்துடன் இயங்குவதற்கான அழைப்பு நமக்கு விடுக்கப்படுகிறது. ஒருவேளை, அது ஒரு குறிப்பிட்டக் கணத்தில் மட்டும் இயங்குவதற்கான அழைப்பாக இருக்கலாம் அல்லது பிறருக்கு ஏதாவது ஒன்றைச் செய்வதற்கான அழைப்பாகவும் அது இருக்கலாம்.

உங்களுடைய அழைப்பு எதுவாக வேண்டுமானாலும் இருந்துவிட்டுப் போகட்டும். அதற்கு நீங்கள் சரியென்று சொல்வதுதான் மற்ற எல்லாவற்றையும்விட இங்கு முக்கியம்.

அவலட்சணமான இந்த உலகில், துணிச்சல் அழகானது. அழகான விஷயங்கள் இடம்பெறுவதற்கு அது அனுமதிக்கிறது.

அது அரிதான ஒன்றாக இருக்க வேண்டும் என்று யார் சொன்னது?

அப்படி இல்லை என்று நீங்கள் நம்பிய காரணத்தால்தான் நீங்கள் இந்தப் புத்தகத்தைத் தேர்ந்தெடுத்துள்ளீர்கள்.

பகுதி 1

பயம்

கடுங்கோபமும் கண்ணீரும் கோலோச்சுகின்ற
இந்த இடத்தைத் தாண்டி
பயங்கரங்கள் பாய் விரித்துப் படுத்திருக்கின்ற
பிரதேசம் இருக்கும்.
ஆனாலும், நான் கழித்திருந்த இந்தத்
துன்பமான ஆண்டுகள்
நான் பயமின்றி இருக்கிறேன் என்பதைப்
பறையறிவிக்கும்.

— வில்லியம் எர்னஸ்ட் ஹென்லி

துணிச்சலை எந்த சக்திகள் தடுக்கின்றன? எது அதை அரிதானதாகவும் மதிப்புமிக்கதாகவும் ஆக்குகிறது? நம்மால் செய்ய முடிவதையும், நாம் செய்தாக வேண்டியதையும் நாம் செய்வதிலிருந்து எது நம்மைத் தடுக்கிறது? கோழைத்தனத்தின் மூலாதாரம் எது? பயம். உங்களால் புரிந்து கொள்ளப்பட முடியாத எதிரியை முறியடிப்பது சாத்தியமே இல்லை. பயம் எந்த வடிவத்தில் இருந்தாலும், அது துணிச்சலின் எதிரிதான். நாம் பயத்திற்கு எதிரான ஒரு போரில்

ஈடுபட்டுள்ளோம். அதனால், பயத்தைப் பற்றி நாம் படித்தாக வேண்டும், அதனோடு பரிச்சயம் செய்து கொள்ள வேண்டும், அதன் காரணங்களை அலசி ஆராய வேண்டும், அதன் அறிகுறிகளைப் புரிந்து கொள்ள வேண்டும். அதனால்தான் ஸ்பார்ட்டன்கள் பயத்திற்குக் கோவில்களைக் கட்டினர். பயத்தை அருகே வைத்துக் கொள்வதற்காக, அதன் சக்தியை அறிந்து கொள்வதற்காக, அதைப் புறந்தள்ளுவதற்காக அவர்கள் அப்படிச் செய்தனர். தைரியசாலிகள் பயமற்றவர்கள் அல்லர். எந்த மனிதனும் பயமற்றவன் அல்லன். அவர்கள் அதைக் கடந்து சென்று, அதை வசப்படுத்திக் கொண்டிருந்தனர், அவ்வளவுதான். இன்னும் சொல்லப் போனால், அதைச் செய்யாமல் உங்களால் உன்னதத்தை அடைய முடியாது. கோழைகளைப் பற்றி எதுவும் எழுதப்படுவதில்லை. அவர்களைப் பற்றி எதுவும் நினைவில் வைத்துக் கொள்ளப்படுவதில்லை. அவர்கள் போற்றப்படுவதில்லை. துணிச்சல் தேவைப்படாத ஒன்றை உங்களால் கண்டுபிடிக்க முடியாது. அதனால், நாம் மகத்துவமானவர்களாக ஆக வேண்டுமென்றால், முதலில் பயத்தை வென்றெடுக்க வேண்டும். குறைந்தபட்சம், சில முக்கியமான கணங்களிலாவது அதை மீறுவதற்கு நாம் முயல வேண்டும்.

நாம் பயப்படுகின்ற அழைப்பு...

ஃப்ளாரன்ஸ் நைட்டிங்கேல் சிறு வயதிலிருந்தே துளிகூட பயமின்றி இருந்து வந்தார்.

அவருக்கு நான்கு வயதாக இருந்தபோது அவர் தன் அக்கா மற்றும் அம்மாவுடன் நடந்து வருகின்ற ஒரு காட்சியை அவருடைய அத்தை ஓர் ஓவியமாக வரைந்திருப்பார்.

அந்த ஓவியத்தில், அவருடைய அக்கா, தன் அம்மாவின் கையைப் பிடித்தவாறு நடந்து கொண்டிருப்பார். ஆனால், நைட்டிங்கேல் தனியாக நடந்து கொண்டிருப்பார். அவருக்குத் தன் பாதுகாப்பு குறித்துத் துளிகூட அக்கறை இருக்கவில்லை. இந்த உலகில் பார்ப்பதற்கும் அலசுவதற்கும் ஏராளமான விஷயங்கள் இருந்தன.

துரதிர்ஷ்டவசமாக, அது வெகு நாட்கள் நீடிக்கவில்லை.

ஒருவேளை, இந்த உலகம் ஓர் ஆபத்தான இடம் என்று யாராவது அவரிடம் கூறியிருந்திருக்கலாம். அல்லது, பெண் குழந்தைகள் இப்படித்தான் நடந்து கொள்ள வேண்டும் என்று அந்தக் காலத்தில் நிலவி வந்த எழுதப்படாத சட்டங்கள் காரணமாக இருந்திருக்கலாம். அல்லது அவருடைய பணக்காரக் குடும்பப் பின்னணி அவருடைய மனப்போக்கை மென்மையானதாக மாற்றியிருந்திருக்கலாம்.

பெரியவர்கள் நம்முடைய கனவுக் குமிழியை – அவர்களுடைய நோக்கம் எதுவாக இருந்தாலும்

– உடைக்கின்ற கொடூரச் செயல் போன்றதொரு சூழலை நாம் அனைவருமே நம் வாழ்க்கையின் ஏதோ ஒரு கட்டத்தில் எதிர்கொண்டிருந்திருப்போம். நாம் நம்முடைய வருங்காலத்தை எதிர்கொள்வதற்கு நம்மைத் தயார்படுத்திக் கொள்வதற்குத் தாங்கள் தங்களுடைய செய்கைகளின் மூலம் உதவிக் கொண்டிருப்பதாக அவர்கள் நினைத்துக் கொண்டிருக்கின்றனர். ஆனால், உண்மையில் அவர்கள் தங்களுடைய பயங்களை நம்மீது திணித்துக் கொண்டிருக்கின்றனர், அவ்வளவுதான்.

ஆனால், அது நமக்கு எவ்வளவு இழப்பை ஏற்படுத்திக் கொண்டிருக்கிறது என்பதை அவர்கள் அறிந்திருப்பதில்லை. இன்னும் சொல்லப் போனால், இப்படிச் செய்வதன் மூலம் அவர்கள் இந்த உலகில் துணிச்சலைப் பெருமளவுக்கு மட்டுப்படுத்திக் கொண்டிருக்கின்றனர்.

இதுதான் நைட்டிங்கேல் விஷயத்திலும் நடந்தது.

1837 பிப்ரவரி 7 அன்று, அவருக்குப் பதினாறு வயதாக இருந்தபோது, அவர் பின்னர் 'அழைப்பு' என்று கூறிய ஒன்றை அவர் எதிர்கொண்டார்.

அது எதற்கான அழைப்பு? அது எங்கிருந்து வந்தது? அது எப்படி வந்தது?

தனக்கு ஏற்பட்டிருந்த அந்த மர்மமான உணர்வை அவரால் துல்லியமாக விளக்க முடியவில்லை. ஆனால், 'சேவை' புரிவதற்கான அழைப்பு அது என்பதை மட்டும் அவர் உணர்ந்திருந்தார். தன்னுடைய மேட்டிமை வாழ்க்கைமுறையிலிருந்து விடுபட்டு, அக்காலத்தில் பெண்களுக்கு ஒதுக்கப்பட்டிருந்த ஒரு சில பாத்திரங்களை மீறி வித்தியாசமான ஒன்றைச் செய்வதற்கான அழைப்பு அது.

பெரும் பணம் கொட்டிக் கொண்டிருந்த தன்னுடைய தொழில்முறை கால்பந்து விளையாட்டு ஒப்பந்தத்தைத் துறந்துவிட்டு, 2001 செப்டம்பர் 11 தாக்குதலுக்குப் பிறகு இராணுவத்தில் சேர்ந்த பேட் தில்மேன், "நமக்குள் ஆழமான ஓரிடத்திலிருந்து நாம் அனைவருமே ஒரு குரலைக் கேட்கிறோம். நாம் யாராக ஆக வேண்டுமோ அந்தத் திசையை நோக்கி அந்தக் குரல் நம்மை உந்தித் தள்ளும். அதற்குச் செவி சாய்க்க வேண்டுமா, வேண்டாமா என்பதை நாம்தான் முடிவு செய்ய வேண்டும். பெரும்பாலான சமயங்களில், முன்கூட்டியே ஊகிக்கத்தக்க ஒரு திசையை

நோக்கி நாம் உந்தித் தள்ளப்படுவோம். சில வேளைகளில் நாம் முற்றிலும் புதியதொரு திசையை நோக்கி உந்தித் தள்ளப்படலாம்," என்று கூறியிருந்தார்.

ஆனால், தன்னுடைய பருவ வயதை எட்டுகின்றவரை, நைட்டிங்கேல், தன் பெற்றோரும் அப்போதைய சமுதாயமும் காட்டியிருந்த பாதையில் நடைபோட்டுக் கொண்டிருந்த துணிச்சலற்ற ஒரு பெண்ணாகவே இருந்து வந்தார்.

விக்டோரியா காலத்திய பிரபலங்களைப் பற்றிய குறும் சரிதைகள் இடம்பெற்றிருந்த ஒரு நூலை எழுதியுள்ள லிட்டன் ஸ்ட்ராச்சி, அந்நூலில் நைட்டிங்கேலைப் பற்றி இவ்வாறு குறிப்பிடுகிறார்: "அவருடைய குடும்பத்தாருக்குப் பல இடங்களில் மாளிகை வீடுகள் இருந்தன. அவருடைய லண்டன் வீட்டில் ஆடம்பரமான விருந்துகள் அடிக்கடி நடைபெறும். ஐரோப்பாவிற்கு அவர் அடிக்கடி அழைத்துச் செல்லப்படுவார், பல பிரபலங்களைச் சந்திப்பதற்கு வாய்ப்புகள் ஏற்படும். பிரபலமான ஓப்பெரா கச்சேரிகளுக்கு அவர் அழைத்துச் செல்லப்படுவார். அப்படிப்பட்டதொரு சொகுசான வாழ்க்கைக்குப் பழக்கப்பட்டுப் போயிருந்த அவர், சிறிது காலத்திற்குப் பிறகு, பிற சீமாட்டிகளைப்போலவே மணம் புரிந்து குழந்தை குட்டிகளோடு மகிழ்ச்சியோடு வாழ்வார் என்றுதான் எல்லோரும் எதிர்பார்த்திருந்தனர்."

எட்டு ஆண்டுகளுக்கும் மேலாக நைட்டிங்கேல் தன்னுடைய கனவைத் தன் மனத்தில் ஊறப் போட்டு வைத்திருந்தார். அந்தக் காலகட்டத்தின்போது, விக்டோரியா காலத்து உலகில் எவையெல்லாம் சரியாக இல்லை என்பது குறித்தப் பிரக்ஞை அவரிடம் மெதுவாக உருவாகத் தொடங்கியிருந்தது. பொதுவாக மக்களின் ஆயுட்காலம் நாற்பது ஆண்டுகளைத் தாண்டவில்லை. மருத்துவமனைகளில் அனுமதிக்கப்பட்டிருந்த நோயாளிகளின் ஆயுட்காலம் இன்னும் குறைவாகவே இருந்தது. காயங்களினால் மரணமடைந்த போர்வீரர்களின் எண்ணிக்கை மிகவும் அதிகமாக இருந்தது. போரில் கலந்து கொள்வது என்பது வாழ்க்கைக்குப் பெரும் அச்சுறுத்தலாக இருந்தது.

நைட்டிங்கேல் போன்ற மேட்டுக்குடியைச் சேர்ந்த பணக்காரப் பெண்களுக்கு முன்னால் இருந்த

தேர்ந்தெடுப்புகள் மிகவும் குறைவே. அவருடைய அப்பா, அவர் புத்தகங்களைத் தனக்குப் படித்துக் காட்ட வேண்டும் என்று எதிர்பார்த்தார், பணக்காரன் ஒருவனை மணமுடித்துக் கொள்ள வேண்டும் என்று எதிர்பார்த்தார். கூட்டிக் கழித்துப் பார்த்தால், அவர்கள் சும்மா இருக்க வேண்டும் என்ற ஒன்று மட்டும்தான் அவர்களிடமிருந்து எதிர்பார்க்கப்பட்டது.

அதனால், நைட்டிங்கேல் தன் கனவுக்குத் தொடர்ந்து கடிவாளம் போட்டு வந்தார். எப்போதாவது, அண்டை வீட்டில் வசித்த நபர் நோயுற்றக் காலத்தில் அவர் உதவினார். நிறைய புத்தகங்களைப் படித்தார். முதல் பெண் மருத்துவரான எலிசபெத் பிளாக்வெல் போன்ற சுவாரசியமான நபர்களைச் சந்தித்தார். ஆனாலும், அவருடைய இருபத்தைந்தாவது வயதில் சாலிஸ்பரி மருத்துவமனையில் தன்னார்வத் தொண்டு புரிய அவருக்கு வந்த அழைப்பை அவருடைய அம்மா நிராகரிக்க அனுமதித்தார்.

சில ஆண்டுகளுக்குப் பிறகு மற்றோர் அழைப்பு வந்தது. இம்முறை அந்த உட்குரல் அவரிடம் நேரடியாகவே இப்படிக் கேட்டது: “சேவை புரிவதை உன்னுடைய அந்தஸ்து தடுப்பதற்கு நீ இனியும் அனுமதித்துக் கொண்டிருக்கப் போகிறாயா?” துல்லியமாக அந்த பயம்தான் நைட்டிங்கேலிடம் இருந்தது. மக்கள் என்ன நினைப்பார்கள்? தன் குடும்ப உறவைத் தான் முறித்துக் கொள்ள வேண்டியிருக்குமா? ஒரு பணக்கார வீட்டுப் பெண்மணியிலிருந்து ஒரு செவிலியாக மாறுவது தனக்குச் சாத்தியப்படுமா? தான் துளிகூட அறிந்திராத ஒரு தொழிலுக்குள் தன்னால் நுழைந்து அதில் வெற்றி பெற முடியுமா?

இதுபோன்ற பயம் எல்லோருக்கும் இருக்கின்ற ஒன்றுதான். தங்களுக்குத் தெரியாத ஒன்றில் காலடி எடுத்து வைக்கின்றபோது பயம் இன்னும் கூடுதலாக இருக்கும். குறிப்பாக, எல்லோரும், நீங்கள் குதிக்கின்ற காரியத்தில் நீங்கள் தோற்றுப் போவீர்கள் என்றோ அல்லது நீங்கள் தவறு செய்கிறீர்கள் என்றோ அல்லது நீங்கள் யார் பேச்சையும் கேட்பதில்லை என்றோ கூறுகின்றபோது அதை அசட்டை செய்வது கடினமானது. இது ஒரு நகைமுரண். மற்றவர்கள் உங்களுடைய செயலைப் பைத்தியக்காரத்தனமானது

என்று வர்ணிக்கின்றபோது, அதை அலட்சியம் செய்கின்ற அளவுக்கு நீங்கள் ஒரு பைத்தியக்காரராக இருந்தாக வேண்டும்.

அவர்கள் உங்களிடம் குற்றவுணர்வை ஊட்ட முயன்றால்? அவர்கள் உங்களைத் தண்டிக்க முயன்றால்? உங்களுடைய நடவடிக்கைகள் உங்கள்மீது நம்பிக்கை வைத்திருக்கும் நபர்களின் நம்பிக்கையைக் குலைத்துவிடக்கூடுமோ என்று நீங்கள் அஞ்சினால்? நைட்டிங்கேல் இப்படிப்பட்ட ஒரு நெருக்கடிக்குத்தான் ஆளாகியிருந்தார். நைட்டிங்கேல் இலட்சிய தாகத்தை வெளிப்படுத்தியபோது, தங்களுக்கு எந்தவிதமான இலட்சியங்களும் இருக்கவில்லை என்பதைத் தங்களுடைய மகள் மறைமுகமாகக் குத்திக் காட்டியதாக அவருடைய பெற்றோர் நினைத்தனர். நன்றிகெட்டவள் என்று அவருடைய அப்பா அவரைக் குற்றம் சாட்டினார். நைட்டிங்கேல் தனக்குத் தானே அவமானத்தை ஏற்படுத்திக் கொள்ளப் போகிறார் என்று கூறி அவருடைய அம்மா அழுது புரண்டார்.

தன் பெற்றோரின் இந்த மனப்போக்கு நைட்டிங்கேலுக்கு மன வலியையும் குழப்பத்தையும் ஏற்படுத்தியது. அவர் ஒரு முறை தனக்குப் பரிச்சயமான பிரபலமான அமெரிக்க மருத்துவர் சாமுவேல் கிரிட்லே ஹோவேயிடம் இவ்வாறு கேட்டார்: "மருத்துவமனைகளில் தன்னார்வலராகப் பணியாற்றுவதற்குத் தன்னை அர்ப்பணித்துக் கொள்வது ஓர் இளம் ஆங்கிலேயப் பெண்மணிக்கு ஏற்றது இல்லையா? அது பொருத்தமற்றதா? அது எனக்கு வருத்தத்தையும் வேதனையையும் கொண்டுவரும் என்று நீங்கள் நினைக்கிறீர்களா?"

தன் கனவைத் தனக்குள் புதைத்துவிட வேண்டுமா அல்லது தன்னுடைய பெற்றோர் மற்றும் சமுதாயத்தின் எதிர்பார்ப்புகளை மீறித் தன் கனவைப் பின்தொடர வேண்டுமா என்று நைட்டிங்கேல் குழம்பினார். டாக்டர் ஹோவே அவருக்கு இவ்வாறு பதிலளித்தார்: "அது அசாதாரணமானதாகத்தான் இருக்கும். இங்கிலாந்தைப் பொறுத்தவரை, அசாதாரணமானவை அனைத்தும் பொருத்தமற்றவையாகவே பார்க்கப்படும். ஆனால், நீங்கள் உங்கள் கனவைப் பின்தொடர்ந்து செல்லும்படி நான் உங்களுக்குப் பரிந்துரைக்கிறேன். பிறருக்குச் சேவை

செய்கின்ற ஒரு தொழிலை நீங்கள் தேர்ந்தெடுத்து, அதை நீங்கள் உத்வேகத்துடனும் அர்ப்பணிப்புடனும் செய்கின்றபோது, அது ஒரு பெண்ணுக்குப் பொருத்தமானதாக இல்லாதிருக்கும் என்று நீங்கள் கவலைப்படத் தேவையில்லை. இதைத் தேர்ந்தெடுத்துக் கொள்ளுங்கள். அது உங்களை எங்கே அழைத்துச் செல்கிறதோ, செல்லட்டும்."

ஆனால், அசாதாரணமாக இருப்பது குறித்த அச்சம், பெற்றோரைத் தான் புண்படுத்தக்கூடும் என்ற குற்றவுணர்வு மற்றும் பிற அச்சங்கள் தொடர்ந்து அவரை வாட்டிக் கொண்டிருந்தன. அவை அனைத்தும் அவரை 'ஒரு வரம்புக்குள்' வைத்திருப்பதையே நோக்கமாகக் கொண்டிருந்தன. நைட்டிங்கேல் மிகவும் மதித்த மருத்துவர் அவரை வெளிப்படையாக ஊக்குவித்திருந்தும், இந்த அச்சுறுத்தல்கள் துணிந்து செயல்படவிடாமல் அவரைத் தடுத்தன.

நைட்டிங்கேல் தன் நாட்குறிப்பு ஏட்டில் இவ்வாறு எழுதினார்: "என் பெற்றோரின் மகிழ்ச்சியைக் குலைப்பது எந்த விதத்தில் நியாயமாக இருக்கும்? அவர்கள் வாழ்ந்து கொண்டிருக்கின்ற அதே வாழ்க்கை எனக்குப் போதாது என்று சிந்திக்க நான் யார்?" அவருடைய குடும்பத்தார் அவரிடம் அதிகமாக உறவாடாமல் இருந்தனர். அவர் மேலும் தன் நாட்குறிப்பில், "நான் ஏதோ கொலைக் குற்றம் செய்துவிட்டிருந்தவளைப்போல நடத்தப்பட்டேன்," என்று எழுதினார். பல ஆண்டுகள் இந்த அணுகுமுறை அவருடைய பெற்றோருக்குச் சாதகமாகச் செயல்பட்டுக் கொண்டிருந்தது. நைட்டிங்கேலின் சரிதையை எழுதியவரான சிசில் உட்ஹாம் சுமித், "தன்னை உரத்துடன் வெளிப்படுத்திக் கொள்ளக்கூடிய திறன் நைட்டிங்கேலிடம் இருந்தது. ஆனால், அதை அவர் பயன்படுத்தவில்லை. அவர் தன் பெற்றோருடன் கொண்டிருந்த உறவு மிகவும் பலவீனமானதாக இருந்தபோதிலும், அதை உடைக்க அவர் துணியவில்லை," என்று எழுதியுள்ளார்.

1840களிலும் சரி, இப்போதும் சரி, இது போன்ற போக்குகளுக்கு நைட்டிங்கேல் ஒரு விதிவிலக்காக இருக்கவில்லை. உலகப் புகழ்பெற்ற எழுத்தாளரான ஜோசப் கேம்பெல் முன்வைக்கின்ற 'கதாநாயகனின் சாகசப் பயணத்திற்கான அழைப்பு' எப்போதும் அதன்

நிராகரிப்பிலேயே தொடங்கியிருக்கிறது. ஏனெனில், அது கடினமானதாகவும் அச்சுறுத்துவதாகவும் இருந்தது. தாங்கள் தவறாகத் தேர்ந்தெடுக்கப்பட்டிருந்ததாக அவர்கள் எண்ணினர். இப்படிப்பட்ட ஒரு சுய உரையாடலைத்தான் நைட்டிங்கேல் தனக்குள் நடத்திக் கொண்டிருந்தார். சொற்பக் காலத்திற்கு அல்ல, பதினாறு ஆண்டுகள் அவர் நடத்திக் கொண்டிருந்தார்.

பயம் இதை நமக்குச் செய்கிறது. நாம் நம்முடைய இலட்சியத்தை அடையவிடாமல் நம்மைத் தடுக்கிறது. அது நம்மைப் பின்னுக்கு இழுக்கிறது. நம்மை உறையச் செய்கிறது. அதை நாம் ஏன் செய்யக்கூடாது என்பதற்கு ஓராயிரம் காரணங்களை அது அடுக்குகிறது.

"நாம் பயத்தில் உறைந்து போயிருக்கின்றபோது, நம்மால் மிகக் குறைவான நடவடிக்கைகளிலேயே இறங்க முடியும்," என்று நைட்டிங்கேல் பின்னர் தன் நாட்குறிப்பில் எழுதினார். அவருடைய முதல் முப்பதாண்டுகால வாழ்க்கையே அதற்குச் சாட்சி. அக்காலகட்டத்தின்போது, மிகக் குறுகிய காலகட்டத்தின்போது மட்டும் தான் பயமின்றி இருந்திருந்ததை அவர் அறிந்திருந்தார். அது அவருக்கு எந்த அளவுக்கு சக்தி அளித்திருந்தது என்பதை அவர் உணர்ந்திருந்தார். அந்த சக்தியை அவர் மீண்டும் உயிர்த்தெழ வைக்க விரும்பினார்.

ஆனால், அது பயமுறுத்துகின்ற ஒரு பாய்ச்சலாக இருந்தது. மிகவும் சௌகரியமானதொரு வாழ்க்கையைத் தூக்கியெறிவது அவ்வளவு சுலபமானதாக இருக்கவில்லை. மரபுகளை உடைத்தெறிவதும் எளிதானதாக இருக்கவில்லை. மலையளவுக்குச் சந்தேகங்கள் தலைதூக்கின. அவைதாம் அவரைப் பின்னுக்கு இழுத்துப் பிடித்துக் கொண்டிருந்தன. அதை நம்மில் பலரும் உணர்ந்திருப்போம். ஒரு கட்டத்தில் அவர் அந்தப் பாய்ச்சலை மேற்கொண்டார்.

அவர் தன் நாட்குறிப்பில் இவ்வாறு எழுதினார்: "எனக்கு என் பெற்றோரிடமிருந்து எந்தவிதமான உதவியும் அனுதாபமும் கிட்டாது என்பது உறுதி. அவர்களாக எதையும் எனக்குக் கொடுக்க முன்வர மாட்டார்கள் என்பதால், சில பொருட்களை நானே எடுத்துக் கொள்ள வேண்டியதுதான்."

ஒரே ஆண்டுக்குள் அவர் கிரிமியாவில், காயமடைந்த படைவீரர்களுக்குப் பல இடங்களில் கள மருத்துவமனைகளை

அமைத்தார். அங்கு நிலைமை பயங்கரமாக இருந்தது. வீரர்கள், கட்டடங்களின் தாழ்வாரங்களிலும் கப்பல்களின் மேல்தட்டுகளிலும் கொத்துக் கொத்தாகச் செத்து மடிந்தனர். காயமடைந்திருந்த வீரர்களின் உணவுத்தட்டுகளிலிருந்து எலிகள் உணவுப் பொருட்களை அபகரித்துச் சென்றன. நோயாளிகள் உடைகள் எதுவும் அணியாமல் குளிர்பதன அறைகளில் நெருக்கியடித்துக் கொண்டு உட்கார்ந்தனர். அங்கு அவர்களுக்கு வழங்கப்பட்ட உணவுப் பொருட்கள், நோயாளிகளுக்கு ஏற்றவையாக இருக்கவில்லை. மருத்துவர்கள் தகுதியற்றவர்களாக இருந்தனர். இதைப் போன்றதொரு நிலையைத் தங்களுடைய மகள் எதிர்கொள்ளக்கூடாது என்றுதான் அவருடைய பெற்றோர் அவரைத் தடுத்துக் கொண்டிருந்தனர். அங்கிருந்த நிலைமை, மிகத் துணிச்சலான பொதுநல ஊழியர்களைக்கூட பயமுறுத்தி விரட்டிவிடக்கூடிய அளவுக்கு பயங்கரமாக இருந்தது.

“ஐரோப்பாவிலுள்ள பெரிய நகரங்களின் மிக மோசமான பகுதிகள் எனக்குப் பரிச்சயமானவை என்றாலும், நான் பணியாற்றிக் கொண்டிருந்த ‘பாரக் மருத்துவமனையின்’ நிலைமை அவை எவற்றோடும் ஒப்பிட முடியாத அளவுக்குப் படுமோசமாக இருந்தது,” என்று நைட்டிங்கேல் பின்னர் குறிப்பிட்டார். இப்போது நைட்டிங்கேலிடம் பயம் விலகிவிட்டிருந்தது. அந்த இடத்தை, அசைக்க முடியாத மன உறுதி ஆக்கிரமித்துக் கொண்டது. அவர் தன் சொந்தச் செலவில் மருத்துவமனையைப் பழுது பார்த்தார்..

தலைசிறந்த ஆங்கிலேயக் கவிஞரான ஹென்ரி வேட்ஸ்வொர்த் லாங்ஃபெல்லோ, நைட்டிங்கேலைப் புகழ்ந்து எழுதிய கவிதையில் அவர் குறிப்பிட்டிருந்த ‘கைவிளக்கேந்திய காரிகை’ என்ற வரிகளாலேயே அவர் பின்னர் அழைக்கப்பட்டார்.

பயத்தைத் தாண்டிவர நைட்டிங்கேல் துணிந்ததுதான் அதற்குக் காரணம்.

கிரிமியாவில் போர்க்களத்தில் உயிருக்கும் ஆரோக்கியத்திற்கும் பெரும் கேடு விளையக்கூடிய ஆபத்து இருந்தபோதிலும், அதில் இறங்க அவர் துணிந்தார். இன்னும் சொல்லப் போனால், கிரிமியன் காய்ச்சல் என்ற நோய் அவரைத் தொற்றிக் கொண்டது. அதன் தாக்கத்தை

அவர் வாழ்நாள் முழுவதும் அனுபவித்தார். அவருடைய அசாத்தியப் பணி, செஞ்சிலுவைச் சங்கம் உதயமாவதற்கு வழி வகுத்தது. நோயுற்றவர்களை எப்படிக் கவனித்துக் கொள்ள வேண்டும் என்பதற்கான திட்டவட்டமான வரைமுறை ஒன்று உருவாவதற்கு அவருடைய பணி வெகுவாக உதவியது.

நைட்டிங்கேல் தன் தீர்மானத்தில் உறுதியாக இருந்ததைக் கண்ட அவருடைய அம்மா, தன் கணவரிடம், “நாம் நளினமான வாத்துகளாக இருந்தும், நமக்கு ஒரு காட்டு வாத்து பிறந்துள்ளது,” என்று அங்கலாய்த்துக் கொண்டார். தன் மகள் தனித்துவமிக்கவளாக மாறியது குறித்து நொந்து கொள்கின்ற ஒரு தாயாரை உங்களால் கற்பனை செய்ய முடிகிறதா? அப்படிப்பட்டதொரு வீட்டில் நீங்கள் வளர வேண்டிய சூழல் இருந்தால் எப்படியிருக்கும் என்று யோசித்துப் பாருங்கள். லிட்டன் ஸ்ட்ராச்சி, நைட்டிங்கேலைப் பற்றிய அந்த நூலில், “நைட்டிங்கேலின் அம்மா அவரைப் பற்றித் தவறாகக் குறிப்பிட்டுவிட்டார். நைட்டிங்கேலின் அம்மா உண்மையில் ஒரு கழுகைத்தான் பெற்றிருந்தார். அந்தக் கழுகுக்குஞ்சு வெகுகாலம் கூட்டில் இருந்துவிட்டது. ஆனால், அது தன் இறக்கையை விரிக்கத் தொடங்கியதும் பயமின்றிப் பறக்கத் தொடங்கிவிட்டது,” என்று குறிப்பிட்டுள்ளார்.

இந்தப் பிறவியில் நாம் என்ன செய்ய வேண்டும் என்பதற்கான அறிவுறுத்தல் நமக்கு அப்பாலுள்ள, நம்மைவிடப் பெரிதான ஒன்றிலிருந்து வருகிறது. ஏதோ ஒன்றைச் செய்வதற்கான அழைப்பு நம் ஒவ்வொருவருக்கும் விடுக்கப்படுகிறது. நாம் அதற்காகத் தேர்ந்தெடுக்கப்பட்டுள்ளோம். ஆனால், அதை ஏற்றுக் கொள்வதை நாம் தேர்ந்தெடுக்கப் போகிறோமா? அல்லது அதிலிருந்து விலகி ஓடப் போகிறோமா?

அது நம் பொறுப்பு.

நைட்டிங்கேலின் கதையை இரண்டு விதமாகப் பார்க்கலாம். சேவை செய்வதற்கான அழைப்பை அவர் பல ஆண்டுகளாக உதாசீனப்படுத்தி வந்தார் என்றும் பார்க்கலாம். அல்லது தன்னுடைய பிறவி நோக்கத்தை நிறைவேற்றுவதற்காக அத்தனை காலமும் அவர் தன்னைத் தயார்படுத்திக் கொண்டிருந்தார் என்றும் பார்க்கலாம். எது செய்யப்பட வேண்டுமோ அதை அவர்

செய்வதை அவருடைய குடும்பமும் சமுதாயமும் தடுத்துக் கொண்டிருந்தன என்பதைப் புரிந்து கொள்வதற்கு அவருக்கு அவ்வளவு காலம் பிடித்தது. செவிலித் துறையை முழுமையாக மாற்றுவதற்குத் தேவையான திறன்களை அவர் கற்றுக் கொள்வதற்கு அவருக்கு அவ்வளவு காலம் தேவைப்பட்டது.

இந்தஇரண்டிலுமே,பயத்தைஎதிர்த்துவென்றெடுப்பதே நைட்டிங்கேலின் இருத்தலுக்கான போராட்டமாக இருந்தது. உலகைப் புரட்டிப் போட்டச் சாதனையாளர்கள் அனைவரின் விஷயத்திலும் இதுதான் நடந்துள்ளது. கிலியூட்டாத ஒன்றைச் செய்வது மதிப்புடையதாக இருக்காது. தங்களுடைய சொந்த பயங்கள், சந்தேகங்கள், மனக்கவலைகள் போன்றவற்றை எதிர்கொள்ளாமல் எவரொருவரும் பெரும் சாதனைகளைப் படைத்ததில்லை.

நைட்டிங்கேல் விஷயத்தில் அவருடைய இந்த அனுபவங்கள் பின்னாட்களில் அவருக்கு வெகுவாக உதவின. இறுதியில் அவர் பிரித்தானிய மருத்துவத் துறையின் மேம்பாட்டுக்குத் தன்னை முழுமையாக அர்ப்பணித்துக் கொண்டபோது, அவருக்கு அதிகார வர்க்கத்தினரிடமிருந்தும் அரசியல்வாதிகளிடமிருந்தும் கடும் எதிர்ப்பு வந்தது. அதை எதிர்கொள்வதற்கு அவர் ஒன்றாகப் பல அவதாரங்களை எடுக்க வேண்டியிருந்தது. மருத்துவச் சேவை அளிக்கின்ற தேவதையாக மட்டுமல்லாமல், ஓர் இராணுவ அதிகாரியாக, ஒரு செயலாளராக, தில்லுமுல்லுகளை அம்பலப்படுத்துகின்ற ஒருவராக, ஒரு நிர்வாகியாக, மற்றும் ஒரு செயல்வீராங்கனையாகவும் அவர் செயல்பட வேண்டியிருந்தது. எதிர்ப்பைத் தாக்குப்பிடித்து நிற்கின்ற இந்த குணத்தை வளர்த்துக் கொண்டதன் மூலமாகத்தான் அவரால் சாதனைகளை நிகழ்த்த முடிந்தது.

ஒரு கட்டத்தில், எவரொருவராலும் பயமுறுத்தப்பட முடியாத ஒரு நிலையை அவர் அடைந்தார்.

அவர் ஒரு முறை பிரித்தானிய போர்ச் செயலாளருக்கு எழுதிய கடிதத்தில், "நீங்கள் லண்டனிலுள்ள ஒரு சொகுசு மாளிகையில் அமர்ந்து கொண்டு கடிதம் எழுதுகிறீர்கள். ஆனால், நான் கிரிமியாவிலுள்ள ஒரு குடிலிலிருந்து சேவை புரிந்து கொண்டிருக்கிறேன். விஷயங்களை நாம் எங்கிருந்த பார்த்துக் கொண்டிருக்கிறோம் என்பதில் ஒரு

மாபெரும் வித்தியாசம் இருக்கிறது," என்று குறிப்பிட்டார். சில காலத்திற்கு முன்பு தன் தாயாருக்கு ஏமாற்றமளிக்க பயந்து கொண்டிருந்த அதே நைட்டிங்கேல்தான் இப்படி மாறியிருந்தார். இப்போது, ஒரு மருத்துவர் அல்லது வேறு யாரோ ஒருவர், ஒரு விஷயம் முடியாது என்று அவரிடம் கூறினால், "அது கண்டிப்பாகச் செய்யப்பட்டாக வேண்டும்," என்று உறுதியாகக் கூறுகின்ற மனப்போக்கை அவர் வளர்த்துக் கொண்டிருந்தார். எடுத்துக்காட்டாக, ஒரு மருத்துவமனை, கத்தோலிக்கர்களையும் யூதர்களையும் நோயாளிகளாகச் சேர்த்துக் கொள்ள முடியாது என்று கூறினால், அதற்கு அவர் உடன்பட மறுத்தார். அதற்கு அவர்கள் உடன்படாவிட்டால், தான் வேலையிலிருந்து விலகிவிடப் போவதாக அவர் மிரட்டினார். அது வேலை செய்தது.

பயம் குறித்து அவருக்கு இருந்த பரிச்சயத்தின் காரணத்தால், நோயுற்றிருந்த மற்றும் மரணித்துக் கொண்டிருந்த நோயாளிகளிடத்தில் அவரால் எளிதாக அன்பும் கரிசனமும் கொள்ள முடிந்தது. இது குறித்து அவர் இவ்வாறு குறிப்பிட்டார்: "மோசமான ஒன்று நடந்துவிடுமோ என்ற அச்ச உணர்வு, நிச்சயமின்மை, காத்திருத்தல், எதிர்பார்ப்பு, வியப்பேற்படுத்துகின்ற திடீர் காரியங்கள் போன்றவை, ஒரு நோயாளிக்கு, நோயின் மூலமாக ஏற்படுகின்ற அதீதக் களைப்பைவிட அதிகத் துன்பத்தை அளிக்கக்கூடியவை. ஒரு நோயாளி எப்போதும் தன் எதிரியை நேருக்கு நேர் சந்தித்துக் கொண்டும், தன் மனத்தில் அதனோடு விவாதித்துக் கொண்டும் இருக்கிறார் என்பதை நீங்கள் நினைவில் வைத்திருக்க வேண்டும்." பயத்தை அவர் நேரடியாக அனுபவித்திருந்த காரணத்தால், அவர்களுக்கு எப்படி உதவுவது என்பதை அவர் நன்றாகவே உணர்ந்திருந்தார்.

இன்று நம் அனைவருக்குமே ஓர் அழைப்பு வருகிறது.

சேவை புரிவதற்கு.

ஆபத்தில் இறங்குவதற்கு.

இருக்கின்ற நிலையை எதிர்த்துப் போராடுவதற்கு.

பின்வாங்குவதற்குப் பதிலாக முன்னே செல்வதற்கு.

அடுத்தக் கட்டத்திற்கு நகர்வதற்கு.

சாத்தியமேயில்லை என்று பிறர் கூறுவதைச் செய்து காட்டுவதற்கு.

அதைச் செய்வது ஏன் தவறானது என்ற உணர்வு தோன்றுவதற்கு ஓராயிரம் காரணங்கள் இருக்கும். இதுபோன்ற உணர்வுகளை மனத்திலிருந்து அப்புறப்படுத்துவதற்குக் கடுமையான மன உறுதி தேவைப்படும். நாம் எங்கிருக்கிறோம், எதை நாடுகிறோம் என்பதைப் பொறுத்து நாம் எதிர்கொள்கின்ற மன இழுபறியின் தீவிரம் இருக்கும்.

பயம் எப்போதும் தன்னை உணர வைத்துவிடும்.

நமக்கு விடப்படுகின்ற அழைப்பை நாம் ஏற்பதைத் தடுப்பதற்கு பயத்தை நாம் அனுமதிக்கப் போகிறோமா?

அல்லது நாம் இங்கு எதற்காக அனுப்பப்பட்டுள்ளோமோ அதை நிறைவேற்றுவதற்கு நம்மைத் தயார்படுத்திக் கொள்வதற்காக, நைட்டிங்கேலைப்போல, அங்குலம் அங்குலமாக நமது இலக்கை நோக்கி நாம் மெதுவாக நகரப் போகிறோமா?

பயப்படாதிருப்பதே அனைத்தையும்விட முக்கியமானது

நாம் மிக எளிதாக பயந்துவிடுவோம். குறிப்பாகச் சமீப காலங்களில்!

எக்கணத்தில் வேண்டுமானாலும் சில விஷயங்கள் சிக்கலானவையாக மாறலாம். எப்போதுமே ஒரு நிச்சயமின்மை நிலவும். உங்களுடைய வேலை பறி போகலாம். அதைத் தொடர்ந்து நீங்கள் உங்களுடைய காரையும் வீட்டையும்கூட இழக்கலாம். உங்களுடைய குழந்தைகளுடனான உங்களுடைய உறவில்கூட விரிசல் ஏற்படலாம்.

நிலைமை இதுபோல இருந்தால், நமக்குக் கண்டிப்பாக உதறல் எடுக்கத்தானே செய்யும்?

உணர்ச்சிகளைக் கட்டுப்படுத்துவதில் தலைசிறந்தவர்களாக விளங்கிய ஸ்டோயிக்குகள்கூட, இதுபோன்ற சூழல்களில் நம்மை அறியாமலேயே நாம் சில எதிர்வினைகளை ஆற்றுவோம் என்று ஒப்புக் கொண்டிருந்தனர். நிச்சயமின்மை, பலத்தச் சத்தம், தாக்கப்படக்கூடும் என்ற கவலை போன்றவை இதற்கான சில எடுத்துக்காட்டுகள்.

இத்தகைய உணர்ச்சிசார் விஷயங்களை நாம் நம்பக்கூடாது என்று அவர்கள் தெரிவிக்கின்றனர்.

பைபிளில் மிகவும் அதிகமாகக் கூறப்பட்டுள்ள வார்த்தை எது தெரியுமா? "பயப்படாதீர்கள்!" என்பதுதான். பைபிளில் பல இடங்களில் இந்த வார்த்தை மீண்டும் மீண்டும் பயன்படுத்தப்பட்டுள்ளது. ஓர் உயர்ந்த இடத்திலிருந்து வருகின்ற எச்சரிக்கை அது.

பைபிளின் ஓர் அத்தியாயத்தில், "நீங்கள் வலுவாகவும் துணிச்சலுடனும் இருங்கள். திகைப்படையாதீர்கள், பயப்படாதீர்கள்," என்று கூறப்பட்டுள்ளது. மற்றோர் அத்தியாயத்தில், "எதிரியுடன் போருக்குச் செல்லும்போது, அவர்களுடைய குதிரைகளையும், தேர்களையும், அதிக எண்ணிக்கையில் இருக்கின்ற படைவீரர்களையும் பார்த்து பயப்படாதீர்கள்," என்று வருகிறது.

கிறித்தவர்களும் சரி, ஸ்டோயிக்குகளும் சரி, ஒருவர் உணர்ச்சிசார் எதிர்வினையாற்றலில் ஈடுபட்டால் அதற்காக அவர்களைத் தூற்றுவதில்லை. அந்த உணர்வு மங்கிய பிறகு நீங்கள் என்ன செய்கிறீர்கள் என்பது குறித்துத்தான் அவர்கள் அக்கறை கொண்டிருந்தனர்.

"பீதியடையுங்கள். அதைத் தவிர்க்க முடியாது. ஆனால், பயப்படாதீர்கள்," என்று வில்லியம் ஃபாக்னர் கூறியுள்ளார்.

இதிலுள்ள நுணுக்கமான வேறுபாட்டை நீங்கள் புரிந்து கொள்ள வேண்டும். பீதியடைதல் என்பது தற்காலிகமான ஓர் உணர்ச்சிப் பெருக்கு. அது மன்னிக்கப்படக்கூடியது. பயம் என்பது ஒரு நிலை. அது நம்மை ஆட்டிப்படைக்க அனுமதிப்பது அவமானகரமானது.

இந்த இரண்டில் ஒன்று உங்களை உசுப்பும், விழிக்க வைக்கும், ஆபத்து குறித்து எச்சரிக்கும். மற்றொன்று உங்களைப் பலவீனப்படுத்தும், பின்னுக்கு இழுக்கும், முடக்கக்கூடச் செய்யும்.

இந்த நிச்சயமற்ற உலகில், சிக்கலான பிரச்சனைகள் உங்களைச் சூழ்ந்து கொண்டு உங்களுக்கு வெறுப்பேற்றிக் கொண்டிருக்கின்ற ஒரு சூழலில், பயம் உங்களுக்குப் பெரும் தொல்லை கொடுக்கின்ற ஒன்றாக இருக்கும். அது உங்களைப் பின்னுக்கு இழுக்கும்.

அதனால், பீதியடைவதில் தப்பில்லை. இன்னும் சொல்லப் போனால், யார்தான் பீதியடைய மாட்டார்கள்? ஆனால், அது உங்களைத் தடுத்து நிறுத்த அனுமதிப்பது சரியல்ல.

1800களில் யூதர்களால் பின்பற்றப்பட்டு வந்த ஹீப்ரு பிரார்த்தனை ஒன்று இவ்வாறு விரிகிறது:

“இந்த உலகம் ஒரு குறுகிய பாலத்தைப் போன்றது. பயப்படாதிருத்தல்தான் இங்கு முக்கியம்.”

யூதர்கள் நெடுங்காலமாகப் பல துன்பங்களையும் கடுமையான வேதனைகளையும் தாங்கிக் கொள்வதற்கு மேற்கண்ட பிரார்த்தனை அவர்களுக்கு உறுதுணையாக இருந்தது. யோம் கிப்பூர் போரின்போது அது ஒரு பாடலாக மாற்றப்பட்டு, வீரர்களையும் பொதுமக்களையும் ஊக்குவிப்பதற்காக ஒலிபரப்பப்பட்டது. அது ஒரு நினைவூட்டி: ஆமாம், விஷயங்கள் நிச்சயமற்றவையாகத்தான் இருக்கின்றன. நீங்கள் முன்னே பார்ப்பதற்குப் பதிலாகக் கீழே பார்த்தால், நீங்கள் எளிதாகப் பீதியடைந்துவிடுவீர்கள். பயம் உங்களுக்கு உதவாது.

பயம் ஒருபோதும் உதவியதில்லை.

1929 இல் அமெரிக்காவில் பங்குச் சந்தை பயங்கரமாகச் சரிந்தபோது, சுமார் பத்தாண்டுகளாக நீடித்த ஒரு பொருளாதார நெருக்கடியை அமெரிக்கா சந்தித்தது. வங்கிகள் இழுத்து மூடப்பட்டன. முதலீட்டாளர்கள் நிர்மூலமாக்கப்பட்டனர். வேலையில்லாத் திண்டாட்டம் தலைவிரித்தாடியது.

அதைக் கட்டுக்குள் கொண்டுவருவதற்கு, அப்போது அமெரிக்கக் குடியரசுத் தலைவராக இருந்தவர் மூன்று ஆண்டுகளுக்கு மேலாகப் போராடித் தோற்றுப் போயிருந்த நிலையில்தான் ஃபிராங்க்ளின் டி. ரூஸ்வெல்ட் பதவிக்கு வந்தார். அவர் பீதியடைந்திருந்தாரா? கண்டிப்பாக. அப்படி இல்லாமல் எப்படி இருந்திருக்க முடியும்? எல்லோருமே பீதியடைந்துதான் இருந்தனர்.

ஆனால், 1933 இல் அவர் ஆற்றிய பதவியேற்பு உரை உலகப் புகழ் பெற்றது. அதில் அவர் பயம் என்பது ஒரு தேர்ந்தெடுப்பு என்று கூறினார். பயம்தான் உண்மையான எதிரி என்று அவர் முழங்கினார். ஏனெனில், அது நிலைமையை மேலும் மோசமாக்குகிறது. மீதமிருக்கின்ற வங்கிகளையும் அதனால் துடைத்தெறிந்துவிட முடியும். மக்களை அதனால் ஒருவரோடு ஒருவர் மோதவிட முடியும். இணக்கமான தீர்வுகள் அமல்படுத்தப்படுவதை அதனால் தடுக்க முடியும்.

பயந்து போயிருக்கும்போது யாரால்தான்

சிறப்பாகச் செயல்பட முடியும்? பயத்தில் உறைந்து போயிருக்கின்றபோது யாரால்தான் தெளிவாகப் பார்க்க முடியும்? யாரால் பிறருக்கு உதவ முடியும்? நீங்கள் பயந்து போயிருக்கின்றபோது உங்களால் எப்படி அன்பு செலுத்த முடியும்? பயந்து போயிருக்கின்றபோது உங்களால் எதைத்தான் செய்ய முடியும்?

கால்பந்தாட்டத்தில், தன்மீது வந்து விழுகின்ற பந்து குறித்து பயப்படுகின்ற ஓர் ஆட்டக்காரரால் அதை எப்படி அடித்தாட முடியும்? விமர்சனங்களுக்கு பயப்படுகின்ற ஒரு கலைஞரால் எப்படிச் சிறந்த படைப்புகளை உருவாக்க முடியும்? தேர்தல்களின் விளைவுகள் குறித்து பயப்படுகின்ற ஓர் அரசியல்வாதியால் எப்படிச் சரியான தீர்மானங்களை எடுக்க முடியும்? குழந்தைகளை வளர்ப்பது குறித்து பயப்படுகின்ற ஒரு தம்பதியால் எப்படி ஒரு குடும்பத்தைக் கட்டியமைக்க முடியும்?

பயத்திற்கு இடமே கிடையாது. குறிப்பாக, நாம் எதையாவது செய்ய விரும்புகின்றபோது, அதற்கு அங்கு இடமே கிடையாது.

நாம் வசிக்கின்ற இந்த உலகமும் நம்முடைய வாழ்க்கையும் பீதி ஏற்படுத்தக்கூடியவைதாம். ஓர் உயரமான குறுகிய பாலத்தின் மேல் நீங்கள் நடந்து சென்று கொண்டிருக்கின்றபோது கீழே எட்டிப் பார்த்தால், அது உங்களுக்குக் கண்டிப்பாகப் பீதி ஏற்படுத்தத்தான் செய்யும். உங்களால் முன்னே செல்ல முடியாது. நீங்கள் உறைந்து போவீர்கள். நீங்கள் அங்கேயே உட்கார்ந்துவிடுவீர்கள். உங்களால் தெளிவாகச் சிந்திக்க முடியாது.

பயப்படாதிருத்தல்தான் இங்கு முக்கியம்.

தர்க்கத்தின் மூலமாகவே நாம் பயத்தைத் தோற்கடிக்கிறோம்

கிரேக்கத் தளபதியாக இருந்த பெரிக்ளீஸ் ஒரு முறை தன் படையினரைப் பார்வையிடச் சென்றபோது, வரவிருந்த ஒரு புயலைக் கண்டு அவர்கள் பீதியில் உறைந்து போயிருந்ததை அவர் கண்டார். புயலைக் கண்டு பயப்படுவது என்பது இப்போது நகைப்புக்குரிய ஒரு விஷயமாக இருக்கலாம். ஆனால், புயலைப் பற்றியும் அது எதனால் உருவாகிறது என்பதைப் பற்றியும் எதுவும் அறியப்படாமலிருந்த ஒரு காலகட்டத்தில் நீங்கள் இருந்திருந்தால், நீங்களும் இப்படித்தான் நடந்து கொண்டிருந்திருப்பீர்கள்.

புயலுக்குப் பின்னால் இருந்த அறிவியலைப் பற்றி பெரிக்ளீஸால் துல்லியமாக எடுத்துரைக்க முடியவில்லை என்றாலும், அவர் அதில் வெகுவாக வெற்றியடைந்திருந்தார் என்றே கூற வேண்டும். அவர் தன் படையினரைக் கூட்டி, அங்குக் கிடந்த இரண்டு பெரிய கற்களைக் கையில் எடுத்துக் கொண்டு, அவற்றை ஒன்றோடு ஒன்று மோதினார். டமால், டமால், டமால் என்று பெரும் சத்தம் கிளம்பியது.

அதுதான் இடி என்று அவர் விளக்கினார். மேகங்கள் மோதிக் கொள்கின்றபோது இடி என்கின்ற பெரும் சத்தம் கேட்கிறது என்று அவர் அவர்களிடம் தெரிவித்தார்.

தங்களைப் பின்பற்றிக் கொண்டிருப்பவர்களிடம்

நம்பிக்கையை விதைப்பதோடு தலைவர்களுடைய பணி நிறைவடைவதில்லை. அவர்களுடைய பயங்களையும் அத்தலைவர்கள் போக்கியாக வேண்டும்.

உண்மைபோலக் காட்சியளிக்கின்ற பொய்தான் பயம் என்று பயத்திற்கு ஒரு விளக்கம் அளிக்கப்படுவதை நீங்கள் கேள்விப்பட்டிருக்கலாம்.

அந்தப் போலிப் பிம்பத்தை நாம் அலசி ஆராய வேண்டும். அதை நாம் நமக்காக மட்டுமல்லாமல், பிறருக்காகவும் செய்ய வேண்டும். பெரிக்ளீஸைப்போல நாம் தர்க்கரீதியாக அதை உடைத்தெறிய வேண்டும். நாம் அதன் ஆணிவேர்வரை செல்ல வேண்டும்; அதைப் புரிந்து கொள்ள முயல வேண்டும், அதை விளக்க முற்பட வேண்டும்.

மற்றொரு சமயம், பிளேக் நோய் ஏதென்ஸ் நகரத்தைப் புரட்டிப் போட்டுக் கொண்டிருந்த நேரத்தில், எதிரிப் படையினரை அழிப்பதற்காகப் பெரிக்ளீஸ் தன் கப்பற்படையினரை அழைத்துக் கொண்டு கிளம்பினார். அவர்களுடைய கப்பல்கள் துறைமுகத்தைவிட்டு வெளியேறிக் கொண்டிருந்த அதே நேரத்தில் ஒரு சூரியக் கிரகணம் தோன்றி சூரியனை மறைத்தது. உடனே அவருடைய படையினரைப் பெரும் பீதி பற்றிக் கொண்டது. அவர்கள் அதை ஒரு கெட்ட சகுனமாகக் கருதினர். அப்போது பெரிக்ளீஸ் ஒரு மாபெரும் சொற்பொழிவாற்றித் தன் படையினரை ஊக்குவிக்கவில்லை. மாறாக, தர்க்கரீதியான எளிய விளக்கத்தின் மூலம் அவர் அதைச் சாதித்தார். அவர் நேராக, கப்பலைச் செலுத்திக் கொண்டிருந்த நபரின்மீது ஒரு பெரிய துணியைப் போட்டு மூடிவிட்டு, "நீங்கள் பார்த்துக் கொண்டிருக்கின்ற நிகழ்வு, இதைவிடப் பெரிய ஏதோ ஒன்று சூரியனை மறைப்பதால் ஏற்படுவது," என்று அவர்களிடம் விளக்கினார்.

வாழ்க்கை இப்போதும் கணிக்கப்பட முடியாததாகத்தான் இருக்கிறது. நமக்குத் தெரியாத விஷயங்கள் ஏராளமாக இருக்கின்றன. பல விஷயங்கள் நம்மை எளிதாகக் கலவரப்படுத்திவிடுகின்றன என்பது உண்மைதான். நாம் நம்முடைய பயம் மற்றும் சந்தேகத்தின் தயவில்தான் வாழ்ந்து கொண்டிருக்கிறோம்.

இதிலிருந்து மீள்வதற்கான ஒரே வழி, அந்த பயத்தைத் தாக்குவதுதான். அதை நாம் தர்க்கரீதியாகவும்

தெளிவாகவும் திட்டவட்டமாகவும் தாக்க வேண்டும்.

பிளேக் நோய் மற்றும் போரின் காரணமாக மக்கள் கொத்துக் கொத்தாகச் செத்து மடிந்து கொண்டிருந்தபோது, அப்போதைய தேவை துணிச்சல்தான் என்று பெரிக்ளீஸ் தன் படையினரிடம் கூறினார். அப்போது அவர்கள் அமைதியாக இருக்க வேண்டும் என்றும், பகுத்தறிவுபூர்வமாகவும் தெளிவாகவும் சிந்திக்க வேண்டும் என்றும் அவர் கூறினார். அவர் தன் படையினரிடம், "வாழ்க்கையில் எவை இனிமையானவை, எவை பயங்கரமானவை என்பதை நீங்கள் புரிந்து கொள்ள வேண்டும். பின் தயங்காமல் முன்னே சென்று, வரவிருப்பதை எதிர்கொள்ள வேண்டும்," என்று வலியுறுத்தினார்.

ஒரு சூழலிலுள்ள மிக மோசமான விஷயத்தைப் பார்க்கின்ற உங்களுடைய மூளை, அது எவ்வளவு பயங்கரமான விளைவுகளை ஏற்படுத்தக்கூடும் என்று கற்பனை செய்யும், அதைக் கையாள்வதற்கான உங்களுடைய திறமையைக் குறைத்து மதிப்பிடும். அது உங்களுடைய நண்பன் அல்ல. அது உண்மையும் அல்ல. விஷயங்களை மிகைப்படுத்திக் கொண்டிருக்கின்ற அந்தக் குரலால் உங்களுக்கு எந்தவிதமான பயனும் இல்லை. அது உலகைக் குறித்தத் துல்லியமானதொரு கண்ணோட்டத்தை உங்களுக்குக் கொடுப்பதில்லை. அது ஒருக்காலும் உங்களைத் துணிச்சல்மிக்கவராக ஆக்கப் போவதில்லை.

உங்களுக்கு நீங்களே இப்படிச் சொல்லிக் கொள்ளுங்கள்: இது வெறும் பணத்தைப் பொறுத்த விஷயம்தான்; இது வெறும் ஒரு பொருளைப் பற்றியதுதான்; இது ஒருவரையொருவர் வெறுமனே சாடிக் கொள்கின்ற ஒரு சந்திப்புக்கூட்டம் மட்டும்தான். இது கண்டிப்பாக நீங்கள் பயம் கொள்ளத்தக்க ஒரு காரியம் கிடையாது.

அதைச் சின்னஞ்சிறு பகுதிகளாகப் பிரித்து அலசுங்கள். உண்மைகளைச் சோதியுங்கள். விசாரணை மேற்கொள்ளுங்கள்.

அப்போதுதான் உங்களால் உண்மையிலேயே பார்க்க முடியும்.

"உங்களுடைய எதிரி பார்க்கின்ற ஒன்று அல்ல அது. அங்கு உண்மையிலேயே என்ன இருக்கிறதோ அதைப் பார்ப்பது அது," என்று மார்க்கஸ் அரேலியஸ் கூறியுள்ளார்.

இதுதான் எதிரி

பயங்களின் ஆணிவேராக இருப்பது, மற்றவர்கள் நம்மைப் பற்றி என்ன நினைப்பார்கள் என்ற எண்ணம்தான்.

அது நம்மை உறைய வைப்பதாக இருக்கிறது. அது நம்மைத் தவறாக வழிநடத்துகிறது. அது நம்முடைய எதார்த்தத்தின் இழையைத் திரித்து, கோழைத்தனமான, பைத்தியக்காரத்தனமான விதங்களில் நடந்து கொள்ள நம்மைத் தூண்டுகிறது.

சிரில் கொன்னோலி என்ற ஆங்கிலேய இலக்கிய விமர்சகர், "பக்கத்து வீட்டுக்காரன் என்ன சொல்வானோ என்று பயந்துதான் பலர் தற்கொலை செய்து கொள்வதில்லை," என்று வேடிக்கையாகக் கூறியுள்ளார். நாம் செத்தப் பிறகுகூட மக்கள் நம்மைப் பற்றி என்ன பேசுவார்களோ என்று யோசிக்கின்ற அளவுக்கு பயம் நம்மைப் பிடித்து ஆட்டிக் கொண்டிருக்கிறது.

அனைத்து விதமான புதிய, சரியான, நெஞ்சில் பதியக்கூடிய விஷயங்களும் பிறருடைய கருத்துகளுக்கு மதிப்பளிக்காத மனப்போக்கினால்தான் உருவாகின்றன என்பது இங்கு நகைமுரண். இன்று நாம் கொண்டாடிக் கொண்டிருக்கின்ற விஷயங்களில் பெரும்பாலானவை, அவை மேற்கொள்ளப்பட்டச் சமயங்களில் அவை ஏற்றுக் கொள்ளப்படாதவையாகவே இருந்தன. ஆனால், அது நடைபெற்றுக் கொண்டிருக்கின்ற சமயங்களில், அது ஒரு

வெறும் தடைக்கல்தான் என்றும், அதைத் தாண்டி நம்மால் செல்ல முடியும் என்றும் நாம் கருதுவதில்லை, அதற்கு முயற்சிப்பதில்லை.

நியூயார்க் காவல் துறையில் நிலவிய ஊழல்களை, ஃபிராங்க் செர்பிகோ அம்பலப்படுத்தியபோது, அவருடன் பணியாற்றிய மற்றொரு நேர்மையான காவல் அதிகாரி அவரைப் பாராட்டினார். ஃபிராங்க் அவரிடம், “நான் இதை வெளிக் கொண்டுவருவதற்குப் போராடிக் கொண்டிருந்தபோது நீங்கள் ஏன் என் உதவிக்கு வரவில்லை? எனக்கு ஆதரவாக ஏன் குரல் கொடுக்கவில்லை?” என்று கேட்டபோது, “எனக்கு என்ன பைத்தியமா? இப்போது நீங்கள் ஒரு தீண்டத்தகாதவனைப்போல ஒதுக்கி வைக்கப்பட்டுள்ளீர்கள். அதைப் போன்றதொரு நிலையை அடைய நான் விரும்பவில்லை,” என்று அவர் பதிலளித்தார்.

எதிர்க்கவில்லை என்றால் அதற்கு என்ன மாற்று? காவல் அதிகாரிகள் யாரைப் பாதுகாக்க வேண்டுமோ அவர்களைப் பாதுகாப்பதற்குப் பதிலாக அவர்களைச் சுரண்டிக் கொண்டிருப்பதை அனுமதிப்பதா? குற்றவாளிகளுடன் கைகோர்த்துக் கொண்டு செயல்படுவதை வேடிக்கை பார்த்துக் கொண்டிருப்பதா?

பொதுவாக மக்கள் குற்றங்கள் நடக்கின்றபோது அவற்றை எதிர்த்துக் கேள்வி கேட்பதற்குப் பதிலாக, அவற்றுக்கு உடந்தையாக இருப்பதையே தேர்ந்தெடுப்பர். ஒரு பெருந்தொற்று நேரத்தில், ஒரு பெரும் மக்கட்கூட்டத்தில் தான் மட்டும் தனியாக முகக் கவசம் அணிந்திருக்கின்ற நபராக இருப்பதைவிட, அந்த நோயால் தாக்கப்பட்டு மடிந்து போவதையே மக்கள் தேர்ந்தெடுப்பர். மக்கள் தங்களுக்குப் பிடிக்காத வேலையை இராஜினாமா செய்துவிட்டு அதற்கான காரணத்தைப் பிறரிடம் தெரிவிப்பதைவிட, அந்த வேலையில் தொடர்வதையே தேர்ந்தெடுப்பர். ஓர் இடக்குமடக்கான நவீனப் போக்கைக் கேள்வி கேட்பதைவிட அதைப் பின்பற்றுவதையே அவர்கள் தேர்ந்தெடுப்பர். ஒரு குறிப்பிட்ட விஷயத்தை எதிர்த்துக் கேள்வி கேட்கின்ற ஒரு நபராக இருப்பதைவிட, தங்களுடைய புகழுக்குப் பங்கம் ஏற்பட்டாலும் அதனோடு ஒட்டி ஒழுகவே அவர்கள் விரும்புவர்.

ஒரு பெரிய பணக்காரக் குடும்பத்தில் பிறந்திருந்தும் ஓர்

எளிய வாழ்க்கையைத் தேர்ந்தெடுத்தக் காரணத்தால் பிறரின் கடுமையான கேலிக்கும் கிண்டலுக்கும் ஆளானபோதிலும், ரோமானியத் தத்துவவியலாளர் சிசேரோ, அதைக் கண்டு துளியும் அலட்டிக் கொள்ளவில்லை. “பிறர் உங்களைப் பற்றி என்ன சொல்லிக் கொண்டிருக்கின்றனர் என்பது குறித்து வேறு யாராவது கவலைப்பட்டுக் கொள்ளட்டும்,” என்று அவர் கூறினார். பின் அதற்கான காரணத்தையும் அவர் விளக்கினார். “எப்படி இருந்தாலும் அவர்கள் பேசிக் கொண்டுதான் இருப்பர்.”

பயம் உங்களைக் கட்டுப்படுத்த நீங்கள் அனுமதிக்கக்கூடாது. உருப்படியான காரியங்களைச் செய்துள்ள அனைவரும் பிறருடைய அபிப்பிராயங்கள் குறித்துப் பெரிதாக அலட்டிச் கொண்டதில்லை என்பதே உண்மை. சந்தேகப் பார்வை படாமல் எந்தவொரு மாற்றமும் நிகழ்ந்ததில்லை. எந்தவோர் இயக்கமும் ஏதாவது ஒரு கட்டத்தில் கண்டிப்பாகப் பிறரால் எள்ளி நகையாடப்பட்டே இருந்தது. பின்னாளில் பிரபலமாக ஆகிய எந்தவொரு வணிகமும், அது கண்டிப்பாகத் தோற்கும் என்று ஏதாவது ஒரு கட்டத்தில் கேலி செய்யப்பட்டிருக்கும்.

நம்முடைய சொந்த எடைபோடுதலைவிட, முகம் தெரியாத அந்நியர்களின் சராசரியான அபிப்பிராயங்களுக்கு மதிப்பளிக்க வேண்டிய காலகட்டம் என்ற ஒன்று ஒருக்காலும் இருந்ததில்லை.

எண்ணப்படுவதற்கு முன்பு எப்போதும் அதிகமாகவே இருக்கும்

யுலீசஸ் எஸ். கிரான்ட்டின் இராணுவப் பணியின் தொடக்கக் காலம் அது. அவருடைய படைக்குழு டெக்சாஸ் மாநிலத்தின் ஊடாக ஒரு நீண்ட பயணத்தில் ஈடுபட்டிருந்தது. அவர்களிடம் உணவுக் கையிருப்பு மிகவும் குறைவாக இருந்தது. அவருடைய படைவீரர்களில் ஒருவர் நோயுற்றிருந்தார். ஒரு குதிரை செத்துவிட்டிருந்தது.

செவ்விந்தியர்களாலும் குற்றவாளிகளாலும் சூழப்பட்டிருந்த எழுபது மைல் தூரத்தை அவர்கள் கடக்க வேண்டியிருந்தது. உதவி பெறுவதற்காக, கிரான்ட் இன்னொரு வீரரைத் துணைக்கு அழைத்துக் கொண்டு, ஆபத்துகள் நிரம்பியிருந்த அந்த இடத்தைக் கடக்கத் தனியாகக் கிளம்பினார்.

இவை போதாதென்று அங்கு ஓநாய்களும் அட்டகாசம் செய்து கொண்டிருந்தன. தூரத்தில் ஓநாய்களின் ஊளைகளை அவர்கள் கேட்டனர். ஆளுயரத்திற்கு வளர்ந்திருந்த புற்களின் ஊடாக அவர்கள் சென்று கொண்டிருந்ததால், அவர்களால் ஓநாய்களைப் பார்க்க முடியவில்லை. ஆனால், அவை அருகில் இருந்ததை அவர்களால் உணர முடிந்தது. "அருகே என்றால் உண்மையிலேயே மிகவும் அருகே அவை இருந்தன.

எங்களுடைய படையைத் தங்களுக்கு விருந்தாக்கிக் கொள்ள அவை துடித்துக் கொண்டிருந்தன," என்று கிரான்ட் பின்னர் அதை விவரித்து எழுதினார். அதனால், அவர் மீண்டும் தன் படைவீரர்களிடம் திரும்பிச் செல்ல விரும்பினார். இன்னும் சொல்லப் போனால், தன்னுடன் வந்த வீரர் அப்படிப்பட்டதொரு பரிந்துரையைச் சொல்ல மாட்டாரா என்று அவர் ஏங்கினார்.

ஆனால், கிரான்ட்டுடன் வந்த வீரர் ஓர் அனுபவசாலி. அவர் சிரித்தவாறே தொடர்ந்து முன்னே சென்று கொண்டிருந்தார். அதோடு, "கிரான்ட், அந்த ஓநாய்க் கூட்டத்தில் எத்தனை ஓநாய்கள் இருக்குமென்று நீங்கள் நினைக்கிறீர்கள்?" என்று கேட்டு கிரான்ட்டை அவர் வேடிக்கையாகச் சீண்டினார். தன்னை ஒரு கோழையாகக் காட்டிக் கொள்ள விரும்பாத கிரான்ட், படபடவெனத் துடித்துக் கொண்டிருந்த தன் இதயத்தைக் கட்டுப்படுத்தியவாறு, "இருபது இருக்கும் என்று நினைக்கிறேன்," என்று பதிலளித்தார்.

பின் திடீரென்று அவர்கள் அந்த ஊளைச் சத்தத்தின் மூலாதாரத்தின் அருகே வந்து நின்றனர். அங்கு வெறும் இரண்டே இரண்டு ஓநாய்கள் மட்டுமே பதுங்கியிருந்தன. தனக்கு முற்றிலும் பழக்கப்பட்டிராத ஓர் ஆபத்தை கிரான்ட் எதிர்கொண்டிருந்தபோது, எகிறிக் கொண்டிருந்த தன் இதயத்துடிப்பையும், தறிகெட்டுப் பாய்ந்து கொண்டிருந்த தன் மனத்தையும் தான் கட்டுப்படுத்த வேண்டும் என்ற எண்ணம் அவருக்குத் தோன்றியிருக்கவே இல்லை.

கிரான்ட் இராணுவத்திலும் பொது வாழ்விலும் நாற்பது ஆண்டுகளுக்கு மேலாகச் செலவிட்டிருந்தபோதிலும், தன் வாழ்க்கையின் இக்கட்டான தருணங்களில் இந்த அனுபவத்தை அவர் நினைவுகூர்ந்து கொண்டார். "உண்மையில் நாம் அவற்றின் எண்ணிக்கையை எண்ணுகின்றவரை அவை நம் கற்பனையில் அதிகமாகவே இருக்கும்," என்று அந்தப் படிப்பினையை அவர் வர்ணித்தார்.

நாம் எதிர்கொள்கின்ற தடைக்கற்களும் எதிரிகளும் விமர்சகர்களும் நாம் கற்பனை செய்கின்ற அளவுக்கு ஒரு பெரிய எண்ணிக்கையில் இருப்பதில்லை. அப்படிப்பட்டதொரு மாயையை உருவாக்கவே நம்முடைய எதிரிகள் விரும்புவர்.

இங்கு மற்றொரு படிப்பினையும் இருக்கிறது. அந்த இரண்டு ஓநாய்களைப் பார்த்தப் பிறகும் கிரான்ட்டும் அவருடைய சக வீரரும் அவற்றைக் கண்டு பயப்படாமல் தொடர்ந்து அவற்றை நோக்கி நடக்கத் தொடங்கியதும் அந்த ஓநாய்கள் என்ன செய்தன என்று தெரியுமா? அவை ஓட்டம் பிடித்துவிட்டன.

அது 1861 ஆம் ஆண்டு. அப்போது கிரான்ட் அமெரிக்க ஐக்கியப் படையில் ஒரு லெஃப்டினன்ட் கர்னலாக இருந்தார். தென் மாநிலக் கூட்டமைப்புப் படையின் ஒரு பிரிவுக்குத் தலைமை தாங்கிய கர்னல் தாமஸ் ஹாரிஸை கிரான்ட் மிசிசிப்பியில் வைத்து எதிர்கொண்டார். அதற்கு முன்பு கிரான்ட் பல யுத்தங்களைச் சந்தித்திருந்தபோதிலும், அந்த ஓநாய்களிடமிருந்து பாடம் கற்றுக் கொண்டிருந்தபோதிலும், அப்போது பயம் அவரைச் சூழ்ந்து கொண்டது.

போர் நடக்கவிருந்த அந்த இடத்தைச் சுற்றிக் கிட்டத்தட்ட இருபத்தைந்து மைல்கள் ஒரு வெட்டவெளியாக இருந்தது. அங்கு எவரும் தலைகாட்டக்கூட விரும்பவில்லை.

மீண்டும் கிரான்ட்டின் இதயம் படபடவெனத் துடிக்கத் தொடங்கியது. "என் இதயம் கிட்டத்தட்ட என் தொண்டைவரை வந்துவிட்டது," என்று அவர் பின்னர் அது குறித்துக் கூறினார். "அப்போது இல்லினாய்க்குத் திரும்புவதற்கு என்னை அனுமதிப்பதற்கு யார் எதைக் கேட்டிருந்தாலும் நான் கொடுத்திருந்திருப்பேன். நின்று நிதானித்து என்ன செய்ய வேண்டும் என்று யோசிப்பதற்கான துணிச்சல் என்னிடம் இருக்கவில்லை."

பயத்தின் உச்சத்தில் இருந்த கிரான்ட், தன்னால் கண்டிப்பாக எதிரியுடன் மோத முடியாது என்ற திட்டவட்டமான முடிவுக்கு வந்த தருணத்தில், எதிரியின் நிலையை அறிந்து கொள்வதற்காக அவர் ஒரு சிறு குன்றின்மீது ஏறிப் பார்த்தார்.

ஆனால், அங்கு எதிரியையே காணோம். அங்கு கிரான்ட் முகாமிட்டிருந்ததைத் தெரிந்து கொண்ட எதிரிப்படையினர் அங்கிருந்து ஓட்டம் பிடித்துவிட்டிருந்தனர்.

இது குறித்துப் பின்னர் கிரான்ட் இவ்வாறு நினைவுகூர்ந்தார்: "நான் அவர்களைப் பற்றி எந்த அளவுக்கு பயந்திருந்தேனோ, அதே அளவுக்கு ஹாரிஸும் என்னைப் பார்த்து பயந்து போயிருந்தார் என்ற உண்மையை

அப்போதுதான் நான் தெரிந்து கொண்டேன். “அது மதிப்புமிக்கதொரு பாடம். நான் அதுவரை விஷயங்களை அந்தக் கோணத்தில் ஒருபோதும் பார்த்திருக்கவில்லை. அதற்குப் பிறகு அதை நான் ஒருபோதும் மறக்கவில்லை. அதற்குப் பிறகு, போர் முடியும்வரை நான் சிறிதளவு பதற்றத்தோடு இருந்தபோதிலும், எதிரியைக் கண்டு ஒருபோதும் கலக்கம் கொள்ளவில்லை.”

இரவு இருண்டு கிடக்கிறது, நம்மை வெகுவாக பயமுறுத்துகிறது. நாம் வாழ்க்கையில் பல எதிரிகளை எதிர்கொள்கிறோம்.

ஆனால், இதை நீங்கள் புரிந்து கொண்டாக வேண்டும்: அவர்கள் வெல்லப்பட முடியாதவர்கள் என்று உங்களுடைய மனம் உருவாக்குகின்ற கற்பனை அளவை அவர்கள் ஒருபோதும் தொடுவதில்லை.

ஒரு சமூக நிகழ்விற்கு வருகை தந்திருக்கின்ற பிரபலம் ஒருவரிடம் பேசுவதற்கோ அல்லது தங்களுடைய மேலதிகாரியிடம் சம்பள உயர்வு கேட்பதற்கோ பலர் தயங்குகின்றனர், பயப்படுகின்றனர். நீங்கள் எவரை அணுக முயற்சிக்கிறீர்களோ, அவர்கள் இது குறித்து பயப்படாதிருக்கலாம், ஆனால், அவர்களுக்கும் அதே அசௌகரியம் இருக்கிறது என்பதுதான் உண்மை. அந்த உதறல் பரஸ்பரம் இருவருக்குமே உள்ள ஒன்றுதான்.

நீங்கள் அவர்கள் குறித்து அளவுக்கதிகமாகக் கணிக்கிறீர்கள். அவர்களும் உங்களைப் பற்றி அளவுக்கதிகமாகக் கணிக்கிறார்கள்.

நீங்கள் ஒரு நேர்காணலுக்குச் செல்கின்றபோது, உங்களிடம் இடக்குமடக்கான கேள்விகளைக் கேட்கின்ற நபர் அதை விரும்பிச் செய்கிறார் என்று நீங்கள் நினைக்கிறீர்களா? இல்லை. கிடையவே கிடையாது. தாங்கள் செய்கின்ற காரியத்தைத் தாங்கள் சொதப்பிவிடுவோமோ என்ற பீதி அவர்களுக்கும் இருக்கிறது. ஒரு திரைப்படத்தின் முதல் நாள் காட்சி எடுக்கின்றபோது, ஒரு புதுமுகத்திடம் கறாராக நடந்து கொள்கின்ற ஒரு திரைப்பட இயக்குநர், புதிதாகத் தேர்ந்தெடுக்கப்பட்டுள்ள படைவீரர்களுக்கு உடற்பயிற்சி அளிக்கின்ற ஒரு பயிற்றுவிப்பாளர், ஓர் ஒப்பந்தக்காரரிடம் ஒரு புதிய ஒப்பந்தம் போடுவதற்காக அவரிடம் பேரம் பேசிக் கொண்டிருக்கின்ற ஒரு நிர்வாகி போன்றோர் தீர்க்கமாகச் செயல்படுவதைப்போல நமக்குத்

தோன்றலாம். ஆனால், அது உண்மையல்ல. அது ஒரு மாயை. அவர்களும் பதற்றத்தில்தான் இருக்கின்றனர். ஆனால், அவர்கள் தாங்கள் திட்டவட்டமாகச் செயல்பட்டுக் கொண்டிருப்பதுபோல நடித்துக் கொண்டிருக்கின்றனர், அவ்வளவுதான்.

நீங்கள் அதை உற்றுக் கவனித்தால், அந்த இடைவெளி நீங்கள் எதிர்பார்த்துள்ளதைப்போல அதிகமாக இல்லாதிருப்பதை உங்களால் எளிதாகக் கண்டுகொள்ள முடியும்.

சிறிதளவு விழிப்புணர்வையும் சிறிதளவு புரிந்துணர்வையும் கொண்டிருப்பது நம்மை பலவீனப்படுத்திவிடாது. மாறாக, அவை நமக்குத் தன்னம்பிக்கையளிக்கும்.

இப்போது உண்மையில் அங்கு என்ன இருக்கிறது என்பதை நாம் தெளிவாகப் பார்க்கிறோம். மற்ற அனைவரும் நம்மைவிட அதிகமாகப் பீதியடைந்திருப்பதை நம்மால் உணர முடிகிறது.

அப்படி இருந்திருந்தால்?

நாம் எதைக் கண்டுப் பயப்பட்டுக் கொண்டிருக்கிறோம் என்பதை நாம் அறியோம்.

இன்னும் தெளிவாகச் சொல்ல வேண்டுமென்றால், துல்லியமாக நாம் எதைக் கண்டு பயப்பட்டுக் கொண்டிருக்கிறோம் என்பதை நாம் அறியாமல் இருக்கிறோம்.

அது பெரிதாக இருந்தாலும், அது எங்கோ தொலைதூரத்தில் இருந்து கொண்டிருக்கிறது. அல்லது நம்முடைய வயிற்றைக் கலக்கிக் கொண்டிருக்கிறது. எப்படியிருந்தாலும், அது ஒரு பொத்தம்பொதுவான உணர்வுதான், திட்டவட்டமானது அல்ல.

ஏதாவது மோசமான காரியம் ஒன்று நிகழ்ந்துவிடக்கூடும் என்று நாம் பயப்படுகிறோம். நாம் மேற்கொண்டிருக்கின்ற காரியம் சரியாக முடிவடையாது என்று நாம் அஞ்சுகிறோம். பின்விளைவுகள் குறித்த உதறல் நம்மிடம் இருக்கிறது. பிறர் நம்மைப் பற்றி என்ன நினைப்பார்களோ என்று நாம் யோசிக்கிறோம்.

ஆனால், அது என்ன, எங்கு நிகழப் போகிறது, எப்படி நிகழப் போகிறது, யாரால் ஏற்படப் போகிறது, எப்போது நிகழப் போகிறது என்பன போன்ற கேள்விகளுக்கு நம்மால் பதிலளிக்க முடியாது. ஏனெனில், அது குறித்து நாம் தீவிரமாக உற்று நோக்கியதில்லை. நம்மை எவை

கவலைக்கு உள்ளாக்கிக் கொண்டிருக்கின்றன என்பதை நாம் உண்மையில் வரையறுத்திருக்கவில்லை. நம்முடைய பயங்கள் திட்டவட்டமானவை அல்ல. அவை நிழல்கள், மாயையானவை.

அது ஒரு முடிவுக்கு வந்தாக வேண்டும். இப்போதே.

தொழிலதிபரும் நூலாசிரியருமான டிம் ஃபெர்ரிஸ், நம்மைப் பின்னுக்கு இழுத்துக் கொண்டிருக்கின்ற பதற்றம், சுயசந்தேகங்கள் போன்றவை எப்படி பயத்தைத் தூண்டுகின்றன என்பதைப் பற்றிப் பேசியுள்ளார். இதை ஸ்டோயிக்குகளும் வலியுறுத்தியுள்ளனர். நாம் எதிர்கொள்ளக்கூடிய தீய விஷயங்கள் குறித்து ஆழ்ந்து யோசிக்குமாறு செனீக்கா பரிந்துரைத்துள்ளார்.

"கப்பல் கவிழ்தல், போர், சித்திரவதை, நாடு கடத்தப்படுதல் போன்றவை குறித்த எண்ணங்கள் நம் மனத்தில் எப்போதும் சுழன்று கொண்டிருக்கும்," என்று செனீக்கா கூறுகிறார். அவை நமக்கு பயம் ஏற்படுத்துதல் என்ற வடிவில் இல்லாதிருக்கலாம். ஆனால், நமக்குப் பரிச்சயமான ஒன்றாக அவை இருக்கும். அவை நடைபெறுவதற்கான சாத்தியக்கூறு எந்த அளவு உள்ளது? அவற்றால் என்ன விளையும்? அவற்றைக் கையாள்வதற்கு நம்மை நாம் எந்த அளவுக்குத் தயார்படுத்திக் கொண்டுள்ளோம்? எதிர்பாராத பேரிடிகள் நம்மை நிலைகுலைய வைத்துவிடும் என்று செனீக்கா கருதுகிறார். அவற்றை எதிர்பார்த்திருப்பதன் மூலமும், அவற்றை வரையறுத்துக் கொள்வதன் மூலமும், அவற்றால் என்ன விளைவுகள் ஏற்படக்கூடும் என்று கணிப்பதன் மூலமும், அவற்றின் பயமுறுத்துகின்ற தன்மையை நாம் கணிசமாகக் குறைக்கிறோம்.

தான் மெத்தனமாக இருந்துவிடாமல் இருப்பதற்கு ஜான் டி. ராக்கஃபெல்லர், "என்னுடைய எண்ணெய்க் கிணறுகள் வறண்டுவிட்டால்?" என்று யோசிப்பாராம். இதன் காரணமாக அவர் துணிந்து சில நடவடிக்கைகளில் இறங்கியதன் மூலம் உலகின் பெரும் பணக்காரராக உருவெடுத்தார்.

"இப்போது எதிரி என் முன்புறமோ, இடதுபுறமோ அல்லது வலதுபுறமோ தோன்றினால் நான் என்ன செய்ய வேண்டும்?" என்று ஓர் இராணுவத் தளபதி ஒரு நாளில் பல முறை யோசிக்க வேண்டும் என்று நெப்போலியன்

நம்பினார். தன்னுடைய தளபதிகள் எப்போதும் பதற்றத்துடன் இருக்க வேண்டும் என்று அவர் விரும்பினார் என்று இதற்கு அர்த்தமில்லை. அவர்கள் எப்போதும் தயார் நிலையில் இருக்க வேண்டும் என்று அவர் விரும்பியதுதான் அதற்குக் காரணம்.

ஆனால், நாம் எப்போதும் ஏதாவது மோசமான காரியம் நடந்துவிடுமோ என்று அளவுக்கதிகமாகக் கவலைப்பட்டுக் கொண்டிருக்கிறோம். நினைக்கப்பட முடியாதது குறித்து யோசித்துக் கொண்டிருப்பதுதான் ஒரு தலைவனுக்கு அழகு என்பது உண்மைதான். கிட்டத்தட்ட இரண்டாயிரம் ஆண்டுகளுக்கு மேலாக, இராணுவத் தலைவர்கள் இந்த முதுமொழியின் ஏதாவது ஒரு வடிவத்தைப் பின்பற்றி வந்தனர்: வியப்பினால் வீழ்த்தப்படுவது ஒன்றுதான் ஓர் இராணுவத் தலைவரின் மன்னிக்கப்பட முடியாத குற்றம். "இது நடக்கும் என்று நான் துளிகூட எதிர்பார்த்திருக்கவில்லை," என்ற சாக்குப்போக்கை அவரால் கூறிக் கொண்டிருக்க முடியாது.

நாம் எதைக் கண்டு பயப்பட்டுக் கொண்டிருக்கிறோம் என்பதை உற்று நோக்குகின்ற துணிச்சலை நாம் ஒவ்வொருவரும் வளர்த்துக் கொள்ள வேண்டும். ஒரு கூட்டத்தில் கலந்து கொள்கின்றபோது, அந்த அறையில் இருக்கின்ற அந்நியர் ஒருவரிடம் போய்ப் பேசுவதற்கு நாம் பயப்படுகிறோம். ஏன்? அதனால் என்ன பின்விளைவுகள் ஏற்பட்டுவிடும்? நாம் பிறருடைய நகைப்புக்கு ஆளாகிவிடக்கூடுமோ? பிறரால் மறுதலிக்கப்படக்கூடுமோ? நாம் வெளிப்படையாகப் பேச விரும்புவதில்லை. ஏன்? அதற்காக ஒருவேளை நாம் கடுமையாக விமர்சிக்கப்படக்கூடும் என்ற நினைப்பா? ஒருவேளை நம் வேலை பறிபோய்விடக்கூடும் என்ற உதறலா? நாம் கொல்லப்பட்டுவிடலாம் அல்லது நமக்கு மரணம் நேர்ந்துவிடலாம் என்ற பயமா? ஒரு விமானத்தில் ஏறுகின்ற ஒவ்வொரு முறையும், சாலையைக் கடக்கின்ற ஒவ்வொரு முறையும் மரணம் நிகழக்கூடிய வாய்ப்பு இருக்கத்தானே செய்கிறது? இன்னும் சொல்லப் போனால், காலையில் படுக்கையைவிட்டு எழுந்திருப்பதுகூட நிச்சயமற்ற ஒன்றுதானே?

நடக்கச் சாத்தியமுள்ள அனைத்து விஷயங்கள் குறித்தும் யோசிப்பதற்கான துணிச்சலை நாம் வளர்த்துக்

கொள்ள வேண்டியது அவசியம். அவற்றில், நாம் சிந்திக்க விரும்பாத இனிமையற்ற விஷயங்களும், அசாதாரணமான விஷயங்களும், எதிர்பாராத விஷயங்களும், நடப்பதற்குச் சாத்தியமற்ற விஷயங்களும் அடங்கும். மிகைப்படுத்தப்பட்ட நிச்சயமின்மை குறித்த நம்முடைய பதற்றத்தைக் குறைத்துக் கொள்வதைப் பற்றியது மட்டுமல்ல இது. இது, ஆபத்தான சாத்தியக்கூறுகள், எதிரியின் திட்டங்கள், தவறாகப் போகக்கூடிய வாய்ப்பிருக்கின்ற விஷயங்கள் போன்ற, நமக்குத் தெரியாதவற்றிலுள்ள நிச்சயமான விஷயங்களைப் பற்றியதும்கூட.

மனிதச் செயல்களை உள்ளடக்கிய எதுவொன்றும் நமக்கு அந்நியமானதாக இருக்கக்கூடாது. அதேபோல, நடப்பதற்குச் சாத்தியமுள்ள விஷயங்களும் நமக்கு அந்நியமானவையாக இருந்துவிடக்கூடாது.

அமெரிக்காவின் தலைசிறந்த இராணுவத் தலைவர்களில் ஒருவரான டக்ளஸ் மெக்ஆர்தர், போர், வாழ்க்கை ஆகிய இரண்டிலும் நிகழ்கின்ற அனைத்துத் தோல்விகளையும், "மிகவும் தாமதமாகிவிட்டது," என்ற இரண்டே வார்த்தைகளில் அடக்கிவிட்டார். முன்தயாரிப்பை முடிப்பதற்கு மிகவும் தாமதமாகவிட்டது; எதிரியின் நோக்கத்தைப் புரிந்து கொள்வதற்கு மிகவும் தாமதமாகிவிட்டது; ஒத்திசைவாகச் செயல்படுபவர்களைக் கூட்டுச் சேர்த்துக் கொள்வதற்கு மிகவும் தாமதமாகிவிட்டது; தலைவர்கள் தங்களுக்கிடையே முக்கியமான தகவல்களைப் பகிர்ந்து கொள்வதற்கு மிகவும் தாமதமாகிவிட்டது; உதவி தேவைப்படுபவர்களை அணுகுவதற்கு மிகவும் தாமதமாகிவிட்டது. கிரான்ட் குறிப்பிட்டிருந்த, ஓநாய்களை எண்ணுவதற்கு ஆகியிருந்த தாமதமும், நெப்போலியன் குறிப்பிட்டிருந்த, எதிரியை எதிர்கொள்வதற்குத் தயாராவதற்கான தாமதமும் இதில் அடங்கும்.

இது கொஞ்சம் சோர்வளிக்கக்கூடிய ஒன்றாக இருப்பதாக நீங்கள் நினைத்தால் அதில் தவறில்லை. ஆனால், அவநம்பிக்கையுடனும் தயார் நிலையிலும் இருப்பதே மேல். "ஆபத்தால் பாதிக்கப்படக்கூடிய வாய்ப்பு நன்னம்பிக்கையாளர்களுக்குத்தான் அதிகம். ஏனெனில், விளைவுகள் அவர்கள் எதிர்பார்த்தபடி இல்லையென்றால், அவர்கள் தலைதெறிக்க ஓடிவிடுவர்," என்று அரிஸ்டாட்டிலே கூறியுள்ளார்.

மிகச் சிறப்பாகச் செயல்படுவதற்கு மிக மோசமானதை நீங்கள் கற்பனை செய்ய வேண்டும்.

பயம் வரையறுக்கப்படுகின்றபோது, அது முறியடிக்கப்பட்டுவிடும். குறைபாடுகள் கணிக்கப்படுகின்றபோது, அவற்றின் நிறைகளுக்கு எதிராக அவற்றை எடைபோட்டுப் பார்க்க முடியும். ஓநாய்கள் எண்ணப்படுகின்றபோது, அவற்றின் எண்ணிக்கை குறைவானதாக இருக்கும்; குன்றுகள் கரையான் புற்றுகளாகிவிடும்; அரக்கர்கள் குள்ளர்களாகிவிடுவர்.

நம்முடைய எதிரிகளை நாம் சராசரி மனிதர்களாக பாவிக்கின்றபோது, அவர்களைப் புரிந்து கொள்வது எளிதாகிவிடும். எக்கச்சக்கமான விலை இருக்கும் என்று நாம் கணித்திருப்பவற்றைக் கணக்கிடுகின்றபோது, அவை மலிவாக இருப்பதை நம்மால் காண முடியும். அதற்கான மெனக்கெடல்களில் இருக்கின்ற ஆபத்தின் அளவு, அதன் பயன்களோடு ஒப்பிட்டால் குறைவாகவே இருக்கும். நாம் எதிர்பார்த்திருக்கின்ற தாக்குதல்களை நம்மால் எளிதாக முறியடித்துவிட முடியும். 'கருப்பு வாத்துகளை' நம்மால் தரிசிக்க முடியும். மர்ஃபி விதியின் தாக்கத்தை நம்மால் குறைக்க முடியும். சாத்தியக்கூறுகளின் விஸ்தீரணத்தை நம்மால் சுருக்கிவிட முடியும்.

ஒரு பொத்தம்பொதுவான பயத்தால் நம்மைத் தடுத்து நிறுத்திவிட முடியும். பயம் குறித்து நாம் எவ்வளவு அதிகமாக ஆராய்கிறோமோ, நம்மீதான அதன் பிடியை அவ்வளவு அதிகமாக நம்மால் குறைக்க முடியும். அதனால்தான், புற்றுநோய்க்கு ஒப்பான இவற்றை நாம் அடியோடி கிள்ளி எறிகின்ற நடவடிக்கையில் இறங்க வேண்டியது அவசியமாகிறது.

நமக்குத் தெரியாதிருப்பதன் காரணத்தினாலேயே நாம் பயப்படுகிறோம். நமக்குத் தெரியாதிருப்பதன் காரணத்தினாலேயே அதனால் தாக்குதலுக்கு உள்ளாகக்கூடிய ஆபத்து நமக்கு அதிகரிக்கிறது.

ஆனால் இப்போது நாம் அதை அறிந்துள்ளோம்.

அந்த விழிப்புணர்வுடன் நம்மால் முன்னோக்கிச் செல்ல முடியும்.

கஷ்டங்களால் கலவரமடையாதீர்கள்

வாழ்க்கையின் அனைத்துக் கஷ்டங்களையும் சாத்தியக்கூறுகளையும் எதிர்கொள்வதற்கு செனீக்கா தன்னைத் தயார்படுத்திக் கொண்டிருந்தார். ஆனால், அவை தனக்கு ஒருபோதும் நிகழாது என்று அவர் நம்பினார்.

கப்பல் கவிழ்தல், போர், சித்திரவதை, நாடு கடத்தப்படுதல் போன்றவற்றுடன் காசநோயும் சேர்ந்து கொண்டது. ஒரு குழந்தையின் இறப்பு. நீரோ மன்னனின் பைத்தியக்காரத்தனம். அவரை நார்நாராகக் கிழித்த விமர்சகர்கள்.

செனீக்கா, ஒருபுறம், இவை அனைத்தும் துரதிர்ஷ்டமானவை என்று உணர்ந்திருக்க வேண்டும். மறுபுறம், தான் எத்தகையவராக ஆக வேண்டும் என்று விதிக்கப்பட்டிருந்ததோ, அத்தகையவராக ஆவதற்கு அது தனக்கு உதவியது என்று அவர் அறிந்திருக்க வேண்டும்.

“எந்தவிதமான கஷ்டங்களையும் சந்திக்காமல் ஒருவனால் புகழை அடைய முடியாது,” என்று செனீக்கா எழுதினார். “முசியஸ் நெருப்பால் சோதிக்கப்பட்டார்; ஃபேபிரியஸ் வறுமையாலும், ருட்டிலியஸ் நாடு கடத்தப்படுதலாலும், ரெகுலஸ் சித்திரவதையாலும், சாக்ரடீஸ் விஷத்தாலும், கேட்டோ மரணத்தாலும் சோதிக்கப்பட்டனர். துரதிர்ஷ்டத்தால் புடம் போடப்பட்டவர்கள் சிறந்த முன்மாதிரிகளாகத் திகழ்வர்.”

விஷயங்கள் கஷ்டமாக இருக்கக்கூடும் என்று கவலை கொள்ளாதீர்கள். அவை கண்டிப்பாக அப்படித்தான் இருக்கும்.

மாறாக, அவை உங்களுக்கு உதவக்கூடும் என்ற உண்மையில் உங்களுடைய கவனத்தைக் குவியுங்கள். அதனால்தான் நீங்கள் பயப்படத் தேவையில்லை.

நம்முடைய விழுப்புண்களும் தழும்புகளும்தாம் நம்முடைய கேடயங்கள். நம்முடைய போராட்டங்கள்தாம் நம்முடைய அனுபவங்களாக மாறுகின்றன. அவை நம்மை மேம்படுத்துகின்றன. அவை இக்கணத்திற்காக நம்மைத் தயார்படுத்துகின்றன. இக்கணம், அடுத்து வரவிருக்கின்ற கணத்திற்கு நம்மைத் தயார் செய்கிறது. வெற்றி இன்னும் இனிப்பதற்கு அவை சுவையூட்டுகின்றன.

அவை மிகவும் சுலபமாக இருந்தால், எல்லோருமே அதைச் செய்துவிடுவார்கள், இல்லையா? எல்லோராலும் செய்யப்படுகின்ற ஒரு காரியத்திற்கு எவ்வளவு மதிப்பு இருந்துவிட முடியும்?

அது கடினமாக இருப்பதுதான் இங்கு கவனிக்கத்தக்கதொரு விஷயம். இதில் பொதிந்துள்ள ஆபத்து இதிலுள்ள ஓர் அம்சம். அது ஒரு சிக்கல் அல்ல.

கஷ்டங்களால் பயத்திற்கு ஆளாகாதீர்கள்.

கடினமான உடற்பயிற்சி ஒரு கட்டுடலை உருவாக்கும் என்பதை அறிந்துள்ள ஒரு விளையாட்டு வீரனைப்போல இருங்கள்.

"இன்னலைக் காட்டிலும் சிறந்த ஒன்று இருக்க முடியாது," என்று மால்கம் எக்ஸ் கூறியுள்ளார். "ஒவ்வொரு தோல்வியும், ஒவ்வொரு மனவேதனையும், ஒவ்வோர் இழப்பும் அதற்குள் ஒரு விதையை, ஒரு படிப்பினையை ஒளித்து வைத்திருக்கிறது. அடுத்த முறை நீங்கள் உங்களுடைய செயல்பாட்டை மேம்படுத்திக் கொள்ள அது உங்களுக்கு உதவும்."

இதைவிடக் கடினமான கஷ்டங்களின் ஊடாக நீங்கள் செல்லாவிட்டால், எப்படி நீங்கள் உங்கள்மீதே நம்பிக்கை வைப்பீர்கள்? கடினமான காலகட்டங்களை நீங்கள் வெற்றிகரமாகக் கடந்து வந்திருக்காவிட்டால், அவற்றிலிருந்து உங்களால் மீண்டெழ முடியும் என்பதை எப்படி உங்களால் தெரிந்து கொள்ள முடியும்?

மரண மைதானத்தில் மோதிக் கொண்டிருக்கின்ற

கிளேடியேட்டர்கள் குறித்தப் பைத்தியக்காரத்தனமான விஷயம் அதுதான். அவர்களில் பலர், இதில் ஈடுபடுவதற்குத் தாங்களாகவே முன்வந்திருந்தவர்கள் என்பது உங்களுக்குத் தெரியுமா? தங்களிடம் இருப்பதாகத் தாங்கள் நினைத்துக் கொண்டிருக்கின்ற விஷயங்கள் தங்களிடம் இருக்கின்றனவா என்பதைத் தெரிந்து கொள்ள அவர்கள் விரும்பினர். நம்முடைய இருத்தலுக்கு, சோதனைகளும் நம்மைக் கஷ்டத்திற்குள் தள்ளுபவர்களும் நம் அனைவருக்குமே தேவை. “அபரிமிதமும் அமைதியும் கோழைகளைத்தான் உருவாக்கும். துன்பங்களே உங்களுக்கு நெஞ்சுரம் அளிக்கும்,” என்பது ஷேக்ஸ்பியரின் கூற்று.

இந்தக் கஷ்டமான காரியம் உங்களுக்கு நிகழ்ந்து கொண்டிருப்பது ஒரு மோசமான விஷயம் அல்ல. அது உங்களுக்குக் கிடைத்துள்ள நல்லதொரு பயிற்சி. அதோடு, எல்லோராலும் இத்தகையதொரு கண்ணோட்டத்தைக் கொண்டிருக்க முடியாது.

இக்கணம் ஒரு பரிசோதனை. அவற்றுக்குக் இக்கட்டான காலம் என்ற பெயர் பொருத்தமானதுதான். இது, பின்னர் நிகழ்வதற்குப் பதிலாக இப்போதே நிகழ்ந்து கொண்டிருப்பது நல்லதுதான். ஏனெனில், அதை நீங்கள் இப்போதே எதிர்கொண்டுவிட்டது குறித்துப் பின்னர் நல்லவிதமாக உணர்வீர்கள். உங்களுக்குப் புரியும் என்று நான் நினைக்கிறேன்.

விஷயங்கள் சுலபமாக இருந்தால் நன்றாக இருக்கும் என்று நீங்கள் நினைக்கிறீர்கள். இந்த அளவுக்கு ஆபத்திற்குத் துணிந்திருக்க வேண்டியதில்லை என்று நீங்கள் ஏங்குகிறீர்கள். அது பயத்தின் குரல்.

அது கடினமாக இருந்தது நல்லதுக்குத்தான். அது கோழைகளைத் தடுக்கும். துணிச்சல்காரர்களிடம் ஆர்வத்தைத் தூண்டும்.

என்ன, நான் சொல்வது சரிதானே?

உங்கள் முன்னால் உள்ளவற்றின்மீது கவனத்தைத் குவியுங்கள்

தளபதி டெமோஸ்தனீஸ் கண்விழித்துப் பார்த்தபோது, கடல் பக்கம், நிலப் பக்கம் ஆகிய இரண்டிலுமே தான் சுற்றி வளைக்கப்பட்டிருந்ததைக் கண்டார்.

அது அவரைத் திக்குமுக்காட வைத்தது. அது அவருக்குப் பீதி ஏற்படுத்தியது. அதை அவரும் உணர்ந்தார், அவருடைய படைவீரர்களும் உணர்ந்தனர்.

அதனால், அப்போது செய்யப்பட வேண்டியிருந்த ஒரே காரியத்தை அவர் செய்தார். தன்மீது தொடுக்கப்பட்டத் தாக்குதலை எதிர்த்துப் போராட முனைந்ததுதான் அது.

தன் படையினரைக் கடல் பக்கம் அழைத்துச் சென்ற அவர், அவர்களிடம் ஓர் உரை நிகழ்த்தினார். நாம் பிரம்மாண்டமான பிரச்சனை ஒன்றை எதிர்கொண்டிருக்கின்றபோது, நமக்கும்கூட அந்த உரை உதவியாக இருக்கும்.

"இந்த சாகசத்தில் குதித்துள்ள என்னுடைய வீரர்களே, தோழர்களே! இந்த நேரத்தில் உங்களில் எவரும் நம்முன் உள்ள கஷ்டங்களைப் பற்றிச் சிந்தித்துக் கொண்டிருக்க மாட்டீர்கள் என்று நான் நம்புகிறேன். வெற்றி கிட்டுவதற்கான வாய்ப்புகளைப் பற்றி ஆராய்ந்து கொண்டிராமல், எதிரியோடு மோதத் துணிவீர்கள் என்றும், உங்களுடைய பாதுகாப்பை உறுதி செய்து கொள்வதற்கு இது ஒன்றுதான் உங்களுக்கு இருக்கின்ற ஒரே வாய்ப்பு என்பதையும் நீங்கள் உணர்ந்துள்ளீர்கள் என்றும் நான் நம்புகிறேன். இதுபோன்ற அவசரச் சூழல்களில்,

கணிப்புகளுக்கு இடம் கிடையாது. எவ்வளவு விரைவாக ஆபத்தை நாம் எதிர்கொள்ளத் துணிகிறோம் என்பதுதான் இங்கு முக்கியம்.”

நம் அனைவரிடமும் பொதுவாக இருக்கின்ற ஓர் அம்சம் பயம் என்று நாம் துணிந்து கூறலாம். நாம் அனைவருமே கவலைப்படுகிறோம், பதற்றமடைகிறோம், சந்தேகப்படுகிறோம், மன அழுத்தத்திற்கு ஆளாகிறோம். அரசனில் தொடங்கி ஆண்டிவரை, வீரத் தளபதிகளில் தொடங்கி வீட்டிலிருக்கின்ற இல்லத்தரசிகள்வரை நாம் அனைவருமே, சிறிய மற்றும் பெரிய கணங்களில் இதை எதிர்கொள்கிறோம்.

பதற்றம் நமக்குக் கை கொடுக்கிறதா? அனைத்து ஆபத்துகளையும் பிரச்சனைகளையும் பட்டியலிடுவது உங்களுக்கு உதவுகிறதா? பயம் விசுவரூபம் எடுக்க அனுமதிக்கலாமா? இல்லை.

“வாழ்க்கையே மிகவும் ஆபத்தானதொரு காரியமாக இருக்கின்றபோது, கூடுதல் ஆபத்துகளை விலை கொடுத்து வாங்குவது குறித்து ஆழமாகச் சிந்திக்க வேண்டும்,” என்று ராபர்ட் லூயிஸ் ஸ்டீவென்சன் எழுதியுள்ளார். காரியத்தில் இறங்குவதே நல்லது. நீங்கள் எதிர்கொண்டாக வேண்டிய காரியங்களைப் பின்னர் பார்த்துக் கொள்ளலாம் என்று விட்டுவிடாமல் இப்போதே அவற்றை எதிர்கொள்வதுதான் நல்லது.

“வாழ்க்கை குறித்த உங்களுடைய அலசல் உங்களை நொறுக்கிவிட ஒருபோதும் அனுமதிக்காதீர்கள். ஒருவேளை நடக்கச் சாத்தியமுள்ள மோசமான விஷயங்கள் குறித்தக் கற்பனையால் உங்களுடைய மனத்தை நிறைத்துவிடாதீர்கள். தற்போதைய சூழலில் உங்களுடைய கவனத்தைக் குவியுங்கள். அது ஏன் தாங்கிக் கொள்ள முடியாத அளவு கடினமானதாக இருக்கிறது என்று உங்களையே கேட்டுக் கொள்ளுங்கள்,” என்று மார்க்கஸ் அரேலியஸ் கூறியுள்ளார்.

அதை அவர் யாரிடம் கூறினார் தெரியுமா?

அதை அவர் தனக்குத் தானே கூறிக் கொண்டார். அவர் இருந்த காலத்தில் உலகிலேயே அதிகாரமிக்க ஒருவராக இருந்த, ஒரு மாபெரும் சாம்ராஜ்ஜியத்தின் அதிபதியாகத் திகழ்ந்த, மற்றவர்களுக்கு ஒரு சிம்ம சொப்பனமாகத் திகழ்ந்த ஒரு படைக்குத் தலைமை தாங்கிய ஒருவர்தான் இப்படி பயத்துடனும் பதற்றத்துடனும் இருந்தார்.

அதற்குக் காரணம் இருந்தது. அப்போது பிளேக் எனும் மாபெரும் கொள்ளை நோய் அவருடைய நாட்டைப் பாடாய்ப்படுத்திக் கொண்டிருந்தது; எல்லையில் எதிரிகள் சீண்டிக் கொண்டிருந்தனர்; அரண்மனைக்குள்ளேயே ஒரு சதி அரங்கேறிக் கொண்டிருந்தது; அவருடைய மகன்களில் ஒருவரைக் கட்டுப்படுத்த அவர் திணறிக் கொண்டிருந்தார். நம் எல்லோரையும்போல அவருடைய விஷயத்திலும் வாழ்க்கை விளையாடிக் கொண்டிருந்தது.

நீங்கள் யாராக இருக்கிறீர்கள் என்பது ஒரு பொருட்டல்ல. கவலைப்படுவதற்கு உங்களுக்கும் ஏதாவது ஒன்று இருக்கும். அந்தக் கவலைகள் நமக்கு உதவிக் கொண்டிருக்கின்றனவா? இல்லை. அது நமக்குக் கவனச்சிதறலை ஏற்படுத்திக் கொண்டிருக்கிறது, நம்மை அளவுக்கதிகமாக அதில் ஈடுபாடு கொள்ளச் செய்கிறது. சுயசந்தேகம் மற்றும் பாதுகாப்பின்மை உணர்வுகளால் நிரம்பிய ஒரு புதைகுழிக்குள் அது நம்மை இழுத்துக் கொண்டிருக்கிறது. ஒட்டுமொத்தத்தில், நம் முன்னுள்ள வேலையிலிருந்து அது நம்மை அப்புறப்படுத்திக் கொண்டிருக்கிறது.

1916 இல் பிரான்சில் பதுங்குக்குழிகளுக்குள் இருந்து கொண்டு கவிஞர் வில்ஃபிரெட் ஓவன் எழுதிய இந்த அழகான வரிகள் இதைச் சிறப்பாகப் பிரதிபலிக்கின்றன:

கற்பனைத்திறனை இழந்தவர்கள் பாக்கியசாலிகள்.
ஏனெனில், அவர்களால் வெடிகுண்டுகளோடு குடித்தனம்
நடத்த முடியும்.

எல்லாவற்றையும் நாம் கற்பனை செய்கின்றபோதுதான், எல்லாம் படுபயங்கரமாக முடியப் போகிறது என்று நாம் யோசிக்கின்றபோதுதான், நாம் மிகவும் கஷ்டப்படுகிறோம், பயத்தின் உச்சத்தில் இருக்கிறோம். நாம் செய்தாக வேண்டிய காரியங்களில் நாம் கவனத்தைக் குவிக்கின்றபோது? அப்போது நமக்குக் கவலைப்படுவதற்கு நேரம் இருப்பதில்லை.

நீங்கள் செய்வதற்கு உங்களுக்கு இங்கு ஏகப்பட்ட விஷயங்கள் இருக்கின்றன. முதல் அபிப்பிராயத்தில் உறுதியாக இருப்பது குறித்து ஸ்டோயிக்குகள் பரிந்துரைத்ததற்கு அதுதான் காரணம். அப்போது நீங்கள்

காண்பதில் மட்டுமே நீங்கள் கவனத்தைக் குவிப்பீர்கள். அதனோடு தொடர்புடைய மற்றும் தொடர்பில்லாதவற்றை நீங்கள் கண்டுகொள்ள மாட்டீர்கள்.

இந்த அழைப்புக்கு நீங்கள் செவி சாய்த்தாக வேண்டும். இந்தக் காசோலையை நீங்கள் எழுதியாக வேண்டும். இந்தக் கயிற்றின்மீது நீங்கள் நடந்தாக வேண்டும்.

இவை போதும். இன்னும் சொல்லப் போனால், இவையே அதிகம்தான்.

கிறிஸ் ஹேட்ஃபீல்டு தன்னுடைய முதல் விண்வெளி நடையின்போது, தன்னுடைய இடது கண்ணில் பார்வையை இழந்தார். அவருடைய வலது கண்ணும் கிழிந்து உறைந்து போனது. அதனால் அவர் உடனடியாக இருளில் மூழ்கினார். ஏற்கனவே விண்வெளி எனும் கசத்திற்குள் இருந்த அவருடைய உலகை மேலும் இருள் சூழ்ந்து கொண்டது. அது போன்ற சூழல்களிலிருந்து மீள்வதற்கு உங்களுக்கு நீங்களே இப்படி நினைவுபடுத்திக் கொள்ள வேண்டும் என்று அவர் பின்னர் கூறியிருந்தார்: "இப்போது என்னால் ஆறு விஷயங்களைச் செய்ய முடியும். அவை அனைத்தும் விஷயங்களை மேம்படுத்த உதவும். அதே நேரத்தில், இருப்பதைவிடப் படுமோசமான நிலைக்கு தள்ளக்கூடிய மோசமான பிரச்சனை என்ற ஒன்று கிடையாது." ஒரு பிரச்சனையை நாம் மேலும் மோசமாக்கிவிடக்கூடும் என்று பயப்படுவதற்கு நாம் செலவழிக்கின்ற ஆற்றலை, நிலைமையை மேம்படுத்துவதற்கு நம்மால் தாராளமாகச் செலவழிக்க முடியும் என்பதை நீங்கள் ஒருபோதும் மறக்கக்கூடாது.

அது ஆறு விஷயங்களாக இருக்கலாம் அல்லது அறுபது விஷயங்களாக இருக்கலாம். அதுவல்ல இங்குப் பிரச்சனை. நம் முன்னாலுள்ள விஷயத்தில் நாம் கவனத்தைக் குவிக்க வேண்டும் என்பதுதான் இங்கு முக்கியம். டெமோஸ்தனீஸ் கூறியதுபோல, விஷயங்களைத் தள்ளிப்போடாமல் உடனடியாக அவற்றைச் செய்ய வேண்டும்.

உங்களுடைய மனம் வேறோர் இடத்தில் இருந்தால் அதை எப்படி உங்களால் சரியாகச் செய்ய முடியும்? நீங்கள் செய்யவிருக்கின்ற காரியத்தை 'அந்த' நபர் எப்படிப் பார்ப்பார் என்பது குறித்து நீங்கள் கவலை கொண்டிருந்தால்? நீங்கள் ஏற்கனவே தோல்விக்கு உங்களைப் பாதியளவு தயார் செய்து வைத்திருந்தால்?

அது ஒரு மோசமான யோசனை என்பதை உறுதி செய்து கொள்வதற்கு நீங்கள் ஏற்கனவே அடுக்கடுக்கான காரணங்களை உருவாக்கி வைத்திருந்தால்?

அதற்கான பதில் இதுதான்: உங்களால் அதைச் செய்ய முடியாது.

வருங்காலத்தில் நிகழ்வதற்குச் சாத்தியமுள்ளவற்றை எதிர்கொள்வதற்கு உங்களை மனரீதியாக நீங்கள் தயார்படுத்தி வைத்திருக்கின்றபோது, நிகழ்கணத்தில் 'கவனத்தைக் குவி' என்ற அறிவுறுத்தலை எப்படி எடுத்துக் கொள்ள வேண்டும்? நாம் அதை ஒரு காரணத்திற்காகச் செய்கிறோம், ஆனால், அது பதற்றம் அல்ல என்று செனீக்கா கூறுகிறார்.

> *கடினமான காரியங்களின் ஊடாக எப்படிப்*
> *பயணிப்பது என்று சிந்தியுங்கள். சரியான அழுத்தத்தைப்*
> *பிரயோகிக்கத் தெரிந்தவர்களைப் பொறுத்தவரை,*
> *கடினமான காலங்கள் மென்மையாக்கப்படலாம்,*
> *இறுக்கமான இடங்கள் தளர்த்தப்படலாம், பெரும் சுமை*
> *இறக்கி வைக்கப்படலாம்.*

இது ஒரு சிக்கலான சமநிலைதான். ஆனால், நீங்கள் புரிந்து கொண்டிருப்பீர்கள் என்று நான் நம்புகிறேன்.

மற்றொரு நபரின் துணிவை ஒருபோதும் சந்தேகிக்காதீர்கள்

ஜேம்ஸ் பால்டுவின், தான் சம அளவுக்கு நேசித்த மற்றும் வெறுத்த தன் தந்தையின் மரணம் குறித்து அசைபோட்டுக் கொண்டிருந்தபோது, அவருக்குத் திடீரென்று ஒரு பொறி தட்டியது. தான் அந்த மனிதரின் புற உலகை மட்டுமே தரிசித்திருந்தோம் என்ற உண்மைதான் அது. தன்னுடைய அப்பா ஒரு தந்தை என்ற முறையில் தோல்வியுற்றிருக்கலாம் என்றாலும், அவர் தனக்குள் ஓர் அகப் போரட்டத்தை நடத்தியிருந்திருக்க வேண்டும் என்பதை ஜேம்ஸ் புரிந்து கொண்டார். அதனால்தான், இறுதிச் சடங்கின்போது, அவருக்குப் புகழஞ்சலி செலுத்தப்பட்டபோது, சடங்குகளை நடத்திக் கொண்டிருந்த பாதிரியார் உதிர்த்திருந்த வார்த்தைகள் ஜேம்ஸின் நெஞ்சை ஆழமாகத் தைத்தன.

நீங்கள் இந்த மனிதரின் வீழ்ச்சியை அறிந்திருப்பீர்கள் என்றாலும் அவரின் போராட்டங்களை அறிந்திருக்க மாட்டீர்கள்.

எடைபோடுதல் எளிது.
புரிந்து கொள்ளுதல்தான் கடினமானது.
குறிப்பாக, மற்றவர்கள் தாங்கள் எதிர்கொண்டுள்ள

நிலைமையை எப்படிச் சமாளித்துக் கொண்டிருக்கின்றனர் என்பதை அறிந்து கொள்வது கடினம். அதற்கு அவர்களுக்கு நியாயமான காரணங்கள் இருக்கலாம் என்பதையும், எத்தகைய ஆபத்துகளை அவர்கள் சமாளித்துக் கொண்டிருக்கின்றனர் என்பதையும், அவர்கள் யாரை, எதைப் பாதுகாக்க முயன்று கொண்டிருக்கின்றனர் என்பதையும் புரிந்து கொள்வது கடினம்.

நிகிதா குருசேவைப் பற்றி இப்படி ஒரு கதை உண்டு. அவர் சோவியத் ஒன்றியத்தின் தலைவராக ஆன பிறகு, கட்சியின் மத்தியக் குழுவின் கூட்டத்தில் பேசியபோது, ஸ்டாலினின் ஆட்சியின்போது நிகழ்த்தப்பட்டக் குற்றங்களுக்குக் கண்டனம் தெரிவித்துப் பேசினார். அக்கூட்டத்தில் கலந்து கொண்டிருந்தவர்களில் ஒருவர் தன் பெயரைக் குறிப்பிடாமல், ஒரு துண்டுக் காகிதத்தில், "அதெல்லாம் சரிதான்! நீங்கள் அப்போது எங்கே இருந்தீர்கள்?" என்று எழுதி அதைக் குருசேவின் பார்வைக்கு அனுப்பி வைத்தார்.

முதலில் அதற்கு எப்படிப் பதிலளிப்பது என்று தெரியாமல் திண்டாடிய குருசேவ், இறுதியில், "நீங்கள் இப்போது எங்கே இருக்கிறீர்களோ, அங்கேதான் நான் இருந்தேன்," என்று பதிலளித்தார்.

ஒருவர் எதற்காகப் பம்முகிறார், எதற்காக மழுப்புகிறார் என்பது நமக்குத் தெரியாது. உண்மையிலேயே அப்போது அவருடைய நிலை என்ன என்பது நமக்குத் தெரியாது. எந்தச் சுமையின் அழுத்தத்தில் அவர்கள் உடைந்து போயினர் என்பது நமக்குத் தெரியாது. அவர்கள்மீது பழிபோட நாம் முயலக்கூடாது. அவர்கள் உண்மையிலேயே எதை அனுபவித்துக் கொண்டிருந்தனர் என்பதை நம்மால் ஒருக்காலும் அறிய முடியாது.

ஆனால், நம்முடைய வாழ்வில், நம்மைப் பின்னுக்கு இழுத்துக் கொண்டிருக்கின்ற, நம் கண்களை மறைத்துக் கொண்டிருக்கின்ற, நம்மை நொறுங்கச் செய்து கொண்டிருக்கின்ற பல விஷயங்கள் இருப்பதை நாம் அறிவோம்.

இது சிக்கலானது. சில நேரங்களில் மக்கள் தங்களுடைய வாழ்க்கையின் ஒரு பகுதியில் மிகவும் துணிச்சலுடன் செயல்பட்டுக் கொண்டிருப்பர். மற்றொரு பகுதியில் கோழைத்தனத்துடன் செயல்பட்டுக் கொண்டிருப்பர். இதை

நம்மால் அறிந்து கொள்ள முடியாது. ஏனெனில், மக்கள் விஷயங்களைத் தனித்தனியாகப் பிரித்து வைத்திருப்பர். அதற்கு நியாயமான காரணங்களையும் வைத்திருப்பர்.

பயத்திற்கு எதிரான இந்தப் போராட்டம் ஒரு முழுநேர வேலை. அதை நம்மில் எவரொருவரும் செம்மையாகக் கையாண்டிருக்கவில்லை. அப்படி இருக்கும்போது, பிறர் அதை எவ்வாறு கையாள்கின்றனர் என்று கண்காணிப்பதற்கு நமக்கு எந்தவிதமான முகாந்திரமும் இல்லை. நாம் செய்யக்கூடியதெல்லாம், நம்முடைய நண்பர்கள் மற்றும் சகாக்களிடமிருந்து பாடங்களைக் கற்றுக் கொண்டு, முடிந்தவரை அவற்றை நம் வாழ்க்கையில் அமல்படுத்த முயற்சிப்பதுதான்.

அமெரிக்காவில் அடிமைத்தனம் கோலோச்சிக் கொண்டிருந்தபோதோ, காலனி நாடுகளில் ஏகாதிபத்தியம் தலைவிரித்தாடிக் கொண்டிருந்தபோதோ, ஐரோப்பாவில் யூத எதிர்ப்பு கொழுந்துவிட்டு எரிந்து கொண்டிருந்தபோதோ, சோவியத் ஒன்றியத்தில் ஸ்டாலினிசம் உச்சத்தில் இருந்தபோதோ, சீனாவில் மாவோயிசம் பேயாட்டம் போட்டுக் கொண்டிருந்தபோதோ நீங்கள் வாழ்ந்திருந்தால், நீங்கள் என்ன செய்திருப்பீர்கள்? அந்த அலைகளுக்கு எதிராக நீங்கள் போயிருந்திருப்பீர்களா? சுதந்திரமாகச் சிந்திக்கின்ற அளவு துணிச்சலுடன் இருந்திருப்பீர்களா? அப்போது நடைமுறையில் இருந்த கலாச்சாரத்திற்கு எதிராகப் போர்க்கொடி உயர்த்தி, உங்களுடைய அடிமைகளை விடுவித்திருந்திருப்பீர்களா? பெண் உரிமைகளுக்கு ஆதரவாகக் குரல் கொடுத்திருப்பீர்களா? நேர்பாலீர்ப்பு கொண்ட உங்களுடைய மகனை நீங்கள் ஏற்றுக் கொண்டிருந்திருப்பீர்களா?

இவற்றுக்கான விடைகளைக் குடை சாய்க்கக்கூடிய பலம் பயத்திற்கு உண்டு.

வேறு ஒரு காலகட்டத்தில், வேறு ஓர் இடத்தில் இருப்பது எப்படி இருக்கும் என்பதை எவரொருவராலும் உண்மையிலேயே புரிந்து கொள்ள முடியாது. அப்போது நீங்கள் என்ன செய்திருந்திருப்பீர்கள்? குருசேவ் கூறியதைப்போல, இப்போது நீங்கள் என்ன செய்து கொண்டிருக்கிறீர்களோ, அதைத்தான் செய்து கொண்டிருப்பீர்கள்.

"அவர்கள் நிலையில் நான் இருந்தால் என்ன செய்திருப்பேன்?" என்று யோசிக்காதீர்கள். "இப்போது நான் என்ன செய்து கொண்டிருக்கிறேன்?" என்று சிந்தியுங்கள்.

உங்களுடைய சொந்த வாழ்க்கையில். உங்களுடைய சொந்த பயங்களுடன்.

மக்கள் உடைந்துதான் போவார்கள். இதை நீங்கள் புரிந்து கொள்ள வேண்டும். மக்கள் கஷ்டப்படத்தான் செய்வார்கள். முப்பதாண்டு காலம் ஓர் அடிமையாக இருந்திருந்த காரணத்தால் தன்னிடம் தாராளமாகப் புரிந்துணர்வை வளர்த்துக் கொண்டிருந்த எபிக்டெட்டஸ், "ஒருவருடைய காரணத்தைத் தெரிந்து கொள்ளாதவரை, அவர்கள் தவறாக நடந்து கொண்டிருந்தனர் என்ற முடிவுக்குக்கூட நம்மால் வர முடியாது," என்று கூறியுள்ளார்.

துணிச்சல்காரர்கள்கூட எந்த அளவுக்குப் பீதியடைந்திருந்தனர் என்பது குறித்து நமக்கு எதுவும் தெரியாது. இரண்டாம் உலகப் போரில் போர்க்கைதியாகப் பிடிக்கப்பட்டுச் சிறையில் வாடிய லூயிஸ் ஸம்பெரினி, "நான் எந்த அளவுக்கு பயந்து போயிருந்தேன் என்பதை வார்த்தைகளால் விவரிக்க முடியாது," என்று எழுதியுள்ளார். நல்லவேளையாக அவருடைய பயம் அவரை உடைத்துவிடவில்லை. பிறரை எடைபோடாதீர்கள். ஆனால், சுய அலசலில் ஈடுபடுங்கள்.

அப்படியானால், எவரும் எதற்கும் பொறுப்பேற்றுக் கொள்ள வேண்டியதில்லை என்று இதை எடுத்துக் கொள்ள வேண்டுமா? செயல்பட்டது, செயல்படாமல் இருந்தது ஆகிய இரண்டுக்கும்? கண்டிப்பாக இல்லை. தற்சமயத்தில் நம் கண்களுக்கு நேர் எதிரே நம் கவனத்தை எதிர்பார்த்துக் காத்துக் கொண்டிருக்கும் வேலைகளே ஏகப்பட்டவை இருக்கின்றன என்று அதற்கு அர்த்தம். நாம் நம்முடைய வேலையில் மட்டும் கவனத்தைக் குவிக்கலாம். எது முக்கியமோ அதில் நம் கவனத்தைச் செலுத்தலாம். பிறரைப் பற்றிய விசாரணைகளிலோ அல்லது விமர்சனங்களிலோ அல்ல.

வாஷிங்டனில் இருக்கின்ற அறிவிலிகள்... பிரஸ்ஸல்சில் இருக்கின்ற அதிகாரிகள்... பெருநிறுவனத்தில் இருக்கின்ற ஒட்டுண்ணிகள். ஆமாம், அவர்கள் கோழைகள்தாம். ஆனால், நீங்கள் எப்படி? நீங்கள் என்ன செய்து

கொண்டிருக்கிறீர்கள்?

நாம் பிறருடைய கோழைத்தனத்தை விமர்சிக்க விரும்பினால், அதைச் சத்தம் போடாமல் செய்ய வேண்டும். எடுத்துக்காட்டுகளுடன் விளக்க வேண்டும்.

மற்றொரு நபரின் துணிவைச் சந்தேகிப்பதற்கு ஒரு கணத்தைக்கூட வீணாக்காதீர்கள். அப்படிப்பட்ட ஆராய்ச்சிகளை உங்களோடு நிறுத்திக் கொள்ளுங்கள்.

செயலாண்மை ஆற்றல்மிக்கதோர் உண்மை

2007 இல், தொழில்நுட்ப முதலீட்டாளரான பீட்டர் தீலை, காக்கர் என்ற வலைத்தளம் ஒரு தன்பால் புணர்ச்சியாளர் என்று அழைத்து அவருடைய தனிப்பட்ட வாழ்க்கையை ஒரு கேலிப் பொருளாக்கியது. தீல் எப்போதும் தன்னுடைய வாழ்க்கையை அந்தரங்கமாகவே வைத்திருந்ததால், இந்த வலைப்பதிவு அவரை மிகவும் அதிர்ச்சிக்குள்ளாக்கியது. மேதைமையைக் கொண்டாடுகின்ற சிலிக்கான் வேல்லி, அங்குள்ள நபர்களின் தனிப்பட்ட வாழ்க்கை குறித்து அலட்டிக் கொள்வதில்லை என்றே அவர் அதுவரை நம்பி வந்திருந்தார். ஒருவருடைய அந்தரங்க வாழ்க்கையை அம்பலப்படுத்துகின்ற ஓர் உலகம் எப்படிப்பட்டதாக இருக்கும்?

தான் இது குறித்து என்ன செய்யலாம் என்று தீல் தன் நண்பர்களிடம் கேட்டபோது, கிட்டத்தட்ட அனைவருமே, அது குறித்து அவரால் எதுவும் செய்ய முடியாது என்று ஒருமனதாகக் கூறிவிட்டனர். அவருக்கு நடந்த விஷயம் எவ்வளவு நியாயமற்றதாக இருந்தாலும், இரசனையற்றதாக இருந்தாலும், அதைச் சட்டத்திற்குப் புறம்பானதாகக் கருத முடியாது என்பதால், அது குறித்து அவரால் ஒன்றும் செய்ய முடியாது என்ற கருத்து முன்வைக்கப்பட்டது. இதற்கு முன்பு காக்கர் வலைத்தளம் இதேபோன்ற அவதூறுகளைப் பரப்பியபோது அதன்மீது தொடரப்பட்ட

மானநஷ்ட வழக்குகள் அனைத்தையும் அந்த அமைப்பு எளிதாக முறியடித்துவிட்டிருந்தது என்ற தகவலும் அவரிடம் கூறப்பட்டது.

உங்களால் அது குறித்து எதுவும் செய்ய முடியாது.

அதாவது, அப்படிக் கூறியதன் மூலம், அதற்கு எதிராக எந்த நடவடிக்கையும் அவர் எடுக்க வேண்டாம் என்று அவரிடம் நாசூக்காகக் கூறப்பட்டது.

இதுபோன்ற அவதூறுகளை அப்படியே ஏற்றுக் கொண்டிருந்த காரணத்தால் அவை உண்மையாகிப் போயின. அது குறித்துத் தன்னால் எதுவும் செய்ய முடியாது என்று தீல் நம்பியதால், அவர் எந்த நடவடிக்கையையும் மேற்கொள்ளவில்லை. இவ்வளவுக்கும் அவர் ஓர் அதிபுத்திசாலி, ஃபேஸ்புக் நிறுவனத்தின் முதல் முதலீட்டாளர்களில் ஒருவர். தனக்குச் செயல்வல்லமை எதுவும் கிடையாது என்றும், தனக்கு சக்தி எதுவும் இல்லை என்றும் அவர் நம்பியதால், அது ஆற்றல்மிக்கதோர் உண்மையாகிவிட்டது. இதில் வேடிக்கை என்னவென்றால், 'ஆற்றல்மிக்கதோர் உண்மை' என்ற சொற்றொடரைத் தீல்தான் உருவாக்கியிருந்தார்.

விஷயங்கள் இப்படித்தான் நடந்து கொண்டிருக்கின்றன. நீங்கள் ஒரு கோடீஸ்வரராக இருந்தாலும் சரி அல்லது ஒரு குப்பை மேட்டில் வசித்தாலும் சரி, நீங்கள் வலிமைமிக்கவராக இருந்தாலும் சரி அல்லது பலவீனமானவராக இருந்தாலும் சரி, புத்திசாலியாக இருந்தாலும் சரி அல்லது சராசரியாளராக இருந்தாலும் சரி, நிலைமை இதுதான். எது சாத்தியம், எது சாத்தியமில்லை என்பதை பயம்தான் தீர்மானிக்கும். ஒரு விஷயம் உங்களுக்கு பயங்கரமானதாகத் தோன்றினால், அது கண்டிப்பாக உங்களைப் பீதியடையச் செய்யும். உங்களுக்கு ஆற்றல் இல்லை என்று நீங்கள் நம்பினால்... உங்களிடம் அது இருக்காது. உங்களுடைய தலைவிதிக் கப்பலின் மாலுமியாக நீங்கள் இல்லை என்றால், தலைவிதிதான் உங்களுடைய வாழ்க்கைக் கப்பலின் மாலுமியாக இருக்கும்.

நாம் வாழ்க்கையை இரண்டு விதங்களில் அணுகுகிறோம். நம்முடைய சூழலை மாற்றக்கூடிய ஆற்றல் நம்மிடம் இருக்கிறது என்பது ஒன்று. நாம் ஒரு சூழ்நிலைக் கைதி என்பது மற்றொன்று. நாம் அதிர்ஷ்டத்தை நம்பலாம்

அல்லது காரண-காரிய விதியை நம்பலாம்.

அதற்காக, ஒரு விஷயத்தை உங்களால் செய்ய முடியும் என்று நீங்கள் நினைப்பதாலேயே அதை உங்களால் செய்துவிட முடியும் என்று அர்த்தமில்லை. ஆனால், ஒரு விஷயத்தை உங்களால் செய்ய முடியாது என்று நீங்கள் நம்பினால், அது குறித்து நீங்கள் பயந்தால், அதை நீங்கள் செய்து முடிப்பதற்கான வாய்ப்புகள் மிகவும் குறைவே. அது ஒரு புதிய பொருளைக் கண்டுபிடிப்பதாக இருக்கலாம் அல்லது ஒரு விபத்திற்குப் பிறகு மீண்டும் எழுந்து நடப்பதாக இருக்கலாம். அதை உங்களால் செய்ய முடியாது என்று நீங்கள் நினைத்தால், அது நிகழாது. குறைந்தபட்சம் உங்களால் அது நிகழாது.

தலைசிறந்த கிரேக்க இராணுவத் தலைவரான செனோபோன், ஒரு முறை பாரசீகத்தின் நடுவில் மாட்டிக் கொண்டார். அப்போது அவர் பல்லாயிரக்கணக்கான கிரேக்கப் படைவீரர்களுக்குத் தலைமை தாங்கிக் கொண்டிருக்கவில்லை. ஆனாலும், ஒரு சக வீரர் என்ற முறையில் அவர் அவர்களை அணிதிரட்ட முயன்றார். விரக்தியால் ஆட்கொள்ளப்பட்டு, பயத்தால் உறைந்து போயிருந்த அவர்களிடம், செனோபோன் இந்த இருமைத் தத்துவத்தை எடுத்துரைத்தார். அவர்களுக்கு முன் இரண்டு தெரிவுகள் இருந்ததாக அவர் அவர்களிடம் கூறினார்.

“எனக்கு என்ன நேரப் போகிறது?” என்பது ஒன்று.

“நான் என்ன செயல்நடவடிக்கையில் ஈடுபடப் போகிறேன்?” என்பது மற்றொன்று.

ஒரு சில ஆயிரம் ஆண்டுகளுக்குப் பிறகு, அதே இடத்தில் ஜெனரல் ஜேம்ஸ் மாட்டிஸ் தன் வீரர்களிடம் அதே விஷயத்தை நினைவுபடுத்தினார். “நீங்கள் கையாலாகாதவர்கள் என்று ஒருபோதும் எண்ணாதீர்கள். எப்படி எதிர்வினையாற்றுவது என்று யோசியுங்கள்.”

“துணிச்சலுக்குப் பற்றாக்குறை இருக்கிறது,” என்று தீல் ஒரு முறை எழுதினார். பயம், நிச்சயமின்மை, தவறான அறிவுரைகள் ஆகியவை அவருடைய மேதைமையை முடக்கிப் போட்டன. அவரிடம் பணம் கொட்டிக் கிடந்தபோதிலும், அவருக்கு ஏராளமான நல்ல தொடர்புகள் இருந்தபோதிலும், அவரிடம் திறமைக்கும் வளங்களுக்கும் பற்றாக்குறை இல்லாதிருந்தபோதிலும், தான் ஒரு கையாலாகாதவன் என்று அவர் நம்பினார்.

அதனால் அவர் அப்படியே ஆனார்.

நீங்கள் எப்படி? உங்களை விரக்தியடையச் செய்து கொண்டிருக்கின்ற, உங்களை பயமுறுத்திக் கொண்டிருக்கின்ற பிரச்சனைகளுக்கு நீங்கள் எப்படி எதிர்வினையாற்றிக் கொண்டிருக்கிறீர்கள்?

செயலாண்மை ஆற்றல்மிக்கது. அதன்மீது நாம் கொண்டிருக்கின்ற நம்பிக்கையும்கூட.

நம்பிக்கை வைக்க நாம் பயப்படுகிறோம்

கொடூர நாஜி வதைமுகாம்களிலிருந்து உயிருடன் தப்பி வந்திருந்த விக்டர் ஃபிராங்க்கெலுக்கு, ஐரோப்பா மற்றும் மேற்கத்திய நாடுகளின்மீது கவிழ்ந்திருந்த 'இருத்தலிய வெறுமை' வியப்பளிப்பதாக இருந்தது. நல்லது தீயதை வீழ்த்தியிருந்தபோதிலும், இயற்கையுடனான மனிதனின் போராட்டத்தை வென்றெடுப்பதற்குத் தொழில்நுட்பம் வெகுவாகக் கைகொடுத்திருந்தபோதிலும், எவருமே மகிழ்ச்சியாக இருக்கவில்லை, எவருமே நம்பிக்கை கொண்டிருக்கவில்லை. "இந்த உலகம் ஆன்மிகரீதியாகத் தரைமட்டமாக்கப்பட்டுள்ளது," என்று ஃபிராங்க்கெல் கூறினார்.

யூத இன ஒழிப்பு நடவடிக்கையில் அவர் நேரடியாகக் கடுமையாக பாதிக்கப்பட்டிருந்தபோதிலும், அவர் எந்தவிதத்திலும் விரக்தியடையத் தயாராக இருக்கவில்லை. வருங்காலத் தலைமுறையினருக்கு அவர் ஓர் அவசரக் கேள்வியை முன்வைத்தார். இவை எதற்கும் அர்த்தமில்லை என்றால், நாம் எதற்காக அந்தக் கொடிய நரகத்திலிருந்து தப்பிப் பிழைக்க அவ்வளவு தூரம் முயன்றோம்? இரண்டாம் உலகப் போருக்குப் பிந்தைய உலகை இந்த அளவுக்கு சந்தேகக் கண்களுடன் பார்ப்பதற்கு எது உங்களுக்கு உரிமையளித்தது?

ஆனாலும் மக்கள் நம்பிக்கை கொள்ளவில்லை.

மக்களுக்கு எதுவுமே அர்த்தமுள்ளதாகத் தெரியவில்லை.

இருபதாம் நூற்றாண்டில் தொடங்கிய அந்த இருத்தலிய வெறுமை, அதன் கொடிய கரங்களுக்குள் நம்மை இன்னும் வாரிச் சுருட்டி வைத்திருக்கிறது. மனிதகுலத்தின் தூண்களாக விளங்குகின்ற மதங்கள், தேசபக்தி, கடின உழைப்பு ஆகியவைமீதான பொதுமக்களின் நம்பிக்கை நாளுக்கு நாள் சரிந்து கொண்டே செல்கிறது. வரலாறு பற்றி நாம் என்ன சொல்கிறோம் என்று உற்றுக் கவனியுங்கள். நம்மை நாம் எப்படிப் பார்க்கிறோம்? அனைத்தும் அவர்களுக்கு எதிராக இருந்தபோதிலும், ஒரு மேம்பட்ட உலகைப் படைப்பதற்காகத் தங்களை அர்ப்பணித்துக் கொண்டவர்களின் வாரிசுகளாக நம்மைப் பார்க்கிறோமா? அல்லது, இனவெறியர்கள், கொள்ளையர்கள் மற்றும் கொடுங்கோலர்களின் முறைதவறிப் பிறந்த குழந்தைகளாக நம்மைக் கருதுகிறோமா? நாம் மனிதகுலத்தின் வருங்காலமா அல்லது பூமியைப் பீடித்துள்ள கொள்ளை நோயா?

நம்மை மேம்பட்டவர்களாக ஆக்கிக் கொள்ள உதவிய, நம்மை மேலும் முன்னே செல்லத் தூண்டிய விஷயங்களை நாம் படிப்படியாக உதறிக் கொண்டிருக்கிறோம். சொர்க்கம் என்ற ஒன்று கிடையாது. அரசு தீயது. மக்கள் படுமோசமானவர்கள். வரலாறு என்பது மாபெரும் குற்றங்களின் ஆணவத் தொகுப்பு. பின், இவற்றின்மீது தனிநபர்களால் எந்தவிதமான தாக்கத்தையும் ஏற்படுத்த முடியாது என்ற நம்பிக்கையையும் நீங்கள் இதில் சேர்த்துக் கொள்கிறீர்கள். நம்மால் எந்தவிதமான தாக்கத்தையும் ஏற்படுத்த முடியாத, நம்மைவிடப் பெரிய சக்திகளின் தயவில்தான் நாம் வாழ்ந்து கொண்டிருக்கிறோம், தப்பிப் பிழைத்துக் கொண்டிருக்கிறோம்.

இது இல்லாமைத் தத்துவம் என்று அழைக்கப்படுகிறது. இதை வரித்துக் கொண்ட பிறகு, ஏன் எவரொருவருக்கும் துணிச்சலே இல்லை என்று நாம் யோசித்துக் கொண்டிருக்கிறோம்.

இது சோகமானது என்றாலும், இது பாதுகாப்பானது. ஏனெனில், இது ‘உண்மைத் தகவல்களின்’ அடிப்படையில் அமைந்த ஒன்று. அதில் இழந்துவிடக்கூடிய ஆபத்து குறைவு. எடைபோடுதல், மன அழுத்தம், நாம் நம்மீது வைத்திருக்கின்ற அல்லது பிறர் நம்மீது வைத்திருக்கின்ற நம்பிக்கைக்குப் புறம்பாக நடத்தல் போன்றவற்றை அது

அகற்றிவிடுகிறது. ஒருபோதும் ஆபத்தை விலைக்கு வாங்கிக் கொள்ளாமல், ஒருபோதும் முயற்சிக்காமல், இப்போது நாம் எதைச் செய்து கொண்டிருக்கிறோமோ அதை அப்படியே தொடர்ந்து கொண்டிருப்பதற்கான சாக்குப்போக்கை அது நமக்கு அளிக்கிறது.

துணிச்சலுக்கு எதிரான சொல் கோழைத்தனம் அல்ல என்று சில அறிஞர்கள் நமக்கு நினைவுபடுத்துகின்றனர். துணிச்சல் என்பது உன்னதமான யோசனைகளுக்கு நம்மை அர்ப்பணித்துக் கொள்வது. சிலர் வாதிடுவதுபோல, பயப்படுவது என்பது துணிச்சலுக்கு எதிரானது அல்ல. இது அக்கறையின்மை. ஏமாற்றம். விரக்தி. உங்களுடைய கைகளைத் தலைக்கு மேல் தூக்கி, "இதனால் என்ன பயன்?" என்று கேட்பது அது.

நாம் எதிலும் நம்பிக்கை கொள்ளாவிட்டால், நம்பிக்கை வைக்கத்தக்க ஒன்றை நம்மால் கண்டுபிடிக்கவே முடியாது. நாம் கொண்டிருக்கின்ற இல்லாமைத் தத்துவத்தை நாம் மெய்ப்பித்துவிடுவோம். நம்மிடம் செயலாண்மை இல்லை என்ற பொய்யை நாம் நம்பத் தொடங்கும்போது இது நடக்கிறது. நமக்கு நடக்கின்ற விஷயங்கள்மீது நமக்குக் கட்டுப்பாடு இல்லாமல் இருக்கலாம் என்றாலும், அதற்கு நாம் எவ்வாறு எதிர்வினையாற்றுகிறோம் என்பது முழுக்க முழுக்க நம் கட்டுப்பாட்டில்தான் இருக்கிறது. உங்களால் செய்யக்கூடியது எதுவும் இல்லை என்று நீங்கள் நம்பும் பட்சத்தில், நீங்கள் எதையும் செய்யாமல் இருப்பதற்கு அதிக வாய்ப்பு இருக்கிறது.

நீங்களும் ஒன்றுமில்லாதவராக ஆகிவிடுவீர்கள். உங்களுடைய நிலைக்கு நீங்களே நியாயம் கற்பித்துக் கொள்வீர்கள்.

"ஒரு காலத்தில் பாலுணர்வு பற்றிப் பேசுவது எந்த அளவுக்கு ஒரு 'குற்றமாகப்' பார்க்கப்பட்டதோ, அதேபோல இப்போது ஒரு விஷயம் குற்றமாகப் பார்க்கப்படுகிறது. வாழ்க்கையைப் பற்றிய பேச்சுதான் அது – ஏதோ அதைப் பற்றிப் பேசுவது அர்த்தமற்றது என்பதுபோல," என்று கூறுகிறார் எழுத்தாளர் நிக்கோலஸ் மோஸ்லி.

துணிச்சல்காரர்கள் நிறைந்திருக்கின்ற ஓர் உலகில் வாழவே நாம் விரும்புகிறோம். நாமும் துணிச்சலுடன் செயல்பட ஆசைப்படுகிறோம். ஆனால், அதை வெளிப்படுத்தினால் நாம் ஒரு முட்டாளைப்போலப்

பார்க்கப்படக்கூடும் என்று நாம் பயப்படுகிறோம்.

துணிச்சல்காரர்கள் ஒருபோதும் விரக்தியடைவதில்லை. அவர்கள் நம்பிக்கை வைக்கின்றனர். அவர்கள் சந்தேகக் கண்களுடன் பார்ப்பதில்லை. அவர்கள் அக்கறை கொண்டிருக்கின்றனர். நல்லது, கெட்டது ஆகிய இரண்டுமே உள்ளன என்றும், உயிரைப் பணயம் வைக்கத்தக்க விஷயங்களும் இருக்கின்றன என்றும் அவர்கள் நம்புகின்றனர். வாழ்க்கை என்பது பிரச்சனைகளை உள்ளடக்கிய ஒன்று என்பதை அவர்கள் அறிவர். ஆனால், அதை ஓரமாக நின்று வேடிக்கை பார்த்துக் கொண்டிருப்பதற்குப் பதிலாக, அதன் தீர்வின் ஒரு பகுதியாகத் தங்களை ஆக்கிக் கொள்ள அவர்கள் விரும்புகின்றனர்.

"வாழ்க்கை உண்மையானது! ஊக்கமிக்கது!" என்று லாங்ஃபெல்லோ கூறியுள்ளார்.

ஆனால், அதைச் சொல்வதற்கே – அதை நம்புவது கிடக்கட்டும் – துணிச்சல் தேவை.

ஊக்கத்துடன் இருப்பது அவ்வளவு எளிதல்ல. குறைந்தபட்சம், பயப்படுவது, சந்தேகிப்பது ஆகியவை அளவுக்கு அது எளிதல்ல.

நம் வாழ்க்கைக்கும், நம்முடைய தீர்மானங்களுக்கும், நாம் யாராக இருக்க முயல்கிறோமோ அதற்கும் அர்த்தம் இருக்கிறது என்பதை நமக்கு நாமே உறுதிப்படுத்திக் கொள்ள வேண்டும்.

அவர்கள் உங்களை மிரட்டுவதற்கு ஒருபோதும் அனுமதிக்காதீர்கள்

ஒரு முறை, செனட் கூட்டத்தில் கலந்து கொள்ள வேண்டாம் என்று ரோமானியப் பேரரசர் வெஸ்பாஸியன், ரோமானிய அரசியல் மேதையான ஹெல்விடியஸ் பிரிஸ்கஸுக்கு ஆணையிட்டார்.

இதுபோன்ற உத்தரவுகளைப் பலர் பலவிதமான வழிகளில் பெறுகின்றனர். கேள்விகள் கேட்டுத் துளைக்கின்ற நபர்களையும், பிறர் விஷயங்களில் மூக்கை நுழைக்கின்ற நபர்களையும் தடுப்பதற்கு இந்த உத்தி கையாளப்படுகிறது.

ஹெல்விடியஸை அப்பேரரசர் எதற்காகத் தடுத்தார் என்பது நமக்குத் தெரியாது. ஒருவேளை தன் குற்றங்களை மறைப்பதற்காக ஏதாவது ஒரு சட்டச் சீர்திருத்தத்தை மேற்கொள்ள அவர் முயன்றிருக்கலாம். அல்லது வெறுமனே தலைவலியைத் தவிர்ப்பதற்காக அவர் அப்படிச் செய்திருக்கலாம். எது எப்படியோ, இதுபோன்ற பயமுறுத்தல்கள் ரோமில் எல்லோரிடமும் பலித்தன என்பதை அவர் நன்றாகவே அறிவார்.

அவர்களுக்கு இடையேயான உரையாடல் இப்படிச் சென்றது:

"செனட்டில் நான் ஓர் உறுப்பினராக இல்லாமல் இருக்கச் செய்வதற்கு உங்களுக்கு அனைத்து அதிகாரங்களும்

இருக்கின்றன. ஆனால், நான் அப்பதவியில் இருக்கும்வரை, நான் கூட்டத்தில் கலந்து கொள்ளத்தான் செய்வேன்."

"சரி. நீங்கள் ஓர் உறுப்பினராகத் தொடர நான் உங்களை அனுமதிக்கிறேன். ஆனால், நீங்கள் அங்கு எதுவும் பேசக்கூடாது."

"என் கருத்தை நீங்கள் கேட்காமல் இருந்தால், நான் பேசாமல் இருக்கிறேன்."

"ஆனால், நான் செனட் அவையின் அபிப்பிராயத்தைக் கேட்டுத்தானே ஆக வேண்டும்?"

"அப்படியானால், எனக்கு எது சரி என்று படுகிறதோ, அதை நான் கூறத்தான் செய்வேன்."

"நான் கூறுவதற்கு நீங்கள் செவி சாய்க்காவிட்டால், நான் உங்களுக்கு மரண தண்டனை விதிப்பேன்."

இன்று, நம்மில் பெரும்பாலானோர் இதைப் போன்ற கொலை மிரட்டல்களைப் பெறப் போவதில்லை. ஆனால், ஏதாவது ஒரு வடிவத்தில் அது நம்மீது விடுக்கப்படும். அவர்கள் கிழித்தக் கோட்டை நாம் தாண்டக்கூடாது என்று அவர்கள் எதிர்பார்ப்பர். அவர்கள் வழியில் நாம் குறுக்கே வரக்கூடாது என்று அவர்கள் விரும்புவர். என் விஷயத்தில் தலையிடாதீர்கள். இல்லையெனில்...

இது வேலை செய்யுமா? நம் கண்களை மூடிக் கொள்ள எது நம்மைத் தூண்டும்?

துரதிர்ஷ்டவசமாக, அதிகாரமிக்கவர்களிடம்கூட இது வேலை செய்கிறது. ஹெல்விடியஸ் மேட்டுக்குடியைச் சேர்ந்தவர். ஆனால், அந்த மேட்டுக்குடியினரில் பெரும்பாலானோர், அதிகாரத்திற்கு அடிபணியத் தீர்மானித்துவிட்டனர். இன்றும்கூட இதுதான் நாட்டு நடப்பாக இருக்கிறது. செனட்டர்கள், அதிகார பீடத்திற்கு அருகே குளிர்காயவே விரும்புகின்றனர். தாவோஸ் கருத்தரங்கு போன்ற உலகின் அதிகாரமிக்கவர்கள் கூடுகின்ற இடங்களில் தாங்கள் ஒதுக்கித் தள்ளப்படக்கூடாது என்ற காரணத்தால், பெரும் கோடீஸ்வரர்கள்கூட, தேவையற்றச் சர்ச்சைகளில் சிக்கிக் கொள்வதைத் தவிர்த்துவிடுகின்றனர். ஒரு காலத்தில் சுதந்திரத்திற்கு முக்கியத்துவம் கொடுத்தக் கலைஞர்கள்கூட, இன்று விமர்சகர்களிடமும் புரவலர்களிடமும் மண்டியிடத் துணிந்துவிட்டனர்.

பெரும் அதிகாரம் படைத்தவர்கள்கூட, நமக்கெதற்கு வம்பு என்று பிறருடன் ஒத்துப் போவதையே

தேர்ந்தெடுக்கின்றனர். ஷேக்ஸ்பியரின் ஜூலியஸ் சீசர் நாடகத்தில், சீசர் ரோமில் நடைபெறவிருந்த செனட் கூட்டத்தில் கலந்து கொள்ளாமல் இருப்பதற்கு, அங்கிருந்த மேட்டுக்குடியினரின் மனத்தை நோகடிக்காமல் எப்படி ஒரு நாசூக்கான பதிலை அனுப்புவது என்று சீசரிடம் அவருடைய ஆதரவாளர்கள் கேட்டபோது, அதற்கு அவர் கொதித்தெழுந்து இவ்வாறு பதிலளித்தார்: "சீசர் என்றாவது பொய் சொல்லியிருக்கிறானா? தொலைதூரத் தேசங்களில்கூடப் பெரும் வெற்றியை ஈட்டியுள்ள இந்த சீசர், ரோமில் இருக்கின்ற தலை நரைத்தக் கிழவர்களிடம் உண்மையைக் கூற பயப்படுவானா?"

நாம் எவரையும் புண்படுத்த விரும்புவதில்லை. பிரச்சனைகளிலிருந்து ஒதுங்கி இருக்கவே நாம் விரும்புகிறோம்.

இப்போது நாம் அடைந்துள்ள இடத்தை இழக்க நாம் விரும்புவதில்லை. அல்லது நமது அதிகாரத்தை. அல்லது நம்முடைய ஓய்வூதியத்தை. அல்லது நமது சலுகைகளை. கம்பிமேல் நடக்கின்ற கழைக்கூத்தாடி வேலையெல்லாம் நமக்கு வேண்டாம்.

அதனால் நாம் பொய் சொல்கிறோம். அல்லது சமரசம் செய்து கொள்கிறோம். அதைவிட மோசமாக, வாலைச் சுருட்டிக் கொண்டு ஓடிவிடுகிறோம்.

பயம்தான் இதைச் செய்கிறது. தன் அரசியல் எதிரிகளை அழைக்கச் சர்ச்சில் பயன்படுத்தியிருந்த, "முதுகெலும்பற்ற ஆச்சரியங்களில்!" ஒருவராக நம்மை அது மாற்றிவிடுகிறது.

கழுத்தைப் பிடித்து வெளியே தள்ளப்படுவதை எவரும் விரும்புவதில்லை. தங்கள் தலைக்குக் குறி வைக்கப்படுவதை எவரும் இரசிப்பதில்லை. இப்போது நீங்கள் அடைந்திருக்கின்ற சிகரத்தை நீங்கள் மிகவும் கஷ்டப்பட்டுத்தான் வந்தடைந்திருக்கிறீர்கள். அதை நீங்கள் இழக்கக்கூடிய ஒரு சூழல் உருவாகிறது. இப்போது நீங்கள் என்ன செய்ய வேண்டும்? சில அடிகள் பின்வாங்கினால் பரவாயில்லையா? நாம் வந்தடைந்துள்ள இந்த இடம் நமக்கு முக்கியமானது, இல்லையா? நமக்குப் பதவி உயர்வு கிடைத்தப் பிறகு நாம் இன்னும் மேம்பட்ட நிலையில்தானே இருப்போம்?

இவை முக்கியம்தாம். ஆனால், சமூகப் போராளியான டபிள்யூ.இ.பி.டு. போயிஸ் கூறியதுபோல, "ஒரு மாளிகையில்

ஒருவருக்கு முதுகு சொறிந்துவிட்டுக் கொண்டிருப்பதைவிட, சகதியில் தலைநிமிர்ந்து நிற்பதே மேல்!"

முகம்மது அலி தன் இஸ்லாமிய நம்பிக்கையைத் துறக்காவிட்டால் குத்துச்சண்டைப் போட்டியை இரத்து செய்துவிடுவதாக அதை ஏற்பாடு செய்திருந்தவர் அவரிடம் கூறியபோது, அதற்கு முகம்மது அலி, "குத்துச்சண்டைப் போட்டியைவிட எனக்கு என் மதம்தான் முக்கியம்," என்று திட்டவட்டமாகக் கூறிவிட்டார். அவருடைய வாழ்க்கையின் மொத்தக் கனவையும் அதற்காக அவர் பணயம் வைக்க வேண்டியிருந்தது. அது எவ்வளவு பீதியளிப்பதாக இருந்திருக்கும் என்று யோசித்துப் பாருங்கள். ஆனாலும் அவர் அது குறித்துத் துளிகூட அலட்டிக் கொள்ளவில்லை.

"நான் வெளிப்படையாகப் பேசினால், நான் கஷ்டப்பட்டு அடைந்திருந்த நிலைக்கு ஆபத்து வருமே?" என்று நீங்கள் கேட்கலாம். ஆனால், அது தவறான கேள்வி. அதற்குப் பதிலாக, "எல்லோரும் இப்படி இருந்துவிட்டால் என்னவாகும்?" என்றோ, அல்லது, "எல்லோரும் தங்களுடைய சொந்த நலனுக்கு மட்டும் முக்கியத்துவம் அளிக்கத் தொடங்கினால் என்னவாகும்?" என்றோ, அல்லது, "எல்லோரும் பயப்பட்டால் என்னவாகும்?" என்றோதான் நீங்கள் கேட்க வேண்டும்.

அப்படிப்பட்ட ஓர் உலகம் எப்படி இருக்கும்?

அது நல்லதோர் உலகமாக இருக்காது. கண்டிப்பாக அது பாதுகாப்பானதாகவும் இருக்காது.

அதனால்தான், ஹெல்விடியஸ், தன் பேரரசனின் கண்களை நேருக்கு நேர் பார்த்தபடி, "நீங்கள் உங்களுடைய வேலையைப் பாருங்கள், நான் என் வேலையைப் பார்க்கிறேன். உங்கள் வேலை கொல்வது. என் வேலை இறப்பது – ஆனால், பயத்தினால் அல்ல! என்னை அகற்றுவது உங்களுடைய வேலை. ஆனால், வருத்தமில்லாமல் வெளியேறுவது என் வேலை," என்று கூற முடிந்தது.

இறுதியில் அவர் அகற்றப்பட்டார். செனட்டிலிருந்து தூக்கியெறியப்பட்டார். கொலை செய்யவும் பட்டார்.

அவர் தன் வேலையை இழந்தார். தன் உயிரையும் இழந்தார். இந்த இரண்டையும் இழப்பதற்குத்தான் நாம் மிகவும் அஞ்சுகிறோம்.

ஆனால், அந்த இரண்டும் அவரிடம் இருந்தபோது, அவற்றை அவர் உண்மையிலேயே பயன்படுத்திக் கொண்டார்.

அனைத்து வளர்ச்சியும் ஒரு கண்மூடித்தனமான பாய்ச்சலே

அமெரிக்க சுதந்திரப் பிரகடனம் கையெழுத்திடப்பட்டு முப்பத்தைந்து ஆண்டுகள் ஆகியிருக்கும். ஆனாலும், பெஞ்சமின் ரஷ்ஷின் மனத்தில் அது அப்படியே பதிந்து போயிருந்தது. அந்த அறையில் அப்போது இருந்தவர்கள் எவரும் அதை ஒருபோதும் மறக்கவில்லை.

ரஷ் தன் முதிய வயதில் ஜான் ஆடம்ஸிற்கு எழுதிய ஒரு கடிதத்தில், "உங்களுக்கு நினைவிருக்கிறதா? அப்போது அந்த அறையில் இருந்த நாம் அனைவரும் ஆழ்ந்த சிந்தனையில் இருந்தோம். ஒரு மயான அமைதி அங்கு நிலவியது. காங்கிரஸின் தலைவர் நம்மை ஒவ்வொருவராக அழைத்து அதில் கையெழுத்திடுமாறு கூறினார். நம்முடைய சொந்த மரண சாசனத்தில் கையெழுத்திடுவதற்குச் சமானமாக அது இருந்தது," என்று குறிப்பிட்டிருந்தார்.

நீங்கள் அதில் கையெழுத்திடுவதன் மூலம், நீங்கள் உங்களுடைய மொத்த வாழ்க்கையையும் பணயம் வைக்கிறீர்கள்.

தாங்கள் அதில் வெற்றி பெற்றிருந்தோம் என்பதை அவர்கள் பின்னர்தான் தெரிந்து கொண்டனர். பின்னர் திரும்பிப் பார்த்தபோதுதான், தாங்கள் எந்த அளவு தீர்க்கதரிசனத்துடனும் துணிச்சலுடனும் பலத்துடனும்

செயல்பட்டிருந்தோம் என்பதை அவர்கள் உணர்ந்தனர். ரஷ் அப்போதுதான் தன் இருபதுகளைக் கடந்திருந்தார். அவர் தன்னைத் தானே வலிந்து ஒரு மாபெரும் ஆபத்திற்குள் தூக்கி எறிந்திருந்தார்.

ஆனால், அதை அவர் செய்தார்.

ஜார்ஜ் மெக்டொனால்டு எழுதிய உலகப் பிரசித்தி பெற்றத் 'தங்கச் சாவி' என்ற கதையில், அதன் நாயகனான இளைஞனிடம், ஒரு முதியவர், உலகின் எதார்த்தத்தைப் பற்றி எடுத்துரைப்பார். ஆபத்தை எதிர்கொள்ளாமல் முன்னேற்றம் சாத்தியமில்லை என்று அவர் கூறுவார். ஒரு குகையின் தரையிலிருந்து ஒரு பெரும் பாறையை அகற்றி அங்கிருக்கின்ற ஒரு பெரிய துளையை அவர் அந்த இளைஞனிடம் காட்டுவார். அது முடிவேயில்லாமல் சென்று கொண்டிருப்பதைப்போலத் தோன்றும்.

அதைக் காட்டி அந்த முதியவர், "இதுதான் வழி," என்று கூறுவார்.

அதைப் பார்க்கின்ற அந்த இளைஞன், "இதில் படிக்கட்டுகள் இல்லையே?" என்று கேட்பான்.

"நீ இதற்குள் குதித்துவிட வேண்டும். வேறு வழி எதுவும் கிடையாது," என்பதுதான் அதற்கான பதிலாக அவனுக்குக் கிடைக்கும்.

அது பீதியடையச் செய்யக்கூடிய ஒன்றுதான். ஆனால், வேறு வழி இல்லை.

டைகர் உட்ஸ் தன் கோல்ஃப் மட்டையைச் சுழற்றுவதற்கு ஒரு புதிய முறையைக் கண்டுபிடித்தப் பிறகு, பழைய முறையையும் அவ்வப்போது பிரயோகித்துப் பார்க்க விரும்பியிருக்கலாம். ஆனால், நடைமுறையில் அது சாத்தியமற்றது. புதிய முறையை முதன்முறை அவர் பயன்படுத்தியபோது அது அவருக்கு பயங்கரமாக பீதி ஏற்படுத்தியது. இரண்டாவது, மூன்றாவது, நான்காவது முறைவரை இது தொடரத்தான் செய்தது.

அனைத்து வளர்ச்சிகளும் இருட்டில் மேற்கொள்ளப்படுகின்ற பாய்ச்சல்தான். அதற்கு நீங்கள் பயந்தால், உருப்படியான எதையும் உங்களால் செய்ய முடியாது. நீங்கள் பயத்தின் குரலுக்குச் செவி சாய்த்தால், உங்களால் அந்தப் பாய்ச்சலில் ஒருபோதும் ஈடுபட முடியாது.

நாம் பேசியிருந்திருக்க வேண்டிய சூழ்நிலைகள்

கண்டிப்பாக இருந்திருக்கும். நாம் நிலைப்பாடு எடுத்திருந்திருக்க வேண்டிய சம்பவங்கள் நிச்சயமாக அரங்கேறியிருக்கும். அதேபோல, நாம் சந்தித்திருந்திருக்க வேண்டிய நபர்கள், நாம் கற்றுக் கொண்டிருந்திருக்கக்கூடிய பாடங்கள் என்று சொல்லிக் கொண்டே போகலாம். ஒட்டுமொத்தத்தில், நாம் வெற்றி பெற்றிருக்காத போர்கள் அவை.

ஒருவிதமான நிச்சயத்தன்மை இருந்திருந்தால்? சரியான வெளிச்சம் பாய்ச்சப்பட்டிருந்த, தரமாக வடிவமைக்கப்பட்டிருந்த ஒரு பாதை இருந்திருந்தால்? வாழ்க்கை அப்படி இருந்திருந்தால், அங்கு எவருக்கும் துணிச்சல் தேவைப்பட்டிருக்காது.

நெட்ஃபிளிக்ஸின் நிறுவனர்களில் ஒருவரான ரீட் ஹேஸ்டிங்ஸிடம், வருங்காலத்தில் திரைப்படங்களும் தொலைக்காட்சித் தொடர்களும் இணையத்தின் வழியாக ஒளிபரப்பப்படும் என்று யாராவது சொல்லியிருந்தால் நன்றாக இருந்திருக்கும். ஆனால், அது எவருக்கும் தெரியாது. ஆனால், அப்படியொரு சாத்தியக்கூறு உருவாகலாம் என்று அவர் இலேசாக உணர்ந்திருக்கலாம். தொடக்கத்தில் அவர் பல கோடி டாலர்கள் இலாபம் ஈட்டிக் கொடுத்துக் கொண்டிருந்த திரைப்பட டிவிடிக்களை அஞ்சல் வழியாக அனுப்பி வைக்கின்ற தொழிலில் ஈடுபட்டிருந்தார். இணையவழி ஒளிபரப்பில் ஈடுபடுவதற்கு, பெரும் பணத்தைக் கொட்டிக் கொண்டிருந்த ஒரு தொழிலை அவர் கைவிட வேண்டியிருந்தது. ஆனாலும் அவர், பிற வெற்றிகரமான தொழிலதிபர்களைப்போல, விமர்சகர்கள், ஆய்வாளர்கள் மற்றும் சுயசந்தேகம் ஆகியவற்றை மீறி, கண்களை மூடிக் கொண்டு அந்த இருட்டுக்குள் பாய வேண்டியிருந்தது.

உங்களுடைய திட்டம் வெற்றி பெறும் என்று யாராலும் சொல்ல முடியாது. உங்களுடைய கேள்விக்கு எத்தகைய விடை கிடைக்கும் என்று யாராலும் உங்களிடம் கூற முடியாது. அந்த அக்கினிப் பரீட்சையிலிருந்து நீங்கள் உயிருடன் மீண்டு வருவீர்கள் என்று யாராலும் உத்தரவாதம் அளிக்க முடியாது. இன்னும் சொல்லப் போனால், அந்தக் குழி எவ்வளவு ஆழமானது என்பதைக்கூட யாராலும் கூற முடியாது.

அப்படி இருந்திருக்குமெனில், அது அவ்வளவு

பயமுறுத்துவதாக இல்லாதிருக்குமெனில், எல்லோருமே அதில் ஈடுபட்டிருந்திருப்பர். அப்போது அதைச் செய்வதற்கு நீங்கள் தேவைப்பட்டிருக்க மாட்டீர்கள்.

கோழைகள், ஒருபோதும் முளைக்கப் போகாத படிக்கட்டுகளுக்காகக் காத்துக் கொண்டிருப்பர். சாத்தியக்கூறுகளின் நிச்சயத்தன்மையை முன்கூட்டியே அறிந்து கொள்ள அவர்கள் விரும்புவர். முன்தயாரிப்புக்குத் தங்களுக்குக் கால அவகாசம் அளிக்கப்பட வேண்டும் என்று அவர்கள் விரும்புவர். அவர்கள் உத்தரவாதங்களை வேண்டுவர். தங்களை ஆசுவாசப்படுத்திக் கொள்வதற்குத் தங்களுக்குத் தற்காலிகமாக இடைநிறுத்தம் ஒன்று கிடைக்கும் என்று அவர்கள் எதிர்பார்ப்பர். ஒருபோதும் மறுபடியும் திரும்பி வர வாய்ப்பில்லாத சந்தர்ப்பங்களைப் பெறுவதற்காக எதை வேண்டுமானாலும் விட்டுக்கொடுக்க அவர்கள் தயாராக இருப்பர்.

"கடற்கரையில் வெறுமனே வேடிக்கை பார்த்துக் கொண்டிருப்பதற்குப் பதிலாக, ஒரு புதிய உலகை நோக்கிப் பயணிப்பதற்காக, அலையில் பத்து முறைகூடச் சாவதற்கு நாம் தயாராக இருக்க வேண்டும்," என்று நைட்டிங்கேல் நமக்கு நினைவுபடுத்துகிறார்.

அப்படித்தான் அவர் ஒரு புதிய உலகைக் கண்டறியவும் செய்தார். அவர் அதைக் கண்டுபிடித்திருக்கவில்லை என்றால், தேவையில்லாமல் எத்தனை கோடி உயிர்கள் பலியாகி இருந்திருக்கும்? அந்தப் பாய்ச்சலுக்கு அவர் துணிந்திருக்கவில்லை என்றால் நிலைமை என்னவாகியிருந்திருக்கும் என்று கற்பனை செய்து பாருங்கள்.

நீங்கள் இந்தப் பூவுலகில் மிகச் சொற்பக் காலம் மட்டுமே இருக்கப் போகிறீர்கள். இந்த வேலையில். இளமையுடன், திருமணமாகாமல். இப்படிச் சொல்லிக் கொண்டே போகலாம். அதை நீங்கள் எப்படிச் செலவழிக்க விரும்புகிறீர்கள்? ஒரு கோழையாகவா?

பயம்தான் உங்களுடைய வாழ்க்கையை முடுக்கிவிடுகின்ற ஒன்றாக இருக்கப் போகிறது என்றால், நீங்கள் எதையெல்லாம் இழக்கக்கூடும் என்று யோசித்துப் பாருங்கள். நீங்கள் செயலில் இறங்க பயந்து கொண்டிருந்தால் என்ன நடக்கும் என்று கவலைப்படுங்கள். துளிகூடத் துணிச்சலின்றி நீங்கள் இருந்திருந்தது குறித்து,

சிறிது காலம் கழித்து மற்றவர்கள் உங்களைப் பற்றி என்ன நினைப்பார்கள் என்று யோசியுங்கள். அப்படிச் செய்வதன் மூலம் எத்தனை நல்வாய்ப்புகளை நீங்கள் தவறவிடுவீர்கள் என்று கவலை கொள்ளுங்கள். குண்டுச்சட்டிக்குள் குதிரை ஓட்டுவதால் எவ்வளவு விஷயங்களை நீங்கள் இழக்க நேரிடும் என்று பயப்படுங்கள்.

உங்களிடம் தோன்றுகின்ற இதுபோன்ற பயம் ஒரு நல்ல சகுனம். துணிச்சல் ஒருபோதும் தேவைப்படாத ஒரு வாழ்க்கையை நீங்கள் வாழ்ந்து கொண்டிருக்கிறீர்கள் என்றால், நீங்கள் ஒரு சுவாரசியமற்ற வாழ்க்கையை வாழ்ந்து கொண்டிருக்கிறீர்கள் என்று அர்த்தம்.

பாய்ச்சல் தேவைப்படுகின்ற ஒரு நிலைக்குள் உங்களை நீங்களே தள்ளிவிட்டுவிடுங்கள்.

தீர்மானங்கள் குறித்து பயப்படாதீர்கள்

ஒரு புதிய உலகம் படைக்கப்பட்டுக் கொண்டிருந்தபோது தான் அங்கிருந்ததாகப் பிரபல அமெரிக்க அரசியல்வாதியான டீன் அச்செசன் தெரிவித்தார். அவர் முதலில் ஜார்ஜ் மார்ஷலுக்குக் கீழே அமெரிக்க தேசியத் துணைச் செயலாளராகப் பணியாற்றினார். பின்னர் ஹாரி டுரூமனின் கீழ் தேசியச் செயலாளராக அவர் பணியாற்றினார். ஓய்வு பெற்றப் பிறகு, ஜான் எஃப். கென்னடி மற்றும் லின்டன் ஜான்சனுக்கு ஆலோசனையாளராக அவர் பணியாற்றினார்.

அமெரிக்க வரலாற்றில் மிகவும் பரபரப்பான, நெருக்கடியான காலகட்டத்தில் அதை முன்வரிசையிலிருந்து பார்க்கின்ற அரிய வாய்ப்பு அவருக்குக் கிட்டியிருந்தது. மார்ஷல் திட்டம், பெர்லின் வான்வழி மீட்பு, கியூப ஏவுகணை நெருக்கடி, வியட்நாம் யுத்தம் போன்றவை அவற்றில் சில. அதுபோன்ற அழுத்தமிக்க, நெருக்கடியான சூழல்களில் பலவீனமானவர்கள் வாடி வதங்கிவிடுவர், வலிமையானவர்கள் ஜொலிப்பர். துணிச்சல்மிக்கத் தலைமைதான் அந்த அழிவிலிருந்து உலகை விடுவித்தது. அச்சூழலில் கோழைத்தனம் அவமானகரமானதாக மட்டும் இருக்கவில்லை. கோடிக்கணக்கான மக்களின் தலைவிதியை நிர்ணயிக்கக்கூடியதாகவும் இருந்தது.

"தலைமைப் பீடத்தில் அமர்ந்திருந்தவர்களுக்குத்

தேர்ந்தெடுப்புகள் இலகுவானவையாக இருக்கவில்லை. அவர்கள் பயங்கரமான விஷயங்களுக்கு நடுவே தேர்ந்தெடுப்புகளை மேற்கொள்ள வேண்டியிருந்தது. ஆனால், அத்தேர்ந்தெடுப்புகளின் விளைவுகள் எப்படி இருக்கும் என்பது கணிக்கப்பட முடியாததாக இருந்தது," என்று பின்னர் அக்காலகட்டத்தைப் பற்றி அச்செசன் நினைவுகூர்ந்தார்.

இதுதான் நம்மை வெகுவாக பயமுறுத்துகிறது. தவறான தீர்மானங்களை எடுத்துவிடுவோமோ என்ற அச்சம். நிலைமையை மேலும் சொதப்பிடுவோமோ என்ற பயம். திட்டமிடப்படாத மோசமான பின்விளைவுகள் ஏற்பட்டுவிடக்கூடும் என்ற கவலை.

இது எப்படிப் போகும்?

அது எப்படி முடியும்?

நான் நினைத்திருந்தது தவறாக இருந்துவிட்டால்? மக்கள் இதற்கு ஒத்துக் கொள்ளவில்லை என்றால்? வேறு ஏதாவது நிகழ்ந்துவிட்டால்?

அங்கேயே தொடர்ந்து இருக்க வேண்டுமா?

இல்லை இடத்தைக் காலி செய்துவிட வேண்டுமா?

எதையாவது கூற வேண்டுமா? இப்படி முயற்சிக்க வேண்டுமா அல்லது அப்படி முயற்சிக்க வேண்டுமா?

அது வேலை செய்யவில்லை என்றால் என்ன செய்வது?

தேர்ந்தெடுப்பதற்கு ஏகப்பட்ட விஷயங்கள். அவற்றில் சில சுலபமானவை. ஆனால் எவையுமே தெளிவானவை அல்ல. அவற்றில் சில, உங்களை உலுக்கி எடுக்கக்கூடிய படுபயங்கரமான தேர்ந்தெடுப்புகளாக இருக்கும். ஷேக்ஸ்பியர் கூறியதுபோல, "கண்ணுக்குப் புலப்படாத கொடுங்கனவாக" அவை இருக்கும்.

நாம் சிந்தித்துக் கொண்டிருக்கிறோம், நம் முன் உள்ள சாத்தியக்கூறுகளை எடைபோட்டுக் கொண்டிருக்கிறோம், நாம் முன்னே சென்று கொண்டிருக்கிறோம் என்று நமக்கு நாமே கூறிக் கொள்கிறோம்.

ஆனால், நாம் உறைந்து போய் இருக்கிறோம் என்பதே உண்மை. தேர்ந்தெடுப்பதற்கு இருக்கின்ற அளவுக்கதிகமான சாத்தியக்கூறுகள் நம்மைத் திக்குமுக்காட வைத்துக் கொண்டிருக்கின்றன. குருட்டுத்தனமான ஊகங்களும், நாம் தவறு செய்துவிடக்கூடும் என்ற பதற்றமும் நம்மை ஆட்டுவிக்கின்றன. இவை எல்லாம் சேர்ந்து நம்மை மிக

மோசமாக உணரச் செய்து கொண்டிருக்கின்றன.

இவை தெரிவுகளைப் பற்றியவை என்று நம்மிடம் நாமே கூறிக் கொள்கிறோம். ஆனால், உண்மையில், அளவுக்கதிகமான அலசல்களால் நாம் உறைந்து போவதற்கு மட்டுமே இது உதவும்.

நாம் இந்த இடியாப்பச் சிக்கலில் மாட்டிக் கொண்டிருக்கின்றபோது, வேறு யாரோ ஒருவர் வேறு எங்கோ முன்னேறிக் கொண்டிருப்பார்.

இப்படி ஒரு கதை உண்டு. ஒரு ஸ்பார்ட்டன் மன்னன் கிரேக்கத்தின் வழியாகப் படையெடுத்துச் சென்று கொண்டிருந்தான். அவன் ஒவ்வொரு புதிய நாட்டிற்குள் நுழைந்தபோதும், தன் தூதுவனை அழைத்து, அந்த நாட்டு அரசனிடம் சென்று, அவர்கள் தன்னிடம் நட்பு பாராட்ட விரும்புகிறார்களா அல்லது சண்டையிட விரும்புகிறார்களா என்று கேட்டு வரும்படி கூறினான்.

பெரும்பாலான நாடுகள் அது குறித்து விரைவான தீர்மானத்திற்கு வந்தன. அவை நட்பு பாராட்ட விரும்பியதாக அவனிடம் தெரிவித்தன. ஆனால், ஓர் அரசன் தன் முன் இருந்த சாத்தியக்கூறுகள் குறித்துச் சிந்திக்க விரும்பினான். ஏனெனில், தான் தவறான தீர்மானம் எடுத்துவிடக்கூடாது என்று அவன் பயந்தான். அதனால், அவன் யோசித்தான், யோசித்துக் கொண்டே இருந்தான்... மேலும் யோசித்துக் கொண்டிருந்தான். இறுதியில் அவனுக்காக வேறு ஒருவர் முடிவெடுத்துவிட்டார்.

இதனால் வெறுப்படைந்த ஸ்பார்ட்டன் தளபதி, “அவன் எப்போது வேண்டுமென்றாலும் முடிவெடுத்துக் கொள்ளட்டும். நாம் படையெடுத்துச் செல்லலாம்,” என்று கூறிவிட்டான்.

ஒரு பிரபலமான பாடல் கூறுவதைப்போல, முடிவு எடுக்காமல் இருப்பதை நீங்கள் தேர்ந்தெடுத்திருந்தாலும், நீங்கள் விஷயங்களைத் தள்ளிப்போட்டுக் கொண்டிருந்தாலும், நீங்கள் ஒன்றைத் தேர்ந்தெடுத்துக் கொண்டுதான் இருக்கிறீர்கள். நிலைமையை அப்படியே தக்கவைத்துக் கொள்வதை நீங்கள் தேர்ந்தெடுத்துள்ளீர்கள். மற்றவர்கள் தீர்மானிக்கட்டும் என்று நீங்கள் வாக்களித்துள்ளீர்கள். உங்களுடைய செயலாண்மையை அடகு வைப்பதை நீங்கள் தேர்ந்தெடுத்துள்ளீர்கள்.

“கோழைகள் அதிகமாக பயப்படுவது தீர்மானங்களை

எடுப்பதற்குத்தான். தீர்மானம் உடனடியாக மூடுபனியை விலக்கிவிடும் என்பதுதான் அதற்குக் காரணம்," என்று சோரன் கீர்க்கேகார்டு கூறியுள்ளார்.

நீங்கள் பயப்படுவது விளைவுகள் குறித்துத்தான். அதனால், அது குறித்து நீங்கள் முடிவின்றி அலசிப் பார்த்துக் கொண்டிருக்கிறீர்கள் – அதை நிரந்தரமாகத் தள்ளிப்போட்டுவிடலாம் என்ற நம்பிக்கையில்!

தேர்ந்தெடுக்காமல் இருந்தால் இழப்பு ஏற்படாது இல்லையா? அது உண்மையல்ல. தேர்ந்தெடுக்காமல் இருப்பதைத் தீர்மானிப்பதன் மூலம் உங்களுக்கு இழப்பு ஏற்படலாம். நீங்கள் அந்தக் கணத்தை இழப்பீர்கள். அந்தக் கணத்தோடு ஒட்டிப் பிறந்திருக்கும் துடிப்பை இழப்பீர்கள். கண்ணாடியில் உங்களைப் பார்ப்பதற்கான திறனை இழப்பீர்கள்.

உங்களுடைய பாதுகாப்புக்கு உங்களால் முதலிடம் கொடுக்க முடியாது

ரோமானியக் குடியரசிலுள்ள அமைப்புகள் தனக்குக் குறுக்கே நின்று கொண்டிருந்ததால் அக்குடியரசைக் கவிழ்க்க ஜூலியஸ் சீசர் முயன்று கொண்டிருந்த நேரத்தில், அவருடைய நீண்டகால எதிரியான சிசேரோ, தன்னைப் பற்றி மட்டுமே சிந்தித்துக் கொண்டிருந்ததைப்போலத் தோன்றியது. பின்னர் இது குறித்து சிசேரோ இவ்வாறு கூறினார்: "போரிலும் சரி, வாழ்க்கையிலும் சரி, ஒருவர் வலிமையான பக்கத்தைத் தேர்ந்தெடுத்துக் கொண்டு, பாதுகாப்பான வழி எதுவென்று எண்ணிப் பார்க்க வேண்டும்."

தாம் நீண்டகாலமாகச் சேவையாற்றி வந்த நாட்டைப் பாதுகாப்பதற்குப் போராடுவதற்குப் பதிலாக, விஷயங்களின் போக்கு எப்படி இருந்தது என்பதைத் தெரிந்து கொள்ள சிசேரோ விரும்பினார். சீசர் வென்றவுடன், சிசேரோ முதல் ஆளாகச் சென்று அவரைப் பாராட்டினார். சீசரின் மனம் கோணிவிடக்கூடாது என்பதற்காக, போரில் வீர மரணம் அடைந்திருந்த தன்னுடைய நண்பர்களின் புகழஞ்சலி உரையைக்கூட அவர் நீர்த்துப் போகச் செய்தார். பின்னர் சீசர் படுகொலை செய்யப்பட்டு, ரோமில் உள்நாட்டுக் கலகம் வெடித்தபோதும்கூட, எது சரியான செயலோ

அதைச் செய்யாமல், காற்று எந்தப் பக்கம் வீசப் போகிறது என்பதைத் தெரிந்து கொள்வதற்காக சிசேரோ காத்துக் கொண்டிருந்தார்.

சிசேரோவின் இந்த அணுகுமுறை அவரை உயிருடன் வைத்திருந்தது என்று நீங்கள் வாதிடலாம். ஆனால், அதிலும் ஒரு நகைமுரண் இருக்கிறது. கொஞ்ச காலத்திலேயே அவர் மார்க் அந்தோனியால் கொல்லப்பட்டார். அப்படியே அவர் அதிலிருந்து தப்பித்திருந்தாலும், அவர் தன் நன்மதிப்பு முழுவதையும் இழந்திருந்த காரணத்தினால், அவருடைய தொழில்முறை வாழ்க்கை முற்றிலுமாகச் சீர்குலைந்து போயிருந்திருக்கும். அவர் பரிதாபமாக இறந்து போனார். அவர் உயிரை இழந்திருந்ததோடு, ஒரு கதாநாயகனாக ஆவதற்கு அவருக்குக் கிடைத்திருந்த பல வாய்ப்புகளையும் அவர் நழுவவிட்டிருந்தார்.

கதை முடிந்த பிறகு அதை அலசி ஆராய்வது சுலபம் என்பது உண்மைதான். எந்தப் பக்கம் சாயலாம் என்று யோசிப்பதற்கும், எவர் வெற்றி பெறுவார் என்பதை ஊகிப்பதற்கும் நாம் காத்துக் கொண்டிருக்கலாம். அது ஒருவேளை நமக்குக் கைகொடுக்கவும் செய்யலாம். ஒருவேளை வரலாறு நம்மைத் தூற்றாமலும் இருக்கலாம்.

இருக்கலாம்.

ஆனால், சரியான செயல் எது என்பதை நீங்கள் உங்களுக்குள் ஆழமாக உணர்ந்திருப்பீர்கள். பயம் கண்டிப்பாக ஒரு கறையை விட்டுச் செல்லும்.

“தன்னுடைய சொந்தப் பாதுகாப்புக்கு முன்னுரிமை கொடுக்கின்ற ஒருவனால் ஒருபோதும் குறிப்பிட்டுச் சொல்லத்தக்கச் சாதனைகள் படைக்கப்பட்டதில்லை,” என்று தியோடோர் ரூஸ்வெல்ட் நமக்கு நினைவூட்டுகிறார்.

சாவைவிட மோசமான விஷயங்கள் பல இருக்கின்றன. வாழ்க்கை நடத்துவதற்கு என்னென்ன சமரசங்கள் செய்யப்பட வேண்டுமோ அவற்றை நாம் செய்துவிட்டு அவற்றோடு வாழ்வது, ஒரு மாபெரும் கதாநாயகனாக ஆவதற்குக் கிடைத்துள்ள அரிய வாய்ப்புகளைத் தவறவிட்டுவிட்டது குறித்தப் பின்வருத்தம், கோழைகளால் ஆளப்பட்டுக் கொண்டிருக்கின்ற ஓர் உலகில் வாழ வேண்டிய நரக அனுபவம் போன்றவை இதற்கான சில எடுத்துக்காட்டுகள்.

சர்ச்சைக்கிடமான ஒரு பிரசங்கத்தை

மேற்கொண்டதற்கான விளக்கத்தை அளிக்கும்படி, உரிமைப் போராளியும் பாதிரியாருமான வெர்னான் ஜான்ஸ், ஒரு வெள்ளை நீதிபதியின் முன் கொண்டு நிறுத்தப்பட்டபோது, அவரால் எளிதாக மன்னிப்பு கேட்டிருந்திருக்க முடியும். அவரால் எளிதாக உடைந்து போயிருந்திருக்க முடியும். தான் மீண்டும் இனவெறி குறித்தோ, வெள்ளையர்கள் மற்றும் கருப்பர்களுக்கு இடையேயான பாகுபாடுகள் குறித்தோ இனி ஒருபோதும் பேச மாட்டேன் என்ற உறுதிமொழியைக் கொடுத்துவிட்டுத் தன்னைப் பாதுகாத்துக் கொண்டிருந்திருக்க முடியும். அதுதான் பாதுகாப்பான, பிரச்சனைகளற்ற வழிமுறையாக இருந்திருக்கும். சிசேரோனிய தத்துவத்தின்படி அதுதான் தர்க்கரீதியாகச் சரியான செயலாக இருந்திருக்கும். ஆனால், அவர் அந்த நீதிபதியின் கண்களை நேருக்கு நேர் பார்த்து இவ்வாறு கூறினார்: “நாட்டின் தெற்குப் பகுதிக்கு நான் செல்கின்றபோது, அங்கு வசித்து வந்த நீக்ரோக்கள், தங்களுடைய ஆத்மாவுக்கும் உயிர்பிழைத்திருத்தலும் இடையே ஏதாவது ஒன்றைத் தேர்ந்தெடுக்க நிர்ப்பந்திக்கப்பட்டனர். அவர்கள் பெரும்பாலும் உயிர்பிழைத்திருத்தலையே தேர்ந்தெடுத்தனர். உயிர்பிழைத்திருத்தலைத் தேர்ந்தெடுக்கின்ற அவர்களுடைய தேர்வு சரியானது அல்ல என்று நான் அவர்களிடம் கூறப் போகிறேன்.”

சுயநலத்திற்குப் பின்னாலுள்ள வலுவான தர்க்கத்தை பயம் பரிந்துரைக்கும். அது ஆண்டாண்டு காலமாக நிலைத்திருக்கின்ற ஒரு பொய்யும்கூட.

பயம் வழிமொழிகின்ற அந்தச் சுயநலம், அது முன்மொழிகின்ற உங்களுடைய பாதுகாப்பு உண்மையிலேயே சாத்தியமா? நீங்கள் உண்மையிலேயே எந்த அளவுக்குப் பாதுகாப்பாக இருக்கிறீர்கள்?

நாம் எளிதில் அழிந்துவிடக்கூடிய ஜீவராசிகள். அதை எதனாலும் மாற்ற முடியாது. மோசமான மனிதர்களுக்கு வக்காலத்து வாங்குவது பாதுகாப்பானது என்ற உங்களுடைய எண்ணம் முட்டாள்தனமானது. வருங்காலத்தை உறுதி செய்து கொள்வதற்காக நீங்கள் எடுக்கின்ற முயற்சிகள் வெற்றியடையும் என்பதற்கு எந்த உத்தரவாதமும் இல்லை. இக்கணம், நீங்கள் அலட்சியம் செய்து கொண்டிருக்கின்ற இந்த நிகழ்கணம் மட்டுமே

உங்களுக்குச் சொந்தம். அது, ஆபத்தான, ஆனால் வேடிக்கையான ஒன்றைச் செய்வதற்கான வாய்ப்பாக இருக்கலாம்; அல்லது, பயங்கரமான, ஆனால் சரியான ஒன்றைச் செய்வதற்கான சந்தர்ப்பமாக இருக்கலாம்.

மிகச் சாதாரணமான தீர்மானங்களை எடுப்பதன் மூலம் அசாதாரணமானதொரு வாழ்க்கையை நம்மால் வாழ்ந்துவிட முடியும் என்று நாம் நினைத்துக் கொண்டிருக்கிறோம். ஆனால், அது சாத்தியமில்லை. அனைத்து விதமான வல்லுநர்களாலும் பரிந்துரைக்கப்படுகின்ற, மிகச் சாதாரணமான தீர்மானங்கள் பாதுகாப்பனவையாக இருக்கலாம்; ஆனால், நெருக்கடிகளும் குழப்பங்களும் ஏற்படுகின்ற சூழல்களில் அவை நமக்குக் குழி பறித்துவிடும்.

பெரும்பாலான மக்கள் தங்களுடைய படுக்கையில்தான் மரணிக்கின்றனர் என்பதை நினைவில் வைத்துக் கொள்வது நல்லது. படுக்கையிலிருந்து எழுந்திருந்து சுறுசுறுப்பாகச் செயல்பட்டுக் கொண்டிருப்பதுதான் பாதுகாப்பானது.

"வணிகத்தில் எதிர்காலத்தை உருவாக்க முயற்சிப்பது ஆபத்தானது," என்று பீட்டர் டிரக்கர் கூறியுள்ளார். ஆனால், முயற்சிக்காமல் இருப்பது அதைவிட ஆபத்தானது. என்ன இருந்தாலும், இறுதியில் அது நிகழத்தான் போகிறது. வேறு யாரோ ஒருவர் அதை முயற்சிப்பார். அப்போது நீங்கள் அதன் விளைவின் விரும்பத்தகாத பக்கம் இருப்பீர்கள். அப்போதுதான் நீங்கள் உங்களுடைய முன்னெடுப்புகளை இழப்பீர்கள்.

வாழ்க்கையே ஆபத்தானதுதான். கவிஞர் டைலான் தாமஸ் கூறியுள்ளதுபோல, "வாழ்க்கை நிச்சயமற்றது; அது இப்படியும்போகலாம், அப்படியும்போகலாம்." பெருநிறுவன முன்ஜாக்கிரதை முயற்சிகள் பிரம்மாண்டமான அளவில் மேற்கொள்ளப்பட்டாலும் இதை மாற்ற முடியாது. நீங்கள் எங்கே சென்று ஒளிந்து கொண்டாலும், உங்களுக்குப் பீதி ஏற்படுத்துகின்ற விஷயங்களிலிருந்து உங்களால் தப்ப முடியாது. நாம் ஏற்கனவே சராசரி விதிகளிலிருந்து தப்பி ஓடிக் கொண்டிருக்கிறோம். பிறந்த உடனேயே நமக்கு மரண தண்டனை விதிக்கப்பட்டாகிவிட்டது. இதை நீங்கள் உணர்ந்து கொண்டால், ஒவ்வோர் ஆபத்து குறித்தும், தவறாகப் போகக்கூடிய ஒவ்வொரு சாத்தியக்கூறு குறித்தும் நீங்கள் வீணாகக் கவலைப்பட்டுக் கொண்டிருக்க

மாட்டீர்கள்.

உங்களைப் பற்றி எவருக்கும் அக்கறை கிடையாது. நீங்கள் பெருங்கடலிலுள்ள ஒரு சிறு துளி.

நிச்சயமானவையாகத் தோன்றுகின்ற அனைத்தும் நிச்சயமற்றவையே. உங்களுக்குப் பாதுகாப்பு வளையம் எதுவும் கிடையாது. அது எவருக்குமே சாத்தியமில்லை. எல்லாவற்றுக்கும் மேலாகப் பாதுகாப்பை நாம் வைத்துக் கொள்வதன் மூலம் நாம் உண்மையில் ஆபத்தை விலைக்கு வாங்குகிறோம். மறக்கப்படுவதற்கான ஆபத்து, இலக்கை ஒருபோதும் நெருங்கியிராத ஆபத்து, உடந்தையாக இருந்ததற்கான ஆபத்து ஆகியவை அவற்றில் அடங்கும்.

அந்த ஆபத்துகளை நீங்கள் எப்படிக் கையாளப் போகிறீர்கள்?

"எனக்கு என்ன நடக்கும்?" என்ற உங்களுடைய கேள்விக்கு யாராலும் பதிலளிக்க முடியாது. ஆனால், துணிச்சலின் உதவி உங்களுக்கு இருந்தால், "எனக்கு உறுதியாகத் தெரியாது என்றாலும், என் ஆத்மாவுக்கு எந்தவிதமான பங்கமும் வந்துவிடாமல் என்னால் அதைக் கடந்து சென்றுவிட முடியும். என்னால் முடிந்த அளவு அதை நான் சிறப்பாகப் பயன்படுத்திக் கொள்வேன். நான் பயப்பட மாட்டேன்," என்று உங்களால் கூற முடியும்.

பயம் உங்களுக்கு எதையோ சுட்டிக்காட்டுகிறது

1901 இல் தியோடோர் ரூஸ்வெல்ட், புக்கர் டி. வாஷிங்டனை வெள்ளை மாளிகைக்கு ஒரு விருந்துக்கு அழைப்பதற்கு முன்பு சற்றுத் தயங்கினார். ஏனெனில், அதற்கு முன்பு எந்தவொரு கருப்பரும் வெள்ளை மாளிகையில், அமெரிக்கக் குடியரசுத் தலைவர் அளித்துள்ள விருந்தில் கலந்து கொண்டிருக்கவில்லை.

ரூஸ்வெல்ட்டின் தயக்கத்திற்குக் காரணம் பயம். தன்னுடைய தெற்கத்திய உறவினர்கள் என்ன சொல்வார்களோ என்று அவர் பயந்தார். செய்திப் பத்திரிகைகள் என்ன சொல்லுமோ என்று அவர் பயந்தார். இனவெறி பிடித்த வெள்ளை வாக்காளர்கள் தன்னைக் கைவிட்டுவிடுவார்களோ என்று அவர் பயந்தார். அடுத்தக் குடியரசுத் தலைவர் பதவிக்கான போட்டியில் தான் தோற்றுவிடுவோமோ என்று அவர் பயந்தார். கரடிகளை வேட்டையாடிய, அமெரிக்காவின் முதல் தன்னார்வக் குதிரைப்படைக்குத் தலைமை தாங்கி வழிநடத்திச் சென்ற, தன் இளமைக்காலத்தில் கடும் ஆரோக்கியப் பிரச்சனைகளை சமாளித்திருந்த, மனச்சோர்வு, பெருந்துக்கம் மற்றும் பிற தடைகளை வெற்றிகரமாகக் கடந்திருந்த, அப்போது ஆண்டு கொண்டிருந்த அமெரிக்கக் குடியரசுத் தலைவர்,

மக்கள் என்ன நினைப்பார்களோ என்று பயந்தார்.

அது உண்மையிலேயே பீதியேற்படுத்தக்கூடிய ஒரு சூழலாகத்தான் இருந்தது. மறுநாள் நியூயார்க் டைம்ஸ் பத்திரிகையின் தலைப்புச் செய்தி இவ்வாறு அமைந்திருந்தது: "வாஷிங்டன் மக்கள், குடியரசுத் தலைவரின் சம்பிரதாய மீறலைக் கண்டிக்கின்றனர்!"

ஆனால், இறுதியில் அந்த பயம்தான் புக்கரை விருந்துக்கு அழைக்க ரூஸ்வெல்ட்டைத் தூண்டியது.

"அவருடைய நிறத்திற்காக அவரை அழைக்க நான் ஒரு கணம் தயங்கியது என்னைக் கூசிக் குறுக வைத்தது. அதனாலேயே நான் உடனடியாக அவசர அவசரமாக அவருக்கு அந்த அழைப்பை அனுப்பி வைத்தேன். பின்னர் அது ஏற்படுத்திய அமளி துமளி, என் முடிவு சரியானதுதான் என்ற உணர்வை எனக்குக் கொடுத்தது," என்று, ரூஸ்வெல்ட், பின்னர் மக்கள் உரிமை ஆலோசனையாளர் ஒருவருக்கு எழுதிய கடிதத்தில் குறிப்பிட்டிருந்தார்.

எந்த விதியும் கச்சிதமானதல்ல. ஆனால் இது சரியாகச் செயல்படுகிறது: நம்முடைய பயங்கள், சரியான செயலைச் செய்வதற்கான திசையைச் சுட்டிக்காட்டுகின்றன. நாம் எதைச் செய்ய வேண்டும் என்று நம்முடைய ஒரு பகுதி அறிந்திருக்கும். ஆனால், மற்றொரு பகுதி அதன் தவிர்க்கப்பட முடியாத பின்விளைவுகள் குறித்து நமக்கு நினைவூட்டும். பயம், ஆபத்துகள் குறித்து மட்டுமல்லாமல் வாய்ப்புகள் குறித்தும் நம்மை எச்சரிக்கும். ஒரு விஷயம் பீதியேற்படுத்துகின்ற அளவுக்கு இருக்கவில்லை என்றால் எவரொருவரும் அதைச் செய்து முடித்துவிடுவர். அது எளிதாக இருக்கும் பட்சத்தில் அங்கு வளர்ச்சிக்கான சாத்தியக்கூறு இருக்காது. அந்த அபாய எச்சரிக்கை, நாம் எதையோ கண்டுபிடித்துள்ளோம் என்பதை நமக்கு உணர்த்தும்.

அதை நாம் அலட்சியப்படுத்தப் போகிறோமா? அல்லது அதை ஆராயப் போகிறோமா?

பயம் சந்தேகத்திற்கு வாக்களிக்கும். அதைச் செய்யாமல் இருப்பதற்கு ஒரு நியாயமான காரணத்தை அது எப்போதும் முன்வைக்கும். இந்தத் தயக்கத்தை நாம் அவ்வப்போது உணரவில்லை என்றால், நாம் போதுமான அளவு நம்மை உந்தித் தள்ளிக் கொண்டிருக்கவில்லை என்று அர்த்தம்.

மறுபுறம், புக்கருக்கு ஏற்பட்டிருந்த தயக்கத்தையும் நீங்கள் கற்பனை செய்து பார்க்க வேண்டும். ரூஸ்வெல்ட்டின் அழைப்பை ஏற்பது என்பது அவர் தன் உயிரையே பணயம் வைப்பதற்கு ஒப்பானதாக இருந்தது. அவருக்கு மறைமுகமாக உதவிக் கொண்டிருந்த தெற்கத்திய வெள்ளைப் புரவலர்களின் ஆதரவு இதன் மூலம் கேள்விக்குள்ளாகப்பட்டது. அவர் மிகப் பெரியதொரு தேனிக்கூட்டைப் பலமாக எட்டி உதைத்திருந்தார். ரூஸ்வெல்ட்டின் அழைப்பைக் கண்டிக்கும் விதமாக, பெஞ்சமின் தில்மேன் என்ற செனட்டர், “நீக்ரோக்களின் இடம் எதுவென்று காட்டுவதற்கு நாம் ஆயிரம் கருப்பர்களையாவது கொல்ல வேண்டும்,” என்று முழங்கினார்.

ஆனாலும் புக்கர் அந்த விருந்திற்குச் சென்றார். அவர் சிறிதும் கலக்கம் அடைந்திருக்கவில்லை. பயமுறுத்தல்களை அவர் துச்சமாக மதித்தார். ஒருவரால் செய்ய முடியாத ஒன்றைச் செய்து காட்டியுள்ளார் ரூஸ்வெல்ட் என்று ரூஸ்வெல்ட்டின் தம்பி மகளான எலினோர் ரூஸ்வெல்ட் கூறினார். எப்போதுமே நீங்கள் செய்தாக வேண்டிய ஒன்று இருக்கும். ஆனால் அதைச் செய்வதற்கு உங்களுக்கு அனுமதி இல்லை என்று வேறு ஒன்று கூறும். உங்களுடைய தீர்மானம் குறித்து நீங்கள் பின்வருத்தம் கொள்வீர்கள் என்று யாரோ ஒருவர் கூறுவார். தயக்கத்துடன் அதைச் செய்ய நீங்கள் முயல்கின்றபோது உங்களுடைய அடிவயிறு உள்ளே இழுத்துக் கொள்வதைப் போன்றதோர் உணர்வு உங்களுக்கு ஏற்படும்.

நம்முடைய வாடிக்கையாளர்கள் என்ன நினைப்பர்? நம்முடைய போட்டியாளர்கள் இதை நமக்கு எதிராகப் பயன்படுத்திக் கொண்டால் என்னவாகும்? இது வேலை செய்யவில்லை என்றால் என்னவாகும்? இதன் காரணமாக மக்கள் என்மீது கோபம் கொள்வார்களா?

எல்லோரும் எக்கேடும் கெட்டுப் போகட்டும்.

சாட்சி சொல்லத் தீர்மானியுங்கள். புதிய முயற்சியில் கண்களை மூடிக் கொண்டு குதிக்கத் தீர்மானியுங்கள். ஆபத்தை அலட்சியம் செய்யத் தீர்மானியுங்கள். அந்தச் செய்திப் பத்திரிகையாளரின் மின்னஞ்சலுக்குப் பதிலளிக்கத் தீர்மானியுங்கள். எதைச் சொல்ல நீங்கள் தயங்குகிறீர்களோ அதைச் சொல்லுங்கள்.

உங்களுடைய பயங்களின் ஆலோசனையைக் கேட்காதீர்கள் என்று சிலர் கூறுவர். ஆனால், துல்லியமாக நாம் அதைத்தான் செய்ய வேண்டும்.

கவனமாக உற்றுக் கேட்டுவிட்டு, அதற்கு நேர் எதிரானதை நாம் செய்ய வேண்டும்.

நீங்கள் நீங்களாகவே இருக்க முயல்வதுதான் எல்லாவற்றையும்விட அதிகமாக பயமுறுத்துகிறது

1960களில் நியூயார்க் காவல் துறையில், ஃபிராங்க் செர்பிகோ தனித்துத் தெரிகின்ற ஒருவராக இருந்தார். ஏனெனில், அப்போது அத்துறை அயர்லாந்தைப் பூர்விகமாகக் கொண்டிருந்தவர்களால் நிறைந்திருந்தது. செர்பிகோ, இத்தாலியைச் சேர்ந்தவர். அவர் தன் தலைமுடியை நீளமாக வளர்த்திருந்தார். ஓப்பெரா மற்றும் பாலே நிகழ்ச்சிகளை அவர் விரும்பினார். அவருடைய சகாக்கள் நகரில் வசித்தபோது, அவர் கிராமப் பகுதியில் வசித்தார். அவர் பெரிய மேய்ப்புக் காவல் நாய் ஒன்றை வளர்த்தார். அவர் கோட்டும் தோல் ஆடைகளும் அணிந்தார்.

பல நேரங்களில் அவர் மாறுவேடங்களில் வேலைக்கு வந்தார். ஆனாலும் ஒரு துப்பறிவாளராகப் பதவி உயர்வு அவருக்கு மீண்டும் மீண்டும் மறுக்கப்பட்டது.

அவர் தனித்துத் தெரிகின்ற ஒரு மனிதராகக் காட்சியளித்தார்.

அவர் அப்படி இருந்ததற்குக் கடவுளுக்கு நன்றி தெரிவிக்க வேண்டும்.

அவருடன் இணைந்து பணியாற்ற வேண்டியிருந்த வழக்கறிஞர் ஒருவர், செர்பிகோ பழகுவதற்குக்

கடினமானவர் என்று குறை கூறினார். ஆனால், அவர் மற்றவர்களைப்போல இருந்திருந்தால், நியூயார்க் நகரக் காவல்துறையின்மீது ஊழல் புகார்களை அவர் அளித்திருந்திருக்க மாட்டார் என்பதை அவர் அந்த வழக்கறிஞருக்கு நினைவுபடுத்தினார்.

அடிப்படையில் நாம் அனைவரும் தனித்துவமானவர்கள்தாம். இந்தப் பூவுலகில் இதற்கு முன்புவரை 'நம்முடைய' டிஎன்ஏ ஒருபோதும் இருந்திருக்கவில்லை. நம்முடைய தனிப்பட்ட அனுபவங்களை இதற்கு முன்பு வேறு எவரும் அனுபவித்திருக்கவில்லை. ஆனால், இந்தச் சிறப்புரிமையை வைத்துக்கொண்டு நாம் என்ன செய்துகொண்டிருக்கிறோம்? அதைப் புறந்தள்ளிக் கொண்டிருக்கிறோம். நாம் நாமாக இல்லாதிருப்பதை நாம் தேர்ந்தெடுக்கிறோம். உலகத்தோடு ஒட்டி ஒழுகவே நாம் முயற்சிக்கிறோம். புருவங்களை உயர்த்தக்கூட நாம் தயங்குகிறோம்.

நியூயார்க் நகரக் காவல்துறையைப் பொறுத்தவரை, அங்கு வேலை பார்த்தவர்கள் தங்களுடைய கைகளைச் சுத்தமாக வைத்துக் கொள்வதைக் காட்டிலும், கையூட்டு வாங்குவதோடு உடன்பட்டனர் என்பது ஏற்றுக் கொள்ள முடியாத ஒன்றாக இருக்கிறது. ஆனால், அதுதான் உண்மை. அதை எதிர்ப்பது என்பது, தனித்து வேறுபட்டு இருப்பது என்று ஆகிவிடும். அது உங்களை ஓர் இலக்காக ஆக்கிவிடும். உங்களைத் தனித்து நிற்க வைத்துவிடும்.

பயத்தின் காரணமாகவே, நாம் கூட்டத்தோடு கோவிந்தா போடுவதைத் தேர்ந்தெடுக்கிறோம். பயத்தின் காரணமாகவே, எது சரியானதோ அதைச் செய்யாமல் இருக்கிறோம். நம்முடைய கழுத்தை நாமே நெரித்துக் கொள்கிறோம். மற்றவர்களும் அவர்களாகவே இருப்பதையும் நாம் விரும்புவதில்லை. ஏனெனில், அது நமக்கு ஓர் அசௌகரிய உணர்வை ஏற்படுத்துகிறது.

கஷ்டமானவர். வித்தியாசமானவர். எதிலும் ஒட்டாதவர். பிரச்சனைகளை உருவாக்குபவர். தன்பால் புணர்ச்சியாளர். விநோதன். ஜே. எட்கர் ஹூவர் போன்றவர்களோ அல்லது கேஜிபி அல்லது கெஸ்டபோ போன்ற அமைப்புகளோ தங்களுடைய குடிமக்களில் சிலரைப் பற்றித் தொகுத்திருந்த ஆவணங்களில் இடம்பெற்றிருந்த வார்த்தைகள் இவை. சட்டத்திற்குப்

புறம்பான, தங்களுடைய நியாயமற்ற அதிகாரத்திற்கு எதிராகக் குரல் கொடுக்கின்ற துணிச்சல்காரர்களுக்குக் கோழைகள் இடுகின்ற அடைமொழிகள் இவை.

தங்களுடைய சுயங்களை அப்படியே வெளிப்படுத்தத் துணிகின்ற நபர்களின் சுதந்திரத்தால் நாம் அசௌகரியம் அடைகின்றபோது, இதே அடைமொழிகளை நமக்கு நாமே சூட்டிக் கொள்கிறோம்.

இந்த இடக்குமடக்கான சமநிலையை மக்கள் எப்படியாவது கண்டுபிடித்துக் கொள்ள வேண்டும் என்று நாம் எதிர்பார்க்கிறோம். அனைவரும் ஒரே குழுவின் பக்கம் நிற்க வேண்டும் என்று நாம் விரும்புகிறோம். நம்முடைய கலாச்சாரத்திற்குள் அவர்கள் மூழ்க வேண்டும் என்று நாம் ஆசைப்படுகிறோம். இராணுவத்தில் எல்லோருக்கும் ஒரே மாதிரியான உடை வழங்கப்படுகிறது. முடிகூட அனைவருக்கும் ஒரே மாதிரியாக வெட்டிவிடப்படுகிறது. மக்களுக்கு என்ன சொல்லப்படுகிறதோ அந்த அறிவுறுத்தல்களை அவர்கள் பின்பற்ற வேண்டும் என்று நாம் எதிர்பார்க்கிறோம்.

ஆனாலும், எப்படியோ சுதந்திரமான சிந்தனை செழித்துத் தழைக்க வேண்டும் என்றும் நாம் ஆசைப்படுகிறோம். புதிய கண்டுபிடிப்புகளும் புதிய யோசனைகளும் வானிலிருந்து வந்து குதிக்க வேண்டும் என்று நாம் விரும்புகிறோம். மக்கள் அசாதாரணமான செயல்களில் ஈடுபட வேண்டும், தியாகங்களைச் செய்ய வேண்டும், துணிச்சலுடன் செயல்பட வேண்டும் என்றும் நாம் கனவு காண்கிறோம். எல்லோரும் கிட்டத்தட்ட ஒரே மாதிரியாக இருப்பதற்கும், சிந்திப்பதற்கும், செயல்படுவதற்கும் பழக்கப்படுத்தப்பட்டப் பிறகு, இப்படியும் நாம் எதிர்பார்க்கிறோம்.

கொடுக்கப்படுகின்ற அழுத்தம் எதிர்ப்பை மழுங்கடிக்க முனைகிறது. இல்லையெனில் என்னவாகும்? இந்தக் கேள்வியை நாம் கேட்க வேண்டும். அதற்கான பதில் பைபிளில் இருக்கிறது. “ஒட்டுமொத்த இராணுவமே என்னை முற்றுகையிட்டாலும், என் இதயம் கலங்காது; எனக்கு எதிராகப் போர் தொடுக்கப்பட்டாலும் நான் தன்னம்பிக்கையுடன் இருப்பேன்,” என்று அது கூறுகிறது.

உங்களை எதிர்த்து யார் நின்றாலும் சரி, எத்தனை பேர் வந்தாலும் சரி, நீங்கள் நீங்களாகவே இருக்க வேண்டும்.

தன்னம்பிக்கையுடனும், துணிச்சலுடனும், உங்களுடைய சொந்தத் தனித்துவத்துடனும் நீங்கள் திகழ வேண்டும்.

ஒரு முன்னோடிப் பெண்ணியவாதியான நைட்டிங்கேல், பெண்களிடம், "நீங்கள் ஆண்களைப்போல இருக்க முயலாதீர்கள்," என்று கூறிய அறிவுரை மேலோட்டமாகப் பார்ப்பதற்கு ஒரு நகைமுரணாகத் தோன்றலாம். ஆனால், நீங்கள் நீங்களாகவே இருங்கள் என்பதைத்தான் அவர் அப்படிச் சொல்லியிருந்தார். நாம் எவரையும் பரிதாபகரமாகப் பிரதியெடுக்கவும் வேண்டாம், எடுத்த எடுப்பிலேயே நிராகரிக்கவும் வேண்டாம். நாம் அனைவருமே பிறருடைய எதிர்பார்ப்புகளை எதிர்கொள்ளத்தான் செய்கிறோம். அதை எதிர்க்கின்ற அதே நேரத்தில், செனீக்காவின் இந்த அறிவுரையை நினைவில் வைத்துக் கொள்வது நல்லது: "ஒவ்வொரு சிறிய விஷயத்திற்கும் நாம் பெரும்பான்மையினரை எதிர்க்க வேண்டியதில்லை. வித்தியாசமாக இருக்க வேண்டும் என்பதற்காக நீங்கள் வித்தியாசமாக இருக்க வேண்டியதில்லை. அர்த்தமற்றக் கலகக்குரல்கூட மறைமுகமாக நம்மை நாமே நியாயப்படுத்திக் கொள்வதற்கான ஒரு முயற்சிதான். வெளியுலகிற்காக மற்ற எல்லோரையும்போல இருப்பது என்று நாம் முடிவெடுத்தால்கூட, உள்ளுக்குள் வித்தியாசமாக இருப்பதை நாம் உறுதி செய்து கொள்ள வேண்டும். உண்மையிலேயே நாம் யாராக இருக்க விரும்புகிறோமோ அப்படி இருப்பதையும், நம் மனத்தின் அடியாழத்திற்குள் எது சரியென்று நமக்குப் படுகிறதோ அதைச் செய்வதையும் நாம் உறுதி செய்து கொள்ள வேண்டும்.

ஏனெனில், வித்தியாசமாக இருக்கத் துணிவது என்பது வித்தியாசமாகச் சிந்திக்கத் துணிவது, மற்றவர்களால் பார்க்க முடியாததைப் பார்ப்பது, மற்றவர்களால் கேட்க முடியாததைக் கேட்பது ஆகும். உள்விவகாரங்களைப் பகிரங்கப்படுத்துபவர்கள் வித்தியாசமானவர்களாக இருப்பதில் வியப்பில்லை. அவர்கள் அப்படித் தனித்துவத்துடன் இருப்பதால்தான், மற்றவர்களால் பார்க்க முடியாதவற்றை அவர்களால் பார்க்க முடிகிறது.

ஒரு காவல் அதிகாரியாக இருங்கள். ஓர் இராணுவ வீரராக இருங்கள். ஒரு தத்துவவியலாளராக இருங்கள்.

ஓர் இசைக்கலைஞராக இருங்கள். ஆனால், அடியாழத்தில் நீங்கள் நீங்களாகவே இருங்கள். பயம் உங்களுடைய வாயை மூட வைக்கவோ அல்லது உங்களை அழுத்தி உட்கார வைக்கவோ அனுமதிக்காதீர்கள். மற்றவர்கள் அதைச் செய்து கொண்டிருக்கிறார்கள் என்ற காரணத்திற்காக நீங்களும் அதைச் செய்யாதீர்கள்.

தனித்துவமானவராக இருங்கள். நீங்கள் நீங்களாகவே இருங்கள். வேறு எப்படி இருந்தாலும் அது கோழைத்தனம்.

உங்களுடைய சிந்தனையின்மீதும் செயல்பாட்டின்மீதும் கோழைகளின் அபிப்பிராயங்கள் செல்வாக்குச் செலுத்த ஒருபோதும் அனுமதிக்காதீர்கள். வருங்காலம் உங்களை நம்பித்தான் இருக்கிறது.

வாழ்க்கை பொதுவெளியில்தான் நிகழ்ந்து கொண்டிருக்கிறது, அதற்குப் பழகிக் கொள்ளுங்கள்

ஜெர்ரி வெயின்டிராப் ஒரு நடிகராக ஆக வேண்டுமென்று விரும்பினார்.

நியூயார்க் நகரிலுள்ள நெய்பர்ஹுட் பிளேஹவுஸ் என்ற நாடகப் பயிற்சிப் பள்ளியில் அவருக்கு இடம் கிடைத்தது. சேன்டி மெய்ஸ்னரிடம் பயிலும் அரிய வாய்ப்பும் கிடைத்தது. அவருடைய சக மாணவர்களில் ஜேம்ஸ் கானும் ஒருவர். நீங்கள் ஜேம்ஸ் கானின் படங்களைப் பார்த்திருந்திருப்பீர்கள், ஆனால், வெயின்டிராப்பின் படங்களைப் பார்த்திருந்திருக்க வாய்ப்பில்லை. அதற்கு ஒரு காரணம் இருக்கிறது. பயம்தான் அது.

துல்லியமாகச் சொல்ல வேண்டுமென்றால், பயத்தின் மற்றோர் அவதாரமான அவமான உணர்வுதான் அதற்குக் காரணம்.

ஒரு நடன வகுப்பில் அணிந்து கொள்வதற்கு ஏற்ற உடைகளை வாங்குவதற்காகக் கானும் வெயின்டிராப்பும் நியூயார்க் நகரில் ஒரு கடைக்குச் சென்றனர். உடலை ஒட்டியவாறு இருக்கின்ற அந்த உடைகளை அணிந்து கொண்டு தன்னைக் கண்ணாடியில் பார்த்த வெயின்டிராப், அந்தக் கோலத்தில் பொதுமக்கள் தன்னைப் பார்ப்பதற்குத்

தன்னால் ஒருபோதும் அனுமதிக்க முடியாது என்ற முடிவுக்கு வந்தார். ஆனால், அதே போன்றதோர் உடையை அணிந்து கொண்டு, தன்னைக் கண்ணாடியில் பார்த்தக் கானிடம் அவருடைய மனம் அதே உணர்வைத்தான் பிரதிபலித்தது. ஆனால், அதற்குச் செவி சாய்ப்பதற்குக் கான் தன்னை அனுமதிக்கவில்லை.

ரிச் கோஹன் என்ற எழுத்தாளர் அவர்களைப் பற்றி இவ்வாறு எழுதியுள்ளார்: “இதுதான் அவர்கள் இருவரையும் பிரித்தக் கோடு. கான் தன் உடலை இறுக்கிப் பிடித்துக் கொண்டிருந்த உடையையும் சாதாரணமான செருப்புகளையும் அணிந்து கொள்ளத் தயாராக இருந்ததால், மிகப் பிரபலமான ஹாலிவுட் திரைப்படமான ‘காட்ஃபாதர்’ படத்தில் சன்னி கோர்லியோன் என்ற முக்கியக் கதாபாத்திரத்தில் அவரால் நடிக்க முடிந்தது. வெயின்டிராப் அதற்குத் தயாராக இல்லாததால், அவருடைய பெயர் அதே திரைப்படத்தில் நடிகர்கள் வரிசையில் இடம்பெறவில்லை. ஆனால், தயாரிப்பாளர்களின் பட்டியலில் இடம்பெற்றிருந்தது.”

ஜேம்ஸ் கான் அந்தப் படத்திற்காக ஆஸ்கர் விருதுக்குப் பரிந்துரைக்கப்பட்டார். இருவருமே தங்களுடைய வாழ்க்கையில் வெற்றியாளர்களாகத் திகழ்ந்தபோதிலும், அந்த இருவரில் ஒருவரால் மட்டுமே தன்னுடைய இளமைக்காலக் கனவை நனவாக்க முடிந்தது. அவரால் துணிச்சலாக இறுக்கமான உடையில் கேமராவின் முன்னால் நிற்க முடிந்ததுதான் அதற்குக் காரணம்.

நம்மில் பெரும்பாலானோர் எந்தக் காலத்திலும் ஒரு கேமராவின் முன்னால் இப்படி நிற்கப் போவதில்லை என்பது உண்மைதான். ஆனால், இப்படிப்பட்டக் கோலத்தில் நம்மைப் பிறர் பார்க்க நாம் விரும்புவதில்லை. மற்றவர்கள் நம்மைப் பற்றி என்ன நினைப்பார்கள் என்ற அசௌகரிய உணர்வுதான் அதற்குக் காரணம். ஒருவரைப் போர்க்களத்திலிருந்து ஓடிவிடத் தூண்டுகின்ற பயத்தை ஒத்தது அல்ல அது என்பது உண்மைதான் என்றாலும், அதுவும் துணிச்சலின் பற்றாக்குறைதான். நாம் நம்முடைய கனவை அடைவதற்கு அது கண்டிப்பாகக் குறுக்கே நிற்கத்தான் செய்யும்.

நீங்கள் எந்தவொரு மாற்றத்தை அல்லது புதிய முயற்சியை மேற்கொண்டிருந்தாலும், அது யாரோ

ஒருவருக்கு விநோதமாகத்தான் தெரியும். உங்கள்மீதான கவனத்தைப் பிறரிடமிருந்து பெறாமல் ஒருக்காலும் உங்களால் எந்தவொரு சாதனையையும் நிகழ்த்த முடியாது. உங்கள்மீதே சூதாடுவது என்பது தோல்வி எனும் ஆபத்தை உள்ளடக்கியதுதான். அதைப் பொதுவெளியில் செய்கின்றபோது, பொதுவெளியில் அவமானப்படுவதற்கு அங்கு அதிக வாய்ப்பு இருக்கிறது.

தங்களுடைய சௌகரிய வட்டத்தைவிட்டு வெளியே வர முயல்கின்ற எவரொருவரும் இதைக் கண்டிப்பாக அறிந்து வைத்திருக்க வேண்டும்.

ஆனால், அசௌகரிய உணர்வுக்கு ஆளாவதைவிடச் செத்தாலும் பரவாயில்லை என்றே நாம் நினைப்போம்.

ஜெர்ரி சீன்ஃபெல்டு என்ற நகைச்சுவை நடிகர், ஒரு முறை, மரணத்தைவிடவும் பொதுமக்கள் முன்னிலையில் பேசுவதற்குத்தான் மக்கள் அதிகமாக பயப்படுகின்றனர் என்று குறிப்பிட்டார். ஒருவர் இறக்கும்போது, அவரைப் பற்றிய புகழலஞ்சலி உரை நிகழ்த்துவதைக் காட்டிலும், அந்தச் சவப்பெட்டியில் படுத்திருப்பதையே மக்கள் விரும்புவர் என்று இதற்கு விளக்கமளிக்கலாம்.

பண்டைய ரோமில், கிராசஸ் என்ற தலைசிறந்த பேச்சாளர் இருந்தார். அவர் கொடியவர்களுக்கு எதிராக வாதிடுவதில் கைதேர்ந்தவர் என்று புகழப்பட்டார். அப்படித்தான் பொதுமக்கள் அவரைப் பற்றிய ஒரு பிம்பத்தைக் கொண்டிருந்தனர். ஆனால், அவர் பின்னாளில் தன்னைப் பற்றி இவ்வாறு கூறினார்: "நான் ஒவ்வொரு முறை பேசத் தொடங்குகின்றபோதும், என் உடல் அங்கத்தின் ஒரு பகுதியைப்போல என் எண்ணங்களில் ஒருவிதமான நடுக்கம் தோன்றும்." அவர் ஒரு சிறந்த பேச்சாளராக இருந்தும், அவரிடம் சுயசந்தேகம் கோலோச்சிக் கொண்டிருந்தது. மேடை ஏறுவதற்கு முன்பு ஒவ்வொரு முறையும் பயமும் பதற்றமும் அவரைத் திக்குமுக்காட வைத்தன.

அவரின் தொடக்கக் காலத்தில் நிலைமை இன்னும் மோசமாக இருந்தது. அப்போது ஒரு முறை அவர் ஒரு நீதிமன்றத்தில் வாதாட முயன்றபோது, அவரைத் தொற்றிக் கொண்டிருந்த பயங்கரப் பதற்றத்தைப் பார்த்துவிட்டு, நீதிபதியே வழக்கை ஒத்தி வைத்தார். அவர்பால் கிராசஸ் பெரும் நன்றியுணர்வு கொண்டிருந்தார். அந்த

நேரத்தில் தான் பேசாமல் இருப்பதை உறுதி செய்கின்ற விதத்தில் ஏதாவது அதிசயம் நிகழ வேண்டும் என்று அவர் பிரார்த்தனை செய்து கொண்டிருந்திருக்கக்கூடும். நாமும் இதேபோன்ற இக்கட்டுக்குள் பல முறை மாட்டிக் கொண்டிருந்திருப்போம்.

ஆனால், கிராசஸ் அந்தப் பயத்தை மீறிச் செயல்பட்டிருந்த காரணத்தினாலேயே இன்று நாம் அவரைப் பற்றிப் பேசிக் கொண்டிருக்கிறோம்.

கிராசஸ் அந்த நீதிமன்றத்தில் இருப்பதற்குப் பதிலாக, எப்படி வாதிடுவது என்பதை ஒரு தனி அறையில் பயிற்சி செய்து கொண்டிருப்பதை விரும்பியிருந்திருப்பாரா? நிச்சயமாக. தன்னுடைய உடையைப் பற்றிப் பிறர் நகைக்காமல் தங்களுடைய வேலைகளைப் பார்த்துக் கொண்டிருந்தால் நன்றாக இருந்திருக்கும் என்று செர்பிகோவும் நினைத்திருந்திருப்பார். வாழ்க்கை அப்படித்தான் இருக்கும். 'அப்படி இருந்திருந்தால்' என்பது போன்ற ஊகங்களை அது துளிகூடப் பொருட்படுத்துவதில்லை. அவ்வப்போது நீங்கள் தனியாகத்தான் நின்றாக வேண்டும். ஒரு சொற்பொழிவு ஆற்றுவதற்குக்கூட உங்களால் துணிச்சலைத் திரட்டிக் கொள்ள முடியவில்லை என்றால் நெருக்கடியான நேரங்களில் உங்களால் என்னதான் செய்ய முடியும்?

மேடை வெளிச்சத்திற்குள் நுழையுங்கள். எடுத்துக் கொண்டிருக்கின்ற உதறலை உதறித் தள்ளிவிட்டு ஒலிபெருக்கி அருகே செல்லுங்கள். அந்த உதறல் நீங்கள் மேடைப் பேச்சில் வல்லவராக ஆன பின்னும்கூடத் தொடரக்கூடும். சாட்சிக் கூண்டில் ஏறுங்கள். கூடியிருக்கின்ற உங்களுடைய ஊழியர்களிடம் மோசமான செய்தியை அறிவிக்கின்ற பொறுப்பை ஏற்றுக் கொள்ளுங்கள். அவர்கள் என்ன நினைப்பார்கள் என்று நீங்கள் சிந்திக்காதீர்கள். அப்படி உங்களால் செய்ய முடியவில்லை என்றால், உங்களால் புதிய முயற்சிகள் எதிலும் குதிக்க முடியாது. மந்தையிலிருந்து தனித்து நிற்க நீங்கள் முன்வருவதோடு மட்டும் அல்லாது, அவர்களுக்கு முன்னால் வந்து நின்று, நீங்கள் என்ன நினைக்கிறீர்களோ அதைத் துணிச்சலுடன் சொல்ல வேண்டும். காரணமாகத்தான் அது பொதுவாழ்க்கை என்று அது அழைக்கப்படுகிறது.

தனிமையில் இருந்து கொண்டு பொதுவாழ்க்கையில்

வெற்றி பெற முடியாது.

நாம் படுசுயநலமிக்கவர்களாக இருந்தாலும், நம்முடைய சொந்த அபிப்பிராயங்களைவிட, பிறர் நம்மைப் பற்றிக் கொண்டுள்ள அபிப்பிராயங்களுக்கு நாம் அதிக முக்கியத்துவம் கொடுக்கிறோம் என்று ஸ்டோயிக்குகளே கூறுவது ஒரு நகைமுரண்தான். ஒரு முன்னாள் அடிமையான எபிக்டெட்டஸ், “நீங்கள் உங்களை மேம்படுத்திக் கொள்ள விரும்பினால், பிறர் முன், அடுத்து என்ன செய்வது என்பதை அறிந்திராத ஒரு முட்டாளைப்போலத் தோன்றுவதை நீங்கள் பொருட்படுத்தக்கூடாது,” என்று கூறியுள்ளார். உங்களால் அப்படிச் செய்ய முடியுமா? நீங்கள் அப்படிச் செய்துதான் ஆக வேண்டும். வேறு வழி கிடையாது.

நாம் சௌகரியம் இருக்கும் திசையை நோக்கி ஓடுகிறோம் என்றால், புருவங்களை உயர்த்தாமல் இருக்கிறோம் என்றால், ஓர் அறையில் முன்வரிசையில் அமராமல் பின்வரிசையில் அமர்கிறோம் என்றால், நாம் வாய்ப்புகளிலிருந்து தலைதெறிக்க ஓடிக் கொண்டிருக்கிறோம் என்று பொருள்.

பயத்தின் காரணமாக நாம் விஷயங்களைத் தள்ளிப் போடுகின்றபோது, நாம் எதைச் செய்யப் போகிறோம் அல்லது செய்யாமல் இருக்கப் போகிறோம் என்பதை பயம் தீர்மானிக்க நாம் அனுமதிக்கின்றபோது, வெற்றி உட்பட ஏராளமானவற்றை நாம் இழக்கிறோம்.

நாம் முகம் சிவப்பதைப் பற்றிக் கவலைப்படாமல் இருந்தால், நாம் யாராக இருப்போம்? மேடை வெளிச்சத்தைப் பொருட்படுத்தாமல் இருக்கப் பழகிக் கொண்டால், என்னென்னவெல்லாம் நம்மால் சாதிக்க முடியும்? நாம் தோற்கவும், அதைப் பொதுவெளியில் செய்யவும் தயாராக இருந்தால், நம்மால் எந்த உயரத்தை எட்ட முடியும்?

எந்தப் பாரம்பரியத்தை நீங்கள் தேர்ந்தெடுப்பீர்கள்?

ஆதி மனிதனுக்கு வாழ்க்கையே எவ்வளவு பெரிய போராட்டமாக இருந்திருக்கும் என்று யோசித்துப் பாருங்கள். பிறக்கின்ற குழந்தைகளில் ஐம்பது சதவீதம் மட்டுமே பிழைத்துக் கொண்டிருந்த காலகட்டத்தில், ஒரு குழந்தையை இந்த உலகிற்குக் கொண்டுவருவது என்பது எவ்வளவு கடினமானதொரு காரியமாக இருந்திருக்கும்? தங்கள் இஷ்டத்திற்கு ஆடிக் கொண்டிருந்த அரசர்களின் ஆதிக்கத்தையும் இயற்கைச் சீற்றங்களையும் பொறுத்துக் கொண்டு, போர்கள், பேரிடர்கள், நிச்சயமற்ற இருத்தல் ஆகியவற்றுக்கு நடுவே உழன்று கொண்டிருந்தால் எப்படி இருக்கும் என்று கற்பனை செய்து பாருங்கள்.

இவ்வளவுக்கும் நடுவே மக்கள் என்ன செய்தனர்?

எப்படியோ வாழ்க்கையை ஓட்டினர்.

அப்போது கண்டங்களைப் பிணைத்திருந்த நிலப்பரப்புகள் வழியாகப் புதிய கண்டங்களுக்குச் சென்றிருந்த, தீயால் முற்றிலுமாக நாசமாக்கப்பட்டவற்றை மீண்டும் கட்டியெழுப்பியிருந்த, கவசங்களை அணிந்து கொண்டு போருக்கு ஓடிய, அரசிடமிருந்து மாற்றப்பட முடியாத உரிமைகளைக் கோரிய, முரட்டுக் கும்பல்களை மண்டியிட வைத்த, அறிவியலில் புதிய எல்லைகளைத்

தொட்டிருந்த மக்கள்தாம் உங்களை நேரடியாகவும் மறைமுகமாகவும் உருவாக்கியிருந்தனர். அவர்களுடைய இரத்தம்தான் உங்களுடைய நாளங்களில் ஓடிக் கொண்டிருக்கிறது. அவர்களுடைய டிஎன்ஏதான் உங்களுக்குள் திமிறிக் கொண்டிருக்கிறது.

நீங்கள் ஒரு இராஜ பரம்பரையைச் சேர்ந்திராதவராக இருந்தாலும் சரி, அடக்கி வைக்கப்பட்டிருந்த சிறுபான்மைச் சமூகத்திலிருந்து வந்திருந்தாலும் சரி, நீங்கள் போராளிகளிலிருந்தும், கடும் சூழல்களிலிருந்து தப்பிப் பிழைத்திருந்தவர்களிடமிருந்தும் உதித்தவர்கள்தாம். ஜேம்ஸ் பால்டுவின் தன் மருமகனிடம், “ஒரு பலசாலியான விவசாயக் குலத்திடமிருந்து வந்தவன் நீ. பருத்திகளைப் பறித்த, ஆறுகளுக்குக் குறுக்கே தடுப்பணைகளைக் கட்டிய, சாலைகளை அமைத்த, கடும் சூழல்களிலும் தங்களுடைய கண்ணியத்தைக் காப்பதில் எந்தவிதமான சமரசங்களையும் செய்து கொள்ளாதிருந்த பரம்பரையிலிருந்து வந்தவனடா நீ!” என்று பெருமையாகக் கூறியிருந்தார்.

பயத்தால் ஆட்கொள்ளப்பட்டிருந்த நபர்களிடமிருந்தும் வந்திருந்தவனா அவன்? கண்டிப்பாக. அதிலென்ன சந்தேகம்? நாம் அனைவருமே அப்படித்தான். ஆனால், எவருடைய பாரம்பரியத்தைப் பின்பற்றுவது என்பதை நாம்தான் தேர்ந்தெடுக்கப் போகிறோம்.

பாரசீகத்தில் மாட்டிக் கொண்டு பயத்தில் உறைந்திருந்த தன் படையினரிடம் கிரேக்க இராணுவத் தலைவரான செனோபோன், “நம்முடைய தந்தையர் எதிர்கொண்டிருந்த ஆபத்துகளைப் பற்றி நான் உங்களுக்கு நினைவுபடுத்த விரும்புகிறேன். அவர்கள் அவற்றைத் துணிவுடன் கடந்து வந்தனர். நீங்களும் அவர்களைப்போலவே துணிச்சலுடன் செயல்படுகின்றபோது, கடவுளரின் உதவியோடு, கஷ்டமான பிரச்சனைகளிலிருந்து உங்களாலும் வெளியே வந்துவிட முடியும்,” என்று கூறினார்.

வரலாறு கற்பனாவாதக் கதைகளால் நிறைந்திருக்கவில்லை, மாறாக, இரத்தமும் சதையுமான மனிதர்களின் கதைகளால் அது நிறைந்துள்ளது என்பதை நீங்கள் நினைவில் வைத்திருக்க வேண்டும். அந்த மனிதர்கள் உங்களைப் போன்றவர்கள். ஆரோக்கியத்திலும் சரி, பிறவற்றிலும் சரி, அவர்கள் உங்களைவிட மேம்பட்டவர்களாக இருக்கவில்லை. விதி அவர்களைப்

புரட்டிப் போட்டபோது, அடிகளை வாங்கிக் கொண்டு, தங்களால் முடிந்த அளவு சிறப்பாக அவர்கள் செயல்பட்டிருந்தனர். சில சமயங்களில் அதில் அவர்கள் தோற்றனர், தவறுகள் செய்தனர், கீழே தள்ளப்பட்டனர். ஆனாலும் அவர்கள் எப்படியோ பிழைத்துக் கொண்டனர். இன்று நம்மை முன்னே உந்தித் தள்ளுகின்ற நிகழ்வுகளை அவர்கள் முடுக்கிவிட்டனர்.

அவர்களில் கோழைகளும் இருந்தனர். நாம் அவர்களைப் பொருட்படுத்தத் தேவையில்லை.

நாம் பயந்து போயிருக்கின்றபோது, நமக்கு முன்னால் வந்தவர்களை நினைத்துப் பார்த்து நாம் உத்வேகம் கொள்ளலாம். அவர்கள் உருவாக்கியுள்ள நினைவுச்சின்னங்களுக்குச் செல்லலாம். அவர்கள் உருவாக்கியுள்ள ஆவணங்களைப் படிக்கலாம். அது நம்முடைய பாரம்பரியத்தை உள்ளடக்கிய ஒன்று.

அவர்கள் தங்கள் கைகளிலிருந்த தீப்பந்தங்களை நம் கைகளுக்கு மாற்றியுள்ளனர். நாம் அவற்றை ஏந்திக் கொண்டு ஓடப் போகிறோமா?

போர் வீரர்களுக்கு நிதி திரட்டுவதற்காக, நைட்டிங்கேல் தன் முதிர்ந்த வயதில், தன் குரலில் ஓர் ஒலிப்பதிவு செய்து அதை வெளியிட்டார். அதைப் பற்றி அவர் இவ்வாறு குறிப்பிட்டிருந்தார்: "என்னைப் பற்றிய நினைவுகள் மக்களின் மனங்களிலிருந்து மறைந்துவிடுகின்றபோதுகூட, என் குரல், இதன் வாயிலாக நான் மேற்கொண்டிருந்த பணிகளைப் பறைசாற்றிக் கொண்டிருக்கும் என்று நான் நம்புகிறேன்."

கேட்பதற்கு பயப்படுபவராக நீங்கள் இருக்கக்கூடாது

பிறருடைய அபயக்குரலைக் கேட்டவுடன் ஆபத்தைப் பொருட்படுத்தாமல் களத்திற்கு ஓடி வருவது தங்களுடைய முதற்கடமை என்பதை முன்கள முன்னணிப் பணியாளர்கள் அறிவர். குழந்தைகள் என்று வருகின்றபோது, தங்களுடைய நலன் பின்னுக்குத் தள்ளப்பட வேண்டும் என்பதைப் பெற்றோர் அறிவர். பிறரை உற்சாகப்படுத்துவதில் சிறந்து விளங்குபவர்கள், நகைச்சுவைக்கும் நம்பிக்கைக்கும் பிறர் தங்களைச் சார்ந்துள்ளனர் என்பதை அறிவர்.

ஆனால், தங்களாலும் பிறரிடம் உதவி கேட்க முடியும் என்பதை அவர் அறிவார்களா?

அல்லது அப்படிச் செய்ய அவர்கள் பயப்படுவார்களா?

பொதுவாக ஸ்டோயிக்குகள் வலுவானவர்கள். துணிவானவர்கள். அவர்கள் தங்களுடைய கடமைகளைத் தயங்காமலும் முணுமுணுக்காமலும் செய்வர். தேவைப்படுகின்றபோது, அவர்கள் தாங்களாகவே முன்வந்து பிறருடைய சுமையைத் தங்களுடைய தோள்களில் சுமக்கத் தயங்காதவர்கள். ஆனால், அதற்காக அவர்களை அதிமனிதர்கள் என்று கருதுவது தவறு. அவர்கள் ஒருபோதும் கஷ்டப்பட்டதில்லை, ஒருபோதும் தடுமாறியதில்லை, அவர்களுக்கு ஒருபோதும் எதுவும்

தேவைப்பட்டதில்லை என்று அனுமானிப்பது சரியல்ல. நம் அனைவரையும்போலவே அவர்களுக்கும் பிறரிடம் உதவி கேட்பது தேவைப்பட்டது.

அதற்கு அவர்கள் பயப்படுவதில்லை. பல நேரங்களில் அதற்குத்தான் துணிச்சலும் பலமும் தேவைப்படுகின்றன.

"உதவி கேட்பதற்காக வெட்கப்படாதீர்கள். எதிரியின் கோட்டையை உடைத்து நொறுக்கிக் கொண்டு செல்ல முயல்கின்ற ஒரு போர்வீரனைப்போலத்தான் நீங்களும். உங்கள் முன் ஓர் இலக்கு இருக்கிறது. நீங்கள் காயமடைந்திருக்கின்றபோது, உங்களுடைய சக வீரனின் உதவிக்கரம் உங்களுக்குத் தேவைப்படுகிறது. இதில் அவமானத்திற்கு எங்கே இடமிருக்கிறது?" என்று மார்க்கஸ் அரேலியஸ் எழுதியுள்ளார்.

ஆமாம், அவமானப்பட என்ன இருக்கிறது?

இங்கு நீங்கள் உதவிக்கரத்தைத்தான் நாடுகிறீர்கள், பிச்சை கேட்பதில்லை. நீங்கள் அறிவுரையை வேண்டுகிறீர்கள். உங்களுக்கு விலக்கு அளிக்கப்பட வேண்டும் என்று கோருவதில்லை. மீண்டும் வந்து சண்டை போடுவதற்காக உங்களுடைய காயங்களுக்குச் சிகிச்சை பெற்றுக் கொள்ள நீங்கள் விரும்புகிறீர்கள். உங்கள்மீது கவனத்தை ஈர்ப்பதற்காகவோ அல்லது பிறர் உங்கள்மீது கருணை காட்ட வேண்டும் என்பதற்காகவோ நீங்கள் குரல் கொடுக்கவில்லை. அதுபோன்ற ஒன்று வேறு ஒருவருக்கு நிகழ்ந்துவிடக்கூடாது என்பதற்காகத்தான் நீங்கள் அதைச் செய்கிறீர்கள். நியாயமற்ற அனுகூலத்தை நீங்கள் நாடிக் கொண்டிருக்கவில்லை. நீங்கள் இப்போது இருக்கின்ற நிலையிலிருந்து மீள்வதற்காக உருவாக்கப்பட்டுள்ள பாதுகாப்பு ஏற்பாடுகளையும் வாய்ப்புகளையும் நீங்கள் பயன்படுத்திக் கொள்ள முனைகிறீர்கள், அவ்வளவுதான்.

போதைக்கு அடிமையானவர்கள், உதவி கேட்பதற்குப் பல ஆண்டுகளாக பயந்து போயிருக்கின்றனர்; அதிலிருந்து சுயமாக விடுபடக்கூடிய சக்தி தங்களுக்கு இல்லை என்பதை ஒப்புக் கொள்ள அவர்கள் தயங்கிக் கொண்டிருக்கின்றனர். உயரதிகாரிகள், பிறருடைய உதவியைக் கேட்டால் நம்மைப் பற்றிப் பிறர் என்ன நினைப்பார்களோ, இப்பதவிக்கு இவன் தகுதியானவன் அல்லன் என்று கருதுவார்களோ என்று பல ஆண்டுகளாக அஞ்சிக் கொண்டிருக்கின்றனர். தன்னுடைய மனத்தளர்ச்சியிலிருந்து மீள்வதற்கு, தன்

சொந்தக் குழந்தைகளிடம்கூட உதவி கேட்க அம்மாக்கள் பல ஆண்டுகளாக தயங்கிக் கொண்டிருக்கின்றனர். முன்னாள் இராணுவ வீரர்கள், வெளியே சொன்னால் தங்களுடைய வீரம் குறைத்து மதிப்பிடப்பட்டுவிடுமோ என்று பயந்து பல ஆண்டுகளாகத் தங்களுக்குள்ளேயே முடங்கிக் கிடக்கின்றனர்.

நம்மை வெளிப்படுத்திக் கொள்ள நாம் மிகவும் அஞ்சுகிறோம். பிறரிடம் பகிர்ந்து கொள்ள மிகவும் தயங்குகிறோம். நாம் நமக்குள் எவ்வாறு உணர்கிறோம் என்பதை வேறு எவரும் தெரிந்து கொள்வதை நாம் விரும்புவதில்லை. இதன் காரணமாக, கிட்டத்தட்ட நாம் அனைவருமே நாம் தனிமையாக இருப்பதாக உணர்கிறோம். இந்த பயத்தை முறியடிக்க நம்மிடம் என்ன பலம் இருக்கிறது? அப்படிச் செய்யாமலிருப்பது நம்மிடம் எத்தகைய வலிகளை ஏற்படுத்துகிறது?

ஒரு மாணவன் கேள்வி கேட்கின்றபோது என்ன நடக்கிறது? அவனுக்குத் தெரியாத விஷயங்களை அவன் கற்றுக் கொள்கிறான். ஒருவன் தன்னுடைய உள்ளார்ந்த பயத்தைத் தன் நண்பனிடம் பகிர்ந்து கொள்கின்றபோது என்ன நடக்கிறது? அந்த நட்பு வலுவடைகிறது. ஓர் ஊழியர் தன்னுடைய வேலைப் பளு அதிகமாக இருப்பதாகக் கூறும்போது என்ன நடக்கிறது? அந்நிறுவனம் கூடுதலாக வேறு ஒருவரை நியமிக்கிறது, அதன் மூலம் அதன் செயல்திறன் அதிகரிக்கிறது. ஒருவர் தனக்கு நடந்த அவமானகரமான விஷயம் குறித்து வெளிப்படையாகப் பேச முன்வரும்போது என்ன நடக்கிறது? சமூகம் கொதித்தெழுந்து நடவடிக்கையில் குதிக்கிறது, அது மேலும் தொடராமல் தடுத்து நிறுத்தப்படுகிறது.

சில நேரங்களில் வெறுமனே கேட்பதே ஒரு திருப்புமுனைக்கு இட்டுச் செல்லக்கூடும். அந்த ஒப்புக்கொள்ளுதல் நமக்குள் ஏதோ ஒன்றை விடுவிக்கிறது. அந்தப் பிரச்சனையைத் தீர்க்கின்ற அளவுக்கு நாம் வலுவடைகிறோம்.

நமக்குள் இரகசியங்களைப் புதைத்து வைப்பதே ஒரு நோய்தான். நாம் பயத்தின் தயவில் இருப்பதால், செயலில் இறங்காமல் முடங்கிப் போய்க் கிடக்கிறோம், அனுமானங்களால் உறைந்து போய்விடுகிறோம்.

ஆசுவாசப்படுத்திக் கொள்வதற்குச் சில கணங்களை

எடுத்துக் கொள்வதில் தவறில்லை. ஓர் உதவிக்கரத்தை நாடுவதில் தப்பில்லை. ஓர் உத்தரவாதம், ஓர் ஆதரவுக் குரல், ஒரு மன்னிப்பு தேவைப்படுவதில் பிரச்சனையில்லை. சிகிச்சை தேவைப்படுகிறதா? போய் அதைப் பெற்றுக் கொள்ளுங்கள். மீண்டும் முதலிலிருந்து துவக்கப்பட வேண்டுமா? பரவாயில்லை. உங்களை நிலைப்படுத்திக் கொள்ள வேறு ஒருவரின் தோளில் சாய்ந்து கொள்ள வேண்டுமா? தாராளமாகச் செய்யுங்கள்.

நீங்களாகக் கேட்காவிட்டால், இவை எதுவும் உங்களுக்குக் கிடைக்காது. அதனால் கேளுங்கள். இப்போதே கேளுங்கள். உங்களிடம் துணிச்சல் இருக்கும்போதே கேளுங்கள். காலம் கடந்துவிடுவதற்கு முன்பே கேளுங்கள்.

நாம் இந்த வேள்வியில் ஒன்றாகத்தான் இருக்கிறோம். நாம் தோழர்கள். தயங்காமல் உதவி கேளுங்கள். அது துணிச்சலானது மட்டுமல்ல. அதுதான் சரியான செயலும்கூட.

நம்மைத் தாண்டி நாம் மேலே எழுகின்றபோது...

போர்க்களத்திற்குள் நுழைவதற்கு முன்பு உங்களிடம் பயம் தோன்றுவது இயல்பானதுதான். அறியாத ஒன்றுக்குள் நுழைவது தொடர்பான இறுதிக்கட்ட முன்தயாரிப்பு அது. நீங்கள் ஒரு நல்ல படைவீரன் என்பதை இங்கேதான் நீங்கள் நிரூபிப்பீர்கள். அதன் மூலம், நீங்கள் உங்களுடன் நிகழ்த்துகின்ற அந்த முதல் மோதல் நிறைவடைந்திருக்கும். இப்போது நீங்கள் உங்களுடைய எதிரியுடனான மோதலுக்குத் தயாராக இருப்பீர்கள்.

— இராணுவ வாழ்க்கை (கையேடு), 1944

அஞ்சுவதற்கு ஒரு காரணம் இருக்கிறது.

அதற்குத் தர்க்கரீதியான ஒரு நியாயம் இருக்கிறது. இல்லையெனில், உடல்ரீதியாக அதனால் இருக்க முடியாது.

சுய பாதுகாப்பை எல்லாவற்றுக்கும் மேலாக முன்வைப்பதில் மிகப் பெரியதொரு நன்மை இருக்கிறது. உங்களை உயிருடன் வைத்திருப்பதுதான் அது.

பயத்தினால் நன்மை இருக்கிறதா என்பது இங்குக் கேள்வி அல்ல. அதில் கண்டிப்பாக நன்மை இருக்கிறது. எல்லோருமே எப்போதும் பயத்தின் பிடியில் இருந்து கொண்டு செயல்பட்டால் விஷயங்கள் எப்படி இருக்கும் என்பதுதான் கேள்வி.

அதற்கான பதிலையும் நாம் அறிவோம். உலகம் நரகமாக இருக்கும். வாழ்க்கை இன்னும் பயங்கரமானதாக ஆகிவிடும்.

ஜார்ஜ் பெர்னார்டு ஷா கூறியபடி, நடைமுறைக்கேற்ற மனிதன் இந்த உலகிற்கு ஏற்பத் தன்னைத் தகவமைத்துக் கொள்கிறான். ஆனால், முன்னேற்றம், அப்படி சமரசம் செய்து கொள்ளாத மனிதர்களின் துணிவையே முழுக்க முழுக்க நம்பி இருக்கிறது. பயம் கொள்வதில் அர்த்தமுள்ளது. ஆபத்தைத் தவிர்ப்பதில், சமரசம் செய்து கொள்வதில், உடன்பாடு கொள்வதில் அர்த்தமுள்ளது. அதில் சுயநலம் தூக்கலாக இருக்கிறது என்பது உண்மைதான். ஆனால், அது பாதுகாப்பானது என்பதை மறுக்க முடியாது.

இதற்கு ஆதரவாகப் பல பொன்மொழிகள் உதிர்க்கப்பட்டுள்ளன: ஊரோடு ஒத்து வாழ். ஆழம் தெரியாமல் காலை விடாதே. இப்படிச் சொல்லிக் கொண்டே போகலாம்.

ஆனாலும், எல்லோருமே பயத்தில் நம்பிக்கை கொண்டிருந்தால், அதுதான் உலகை ஆண்டு கொண்டிருக்கும். பயம் குறித்த நம்பிக்கைகள் அசைக்கப்பட முடியாத உண்மையென்று நம்பப்படும். அது மட்டுமல்லாமல், நல்லவை ஒருக்காலும் தீயவற்றைத் தோற்கடிக்காமல் போகும், புதியவை தலையெடுக்க முடியாமல் தத்தளிக்கும், எதுவுமே மேம்படாமல் போகும்.

நாம் விரும்புவது அதுவல்லவே. இந்த உலகிற்கு நாம் அனுப்பப்பட்டுள்ளது அதற்காக அல்லவே.

சிலருக்கு அது பொருந்தக்கூடும். ஆனால், அதில் நீங்கள் சேர்த்தி கிடையாது.

எந்தக் குரலுக்குச் செவி சாய்ப்பது என்பதை நாம்தான் தேர்ந்தெடுக்கிறோம். பாதுகாப்பாக ஆட வேண்டுமா, சிறிய அளவில் சிந்திக்க வேண்டுமா, பயப்பட வேண்டுமா, ஊரோடு ஒத்துப் போக வேண்டுமா, மறைந்து கொள்ள வேண்டுமா அல்லது உலகைச் சந்தேகக் கண்களுடன் பார்க்க வேண்டுமா என்பதை நாம்தாம் தேர்ந்தெடுக்கிறோம். நாம் பயத்தின் முதுகெலும்பை முறியடிப்போமா, நம்முடைய சொந்த வழியில் செல்வோமா, அல்லது ஒரு குறுகிய பாலத்தில் நின்று கொண்டு ஆழமான நதியை எட்டிப் பார்த்தப் பிறகும் தொடர்ந்து அதில் செல்லப் போகிறோமா என்பதை நாம்தான் தேர்ந்தெடுக்கிறோம்.

துணிச்சலுடன் இருக்கப் போகிறோமா? பயத்தைத் தைரியமாக எதிர்கொள்ளப் போகிறோமா? அதைத் தீர்மானிக்க வேண்டியது நாம்தாம். அதை நாம் செய்தே ஆக வேண்டும் என்று கட்டாயமில்லை.

ஆனால், இவற்றின்மீதுதான் மற்ற அனைத்துச் சிறப்பான விஷயங்களும் கட்டமைக்கப்பட்டுள்ளன என்ற உண்மையை நம்மால் உதாசீனப்படுத்த முடியாது.

வாழ்க்கையில் நமக்கு என்ன வேண்டும்? உலகிற்கு என்ன தேவை? இவை அனைத்தும் பயத்தின் மறுபக்கம் இருக்கின்றன. இவை அனைத்தும் துணிச்சலின் மூலமாக மட்டுமே அடையப்படக்கூடியவை. அதைப் பிரயோகிப்பதை நாம் தேர்ந்தெடுக்கப் போகிறோமா?

பகுதி 2

துணிவு

ஊக்கமிழக்காமல் எதிரியைச்
சந்திப்பதற்காகவும், சவால்களுக்கு இடையே
போராடுவதற்காகவும்!

தாங்குதிறனைத் தெரிந்து கொள்வதற்காகவும்,
அவர்களுடன் தனியாக மோதுவதற்கு
முயற்சிக்கவும்!

சிறையையும் சித்திரவதையையும் நேரில்
எதிர்கொள்வதற்கு!

அலட்சியமாக எதிரியின் துப்பாக்கி
முனைகளை நோக்கி வீறுநடை போடுவதற்கு!

மொத்தத்தில் ஒரு கடவுளாக இருப்பதற்கு!

— வால்ட் விட்மேன்

துணிவு என்பது பயத்தை வெற்றி கொண்டு அதை நிர்வகிப்பது. ஒரு கணத்தில் அல்லது தினந்தோறும் தொடர்ந்து விதியின்மீதும், உங்கள்மீதும், சூழலின்மீதும் பொறுப்பேற்றுக் கொள்வதற்கு மேற்கொள்ளப்படுகின்ற ஒரு தீர்மானம் அது. ஒன்று, நாம் இருளைச் சபித்துக் கொண்டிருக்கலாம்,

அல்லது ஒரு மெழுகுவர்த்தியை ஏற்றலாம். நம்மைக் காப்பாற்ற யாரோ ஒருவர் வருவார் என்று காத்துக் கொண்டிருக்கலாம், அல்லது நாமே எதிர்த்து நிற்கத் தீர்மானிக்கலாம். நாம் எதைச் செய்யப் போகிறோம்? ஒவ்வொரு கதாநாயகனும் இதைத்தான் எதிர்கொள்கிறான். அதுதான் நம்முடைய வாழ்க்கையின் முக்கியமான திருப்புமுனையாக, உண்மைக் கணமாக இருக்கும். நீங்கள் துணிச்சலுடன் இருப்பீர்களா? உங்களைக் களத்தில் கொண்டு போய் நிறுத்துவீர்களா? அப்போது உங்களுடைய எந்தப் பண்புநலன் வெளிப்படும்? உங்களுடைய கடமையை ஆற்றுவதில் நீங்கள் தோல்வியடைவது என்பது கோழைத்தனம் என்றால், துணிந்து இறங்கி அதைச் செய்வதுதான் துணிச்சல். அழைப்பை ஏற்பது அது. பயத்தைத் துச்சமென மதித்து, விதியை வசப்படுத்துவது அது. செய்தே ஆக வேண்டிய காரியத்தை, அது செய்யப்பட முடியாததாக இருந்தாலும்கூட, அதில் வெற்றிக்கான உத்தரவாதம் இல்லாதிருந்தாலும்கூட, மனவலிமையுடனும், துடிப்புடனும், விடாமுயற்சியுடனும் அதைச் செய்வது அது. அது எளிதானதாக இருக்காது. ஆனால், அதற்காக நாம் அஞ்சக்கூடாது. ஷேக்ஸ்பியர் கூறியதுபோல, "நம்மை நாடிக் கொண்டிருக்கின்ற காலத்தை நேருக்கு நேர் சந்திக்க" நாம் துணிய வேண்டும். நம்முடைய விதியை நம் வசப்படுத்துவோமாக!

நம்முடைய அழைப்பை நாம் ஏற்றுக் கொள்கின்றபோது

ஓர் ஒற்றை மனிதன் பிரான்ஸைக் காப்பாற்றினான்.

அது காப்பாற்றப்பட வேண்டிய ஒன்று என்று சார்ல்ஸ் டி கோல் நினைத்தார், அவர் அதைச் செய்தும் காட்டினார்.

1940 ஆம் ஆண்டு ஜூன் மாதத்தில் பிரான்ஸ் ஜெர்மனியிடம் வீழ்ந்தபோது, பிரான்ஸின் சாலைகள் மட்டும் ஜெர்மானிய பீரங்கி வண்டிகளின் அடியில் நசுக்கப்படவில்லை, அதன் தலைவர்களின் மனப்போக்கும்தான். நவீன உலகின் படுமோசமான ஒரு கொடுங்கோலனிடம் அவர்கள் உடனடியாகவும் அமைதியாகவும் சரணடைந்தனர். சார்ல்ஸ் டி கோல் மட்டுமே ஒரு சிறிய விமானத்தில் ஏறி இங்கிலாந்திற்குச் சென்றார்.

அது அவருடைய வாழ்க்கையில் நிகழ்ந்த மிகவும் பீதி ஏற்படுத்திய ஒரு பயணம். ஏனெனில், அவர் விமானத்தில் ஏறும் முன்பாகவே தடுத்து நிறுத்தப்பட்டிருக்கலாம்; அவருடைய விமானம் நடுவானில் சுட்டு வீழ்த்தப்பட்டிருக்கலாம். இன்னும் சொல்லப் போனால், அவருடைய குடும்பத்தார் ஏறிச் செல்லத் திட்டமிட்டிருந்த விமானத்திற்கு அந்தக் கதிதான் ஏற்பட்டது; அதில்

பயணித்தவர்கள் அனைவரும் கொல்லப்பட்டனர். அதைப் பற்றிப் பின்னர் கோல் இவ்வாறு நினைவுகூர்ந்தார். “ஒன்றரை மணி நேரம் நீடித்த அந்தப் பயணத்தின்போது, ஆதரவின்றி நடுக்கடலில் தத்தளித்துக் கொண்டிருந்த ஒரு மனிதனைப்போல நான் தனிமையாக உணர்ந்தேன். அதுவரை நான் வாழ்ந்திருந்த ஒரு வாழ்க்கைக்குத் திடீரென்று ஒரு முற்றுப்புள்ளி வைக்கப்பட்டதாக எனக்குத் தோன்றியது.”

அப்போது டி கோல் ஓர் அரசியல்வாதியாக இருக்கவில்லை. அவர் இராஜ பரம்பரையைச் சேர்ந்தவரும் அல்லர். அவர் இராணுவத்தில் ஓர் உயரதிகாரியாக இருந்தபோதிலும், அதன் தளபதி அல்லர். அவர் ஒருவர் மட்டுமே பிரதமரிடம், பிரான்ஸ் ஜெர்மனியை எதிர்த்துப் போரிட வேண்டும் என்று வலியுறுத்தி வந்திருந்தார். பிரான்ஸ் சரணடைந்தபோது, அவர் அதை ஏற்க மறுத்து, போராடத் தீர்மானித்தார்.

தன் முயற்சியை விட்டுக்கொடுக்க அவர் மறுத்தார். தன் நாடும் அதன் முயற்சியைக் கைவிடுவதை ஏற்றுக் கொள்ள அவர் மறுத்தார்.

அவர் இங்கிலாந்தை அடைந்த பிறகு சர்ச்சிலைச் சந்தித்தார். மறுநாளே பிபிசி வானொலியில் உரையாற்ற அவருக்கு ஒரு வாய்ப்பு வழங்கப்பட்டது. அப்போது அவர் எந்தவொரு இராணுவத்தையும் வழிநடத்திக் கொண்டிருக்கவில்லை, அவரிடம் பணம் எதுவும் இருக்கவில்லை, திட்டம் எதுவும் இருக்கவில்லை, தலைமை ஏற்பதற்கான எந்த அதிகாரமும் இருக்கவில்லை. ஆனாலும், எப்படியோ அவர் வென்றார்.

“துணிவுள்ள ஒரு மனிதன் பெரும்பான்மையை உருவாக்குவான்,” என்ற வாக்கு அவருடைய விஷயத்தில் மெய்யானது.

அந்தப் பிரபலமான வானொலி உரையில் அவர் இவ்வாறு முழங்கினார்: “பிரான்ஸைப் பொறுத்தவரை எதுவும் இழக்கப்பட்டிருக்கவில்லை. எந்த வழிமுறைகள் நம்மை முறியடித்தனவோ அதே வழிமுறைகள் ஒரு நாள் நமக்கு வெற்றியைத் தேடித் தரும். பிரான்ஸ் தனியாக இல்லை.”

அவர் அப்படிக் கூறினாலும், பிரான்ஸ் தன்னந்தனியாகத்தான் இருந்தது.

ஜெர்மனிக்கு எதிராகப் போரிட, இங்கிலாந்தால் காப்பாற்றப்பட்டிருந்த பிரெஞ்சு இராணுவ வீரர்களுக்கு அழைப்பு விடுப்பதுதான் அந்த உரையின் நோக்கமாக இருந்தது. ஆனால், எதிர்த்துப் போரிடுவதற்குப் பதிலாக, ஜெர்மனியின் ஆதிக்கத்திலிருந்த தங்களுடைய சொந்த நாட்டுக்குத் திரும்பிச் செல்லவே இங்கிலாந்திலிருந்த பிரெஞ்சு வீரர்கள் விரும்பினர். அதுவரை கோலின் வழிகாட்டியாக இருந்த, முதலாம் உலகப் போரின்போது பிரான்ஸின் மாபெரும் கதாநாயகனாகக் கொண்டாடப்பட்ட ஜெனரல் பிலிப் பெட்டெயின், ஜெர்மனியுடன் கூட்டுச் சேர்ந்து கொண்டார். அவர் ஜெர்மனியின் ஆக்கிரமிப்பை நியாயப்படுத்தத் தன்னுடைய பிரபலத்துவத்தைப் பயன்படுத்தத் தொடங்கினார். ஹிட்லரை எவரொருவராலும் எதிர்த்து நிற்க முடியாது எனும்போது, எதிர்த்துப் போராடுவதால் ஒரு பயனும் இல்லை என்று அவர் கருதினார்.

அந்த வானொலி உரைக்கு முன்பாக, ஒலிபெருக்கி சரியாக வேலை செய்கிறதா என்பதைச் சோதிக்க டி கோல் பயன்படுத்திய வார்த்தை: பிரான்ஸ். எதார்த்தமும் தகவல்களும் நேர்மாறாக இருந்தபோதிலும், அவர் தன் நாட்டின்மீது நம்பிக்கை வைத்திருந்தார். பெட்டெயினின் சரணாகதி சரியானதல்ல என்று அவர் கருதினார். அதுதான் அவருடைய துருவ நட்சத்திரமாக இருந்தது. பிரான்ஸைக் காப்பாற்ற முடியும் என்று அவர் ஆணித்தரமாக நம்பினார்.

ஆனால், எதார்த்த நிலை மிக மோசமாக இருந்தது. அவருடன் வெகு சில பிரான்ஸ் இராணுவ அதிகாரிகள் மட்டுமே இருந்தனர். கோலுக்கும் அவர்களுக்கும் முழு ஆதரவு அளிப்பதற்குச் சர்ச்சில் முன்வந்தார்.

ஆனால், அது போதுமா?

கோல் தன் முதிய வயதில் இருந்தபோது, அவரிடம், ஜெர்மனியின் ஆக்கிரமிப்பிற்கு எதிராகப் போராடியவரும் எழுத்தாளருமான ஆந்த்ரே மால்ராக்ஸ், "நீங்கள் செய்திருந்த அனைத்துக் காரியங்களிலும் நீங்கள் சிறுபான்மையினராகத்தானே இருந்தீர்கள்?" என்று கேட்டார்.

"ஆம், அது உண்மைதான் என்றாலும், வெகு விரைவில் என் நிலை மாறும் என்பதை நான் அறிந்திருந்தேன்," என்று கோல் அதற்குப் பதிலளித்தார்.

மற்றொரு பிரெஞ்சுச் சாதனையாளரான நெப்போலியன், "துணிவு மிச்சமிருக்கின்றவரை எதுவுமே இழக்கப்பட்டிருக்காது," என்று கூறியிருந்தார். கோல், தலைமைத்துவச் சுமையைத் தன் தோளில் ஏற்றி வைத்துக் கொள்ளத் துணிந்தார். நம்பிக்கையின்மை தன்னை அணுக அவர் அனுமதிக்கவில்லை. மாறாக, போராட்டப் பாதையை அவர் தேர்ந்தெடுத்தார்.

இப்போது இருப்பதுபோலவே, இருபதாம் நூற்றாண்டின் மத்தியிலும், "தனியொருவனால் வரலாற்றை மாற்றிவிட முடியுமா?" என்ற சந்தேகம் மக்கள் மனத்தில் இருந்தது. தங்களால் உண்மையிலேயே ஒரு வித்தியாசத்தை ஏற்படுத்த முடியுமா? அல்லது காலம் மற்றும் போக்கின் திக்குமுக்காட வைக்கின்ற சக்திக்கு அடிபணிந்துவிட வேண்டுமா?

"நிகழ்வுகளின் சங்கிலியில், மனித மன உறுதியின் தலையீட்டில் ஒரு தவிர்க்கப்பட முடியாத அம்சம் இருக்கிறது. பொறுப்பின் சுமையை மிகக் குறைவான நபர்களாலேயே தாங்கிக் கொள்ள முடியும். அறிவாற்றலும் உள்ளுணர்வும் அதற்கு உதவும் என்றாலும், அவை மட்டுமே போதாது. அறம் அதில் ஒரு முக்கியப் பங்கு வகிக்கிறது," என்று இரண்டாம் உலகப் போருக்கு முன்பாக கோல் எழுதினார்.

பிரான்ஸை ஆண்டு கொண்டிருந்த ஜெர்மானிய அரசு, கோல் இல்லாமலேயே அவர்மீது வழக்குத் தொடர்ந்து அவருக்கு மரணதண்டனை விதித்தது. முதலாம் உலகப் போரின்போது, கோல் பல முறை படுகாயம் அடைந்தார். அவர் ஒரு போர்க்கைதியாக இருந்தார். கடும் ஆபத்துகள் இருந்தும், எதிரிச் சிறையிலிருந்து அவர் பல முறை தப்பிக்கப் பார்த்தார். அவருடைய மனைவியும் துணிச்சலில் அவருக்குச் சளைத்தவராக இருக்கவில்லை. அவர் தன் இளம் குழந்தைகளை அழைத்துக் கொண்டு ஒரு படகில் இங்கிலாந்திற்குத் தப்பிச் சென்றார். கோல் மற்றும் அவருடைய மனைவி ஆகிய இருவர்மீதும் 30 முறை கொலை முயற்சிகள் மேற்கொள்ளப்பட்டன. அவர்கள் இருவருமே பயத்தை வென்றிருந்தனர்.

இறுதியில் கோல் வெற்றி பெற்றதால், பிரான்ஸ் மக்கள் ஏகமனதாக ஜெர்மானியர்களுக்கு எதிராகப் போராடியதாக நாம் நினைத்துக் கொண்டிருக்கிறோம். ஆனால், அது

உண்மையல்ல. மக்கள் பெரும் பீதியில் இருந்தனர் என்பதே உண்மை. எதிர்ப்பில் கலந்து கொள்ளாமல் இருப்பதற்கு அவர்கள் பலவிதமான சாக்குப்போக்குகளைக் கூறினர். எதார்த்த நிலையைப் பார்த்து, எதிர்ப்பு சரிப்பட்டு வராது என்று நம்பிக்கையிழந்த ஒரு குரலில் அவர்கள் தங்களுக்குத் தாங்களே சொல்லிக் கொண்டனர். தங்களுடைய அன்றாட வாழ்க்கை அப்படியே தொடர வேண்டும் என்பதற்காக, அவர்களுடைய கழுத்துகளில் நாஜிக்கள் மாட்டிய நுகத்தடியை அவர்கள் வலிந்து ஏற்றுக் கொண்டனர். ஜெர்மானிய ஆயுதத் தயாரிப்புகளை முடுக்கிவிடுவதற்குப் பிரெஞ்சு மக்களின் உழைப்பு பயன்படுத்தப்பட்டது. கணக்கிலடங்காப் பிரெஞ்சு யூதர்கள் நாஜி வதைமுகாம்களுக்கு அனுப்பப்பட்டுக் கொல்லப்பட்டனர்.

பெரும்பாலானவர்களின் கோழைத்தனம்தான் ஒரு கதாநாயகனுக்கு வாய்ப்புகளை உருவாக்கிக் கொடுக்கிறது. "நிலைமை படுமோசமாக ஆகி, ஆபத்துகள் பயங்கரமாக அதிகரிக்கின்ற சூழல், நற்குணங்கள் நிறைந்த நபர்களை முதல் வரிசைக்கு உந்தித் தள்ளுகிறது," என்று 1920களில் கோல் எழுதினார். இரண்டாம் உலகப் போரின்போது, அவர் வர்ணித்திருந்த அதே சூழலை அவர் நேரடியாக எதிர்கொண்டார். அந்த அழைப்புக்கு அவர் உடனடியாக இணங்கினார். தன்னுடன் சேர்ந்து கொள்ளும்படி அவர் மற்றவர்களுக்கும் அழைப்பு விடுத்தார்.

அதைக் கேட்டச் சிலர் ஓடி ஒளிந்தனர். சிலர் அதற்குச் செவி சாய்த்தனர். அப்படிப்பட்டதோர் எதார்த்தம்தான் பிரான்ஸில் அப்போது நிலவியது.

கோலின் துணிச்சலுக்கு மக்களின் இரகசிய எதிர்ப்பு உத்வேகமளித்தது. மறுபுறம், அவருடைய துணிச்சல், பயத்தில் உறைந்து போயிருந்த அவருடைய மக்களுக்கு உத்வேகமளித்தது. ஹிட்லர் மக்களின் பயத்தைக் கொண்டுதான் ஆட்சி புரிந்தார். ஒரு சாத்தானைப்போல, மக்களின் மோசமான பக்கத்தைத் தூண்டிவிட்டு அதைத் தனக்குச் சாதகமாகப் பயன்படுத்திக் கொண்டார். ஆனால், கோலின் கதை வேறு. அவர் வாக்குறுதிகள் எதையும் வழங்கவில்லை. மாறாக, வேண்டுகோள்களைத்தான் முன்வைத்தார். நாஜிக்களை எதிர்த்துப் போராடுவது உங்களின் கடமை என்று கோல் பிரெஞ்சு மக்களிடம்

கூறினார். "நம்மைவிட மிகப் பிரம்மாண்டமானதொரு சக்தி, ஒரு முக்கியமான விஷயத்தை மேற்கொள்வதற்காக நமக்கு அழைப்பு விடுத்திருக்கிறது," என்று அவர் முழங்கினார். நம்மை நாம் விடுவித்துக் கொள்ள வேண்டும். இறுதியில், கிட்டத்தட்ட நான்கு இலட்சம் பிரெஞ்சு மக்கள் ஜெர்மனிக்கு எதிரான மறைமுகப் போராட்டத்தில் ஈடுபட்டனர். அவர்கள் தகவல்களைச் சேகரித்தனர், பாலங்களைத் தகர்த்தனர், ஆக்கிரமிப்பாளர்களுக்கு எதிரான சதிச் செயல்களில் ஈடுபட்டனர், மக்களை முகாம்களிலிருந்து காப்பாற்றினர், எதிரிகளை ஒவ்வொருவராக ஒழித்துக் கட்டினர், நேசப் படைகள் வந்தபோது அவர்களுக்கு உதவினர்.

துணிச்சலின் விளைவுகள் அவை. பயத்தைப்போலவே, துணிச்சலும் பொதுமக்களிடம் தொற்றிக் கொள்ளக்கூடிய ஒன்று. கோலின் அர்ப்பணிப்பு மற்றும் விடாமுயற்சியின் காரணமாக, பிரெஞ்சு மக்கள் மட்டுமல்லாது, மொத்த உலகமுமே அவர் பின்னால் நின்றது. கோலின் பின்னால் வந்த முதல் பிரெஞ்சு அரசியல்வாதியான ரெனே பிளிவன், தன் மனைவிக்கு எழுதிய ஒரு கடிதத்தில், "ஓடிப் போன அனைவரையும் பார்க்கின்றபோது, ஆபத்தை எதிர்கொள்வதில் நான் பெருமையடைகிறேன்," என்று குறிப்பிட்டிருந்தார். "சார்ல்ஸ் டி கோல், விரக்தி அடையாதிருந்த, விட்டுக் கொடுக்காதிருந்த பிரான்ஸைப் பிரதிநுதப்படுத்தினார். அவர் அதைத் தன்னந்தனியாகச் செய்தார்," என்று ஒரு பிரித்தானியப் பத்திரிகை குறிப்பிட்டிருந்தது.

1944 ஜூன் மாதத்தில், கிட்டத்தட்ட 20 இலட்சம் நேசப் படையினர் பிரான்ஸில் போய் இறங்கினர். ஆகஸ்ட் மாதம் பாரீஸ் விடுவிக்கப்பட்டது. நான்காண்டு இருண்ட காலம் அப்போது முடிவுக்கு வந்தது.

அக்காட்சியை நேரில் ஒலிபரப்பிக் கொண்டிருந்த ஒரு வானொலி நிருபர் அங்கு அரங்கேறிக் கொண்டிருந்த காட்சியைக் கண்டு பெரும் வியப்படைந்தார். ஏனெனில், பாரீஸ் நகரம் விடுவிக்கப்பட்டிருந்தபோதிலும், போர் முடிவுக்கு வந்திருக்கவில்லை. இன்னும் குண்டு மழை பொழிந்து கொண்டுதான் இருந்தது. எதிரிப் படைகள் மறைவாக இருந்து இன்னும் தாக்கிக் கொண்டிருந்தன. ஆனால் கோல் அதைக் கண்டு சற்றும் அசரவில்லை.

பிபிசி வானொலியின் நிருபரான ராபர்ட் ரீடு அக்காட்சியை இப்படி விவரித்தார்: "நான் என் வாழ்நாளில் அதுபோன்றதொரு காட்சியை ஒருபோதும் கண்டதில்லை. சார்ல்ஸ் டி கோல் பேசிக் கொண்டிருந்தபோதே அந்த இடத்தில் குண்டு மழை பொழியத் தொடங்கியது. ஆனால், அவர் சிறிதும் பதற்றம் அடையவில்லை. மக்களை அருகேயிருந்த தேவாலயத்திற்கு அவர் அழைத்துச் சென்றார். அவரைச் சுற்றிலும் குண்டுமழை பொழிந்து கொண்டிருந்தபோதிலும், அவர் மக்களை வழிநடத்தி முன்னால் சென்றார். அசாதாரணமான துணிச்சலின் உச்சகட்டம் அது."

சற்று நேரத்திற்குப் பின்னர் அவர் மக்களை ஷான்செலீசே என்ற பிரதான சாலை வழியாக அணிவகுத்து நடத்திச் சென்றார். அப்போது அவருக்குப் பின்னால் 10 இலட்சத்திற்கும் அதிகமான மக்கள் திரண்டிருந்தனர்.

அதுவரை அவர் தனியாகத்தான் செயல்பட்டுக் கொண்டிருந்தார். அன்று அவருக்குப் பின்னால் இலட்சக்கணக்கான மக்கள் இருந்தனர்.

துணிச்சலானது கொடுமையை வென்றுவிட்டிருந்தது. ஒரு தனி மனிதன் சாதித்துக் காட்டியிருந்தான்.

அது, எளிய பாதை, கடினமான பாதை ஆகிய இரண்டில் ஒன்றைத் தேர்ந்தெடுப்பதோடு முடிவடைந்துவிடுவதில்லை. அந்தப் பாதையில் நடந்து சென்றாக வேண்டும்.

பிரான்ஸ் வீழ்ந்த காலத்திலிருந்து துவங்கிய அந்தப் பயணம் மிக நீண்ட ஒன்றாக இருந்தது. ஓர் அரசாங்கத்தையே அவர் பிரான்ஸுக்கு வெளியே உருவாக்க வேண்டியிருந்தது. பணம் திரட்ட வேண்டியிருந்தது, இராணுவத் தலைவர்களை நியமிக்க வேண்டியிருந்தது, அரசியல் எதிரிகளைச் சாதுரியமாகச் சமாளிக்க வேண்டியிருந்தது, மக்கட்தொடர்புப் போராட்டம் ஒன்றைக் கையிலெடுக்க வேண்டியிருந்தது, நேச நாடுகளின் தலைவர்களோடு உத்திகள் குறித்து ஆலோசிக்க வேண்டியிருந்தது, அவர்கள் அவரைக் கண்டுகொள்ளாமல் இருந்தபோது அவர் கூச்சலெழுப்பி அவர்களுடைய கவனத்தைப் பெற வேண்டியிருந்தது, வெற்றி விழாவில்கூட அவர் துப்பாக்கிக் குண்டுகளை எதிர்கொள்ள வேண்டியிருந்தது.

பின்னர் கோல் இவ்வாறு கூறினார்: "இதற்குக் கடுமையான பொறுமை தேவைப்படுகிறது என்பதையும்,

இது மெதுவாக வளர்ச்சியடைகிறது என்பதையும், பல கணக்குகளைப் போட வேண்டியிருக்கிறது என்பதையும், கருத்து முரண்பாடுகளைக் களைய வேண்டியிருக்கிறது என்பதையும், பேரப்பேச்சுகளில் ஈடுபட வேண்டியிருக்கிறது என்பதையும் மக்கள் மறந்துவிடுகின்றனர்."

இவை அனைத்துமே துணிச்சலின் வெவ்வேறு வடிவங்கள். எங்கோ அடியாழத்திற்குச் சென்றிருந்த பிரான்ஸ், இரண்டாம் உலகப் போரின் முடிவில் வெற்றிக்கு அருகே கொண்டுவரப்பட்டது. பிரான்ஸ் வீழ்ந்துவிடவில்லை என்ற முழக்கத்தைக் கோல் எதார்த்தமாக்கினார். அதைத்தான் அவருடைய துணிச்சல் நிரூபித்தது.

ஆனாலும், சில வேளைகளில் கோல் அகங்காரத்துடன் நடந்து கொண்டாரா? அவர் தவறுகள் புரிந்தாரா? எதிரிகளை உருவாக்கிக் கொண்டாரா? மக்களைத் துருவங்களாகப் பிரித்தாரா? ஆமாம். இவற்றையெல்லாம் அவர் செய்தார். அவர் சர்ச்சிலுக்குப் பெரும் தலைவலியைக் கொடுத்தார். ரூஸ்வெல்ட் அவரைச் சந்தேகத்துடன் பார்த்தார். தான் காப்பாற்றியிருந்த நாட்டின் குடியரசுத் தலைவராக அவர் ஆனதற்குப் பிறகு, மக்களுக்கும் பல குழுக்களுக்கும் குடைச்சலைக் கொடுத்தார். ஐக்கிய நாடுகள் சபையோடு மோதினார், அல்ஜீரியப் போராட்டத்தின்போது இருபக்கத்தினரின் வெறுப்பையும் சம்பாதித்துக் கொண்டார். கனடாவிற்குச் சென்றபோது, அங்குத் தனி நாடு கேட்டுக் கொண்டிருந்த கியூபெக் பிரதேசத்திற்கு ஆதரவாகப் பேசி ஒரு பெரும் சர்ச்சைக்குள் சிக்கிக் கொண்டார். டுரூமன், ஐசன்ஹோவர், கென்னடி, ஜான்சன் போன்ற அமெரிக்கக் குடியரசுத் தலைவர்களோடு அவரால் இணக்கமாகச் செயல்பட முடியவில்லை. கோலுடன் இணைந்து பணியாற்றுவது கடினம் என்பதில் மாற்றுக் கருத்து இல்லை. அவர் எவருக்கும் கட்டுப்பட மறுத்தார். யாராலும் மிரட்டப்பட முடியாதவராகவும் அவர் இருந்தார். அவரைக் கொலை செய்யப் பலர் எதனால் முயன்றனர் என்று நீங்கள் நினைக்கிறீர்கள்? ஆனால், அவருடைய இந்தத் துணிச்சலும் சுதந்திரமான மனப்போக்கும்தாம் அவருடைய மேதைமைக்குக் காரணம்.

"என்னோடு சேர்ந்து பணியாற்றுவது கடினம் என்று பலர் கூறுகின்றனர். என் இயல்பு அப்படி இல்லாதிருந்தால்,

நான் பெட்டெயினின் கீழ் ஓர் அதிகாரியாகத் தொடர்ந்து கொண்டிருந்திருப்பேன்," என்று கோல் கூறினார். அவரைப் போன்றவர்கள் தங்களுக்கென்று ஒரு பாதையை வகுத்துக் கொள்பவர்கள்; தோல்வியை ஒப்புக் கொள்ளாதவர்கள்; தங்களுடைய சொந்தச் செயலாண்மையில் நம்பிக்கை கொள்பவர்கள்.

சரியாகச் சொல்ல வேண்டுமென்றால், கோல் இதைத் தனியாகச் செய்திருக்கவில்லை. பிரிட்டனும் அமெரிக்காவும் அவருக்கு உதவின (அவற்றை அவர் போதுமான அளவு மெச்சவில்லை என்பது தனிக் கதை). அதோடு, தனியாகத் துணிச்சலுடன் செயல்படுகின்ற எவரொருவரும் தனியாக இருப்பதில்லை. அவர்களுக்குப் பின்னால் பலர் அணிவகுத்து நிற்பர்.

"நான் எவரொருவருக்கும் சொந்தமானவன் அல்லன், நான் அனைவருக்குமானவன்," என்று கோல் ஒரு முறை குறிப்பிட்டிருந்தார். பாரம்பரியமிக்க ஒரு மாபெரும் கதையில் தான் ஒரு முக்கியப் பாத்திரத்தை வகித்து வந்ததாக அவர் நம்பினார். "எனக்கு முன்னால் ஏகப்பட்டப் பேர் பிரான்ஸுக்காகச் சேவை புரிந்துள்ளனர். எனக்குப் பிறகும் பலர் அப்பணியை ஆற்றுவர். ஒரு நாள், 'அன்னை பிரான்ஸே! உனக்காகப் போரிட்ட இந்தத் தனயன்களைப் பார்!' என்று நாம் பெருமையாகக் கூறுவோம்," என்று அவர் முழங்கினார்.

அவர் அந்தக் 'கதாநாயகப் பயணத்தில்' ஈடுபட்டிருந்தார். அவருடைய மூதாதையர்கள் செவிமடுத்திருந்த அதே அழைப்புக்கு அவரும் செவி சாய்த்தார். பயம் கொள்வதற்கு நீங்கள் மறுத்தால், உங்களுடைய தலைவிதியை உங்களுடைய கைகளில் எடுத்துக் கொள்ள நீங்கள் தயாராக இருந்தால், உங்களுக்கும் அதே வாய்ப்பு கிடைக்கும்.

கோலை 'விதியின் நாயகர்' என்று சர்ச்சில் அழைத்தார். நம்முடைய விதியை நாம் நம்முடைய கரங்களில் எடுத்துக் கொள்கின்றபோது, எது நம்முடையதோ அதை நாம் கைவசப்படுத்திக் கொள்கின்றபோது, நாம் தனியாக இருப்பதில்லை. நாம் ஹெர்குலிஸுடன் கைகோர்த்துக் கொள்கிறோம். மாபெரும் மனிதர்களின் காலடிச் சுவடுகளைப் பின்பற்றி நடக்கிறோம். சார்ல்ஸ் டி கோல், நெப்போலியன் போனபார்ட், ஜோன் ஆஃப் ஆர்க் மற்றும் இவர்களைப் போன்ற பிற வரலாற்று நாயகர்கள் மற்றும்

நாயகிகளுக்கு வழிகாட்டிய அதே ‘பெரும் சக்தியால்’ நாம் வழிநடத்தப்படுகிறோம்.

கற்பனைக்கு அப்பாற்பட்டக் கடும் அல்லல்களைத் தனியாக எதிர்த்து நிற்பதற்குத் துணிச்சல் நமக்கு அறைகூவல் விடுக்கலாம். மொத்த உலகமுமே நமக்கு எதிராக நிற்பது போன்ற உணர்வை அது நமக்குக் கொடுக்கலாம்.

ஆனால், நாம் பயப்படுவதில்லை. ஏனெனில், அந்த நிலைப்பாட்டை நாம் எடுக்கின்றபோது, நாம் உண்மையில் தனியாக இருப்பதில்லை.

கோலின் பின்னால் ஒரு பெரும் சாம்ராஜ்ஜியமே இருந்ததுபோல, நமக்குப் பின்னாலும் பெரும் படையொன்று இருக்கும்.

நாம் நீண்டகாலம் தொடர்ந்து கடினமாகப் போராடினால், ஒவ்வொருவரும் நம் பின்னால் இருப்பார்கள் என்பதை நாம் கண்டுபிடிப்போம்.

உலகம் தெரிந்து கொள்ள விரும்புகிறது

வர்லம் ஷலமோவுக்கு 1937 இல் பல ஆண்டுகாலக் கடுங்காவல் தண்டனை வழங்கப்பட்டது. சோவியத் ஒன்றியத்தின் வதைமுகாமில் அவர் அடைக்கப்பட்டார்.

அவர் செய்த குற்றம் என்ன?

அந்த உறைபனிக் கொடுமுகாமுக்குள் கொண்டுவரப்பட்டிருந்த மற்றவர்கள் இழைத்திருந்த அதே குற்றங்களைத்தான் அவரும் செய்திருந்தார். முற்றதிகார சோவியத் அரசின் கொள்கைகளை எதிர்த்தவர்களின் வரிசையில் அவரும் இருந்தார். போதுமான அளவு ஒரு பொதுவுடைமைவாதியாக அவர் இருக்கவில்லை.

அது ஒரு பயங்கரமான இருண்ட உலகம். அங்கு அவர் எதைக் கண்டுபிடித்தார்? மனிதக் குணநலன்கள் குறித்து அவர் கண்டறிந்தார். "உலகத்திலுள்ள மக்கள் நல்லவர்கள் மற்றும் கெட்டவர்கள் என்று பிரிக்கப்படக்கூடாது, அவர்கள் கோழைகள் மற்றும் கோழைகள் அல்லாதவர்கள் என்றுதான் பிரிக்கப்பட வேண்டும் என்பதை அங்கு நான் கண்டுபிடித்தேன்," என்று அவர் எழுதினார். "கோழைகளில் 95 சதவீதத்தினர், மிகச் சிறிய ஆபத்தை எதிர்கொள்கின்றபோதுகூட, பயங்கரமான, கொடூரமான செயல்களைச் செய்கின்ற சக்தி படைத்தவர்களாக இருக்கின்றனர்."

நாம் துணிச்சலைப் பற்றிக் கேட்கின்றபோது, அதைப்

பற்றி முற்றிலும் தவறாகச் சிந்திக்கிறோம்.

அக்கேள்வியை நாம் கேட்கக்கூடாது.

அக்கேள்வி கேட்கப்படுகின்ற நபர்களாக நாம் இருக்க வேண்டும்.

கோர்மக் மெக்கார்த்தியின் 'ஆல் த பிரிட்டி ஹார்சஸ்' என்ற தலைசிறந்த நூலில் வருகின்ற ஒரு கதாபாத்திரமான எமிலியோ பெரெஸ், அதன் கதாநாயகன் ஜான் கிரேடியிடம் இந்தக் கேள்வியைக் கேட்பான்:

> "உனக்கு முதுகெலும்பு இருக்கிறதா, நீ துணிச்சல்காரனா என்பதை இந்த உலகம் தெரிந்து கொள்ள விரும்புகிறது."

இந்த உலகம் உங்களுடைய துணிச்சலைப் பற்றிக் கேட்டுக் கொண்டிருக்கிறது. ஒரு நாளின் ஒவ்வொரு நிமிடமும் கேட்டுக் கொண்டிருக்கிறது. உங்களுடைய எதிரிகளும் உங்களிடம் இந்தக் கேள்வியைக் கேட்டுக் கொண்டிருக்கின்றனர். உங்கள் முன் தோன்றுகின்ற தடைகளும் இந்தக் கேள்வியைக் கேட்டுக் கொண்டிருக்கின்றன.

அது நமக்குத் தெரிந்தாக வேண்டும். நீங்கள் கோழைகளில் ஒருவரா? நீங்கள் நம்பத்தக்கவரா? செய்யப்பட வேண்டிய விஷயங்களைச் செய்வதற்கான நெஞ்சுறுதி உங்களிடம் இருக்கிறதா?

தங்களுடைய வாழ்க்கையில் ஒருபோதும் துரதிர்ஷ்டத்தை எதிர்கொள்ளாதவர்கள்மீது தான் இரக்கம் கொள்வதாக செனீக்கா கூறக்கூடும். "ஓரே ஓர் எதிரியைக்கூட எதிர்கொள்ளாமல் நீங்கள் வாழ்க்கையை கடந்து சென்றுவிட்டீர்கள் என்றால், உங்களால் என்னென்னவெல்லாம் செய்ய முடியும் என்பது எவருக்கும் தெரியாமல் போய்விடும். அதில் நீங்களும் அடங்குவீர்கள்."

அதனால்தான் இக்கேள்வி முக்கியத்துவம் பெறுகிறது. உங்களை எந்த வகைக்குள் அடக்கலாம் என்பதை இந்த உலகம் தெரிந்து கொள்ள விரும்புகிறது. அதனால், உங்களுக்கு நெருக்கடி ஏற்படுத்துகின்ற சூழல்களை அது உங்களை நோக்கி அனுப்புகிறது. இவை அசௌகரியங்களோ அல்லது அவலங்களோ அல்ல. இவை உண்மையில் உங்களுக்குக் கிடைத்துள்ள அருமையான வாய்ப்புகள்.

"எனக்கு முதுகெலும்பு இருக்கிறதா? நான்

துணிச்சல்காரனா? இந்தப் பிரச்சனையை நான் தைரியமாக எதிர்கொள்ளப் போகிறேனா அல்லது ஓடி ஒளிந்து கொள்ளப் போகிறேனா?” என்பன போன்ற கேள்விகளுக்கு நீங்கள் வார்த்தைகளினால் பதிலளிக்காமல் செயல்நடவடிக்கைகளின் மூலம் பதிலளிக்க வேண்டும். அதை நீங்கள் பொதுவெளியில் செய்ய வேண்டும்.

நீங்கள் இல்லையென்றால், பின் யார்?

பல்லாயிரக்கணக்கான ஆண்டுகளாக மனிதர்கள் தங்களுக்குத் தாங்களே ஒரு முக்கியமான கேள்வியைக் கேட்டு வந்துள்ளனர்.

அதை ஹில்லல் என்ற யூத மதகுரு இவ்வாறு வெளிப்படுத்தினார்:

> *"நான் இல்லையென்றால், பின் யார்? இப்போது இல்லையென்றால், பின் எப்போது?"*

அமெரிக்காவைச் சேர்ந்த, மக்கள் உரிமைப் போராளியான ஜான் லூயிஸ் அதே கேள்வியை இவ்வாறு கேட்டார்:

> *"நாங்கள் இல்லையென்றால், பின் யார்?"*

அமெரிக்க உள்நாட்டுப் போர் உச்சத்தில் இருந்தபோது, யுலீசஸ் எஸ். கிராண்ட், பீட்டர்ஸ்பர்க் நகரை ஒரு மாதத்திற்கு மேல் முற்றுகையிட்டிருந்தபோது, "இது ஒரு மாபெரும் பணி. ஆனால், இதை யாராவது ஒருவர் செய்துதானே ஆக வேண்டும்?" என்ற கேள்வியை எழுப்பினார். அவர் தன் முயற்சியிலிருந்து பின்வாங்காமல் விடாப்பிடியாக அங்கேயே தங்கியிருந்தார். அவர்

சிறிதுகூடச் சலனமடையவில்லை. கவனச்சிதறல் எதையும் அனுமதிக்கவில்லை. தன் பொறுப்பை வேறு ஒருவருடைய தோளுக்கு மாற்ற முனையவில்லை. அதற்கு ஓர் எளிதான தீர்வு இருக்கும் என்ற கற்பனையில் அவர் மிதந்து கொண்டிருக்கவில்லை.

அவர் அங்கேயே முகாமிட்டிருந்தார். அங்கே ஆணி அடித்தாற்போல அமர்ந்திருந்தார். அப்பணியைத் தலைமையேற்று நடத்தினார். பீட்டர்ஸ்பர்க்கை வெற்றி கொண்டதன் மூலம், பிற தளபதிகள் தோற்றுப் போயிருந்த ஒன்றை அவர் நிறைவேற்றிக் காட்டினார். அதற்குச் சில வாரங்களுக்குப் பிறகு தெற்கத்தியப் படைகள் முழுமையாகச் சரணடைந்தன. அது ஒரு மாபெரும் பணி. அதிலிருந்து கழன்று கொள்ளாமல் அதைத் துணிச்சலுடன் எதிர்த்து நின்றதன் மூலம், அனைவருக்கும் பெருந்துயரை அளித்துக் கொண்டிருந்த அந்தப் போர் முடிவுக்கு வர அவர் உதவினார்.

ஆலிவர் வென்டல் ஹோம்ஸ், செல்வாக்குமிக்கப் பெரும் பணக்காரக் குடும்பத்தைச் சேர்ந்தவர். 1861 இல், அவர் நினைத்திருந்தால், அந்த உள்நாட்டுப் போரில் வேறு யாரோ ஒருவரைத் தனக்குப் பதிலாகப் போரிட அனுப்பி வைத்திருக்க முடியும். ஆனால், அவர் அப்படிச் செய்யவில்லை. இராணுவத்தில் தன்னை இணைத்துக் கொண்ட அவர், கெட்டிஸ்பர்க் போரில் கிட்டத்தட்டக் கொல்லப்பட்டார். சட்டக் கல்லூரியில் படித்து, சிறப்பாக வழக்கறிஞர் தொழிலை நடத்திய பிறகு, அவர் ஹார்வர்டு பல்கலைக்கழகத்தில் ஒரு நல்ல வேலையில் இருந்தார். அவர் நினைத்திருந்தால், அந்த வேலையில் தன் வாழ்நாள் முழுவதும் அவரால் தொடர்ந்திருக்க முடியும். அது ஒரு பாதுகாப்பான சூழலாகவும் அவருடைய அறிவுக்குத் தீனி போடுகின்ற ஓரிடமாக இருந்திருக்கும். ஆனால், அவர் அதை விட்டுவிட்டு ஒரு நீதிபதியாகப் பதவியேற்றுக் கொண்டார். பின்னர் அவர் அமெரிக்காவின் உச்சநீதிமன்றத்தின் நீதிபதியானார். தன்னுடைய தொண்ணூறாவது வயதுவரை அவர் அங்குப் பணியாற்றினார்.

“வாழ்க்கை என்பது ஆழ்விருப்பம் மற்றும் செயல்நடவடிக்கை ஆகிய இரண்டும் கலந்த ஒன்று. அவன் வாழ்கின்ற காலகட்டத்திற்கு ஏற்ற விதத்தில் அவன் இவ்விரண்டையும் கலந்த வாழ்க்கையை வாழ வேண்டும்.

இல்லையெனில், அவன் வாழ்ந்ததாகவே கருதப்படாமல் போய்விடக்கூடிய ஆபத்து இருக்கிறது," என்று ஹோம்ஸ் எழுதியுள்ளார்.

விதி அவருக்கு அழைப்பு விடுத்தபோது, மோசஸ், "ஃபோரோவிடம் போவதற்கு நான் யார்?" என்று கேட்டார். அதற்கான பதில்தான் உங்களுக்கான பதிலும்: அந்த வேலைக்கு ஏற்றக் கச்சிதமான நபர்.

நாம் ஒவ்வொருவருமே தனித்துவமானவர்கள். கிரான்ட் அப்படித்தான் இருந்தார். ஹோம்ஸ், நைட்டிங்கேல், கோல் போன்றோரும் அப்படித்தான் இருந்தனர். நாம் ஒவ்வொருவரும் நமக்கே உரித்தான திறமைகளையும், நமக்கே உரித்தான அனுபவங்களையும், நமக்கே உரித்தான உள்நோக்குகளையும் கொண்டுள்ளோம். நாம் ஒவ்வொருவரும் நமக்கே உரித்தான அழைப்பைப் பெறுகிறோம். நாம் அதை ஏற்றுக் கொள்ளாவிட்டால், இந்த உலகிற்கு ஏதோ ஓர் இழப்பை நாம் ஏற்படுத்துகிறோம். நாம் துணிவை மேற்கொள்ளாதிருப்பது நம்மை மட்டும் பாதிப்பதில்லை, அது பிறருடைய வாழ்விலும் தாக்கம் ஏற்படுத்துகிறது.

அந்தக் குழந்தையை நீங்கள் தத்தெடுத்துக் கொள்ளாவிட்டால், வேறு யார் தத்தெடுக்கக் போகிறார்கள்? நீங்கள் அத்தொழிலைத் தொடங்காவிட்டால், யார் அதைத் தொடங்கப் போகிறார்கள்? அந்த மூன்று மந்திர வார்த்தைகளை இன்று நீங்கள் சொல்லாவிட்டால், என்று சொல்லப் போகிறீர்கள்?

எவருமே தத்தெடுக்காமல் போய்விடலாம். அப்படியே வேறு ஒருவர் தத்தெடுத்தாலும், அது வேறு மாதிரியாக இருக்கும். நீங்கள் எடுத்திருந்தால் எப்படி இருந்திருக்குமோ அந்த அளவு சிறப்பாக இருக்காது. நீங்கள் அளித்திருக்கக்கூடிய பங்களிப்பாக அது இருக்காது.

ஒரு தனிநபரால் ஒரு பெரும் வித்தியாசத்தை ஏற்படுத்த முடியும் என்ற நம்பிக்கைதான் முதல் படி. அந்த நபராக நீங்கள் இருக்க முடியும் என்ற புரிதல் அதற்கு அடுத்தப் படி.

முன்தயாரிப்பு உங்களைத் துணிச்சல்காரராக ஆக்கும்

மற்றவர்கள் உங்களைவிட இயல்பாகவே துணிச்சல்மிக்கவர்களாக இருக்கிறார்களா? அல்லது முன்தயாரிப்பில் உங்களைவிட மேம்பட்டவர்களாக இருக்கிறார்களா?

இரண்டாம் உலகப் போரின்போது, அமெரிக்க இராணுவத்தில் சேர்ந்த இலட்சக்கணக்கான வீரர்களுக்குக் கொடுக்கப்பட்ட 'இராணுவ வாழ்க்கை' என்ற கையேட்டில் இவ்வாறு எழுதப்பட்டிருந்தது: "விஷயங்களைத் தெரிந்து வைத்திருத்தல் மிகவும் உதவிகரமாக இருக்கும். ஆனால், அதைவிட அதிகமான மனத்திருப்தியையும் சௌகரிய உணர்வையும், படையில் துல்லியமாக உங்களுடைய இடம் எது என்பதை அறிந்து வைத்திருத்தல் உங்களுக்குக் கொடுக்கும். உங்களுக்கு நீங்கள் செய்து கொள்ளக்கூடிய எந்தவொரு விஷயத்தையும்விட இது மேலானது. இந்த விஷயத்தில் நீங்கள் ஓரளவு சுயநலமாக இருந்தால்கூடப் பரவாயில்லை. உங்களுடைய வேலையை நன்றாகக் கற்றுக் கொள்ளுங்கள். உங்களை எப்படிக் கையாள்வது என்பதை அறிந்து வைத்திருத்தல் உங்களிடம் உங்களைப் பற்றிய நல்லவிதமான உணர்வைத் தோற்றுவிக்கும். உங்களுடைய கடமைகளைப் பற்றியும், பொறுப்புகளைப் பற்றியும்,

உரிமைகளைப் பற்றியும், உங்களுக்குக் கிடைத்துள்ள வாய்ப்புகளைப் பற்றியும் அறிந்து வைத்திருப்பது உங்களை இராணுவத்திற்கு மேலும் மதிப்பு வாய்ந்தவராக ஆக்கும். நீண்டகால நோக்கில் இது உங்களுக்குத் தனிப்பட்ட மனத்திருப்தியையும் கொடுக்கும்."

பயத்தைப் பற்றி விவரிப்பதன் மூலம் அதை அகற்ற முடியும் என்றாலும், அதை வேறொன்றால் இட்டு நிரப்புவது இன்னும் சிறப்பானதாக இருக்கும். எதைக் கொண்டு அதை நிரப்புவது? தகுதியைக் கொண்டு. பயிற்சியைக் கொண்டு. பணிகளைக் கொண்டு. செய்யப்பட்டாக வேண்டிய வேலைகளைக் கொண்டு.

கி.மு. 321 இல், ரோமானியப் படை, காடின் ஃபோர்க்ஸ் என்ற இடத்தில் ஒரு நெருக்கடியைச் சந்தித்தது. அது ஒரு குறுகலான கணவாய். அந்தப் பாதையின் ஒரு பக்கம், வெட்டப்பட்டிருந்த மரங்களாலும் பாறைகளாலும் நிறைக்கப்பட்டிருந்தது. மறுபக்கம், உயரமான இடத்தில் எதிரிப் படையினர் நின்று கொண்டிருந்தனர். ரோமானியப் படை நடுவில் மாட்டிக் கொண்டது. தங்களுடைய நிலையின் தீவிரத்தை அப்படையினர் உணர்ந்து கொண்டவுடன் அவர்கள் பெரும் பீதி அடைந்தனர். அடுத்து என்ன செய்ய வேண்டும் என்பது அருகிலிருந்த படைவீரனுக்குத் தெரிந்திருக்கும் என்பதுபோல அவர்கள் அனைவரும் தங்களுக்கு அருகில் இருந்தவர்களைப் பார்த்துக் கொண்டனர். தளபதிகளும் திகைத்துப் போய் உறைந்திருந்தனர். இது எப்படி நிகழ்ந்திருக்கும்? இப்போது என்ன செய்ய வேண்டும்? இதிலிருந்து எப்படி உயிர் தப்புவது?

அப்போது வரலாற்றால் ஒருபோதும் அடையாளம் காட்டப்படாத, முகம் தெரியாத, பெயர் தெரியாத ஒரு படைவீரன் முதல் நடவடிக்கையில் இறங்கினான். அவன் தடுப்பு ஏற்பாடுகளைச் செய்யத் தொடங்கினான். உடனே எந்தவிதமான உத்தரவுகளுமின்றி அனைவரும் அவனைப் பின்பற்றத் தொடங்கினர். அவர்கள் மாட்டிக் கொண்டிருந்த அந்த இக்கட்டான சூழலில் அது பலனளிக்குமா என்பது தெரியாது என்றாலும், ஒன்றுமே செய்யாமல் இருப்பதைவிட அது மேம்பட்டதாக இருந்தது. அதில் அவர்களுக்கு ஒருவிதமான ஆறுதல் கிடைத்தது.

அது அவர்களுக்கு ஒருவிதமான மனத்திருப்தியைக்

கொடுத்தது. ஏதோ ஒன்றில் மனத்தை ஈடுபடுத்துவதற்கு அது வாய்ப்பளித்தது. இதைப் பார்த்துக் கொண்டிருந்த எதிரிகள் இவர்களை நையாண்டி செய்தனர். தங்களுடைய மடத்தனமான முயற்சி குறித்து ரோமானியப் படைவீரர்களுக்குச் சிரிப்பு வந்தது. ஆனாலும், அவர்கள் அதைத் தொடர்ந்தனர். அந்தத் தடுப்பரணை அமைத்ததன் மூலம் ரோமானியர்கள் தங்களை ஒரு பாதுகாப்பு வளையத்திற்குள் இருத்திக் கொண்டனர். வெகுவிரைவில் அவர்கள்மீது படிந்திருந்த கலக்கத்திரை விலகத் தொடங்கியது, அவர்களுடைய மன உறுதி அதிகரிக்கத் தொடங்கியது. அவர்களுடைய கட்டுப்பாட்டைக் கண்ட எதிரிகள், அவர்களுடன் போராடுவதற்குப் பதிலாக விரைவில் அவர்களோடு ஓர் உடன்படிக்கை செய்து கொண்டனர்.

பயிற்சி என்பது ஏதோ படைவீரர்களும் விளையாட்டு வீரர்களும் மட்டுமே செய்கின்ற ஒன்றல்ல. எந்தவொரு சூழலிலும் பயத்திலிருந்து மீள்வதற்கு அது இன்றியமையாதது. நாம் எதிர்பார்த்திராத விஷயங்களாலும், நாம் பயிற்சி செய்திராத விஷயங்களாலும் நம்மை அதிகமாகக் கட்டுப்படுத்த முடியும். நாம் ஒரு விஷயத்திற்காக நம்மைத் தயார்படுத்திக் கொண்டிருந்தால், நாம் அதை எதிர்பார்த்திருந்தால், அதை நம்மால் சுலபமாக எதிர்கொள்ள முடியும். இன்னல்களை எதிர்கொள்கின்றபோது, எபிக்டெட்டஸ் கூறியதுபோல, “இதை எதிர்கொள்ளத்தான் நான் பயிற்சி எடுத்திருந்தேன்,” என்று கூற முடிவதுதான் நம்முடைய இலட்சியமாக இருக்க வேண்டும்.

ஒரு காரியம் நிகழ்கின்றபோது அது உங்களைத் திகைக்க வைக்காமல் இருக்க வேண்டுமென்றால், செனீக்கா கூறுகின்றபடி, “முன்பாகவே அதற்கு நீங்கள் பயிற்சி எடுத்துக் கொள்ள வேண்டும்.”

நமக்குப் பரிச்சயமான விஷயங்களை நம்மால் எளிதாகச் சமாளித்துவிட முடியும். நல்ல அனுபவம் மற்றும் முறையான பயிற்சியைக் கொண்டு ஆபத்தின் அளவைக் கணிசமாகக் குறைத்துவிட முடியும். பயம் வெறுப்பிற்கு இட்டுச் செல்லும். வெறுப்பு கோழைத்தனத்திற்கு இட்டுச் செல்லும். மறுபுறம், ஒரே காரியத்தை மீண்டும் மீண்டும் செய்வது தன்னம்பிக்கைக்கு இட்டுச் செல்லும்.

தன்னம்பிக்கை துணிச்சலுக்கு இட்டுச் செல்லும்.

மிரட்டுபவன் எதிர்க்கப்பட்டாக வேண்டும். சிக்கலான பத்திரிகையாளர் சந்திப்பு. ஜனரஞ்சகமற்ற, ஆனால், அறநெறியான நிலைப்பாடு. அனைத்துப் பக்கங்களிலிருந்தும் எதிரியால் சூழப்படுதல். இதுபோன்ற சமயங்களிலெல்லாம், எடுத்துள்ள பயிற்சி உடனே உதவிக்கு ஓடி வரும். இல்லையெனில், அந்த இடத்தை பயம் ஆக்கிரமித்துக் கொள்ளும். சந்தேகம் ஆட்கொள்ளத் தொடங்கும். பிற விஷயங்களில் மூக்கை நுழைக்காமல் நம்முடைய வேலையை மட்டும் பார்த்துக் கொண்டிருக்கவும், சுலபமான பாதையில் பயணிக்கவும் நமக்கு உடனடியாகத் தோன்றும்.

பயிற்சி என்பது மிகவும் இன்றியமையாத ஒரு விஷயம். பயிற்சி எடுத்துக் கொள்கின்றபோது, செயல்நடவடிக்கைகளை நீங்கள் உங்களுடைய மனத்தில் ஒத்திகை பார்ப்பீர்கள். இதேபோன்றதொரு சூழலில் நீங்கள் என்ன செய்தீர்கள், அதை எப்படிக் கையாண்டிருந்தீர்கள் என்பதை உங்களுடைய மூளை நினைவில் வைத்திருக்கும். எப்படித் தடுப்பரண் அமைப்பது என்பதையும், அதன் மூலம் உங்களை எப்படிப் பாதுகாத்துக் கொள்வது என்பதையும் நீங்கள் கற்றுக் கொள்வீர்கள். பிறர் உங்களிடம் கடினமான கேள்விகளைக் கேட்கும்படி நீங்கள் அவர்களிடம் கேட்டுக் கொள்வீர்கள். அசௌகரியத்துடன் சௌகரியமாக இருப்பது எப்படி என்பதை நீங்கள் அறிந்து கொள்வீர்கள். கண்களைக் கட்டிக் கொண்டு உங்களுடைய துப்பாக்கியை அக்கு வேறு ஆணி வேறாக எப்படிக் கழற்றி மாட்டுவது என்பதை நீங்கள் கற்றுக் கொள்வீர்கள். அதை நீங்கள் ஓராயிரம் முறை பயிற்சி செய்வீர்கள். உங்களுக்கு அழுத்தம் இல்லாதிருக்கும்போது, மேலும் ஓர் ஆயிரம் முறை அதையே பயிற்சி செய்து கொள்வீர்கள். அப்போதுதான் அழுத்தமிக்கச் சூழல்களில் துல்லியமாக எதைச் செய்ய வேண்டும் என்பதை உங்களால் தெரிந்து கொள்ள முடியும்.

விஷயங்களைத் தெரிந்து வைத்திருத்தல் மிகவும் உதவிகரமாக இருக்கும். ஆனால், முன்தயாரிப்புதான் உங்களைத் துணிச்சல்காரராக ஆக்கும்.

எங்கிருந்தாவது தொடங்குங்கள், எதையாவது செய்யுங்கள்

நவீன விசிலூதிகளுக்கு முன்னோடியாகத் திகழ்ந்தவர்களில் முக்கியமானவர் டேனியல் எல்ஸ்பர்க். வியட்நாம் போர் தொடர்பான அமெரிக்க அரசின் முறைகேடான நடவடிக்கைகளை உலகறியச் செய்த 'பென்டகன் ஆவணங்கள்' அறிக்கையோடு தொடர்புடையவர் அவர். உண்மைகளை அம்பலப்படுத்திய அவருடைய இந்தப் பயணம் அவர் பங்கேற்ற ஓர் அமைதிக் கருத்தரங்கில்தான் தொடங்கியது. அங்கு அவர் ஒரு சில கேள்விகளைக் கேட்டார். அது தொடர்பான ஆவணங்களை உன்னிப்பாகப் படிப்பதற்காக அவற்றை அவர் தன் வீட்டுக்கு எடுத்துச் சென்றார்.

விசிலூதிகள் எவரும் எடுத்த எடுப்பிலேயே பென்டகன் ஆவணம் போன்ற ஒன்றை வெளியிடுவதிலிருந்து தங்களுடைய பயணத்தைத் தொடங்குவதில்லை. அவை பொதுவாக மிகச் சாதாரணமாகத்தான் தொடங்குகின்றன. தொடர்ந்து எடுத்து வைக்கப்படுகின்ற சின்னஞ்சிறு அடிகள்தாம் காலப்போக்கில் வேகம் பெற்று ஒரு சூறாவளியாக மாறுகின்றன.

நாம் ஒரு பிரம்மாண்டமான பிரச்சனையை எதிர்கொள்கின்றபோது அது நமக்குள் உருவாக்குகின்ற

பயத்தோடு அதை ஒப்பிடலாம்.

பயத்தை ஓட்டுவதற்கு நாம் சீறிப் பாயத் தேவையில்லை.

கரணம் தப்பினால் மரணம் என்ற நடவடிக்கைக்குள் உடனே குதிக்க வேண்டியதில்லை.

பெரும்பாலான சமயங்களில், சிறிய அடிகளை எடுத்து வைப்பதோடு தொடங்குவதே சிறந்தது.

எல்ஸ்பர்க்கைப் பொறுத்தவரை, அசௌகரியம் ஏற்படுத்தக்கூடிய எந்தவிதமான கேள்விகளையும் சகித்துக் கொள்ளாத ஒரு நிர்வாக அமைப்பின் கீழ்தான் அவர் வேலை பார்த்துக் கொண்டிருந்தார். அந்த ஆவணங்களை நியூயார்க் டைம்ஸ் பத்திரிகைக்குக் கசியவிடுவது தொடக்கத்தில் அவருடைய நோக்கமாக இருக்கவில்லை. முதலில் அவர் மேற்கொண்ட வழமையான நடவடிக்கைகள் பலனளிக்காத காரணத்தினாலேயே அவர் இதில் படிப்படியாக இறங்கினார்.

நிக்சனிலிருந்து ஹார்வீ வெயின்ஸ்டைன்வரையிலான அனைத்து விதமான தந்திரசாலிகளின் விஷயத்திலும், அவர்களின் சாம்ராஜ்ஜியத்தின் வீழ்ச்சியை யாரோ ஒருவர்தான் துவக்கி வைத்திருந்தார். அவர்களுடைய கவசத்தில் யாரோ ஒருவர் ஒரு விரிசலை ஏற்படுத்தினார். வருங்காலத்தில் அந்தக் காரியத்தைச் செய்கின்ற நபராக நீங்கள் ஏன் இருக்கக்கூடாது?

"அது எவ்வளவு சிறியதாக இருந்தாலும், ஒரு தொடக்கத்திற்கான வாய்ப்பை ஒருபோதும் தவறவிட்டுவிடாதீர்கள்," என்று நைட்டிங்கேல் கூறியுள்ளார். "ஏனெனில், கடுகுச் செடிகூட ஒரு சின்னஞ்சிறிய விதையிலிருந்துதான் உருவாகிறது." அவருடைய விஷயத்தில் காரியங்கள் அப்படித்தான் அரங்கேறின. ஒரு கோடைக்காலத்தில் ஒரு மருத்துவமனையில் அவர் வேலை பார்த்த அனுபவம்தான், அவர் தன் வாழ்க்கையை அதற்கு அர்ப்பணித்துக் கொள்ள அவரைத் தூண்டியது. ஒரு சொற்பக் காலத்திற்குத்தான் அவர் அங்குச் செல்லவிருந்தார் என்பதால்தான் அவருடைய பெற்றோர் அதற்கு அனுமதித்தனர். நைட்டிங்கேல் தன்னைத் தானே நம்ப வைத்துக் கொள்வதற்கும் அது அவருக்கு உதவியது.

ஆனால், தாமஸ் எடிசன் இதற்கு நேரெதிரான அணுகுமுறையைக் கொண்டிருந்தார். வாழ்க்கை குறுகியது. அதனால், சிறிய அடிகளை எடுத்து வைத்துத்

தொடங்குவதில் அவருக்கு உடன்பாடில்லை. அவர் எப்போதும் கடினமான பிரச்சனைகளைத் தீர்க்கவே விரும்பினார், பிரம்மாண்டமான திட்டங்களைக் கையில் எடுத்துக் கொண்டார். அதிரடியானவர்களையே அதிர்ஷ்ட தேவை அரவணைப்பாள், சரிதானே?

இந்த இரண்டு கருத்துகளையும் ஒன்றாக இணைத்தால் என்ன? பெரும் திட்டங்களை வரித்துக் கொண்டு, சிறிய அடிகளை எடுத்து வைத்து அதைத் தொடங்கினால்?

ஒரு பிரச்சனையைத் தீர்ப்பது. பின் அடுத்ததற்குச் செல்வது. முதலில் ஒரு வாக்கியத்தை எழுதுவது. ஒரு கடிதத்தை அனுப்புவது. ஒரு பொறியைப் பற்ற வைப்பது.

அதற்குப் பிறகு அடுத்ததாக என்ன செய்யலாம் என்பதை நம்மால் கண்டுபிடித்துவிட முடியும்.

உங்களுடைய காரின் ஹெட்லைட்டுகள் சில மீட்டர் தூரம்வரைதான் வெளிச்சம் பாய்ச்சுகின்றன. ஆனாலும், தொடர்ந்து முன்னேறிச் சென்று உங்களுடைய இலக்கை அடைவதற்கு அது போதுமானதாகவே இருக்கிறது, இல்லையா?

இப்படித்தானே நாம் பெரிய பிரச்சனைகளையும் தீர்த்துக் கொண்டிருக்கிறோம்? அவற்றைச் சிறு சிறு துண்டுகளாக உடைத்து, நம் கண்முன் உள்ள அந்தச் சிறிய துண்டின்மீது நாம் நம் கவனத்தைச் செலுத்துகிறோம். (ஆறுகள் துவங்குகின்ற இடத்தில் அவற்றைக் கடப்பது எளிது என்ற கூற்றை நீங்கள் கேள்விப்பட்டிருப்பீர்கள்.) பின்னர் போகப் போக, நாம் வேகத்தை அதிகரித்துக் கொள்ளலாம், தன்னம்பிக்கையை வளர்த்துக் கொள்ளலாம். எல்லாவற்றுக்கும் மேலாக, பயிற்சி இதைத்தானே உங்களுக்கு அளிக்கிறது?

எல்லா நேரங்களிலும் நீங்கள் வெற்றி பெற மாட்டீர்கள் என்பது உண்மைதான். ஆனால், இது முழுக்க முழுக்க உங்களை மட்டுமே சார்ந்தது அல்லவே. நீங்கள் விட்ட இடத்திலிருந்து வேறு ஒருவரால் அதைத் தொடர முடியும். நீங்கள் செய்ய வேண்டியதெல்லாம், தொடங்க வேண்டியது மட்டும்தான். நீங்கள் செய்ய வேண்டியதெல்லாம், உங்கள் பங்கை உங்களால் முடிந்த அளவு ஆகச் சிறப்பாகச் செய்ய வேண்டும். அதை நீங்கள் இப்போதே இக்கணமே செய்ய வேண்டும் அவ்வளவுதான்.

இதில் குறுக்கு வழி எதுவும் கிடையாது. நீங்கள்

செயல்நடவடிக்கையில் இறங்கித்தான் ஆக வேண்டும். உங்களுடைய சிறிய பங்கு எந்த அளவுக்கு வித்தியாசத்தை ஏற்படுத்தும் என்பதைக் கண்டு நீங்கள் வியப்படைவீர்கள்.

"ஒரு நூறு பேருக்கு முன்பாக ஒன்றுமே செய்யாமல் இருப்பவனைக் காட்டிலும், ஒரு படையின் முன்பாக எதையாவது செய்கின்றவன் மேல்," என்று ஆபிரகாம் லிங்கன் கூறியுள்ளார். ஒரு பெரிய, கச்சிதமான போருக்குத் தள்ளிப் போட்டுக் கொண்டே போவதைவிட, சிறிய போர்களில் வெல்வது மேல்.

போராட்டம் தொடர்ந்து கொண்டுதான் இருக்கும். நாம் நம்முடைய பங்கைச் செய்ய வேண்டும், அவ்வளவுதான்.

நாம் தொடங்க வேண்டும். நாம் எங்கு இருக்கிறோமோ, அங்கு, இருப்பதை வைத்துக் கொண்டு, நம்மால் முடிந்ததைச் செய்ய வேண்டும். அப்படிச் செய்யச் செய்ய அது கூடிக் கொண்டே போகும்.

காரியத்தில் இறங்குங்கள்!

போகாமல் இருப்பதற்குச் சார்ல்ஸ் லின்ட்பெர்க்கிற்கு உலகிலுள்ள அனைத்துக் காரணங்களும் இருந்தன.

அதுவரை எவரொருவரும் அட்லாண்டிக் பெருங்கடலைத் தன்னந்தனியாக விமானத்தில் இடையில் எந்த இடத்திலும் நிற்காமல் கடந்து சென்றதில்லை. அவர் அதற்கு முன்பு ஒருபோதும் பெரிய நீர்ப்பரப்பின்மீது நீண்டதூரம் விமானத்தை ஓட்டியிருக்கவில்லை. அவர் அதற்கு முன்பு 500 மைல்களுக்கு மேல் தொடர்ந்து பறந்ததில்லை. அதுகூட, அவர் தனக்குப் பரிச்சயமான பகுதிகளில் மட்டுமே பறப்பதைத் தேர்ந்தெடுத்திருந்தார். அட்லாண்டிக் பெருங்கடலுக்குக் குறுக்காகப் பறப்பதற்குத் தொடர்ச்சியாக தேவைப்படுகின்ற 55 மணி நேரத்தை அவர் ஒருபோதும் வானில் கழித்திருந்ததில்லை.

அவருடைய போட்டியாளர்களில் ஒருவர் சோதனை ஓட்டம் ஒன்றில் ஈடுபட்டிருந்தபோது, அவருடைய விமானம் விபத்துக்குள்ளானது. அப்போது அவருடன் பயணம் செய்திருந்த மூன்று பேர் பெரும் காயம் அடைந்தனர். அதற்குச் சில வாரங்கள் கழித்து, பாரீஸிலிருந்து நியூயார்க்கிற்குப் பறக்க முனைந்த இரண்டு விமானிகள் நடுவழியில் மாயமாக மறைந்தனர். அவர்களுக்கு என்னவானது என்பது பற்றி எதுவும் தெரியவில்லை.

சார்ல்ஸ் அட்லாண்டிக் பெருங்கடலுக்குக் குறுக்காக 3,600 மைல்கள் தனியாகப் பயணிக்கத் திட்டமிட்டிருந்தார்.

விமானத்தின் எடையை ஒரு கட்டுக்குள் வைத்துக் கொள்ள வேண்டிய நிர்ப்பந்தம் அவருக்கு இருந்ததால், சுமார் 20 பவுன்டு எடை கொண்ட பாராசூட்டை அவர் தவிர்க்க வேண்டியதாயிற்று. அவர் தன்னிடமிருந்து எதிர்பார்த்திருந்ததைக் காட்டிலும் இந்த உலகம் அவரிடமிருந்து அதிகமாக எதிர்பார்த்துக் கொண்டிருந்தது.

1927 மே 19 அன்று, லாங் ஐலண்டிலுள்ள ரூஸ்வெல்ட் விமான ஓடுதளத்திற்கு அவர் வந்து சேர்ந்தபோது, அவருடைய போட்டியாளர்கள் எவரையும் அவரால் பார்க்க முடியவில்லை. சற்று நேரத்தில் வானிலையில் சிறிது முன்னேற்றம் ஏற்பட்டது. அவர் தன் விமானத்தின் டேங்குகளை நிரப்பிக் கொண்டார். முந்தைய இரவு அவரால் தூங்க முடியவில்லை. காலையில் இன்னும் அதிகமான கணிப்பியல் திட்டம் சார்ந்த பிரச்சனைகள் இருந்தன. வானிலை குறித்து விவாதிக்கப்பட்டது. காலதாமதம் ஏற்பட்டுக் கொண்டிருந்தது. அவருடைய பயணத்திற்கு எதிராக முன்வைக்கப்பட்டிருந்த எதிர்க்கருத்துகள் அனைத்தும் அவருடைய மனத்திற்குள் புகுந்து வட்டமிடத் தொடங்கின. ஓடுதளத்திலும் விமானக் கொட்டகையிலும் இருந்தவர்களின் கண்களில் சந்தேகம் நிரம்பி வழிந்தது. அவர்களில் பலர் அதைப் போன்ற காட்சியைப் பல முறை பார்த்திருந்தனர்.

அவர் விமானத்தில் ஏறி இருக்கையில் அமர்ந்தார். பயணக் கண்ணாடியை அணிந்து கொண்டார். விமானத்தின் எஞ்சினைத் துவக்கினார். ஒரு சில நிமிடங்களில் அவருடைய விமானம் விதியை நோக்கி மெதுவாக நகரத் தொடங்கியது. அவருக்கு ஒரு சிறு தயக்கம் ஏற்பட்டது. அவர் மீண்டும் அனைத்து விஷயங்களையும் மனத்தில் ஓடவிட்டுப் பார்த்தார். பின் அனைத்தையும் ஒதுக்கித் தள்ளிவிட்டு, விமானத்தை விரைவாக ஓடுதளத்தில் பாயவிட்டார். விமான ஓடுபாதையில் வெறும் 20 மீட்டர்கள் மட்டுமே இருந்தபோது, சரியாகக் காலை 7.52 மணிக்கு அவருடைய விமானத்தின் சக்கரங்கள் மேலே எழும்பின. ஒன்றரை நாட்கள் கழித்து அவர் பிரான்ஸில் தரையைத் தொட்டார்.

அந்த பயங்களிலிருந்து எப்படி மீண்டெழுவது? நீங்கள் எதைச் செய்யவிருந்தீர்களோ அதைச் செய்யாமல் இருப்பதற்கு அடுக்கப்படுகின்ற அனைத்துக் காரணங்களையும் எப்படி ஒதுக்கித் தள்ளுவது?

மிகப் பிரபலமான நேவி சீல் வீரரான ஜோக்கோ வில்லிங், பயத்தை முறியடிப்பதற்கு ஒரு வழியைக் கூறுகிறார்: நீங்கள் இறங்க உத்தேசித்துள்ள காரியத்தில் இறங்குவதுதான் அது.

அதில் குதியுங்கள். கண்களை மூடிக் கொண்டு பாயுங்கள். அதுதான் ஒரே வழி.

அப்படி நீங்கள் செய்யவில்லை என்றால் என்னவாகும்? தோல்வி ஏற்படும். வருத்தம் உண்டாகும். அவமானம் பொங்கும். வாய்ப்பு இழக்கப்படும். முன்னேறிச் செல்வதற்கான சந்தர்ப்பம் பறிபோகும்.

சார்ல்ஸ் டி கோல், ஒரு முறை, கூச்ச சுபாவம் அதிகமிருந்த தன் அதிகாரிகளிடம் தன் அனுபவத்தைப் பற்றி இவ்வாறு கூறினார்: "நான் எதிர்கொண்டிருந்த சூழலில், ஒன்று, நான் முன்னே செல்ல வேண்டும் அல்லது மரணத்தைச் சந்திக்க வேண்டும் என்ற நிலை இருந்தது. நான் முன்னே செல்லத் தீர்மானித்தேன். மரணிப்பதற்கான வாய்ப்பு அதில் விலக்கப்பட்டிருக்கவில்லை." பிரான்ஸ் வீழ்ந்து கொண்டிருந்தபோது, கோல் முன்னே செல்வதைத் தேர்ந்தெடுத்தார். பெட்டி, படுக்கைகள், பாராசூட்டுகள் போன்ற எதுவுமின்றி அவர் தைரியமாக ஒரு விமானத்தில் ஏறினார். அதற்கு முன்பு அவர் தன் வாழ்க்கையில் டஜன்கணக்கான முறைகள் இதுபோன்ற துணிச்சலான காரியங்களில் இறங்கியிருந்தார்.

இதில் ஆபத்துகள் இல்லையா? கண்டிப்பாக இருக்கின்றன. அவை குறித்துக் கவலைப்படுவதை நியாயமற்றது என்று கூற முடியாது. ஆனால், நீங்கள் ஒன்றுமே செய்யாமல் இருந்தால், எந்தவிதமான முயற்சியையும் மேற்கொள்ளாமல் இருந்தால், வெற்றி எப்படிச் சாத்தியப்படும்? வாழ்க்கையில் ஒரு பாதுகாப்பான பயணத்திற்கான உத்தரவாதத்தை யாராலும் வழங்க முடியாது. தோல்விக்கான சாத்தியக்கூற்றை இல்லாமல் செய்ய எதுவென்றாலும் முடியாது.

நீங்கள் முன்னே செல்லவில்லை என்றால்? தோல்வி உறுதிப்படும். ஒருவிதமான மரணத்திற்கு ஒப்பானது அது.

அப்படி நாம் செய்யாமல் இருந்துவிட்டால், ஏதாவது செய்திருந்திருக்கலாம் என்று பின்னர் நமக்குத் தோன்றும். நமக்குக் கண்டிப்பாக அப்படித் தோன்றத்தான் செய்யும்.

அதனால், இப்போது அதைச் செய்துவிடுவதே மேல்.

அதிகாரத்திற்கு அடிபணியாமல் உண்மையைத் துணிந்து கூறுங்கள்

அரசியல் நையாண்டி தூக்கலாக இருக்கின்ற மௌன நாடகங்களுக்குப் பெயர்போன டெசிமஸ் லபேரியஸை, தான் நடத்தவிருந்த நாடகப் போட்டியில் பங்கேற்கும்படி ஜூலியஸ் சீசர் ஆணையிட்டார்.

சிலர் அதை ஒரு கௌரவமாகக் கருதியிருப்பர். வேறு சிலர் அதைத் தங்களுக்கு இழைக்கப்பட்ட அவமானமாக நினைத்திருப்பர்.

ஆனால், வணங்கா முடியாகத் திகழ்ந்து வந்த டெசிமஸ் அதை ஒரு தார்மிகக் கடமையாக எடுத்துக் கொண்டார். கீழ்ப்படியாமையை வெளிப்படுத்துவதற்கான ஒரு வாய்ப்பாக அதை அவர் பார்த்தார்.

டெசிமஸ் தன் மௌன நாடகத்தைப் பொதுமக்கள் முன்னிலையில் அரங்கேற்றினார். ஜூலியஸ் சீசரும் அதைப் பார்த்தார். அந்த நாடகத்திற்கு அளித்த முகவுரையில், டெசிமஸ், ஜூலியஸ் சீசரின் கொடுங்கோன்மையைப் பற்றி வெளுத்து வாங்கிவிட்டார். சீசரின் மரணம் கொடூரமானதாக இருக்கும் என்று அவர் ஆருடம் கூறினார். டெசிமஸ் அந்த நாடகத்தைக் கலைநயத்துடனும் மிகச் சிறப்பாகவும் நடத்திக் காட்டியதால், சீசரால் அவரைத் தண்டிக்க முடியாமல் போயிற்று.

அதிகாரத்திற்கு அடிபணியாமல் உண்மையைத் துணிந்து கூறுவது ஓர் உயரிய பண்பு. பொய்க்கு விலை போகாமல் இருப்பது அது. சாக்ரடீஸ் அதற்கு மிகச் சரியானதோர் எடுத்துக்காட்டு. மக்களிடம் எடுத்துச் சொல்ல பயப்பட்ட விஷயங்களை சாக்ரடீஸ் அவர்களிடம் அஞ்சாமல் கூறினார். "அவருடைய குணாதிசயத்திற்குப் பொருத்தமற்ற எதையும் சிந்திக்கச் சொல்லியோ, பேசச் சொல்லியோ, அல்லது செய்யச் சொல்லியோ சாக்ரடீஸை யாராலும் கட்டாயப்படுத்த முடியாது," என்று ஒரு வரலாற்றியலாளர் அவரைப் பற்றிக் கூறியுள்ளார்.

இதை நாம் வியந்து பாராட்டுவதே ஒருவிதத்தில் விநோதமானதுதான். அதுதானே வழமையான நெறிமுறையாக இருக்க வேண்டும்? மனிதர்கள் என்ற முறையில் அதுதானே நம்முடைய அடிப்படைக் கடமையாக இருக்க வேண்டும்?

உண்மையை அறிந்திருந்து அதைச் சொல்லாமல் இருப்பது என்பது? உண்மைக்குத் துரோகம் இழைப்பதாகும்.

மௌனமாக இருப்பதன் மூலம் உங்களுடைய குற்றவுணர்ச்சியை அழுத்தி வைத்துக் கொள்ள நீங்கள் முயலலாம். ஆனால், அது ஒரு நியாயமான சாக்குப்போக்காக இருக்க முடியாது. நீங்கள் ஒரு குற்றவாளி. நீங்கள் ஒரு கோழை. உண்மையைத் தெரிந்து கொள்ள யாரும் விரும்பாதிருக்கலாம். அதைச் செவிமடுக்க அவர்கள் அஞ்சக்கூடச் செய்யலாம். ஆனால், அதைச் சொல்வதற்கு நீங்கள் பயப்படக்கூடாது.

'ஒரு பேரரசனின் புதிய ஆடைகள்' என்ற பெயரில் வெளியான சிறுவர் கதையை, கிட்டத்தட்ட ஒரு நூற்றாண்டு கழித்து, 1934 இல், ஜெர்மானிய இறையியலாளரும் பாதிரியாருமான டீட்ரிச் போன்ஹோஃபர் படித்தபோது, அது ஹிட்லருக்குக் கச்சிதமாகப் பொருந்தும் என்று அவர் நினைத்தார். ஹிட்லரின் ஈனச் செயல்களை சக கிறித்தவர்கள் கண்டுகொள்ளாமல் இருந்ததைக் கண்டு அவர் பொருமினார். தன்னுடைய சகோதரருக்கு எழுதிய ஒரு கடிதத்தில், அந்தக் கதையைப் பற்றிக் குறிப்பிட்ட டீட்ரிச், "அக்கதையில் வருகின்ற சிறுவனின் துணிச்சல் இன்று நம்மிடம் சுத்தமாக இல்லை," என்று வருத்தப்பட்டிருந்தார்.

அந்தக் கதையில் வருகின்ற சிறுவனால்

தன்னிச்சையாகவும் இயல்பாகவும் ஓர் அரசனை எதிர்த்து நிற்க முடிகின்றபோது, நீங்கள் உங்களுடைய செயலின்மைக்கு எந்த வகையான சாக்குப்போக்குகளைக் கூறப் போகிறீர்கள்?

உங்களிடம் ஓராயிரம் சாக்குப்போக்குகள் இருக்கும் என்பது உண்மைதான்: "நான் வேலையை இழக்கக்கூடும். பிறருக்கு என்னைப் பிடிக்காமல் போய்விடும். நான் செய்வது பெரிய வித்தியாசத்தை ஏற்படுத்திவிடாது. அது என்னைப் பல காலம் பின்னுக்கு அழைத்துச் சென்றுவிடும். நான் சொல்வதைக் கேட்பதற்கு எவரும் தயாராக இல்லை."

சரி, அடிவருடியே, அப்படி இருந்துவிட்டுப் போ!

பயமுறுத்தலுக்கு உள்ளாவது என்பது வேறு. உங்களை நீங்களே தரம் தாழ்த்திக் கொள்வது என்பது வேறு.

"ஹிட்லரின் படை பெருமளவுக்குப் பிறருடைய கோழைத்தனத்தை மட்டுமே நம்பியிருந்தது," என்ற உண்மையை சார்ல்ஸ் டி கோல் புரிந்து கொண்டார். அந்தக் கொடுங்கோலனை ஒரு கொடுங்கோலன் என்று கூற எவரும் தயாராக இருக்கவில்லை. தங்களுடைய பேரரசன் ஆடை எதையும் அணிந்திருக்கவில்லை என்பதைப் பார்க்க எந்தவொரு ஜெர்மானியரும் தயாராக இருக்கவில்லை. மாறாக, வெறி பிடித்தப் பைத்தியக்காரர்களாக அவர்கள் மாறிப் போயிருந்தனர். ஹிட்லர் கேட்க விரும்பாத எதையும் அவரிடம் கூற எவரும் துணியவில்லை. அதன் காரணமாக அவர்கள் அனைவரும் அவனுடைய கொலை மாபாதகங்களுக்குத் துணை போயினர், கூட்டுக்களவாணிகளாக ஆயினர்.

உண்மையை விளம்புவதற்கான கடமை, கொடூரமாகச் செயலாற்றுவதற்கான தார்மிக உரிமையை உங்களுக்குக் கொடுத்துவிடாது என்பதையும் இங்கு நாம் வலியுறுத்திக் கூறியாக வேண்டும். உண்மையிலேயே அர்த்தமுள்ளவற்றைப் பெறுவதற்கு சாக்ரடீஸ் மக்களுக்கு உதவினார். எதிர்ப்பது அவருடைய நோக்கமாக இருக்கவில்லை. கற்றுக் கொடுப்பதுதான் அவருடைய நோக்கமாக இருந்தது. ஆனாலும், அவருடைய கற்றுக் கொடுத்தல்கள் தங்களுக்கு எதிராக இருந்ததாகச் சிலர் நினைத்தனர். அது அவருக்குச் சில எதிரிகளை உருவாக்கியது. ஆனால், அதற்காக அவர் தன் கடமையிலிருந்து வழுவவில்லை, தன்னுடைய ஞானத் தேடலைக் கைவிடவும் இல்லை.

இப்படிப்பட்டவர்கள் இல்லாமல் ஒரு சமுதாயத்தால் இயங்க முடியாது. அதற்காக எல்லோரும் சீசரை நேருக்கு நேர் பார்த்து, அவரைப் பற்றி அவர்கள் உண்மையிலேயே என்ன நினைத்தார்கள் என்பதை அவரிடம் கூற வேண்டும் என்று அவசியமில்லை. டேவ் சாப்பலைப்போல நம்முடைய பாசாங்குத்தனம் மற்றும் அபத்தங்களுக்கு எதிராக நகைச்சுவையாகப் பேசலாம். நசீம் அல்லது தாலெப்பைப்போல, நம்முடைய தற்செருக்கு பலூனிலிருந்து காற்றைப் பிடுங்கிவிடலாம். அல்லது, டியோஜெனிஸைப்போல, நம்முடைய அடிப்படை அனுமானங்களைக் கேள்விக்கு உட்படுத்தலாம்.

தற்சமய நடைமுறையைக் கேள்விக்கு உட்படுத்துகின்ற மக்கள் நமக்குத் தேவை. விஷயங்களைப் பொதுவெளியில் அரங்கேற்றுகின்ற கலைஞர்கள் நமக்குத் தேவை. நேர்மை என்ற மேடையில் அமர்ந்து கொண்டு கேள்வி கேட்கின்ற அரசியல்வாதிகள் நமக்குத் தேவை. கசப்பான உண்மைகளை எடுத்துரைக்கத் தயங்காத ஆலோசனையாளர்களின் உதவி அவர்களுக்கும் தேவை. பிரச்சாரங்கள், நியாயப்படுத்துதல்கள் அல்லது மூடி மறைத்தல்கள் போன்றவற்றைப் பொறுத்துக் கொள்ளாத மக்கள் நமக்குத் தேவை. “இது சரியல்ல. இதன் ஓர் அங்கமாக இருக்க நான் ஒருபோதும் சம்மதிக்க மாட்டேன்,” என்று கூறத் துணிகின்ற பலதரப்பு மக்கள் நமக்குத் தேவை.

அதைச் சொல்கின்ற நபராக நீங்கள் இருக்க வேண்டும்.

தீர்மானிப்பவராக இருங்கள்

பின்னாளில் அமெரிக்க வெளியுறவுத் துறை அமைச்சராக ஆன டீன் அச்செசனின் மனத்தில், ஜெனரல் ஜார்ஜ் மார்ஷல் முன்மொழிந்திருந்த தலைமைத்துவப் பண்புகளைக் கைக்கொள்ளும் கலை ஆழமாகப் பதிந்திருந்தது. தலைவர்களும் இராஜதந்திரிகளும் என்றென்றைக்கும் விவாதங்களில் ஈடுபடவே விரும்பினர். என்ன செய்யப்பட வேண்டும், என்ன சொல்லப்பட வேண்டும், யார்மீது தவறு, மதியம் என்ன சாப்பிட வேண்டும் என்பன போன்ற விஷயங்கள் குறித்து அவர்கள் விவாதிக்க விரும்பினர்.

அதுபோன்ற சமயங்களில், மார்ஷல், "கனவான்களே! பிரச்சனை குறித்து மோதாதீர்கள். அது குறித்து ஒரு தீர்மானத்திற்கு வாருங்கள்," என்று கடிந்து கொள்வார்.

நீங்கள் ஒரு நாள் முழுவதும் பிரச்சனையை அலசிக் கொண்டிருக்க வேண்டும் என்று பயம் விரும்பும். ஆனால், அது சாத்தியமில்லை என்பதைத் துணிச்சல் அறிந்திருக்கும்.

கடவுளிடமிருந்து நமக்குக் கிடைத்துள்ள பரிசுகளில் அலாதியானது தீர்மானிக்கும் திறன்தான் என்பதை அச்செசன் புரிந்து கொண்டார். வாழ்க்கையில் வெற்றி பெறுவதற்கு, வெளியுறவுக் கொள்கையை வகுப்பதற்கு, சிக்கலான மற்றும் இடக்குமடக்கான இந்த உலகில் காலந்தள்ளுவதற்கு, ஒரு தலைவர், தெளிவுடனும் துணிச்சலுடனும் தீர்மானங்களை எப்படி எடுப்பது

என்பதைக்கற்றுக்கொண்டாகவேண்டும். மழுப்பல்களுக்கும் ஊசலாட்டங்களுக்கும் அங்கு இடமில்லை.

அத்திறன் மார்ஷலிடம் இருந்தது. டூருமனிடம் இருந்தது. அதன் மூலம்தான் அவர்கள், இரண்டாம் உலகப் போருக்குப் பிந்தைய ஐரோப்பாவைப் பட்டினியிலிருந்தும் திவாலாவதிலிருந்தும் காப்பாற்றினர். அவர்கள் உறுதியான தீர்மானத்திற்கு வந்தனர், முடிவுகளைத் தேர்ந்தெடுத்தனர்.

"அமெரிக்க நாட்டின் குடியரசுத் தலைவர் என்ற முறையில், தீர்மானிப்பதுதான் உங்களுடைய பணி," என்று அச்செசன் டூருமனுக்கு எழுதினார். டூருமன் தீர்மானங்கள் மேற்கொண்டார்.

டூருமன் பதவியேற்று முதல் 30 நாட்களுக்குள் பல முக்கியமான தீர்மானங்களை மேற்கொள்ள வேண்டியிருந்தது. அவற்றில் குறிப்பிடத்தக்கவை:

- போலந்தில் சோவியத்தின் தலையீடு
- ஐக்கிய நாடுகள் சபையின் முதல் கூட்டம்
- யுரேனியத்தின் முதல் கொள்முதல்
- ஜப்பானுக்கு எதிரான போரில் சோவியத்தின் நுழைவு

பதவியேற்றுப் பல வாரங்களுக்குள், அவர், அணுகுண்டை ஜப்பானின்மீது போட வேண்டுமா, மார்ஷல் திட்டத்தின்படி ஐரோப்பாவைக் காப்பாற்ற வேண்டுமா, சோவியத் ஆக்கிரமிப்பைக் கட்டுப்படுத்துவதற்காக உருவாக்கப்பட்டக் கொள்கைகளை அமல்படுத்த வேண்டுமா, பெர்லினில் மாட்டிக் கொண்டிருந்தவர்களை விமானங்கள் மூலம் வெளியேற்ற வேண்டுமா என்பன போன்ற அதிமுக்கியமான தீர்மானங்களை அவர் மேற்கொள்ள வேண்டியிருந்தது.

இத்தீர்மானங்கள் எண்ணற்றோரின்மீது தாக்கம் ஏற்படுத்துகின்றவையாக இருந்தன. அவை குறித்து வல்லுநர்கள் ஒத்தக் கருத்தைக் கொண்டிருக்கவில்லை என்பதால் அவை கடினமானவையாக இருந்தன.

அது மட்டுமல்ல. தாங்கள் கடுமையாக விமர்சிக்கப்படுவோம் என்பதை டூருமனும் மார்ஷலும் அறிந்திருந்தனர். ஒவ்வொரு தீர்மானமும் ஆபத்தானது என்பதை அவர்கள் அறிந்திருந்தனர். தங்களுடைய

தீர்மானங்கள் இறுதியானவை என்பதை அவர்கள் அறிந்திருந்தனர். தங்களுடைய தீர்மானங்களின்மீது தங்களுடைய பெயர்கள் பொறிக்கப்படும் என்பதை அவர்கள் அறிந்திருந்தனர். டுரூமன் கொள்கை, மார்ஷல் திட்டம் போன்றவை அதற்கான எடுத்துக்காட்டுகள்.

அவர்கள் தீர்மானங்களை மேற்கொண்டதோடு மட்டுமல்லாமல், வாழ்க்கையில் ஒருவருக்கு மிகவும் அச்சுறுத்தல் ஏற்படுத்தக்கூடிய ஒன்றையும் செய்தனர். தீர்மானங்களை அமல்படுத்துவதுதான் அது.

அறுவை சிகிச்சை அறையில் இருக்கின்ற மருத்துவர், கணப்பொழுதில் ஒரு தீர்மானத்திற்கு வர வேண்டியிருக்கும். அது வேறு ஒருவருடைய வாழ்வா-சாவா நிலையைத் தீர்மானிக்கின்ற ஒன்றாக இருக்கும். குத்துச்சண்டை வீரர், பங்குச் சந்தை வர்த்தகர், கலைஞர், மோசமான நிறுவனத்தைத் தூக்கி நிறுத்துவதற்காகக் கொண்டுவரப்பட்டுள்ள முதன்மை நிர்வாக அதிகாரி போன்ற தலைவர்கள் இதைத்தான் எதிர்கொள்கின்றனர். அவர்களின் தீர்மானங்களின் பின்விளைவுகள் எப்படி வேண்டுமானாலும் போகலாம் என்ற ஆபத்து அவர்களுடைய தீர்மானங்களில் மறைந்திருக்கும். எதிரியின் தாடையில் குத்த வேண்டியிருக்கலாம், பல ஊழியர்களை வேலையிலிருந்து தூக்க வேண்டியிருக்கலாம்.

சரியான தீர்மானத்தை வந்தடைவதற்காகத்தான் நாம் விவாதிக்கிறோம் என்றும், நமக்குக் கூடுதல் தகவல் தேவை என்றும் நாம் கூறிக் கொள்கிறோம். உண்மையில் நாம் தீர்மானம் எடுப்பதைத் தாமதப்படுத்திக் கொண்டிருக்கிறோம், அவ்வளவுதான். நம்முடைய சௌகரிய வட்டத்தைவிட்டு வெளியே வரவோ அல்லது பின்விளைவுகளுக்குப் பொறுப்பேற்றுக் கொள்ளவோ நாம் விரும்புவதில்லை.

நம்முடைய தற்போதைய வேலையை விட்டுவிடலாமா என்று நாம் யோசிக்கிறோம். இதில் முதலீடு செய்யலாமா அல்லது அதில் முதலீடு செய்யலாமா, நாம் அறிந்துள்ள உண்மைகளைப் பொதுவெளியில் வெளியிடலாமா வேண்டாமா, நம் நிறுவனத்திலுள்ள ஒருவரை வேலையைவிட்டு அனுப்பலாமா வேண்டாமா என்று நாம் யோசிக்கிறோம். நாம் அவற்றை மீண்டும் மீண்டும் தள்ளிப்போட்டுக் கொண்டே வருகிறோம்.

என்ன நடந்துவிடுமோ என்ற கவலையில், தீர்மானம் மேற்கொள்வதை நாம் தவிர்க்கிறோம்.

தன் நாடக உரையின் மூலம் சீசரைத் துணிச்சலுடன் எதிர்த்துவிட்டு, சிசேரோவின் முகத்திற்கு எதிரே, "நீங்கள் இரட்டைக் குதிரையில் சவாரி செய்து கொண்டிருக்கிறீர்கள், அது ஆபத்தானது," என்று கூறவும் டெசிமஸ் தயங்கவில்லை. உள்நாட்டுப் போரில் சிசேரோ எந்தவொரு பக்கமும் சாயாமல் இருந்ததைத்தான் அவர் இவ்வாறு குறிப்பிட்டிருந்தார். ஆனால், சிறிது காலத்திற்கு உள்ளாகவே, சிசரோவின் தலைவிதி அவருடைய எதிரிகளால் தீர்மானிக்கப்பட்டுவிட்டது.

"நீங்கள் எதையெல்லாம் மாற்றிக் கொண்டிருக்கவில்லையோ, அவற்றையெல்லாம் நீங்கள் தேர்ந்தெடுத்துக் கொண்டிருக்கிறீர்கள் என்று அர்த்தம்," என்றொரு கூற்றை நீங்கள் கேள்விப்பட்டிருக்கக்கூடும். பின்னர் அது குறித்து நீங்கள் அலசிப் பார்க்கின்றபோது, அது குறித்து எதையாவது செய்திருக்கலாம் என்று நீங்கள் எண்ணக்கூடும். அது ஒரு மோசமான உறவிலிருந்து விலகுவதாக இருக்கலாம் அல்லது ஒரு புதிய நிறுவனத்தைத் தொடங்குவதாக இருக்கலாம். அதை எதிர்த்துக் கொண்டிருக்காதீர்கள். அது குறித்துத் தீர்மானியுங்கள். உடனே தீர்மானியுங்கள்.

என்ன செய்ய வேண்டும் என்று விவாதிப்பதற்காக நீங்கள் செலவழித்திருந்த நேரத்தில் நீங்கள் சூறாவளியிலிருந்து இன்னும் அதிகத் தூரம் விலகிச் சென்றிருக்கலாம். ஒரு பிரச்சனையைத் தீர்ப்பதற்கான சரியான நேரம் எப்போதோ கடந்து சென்றுவிட்டிருந்த ஒன்றுதான். அதற்கு அடுத்தச் சரியான நேரம் இக்கணம்.

1948 இல் சோவியத் படை செக்கோஸ்லோவாக்கியாவைச் சூழ்ந்து கொண்டிருந்தபோது, ட்ரூமன் தன் மகளுக்கு எழுதிய கடிதத்தில், "இருள் சூழ்ந்துள்ளது. ஒரு தீர்மானம் மேற்கொள்ளப்பட வேண்டியுள்ளது. அத்தீர்மானத்தை நான் எடுக்கப் போகிறேன்," என்று குறிப்பிட்டிருந்தார்.

விவாதிப்பதன் மூலம் ஒரு பிரச்சனையை உங்களால் முறியடித்துவிட முடியாது. என்ன செய்வது என்று தீர்மானித்து அதைச் செய்வதன் மூலம்தான் அதைத் தீர்க்க முடியும். ஒரு தீர்மானம் எடுக்க வேண்டும் என்பதற்காக ஒரு

தீர்மானத்தை எடுத்துவிடக்கூடாது. சரியான தீர்மானத்தை உடனடியாக எடுக்க வேண்டும். உங்களுடைய தீர்மானம் தவறாக இருந்தால் அல்லது நீங்கள் ஏதாவது தவறு செய்திருந்தால், அதைக் களைகின்ற தீர்மானத்தை எடுங்கள். அதைத் துணிச்சலுடனும் தெளிவுடனும் எடுங்கள்.

கஷ்டப்படுதல் நல்லது

பல நிலை நேர்முகத் தேர்வுகளை முடித்துவிட்டு, இறுதியாக ஒரு நேர்முகத் தேர்வுக்காக அந்த இளம் பெண்மணி, நேர்முகத் தேர்வு நடத்திக் கொண்டிருந்தவருக்கு முன்பாக அமர்ந்திருந்தார். அவர் மார்கரெட் தாட்சர். அவர் விண்ணப்பித்திருந்தது வேதியியல் ஆய்வாளர் பணி. தேர்வு நடத்திக் கொண்டிருந்தவர் கையில் வைத்திருந்த, தன்னைப் பற்றிய சுருக்கமான ஆய்வுத் தாளின் மேல் எழுதப்பட்டிருந்த வாசகம் தாட்சரின் கண்களில் பட்டது. அவருக்குத் தலைகீழாகத் தெரிந்து கொண்டிருந்த அந்த வாக்கியங்களை அவர் கஷ்டப்பட்டுப் படித்தார். அதில் இவ்வாறு எழுதியிருந்தது:

> *"இந்தப் பெண் இங்கு வேலை பார்ப்பதற்குத்*
> *தேவையானதைவிடக் கூடுதலான வலுவான ஆளுமை*
> *கொண்டவராக இருக்கிறார்."*

இதை இரண்டு விதமாக எடுத்துக் கொள்ளலாம். குற்றம் சாட்டுவதாக எடுத்துக் கொள்ளலாம் அல்லது பாராட்டுரையாக எடுத்துக் கொள்ளலாம்.

கோழைகள் முந்தையதைத் தேர்ந்தெடுக்கின்றனர். துணிச்சல்காரர்கள் அதை நாசூக்காக ஒதுக்கித் தள்ளிவிடுகின்றனர். அது உங்களையோ அல்லது

மற்றவர்களையோ மாற்றுவதற்கு அனுமதிக்காமல் இருப்பதற்கு உங்களுக்குத் துணிச்சல் தேவை.

ஃபிராங்க் செர்பிகோவைப் பற்றி என்ன சொல்லப்பட்டது என்பது உங்களுக்கு நினைவிருக்கிறதா?

சார்ல்ஸ் டி கோலைப் பற்றி?

நைட்டிங்கேலைப் பற்றி?

நீங்கள் கையாள்வதற்குக் கடினமானவர். பழகுவதற்குக் கடினமானவர். உடன் அல்லது கீழே வேலை செய்வதற்குக் கடினமானவர்.

ஆமாம். அவர்கள் கடினமானவர்கள்தாம். எல்லோருக்கும் பிடிக்கின்ற விதத்தில் நடந்து கொள்பவர்கள் வரலாற்றின் பக்கங்களை அலங்கரிப்பதில்லை. இந்த நபர்கள் இணக்கமானவர்களாக இருந்திருந்தால், அவர்களிடமிருந்து எதிர்பார்க்கப்பட்டப் பாத்திரங்களுக்கு ஏற்ப நடந்து கொண்டிருந்தால், பிறர் நம்மைப் பற்றி என்ன நினைப்பார்களோ என்று யோசித்திருந்தால், அவர்கள் முதலில் எடுத்திருந்த நிலைப்பாட்டை எடுத்திருந்திருக்கவே மாட்டார்கள்.

அதிகாரம் கொண்டவர்கள் இவர்களைக் கடினமானவர்கள் என்று வர்ணித்திருந்தாலும்கூட, வரலாறு அவர்களை முன்மாதிரிகள் என்று கொண்டாடுகிறது.

நம்மில் பெரும்பாலானோர் வித்தியாசமாக இருப்பதற்கு பயப்படுகிறோம். கடினமானவர்களாக இருந்துவிடக்கூடாது என்று எச்சரிக்கையாக இருக்கிறோம். ஆனால், இது போன்ற மனப்போக்குகளைக் கொண்டிருத்தல் ஒருவிதமான சுதந்திர உணர்வை அளிக்கிறது. தாங்கள் நம்பிக்கை வைத்துள்ள விஷயங்களுக்காக மூர்க்கமாக மீண்டும் மீண்டும் போராடுவதற்கான சுதந்திரத்தை அது அவர்களுக்கு அளிக்கிறது. மிக உயர்வான தரத்தை நிர்ணயித்துக் கொள்வதற்கான சுதந்திரத்தை அளிக்கிறது. சமரசம் செய்து கொள்ளாமல் இருப்பதற்கான சுதந்திரத்தை அளிக்கிறது.

அதைச் செய்வதற்குத் துணிச்சல் தேவை. குறிப்பாக, அவரவர் தத்தம் வேலையைப் பார்த்துக் கொண்டிருக்க வேண்டும் என்று எதிர்பார்க்கின்ற, உங்களுக்கென்று ஒதுக்கப்பட்ட வழியில் நீங்கள் பயணித்துக் கொண்டிருக்க வேண்டும் என்று எதிர்பார்க்கின்ற, கேள்விகள் எதையும் கேட்காமல் இருக்க வேண்டும் என்று எதிர்பார்க்கின்ற

உலகில் அதைச் செய்வதற்குக் கண்டிப்பாகத் துணிச்சல் தேவை.

ஜெர்மானிய கப்பற்படையில் ஒரு புதிய கப்பல் வெள்ளோட்டம் விடப்பட்டபோது, நாஜி வணக்கத்தைத் தெரிவிக்க மறுத்தபோது, ஆகஸ்ட் லேன்மெஸ்ஸர், வரலாற்றைப் பற்றி நினைத்துக் கொண்டிருக்கவில்லை. தான் விதிகளையும் மரபுகளையும் மீறிக் கொண்டிருந்தோம் என்பதை மட்டுமே அவர் அறிந்திருந்தார். அது அவர் கொண்டிருந்த நம்பிக்கைகளுக்கு எதிராக இருந்தது. அவர் ஒரு ஜெர்மானியராக இருந்தபோதும், சட்டத்தை மீறி, 1935 இல் அவர் ஒரு யூதப் பெண்மணியைத் திருமணம் செய்து கொண்டார். தன்னுடைய செயல் ஒரு புகைப்படமாக எடுக்கப்பட்டிருந்தது என்பதை அவர் அறிந்திருக்கவில்லை. ஹிட்லரின் கொடுங்கோன்மைக்கு எதிராக நின்ற ஒற்றை ஜெர்மானியன் என்ற புகழுடன் வரலாற்றில் அவர் பெயர் இடம்பெறும் என்பதை அவர் அறிந்திருக்கவில்லை. தன்னைச் சுற்றியிருந்த அனைத்து மக்களும் அடிவருடிகளாக மாறிப் போயிருந்தபோதும், அராஜகத்திற்குத் தலைவணங்க அவர் தயாராக இருக்கவில்லை.

அவர் கடினமானவராக இருந்தார். அதனால் அவர் சகலத்தையும் இழக்க வேண்டியிருந்தது. ஆனால், அவரால் வேறு எப்படியும் இருந்திருக்க முடியாது.

நீங்கள் இப்படி இருந்தால், அவர்கள் உங்களைத் தண்டிக்க முயல்வர். அதனால்தான் நீங்கள் இராப்பகலாக அவர்களை எதிர்த்து நிற்க வேண்டும். நீங்கள் போர்க்குணமிக்கவராகத் திகழ வேண்டும். நெஞ்சுறுதியுடன் நிமிர்ந்து நிற்க வேண்டும். தன்னம்பிக்கையுடன் திகழ வேண்டும். "இல்லை. அதை அப்படிச் செய்ய முடியாது!" "நீங்கள் முன்மொழிவது அனைவருக்கும் நன்மை பயக்காது!" "நான் வாயை மூடிக் கொண்டிருக்கப் போவதில்லை!" "இது இத்துடன் முடிந்துவிடப் போவதில்லை. இதற்கு என்னால் இடம் கொடுக்க முடியாது!"

அவர்கள் உங்களைப் பைத்தியக்காரன் என்று அழைக்கக்கூடும். அதைத் தவறென்று கூற முடியாது. ஏனெனில், துணிச்சலுக்குப் பைத்தியக்காரத்தனம் தேவை. அப்படிக் காட்சியளிக்க நீங்கள் தயாராக இருக்க வேண்டும். நீங்கள் உண்மையில் யாராக இருக்கிறீர்களோ அதற்கு உண்மையாக நீங்கள் நடந்து கொள்ள வேண்டும். நாம்

நாமாக இருப்பதற்கு எதற்காக நாம் பயப்பட வேண்டும்? அது நமக்குக் கட்டுப்படியாகாது. அதை நாம் வலியுறுத்த வேண்டும்.

அதற்கு நீங்கள் ஒரு பெரும் விலை கொடுக்க வேண்டியிருக்கலாம். அதற்கு நீங்கள் ஒரு பெரும் போராட்டத்தை நடத்த வேண்டியிருக்கலாம். பயத்தை மீறி வருவதற்கு நீங்கள் திணற வேண்டியிருக்கலாம். அது இலகுவானதாக இருக்காது. ஆனால், கண்டிப்பாக அது மதிப்பு வாய்ந்ததாக இருக்கும்.

கஷ்டப்பட்டுக் கொண்டிருந்தாலும், தாங்கள் நல்லவிதமான விளைவுகளை உருவாக்கிக் கொண்டிருக்கிறோம் என்பதை அவர்கள் அறிவர். நல்லது தீயதை வென்றெடுக்கத் தாங்கள் துணை போய்க் கொண்டிருக்கிறோம் என்பதை அவர்கள் அறிவர்.

மார்கரெட் தாட்சர் கடினமானவர்தான். அந்த வேதியியல் நிறுவனப் பணிக்கு அவர் பொருத்தமானவராக இல்லாதிருந்திருக்கலாம். ஆனால், அவருடைய அந்த உறுதியான ஆளுமைதான், உடும்புப்பிடி மனப்பான்மைதான், தன்னை எதிர்த்து நின்றவர்களை அவர் துணிச்சலுடன் போராடிப் போராடி மன உரத்தை வளர்த்துக் கொண்டதுதான், இறுதியில், நவீன வரலாற்றின் ஒரு கடினமான காலகட்டத்தில் பிரிட்டனை வழிநடத்த உதவிகரமாக அமைந்தது. எல்லோருக்கும் வளைந்து கொடுக்கின்ற ஒரு நபராக இருந்து கொண்டு பிரிட்டனின் முதல் பெண் பிரதமராக வந்துவிட முடியுமா என்ன?

அவர் ஓர் இரும்புப் பெண்மணி. ஃபிராங்க் செர்பிகோ, சார்ல்ஸ் டி கோல், நைட்டிங்கேல் ஆகியோரைப்போலவே தாட்சராலும் வேறு எப்படியும் இருந்திருக்க முடியாது. அவர்கள் யாராக இருந்தார்களோ, அதற்காகத்தான் அவர்களுக்கு அழைப்பு விடுக்கப்பட்டது. அவர்களும் துணிச்சலுடன் அதை ஏற்றுக் கொண்டனர்.

சில நொடித் துணிச்சல்

அது 1960 அக்டோபர் 19 ஆம் நாள். அட்லான்டாவிலுள்ள ஒரு பல்பொருள் அங்காடிக்கு உள்ளேயிருந்த உணவகம் ஒன்றில் சாப்பிட முயன்றதற்காக, மார்ட்டின் லூதர் கிங் ஜூனியர் கைது செய்யப்பட்டார். தங்கள் வசம் சிக்கிக் கொண்ட எதிரியின் கதையை முடிக்கத் தெற்கத்திய அதிகாரிகள் திட்டமிட்டனர். அவர்மீது வேறு பல குற்றச்சாட்டுகளையும் அள்ளி வீசி, அவருக்குப் பிணையை மறுத்து, ரெயிட்ஸ்வில்லிலுள்ள சிறைக்கு அவர்கள் அவரை அனுப்பி வைத்தனர். நான்கு மாதக் கடுங்காவல் தண்டனை அவருக்கு விதிக்கப்பட்டது. அச்சிறையில் அவர் மற்றொரு கைதியுடன் சங்கிலியால் பிணைக்கப்பட்டு, கடுமையான வேலைகளைச் செய்யுமாறு நிர்ப்பந்திக்கப்பட்டார். அவர் அங்கிருந்த கைதிகளால் படுகொலை செய்யப்படலாம் என்ற பயம் அவருடைய மனைவி கோரெட்டாவுக்கு இருந்தது. அமெரிக்காவின் குடியரசுத் தலைவர் பதவிக்கான பிரச்சாரம் படுசூடாக நடைபெற்றுக் கொண்டிருந்த நேரம் அது. ரிச்சர்டு நிக்சனும் ஜான் எஃப். கென்னடியும் அப்போட்டியில் இறங்கியிருந்தனர். கோரெட்டா அவர்கள் இருவரின் உதவியையும் நாடினார். அவர்கள் இருவருக்குமே கருப்பின மக்களின் வாக்குகள் தேவைப்பட்டன.

நிக்சன் ஏற்கனவே கிங்குடன் நட்புறவில் இருந்தார். அத்துடன், ஐசன்ஹோவர் நிர்வாகம்

கருப்பின மக்கள் உரிமைப் போராட்டம் தொடர்பாக மேற்கொண்ட முயற்சிகளில் நிக்சன் தன்னை ஈடுபடுத்திக் கொண்டிருந்தார். நிக்சனின் ஆதரவாளர்கள், கிங்கிற்கு உடனடியாக உதவுமாறு அவரை வற்புறுத்தினர். ஆனால், நிக்சன் தயங்கினார். ஐம்பது ஆண்டுகளுக்கு முன்பு ரூஸ்வெல்ட்டுக்கு ஏற்பட்டிருந்த அதே தர்மசங்கடம் தனக்கு அப்போது ஏற்பட்டிருந்ததாக நிக்சன் நினைத்தார். தெற்கத்திய வெள்ளையின மக்களின் வாக்குகளை இழக்க அவர் விரும்பவில்லை. புதிதாக ஒரு சர்ச்சைக்குள் சிக்கிக் கொள்ளாமல் இருப்பது நல்லது என்று அவர் நினைத்தார். எதிர்மறையான விளம்பர வெளிச்சம் தன்மீது படும் என்று அவர் அஞ்சினார். அதனால், அவர் கிங்கிற்கு நம்பிக்கைத் துரோகம் இழைத்தார். இதை ஒரு வாய்ப்பாகப் பயன்படுத்திக் கொண்ட கென்னடி, கோரெட்டாவைத் தொலைபேசியில் அழைத்து அவருக்கு ஆறுதல் கூறி, அந்த விவகாரத்தில் தான் தலையிடுவதாக உறுதியளித்தார். பின்னர் அவர் ஜார்ஜியாவின் ஆளுநரையும் தொடர்பு கொண்டார். இதற்கிடையே ஜான் எஃப் கென்னடியின் சகோதரர் ராபர்ட் கென்னடி, அலபாமா உயர்நீதிமன்றத் தலைமை நீதிபதியைத் தொடர்பு கொண்டு, கிங்கை விடுவிக்க அழுத்தம் கொடுத்தார்.

நிக்சனுக்கு வாக்களிக்க முடிவு செய்திருந்த கிங், தன்னுடைய மன மாற்றத்தை உடனடியாக உலகறிய வெளிப்படுத்தினார். பின்னர் அவர் அது குறித்து இவ்வாறு கருத்துத் தெரிவித்தார்: “எனக்குக் கென்னடியைவிட நிக்சனிடம் அதிகப் பரிச்சயம் இருந்தது. அவர் அடிக்கடி என்னைத் தொடர்பு கொண்டு சில விஷயங்கள் குறித்து விவாதிப்பார், என் அறிவுரைகளைக் கேட்பார். ஆனால், என் வாழ்வில் ஓர் இக்கட்டான நேரம் வந்தபோது, என்னை அறிந்ததுபோலவே அவர் காட்டிக் கொள்ளவில்லை. அதனால்தான் நான் அவரை ஒரு தார்மிகக் கோழை என்று கருதுகிறேன். சரியான நேரத்தில் ஒரு துணிச்சலான முடிவை எடுக்க அவர் விரும்பவில்லை.”

இரண்டு வாரங்களுக்குப் பிறகு நடந்த தேர்தலில் கென்னடி மயிரிழையில் வெற்றி பெற்றார். அவருக்கும் நிக்சனுக்கும் இடையே வெறும் அரைப் புள்ளி சதவீதம்தான் வேறுபாடு இருந்தது. இரண்டு முக்கிய மாநிலங்களில் வெறும் 35,000 வாக்குகள் மட்டுமே கென்னடி கூடுதலாகப்

பெற்றிருந்தார். அவர் மேற்கொண்ட இரண்டு தொலைபேசி அழைப்புகள் அவருக்குக் குடியரசுத் தலைவர் பதவியைப் பெற்றுக் கொடுத்தன. அநியாயமாகச் சிறையில் அடைக்கப்பட்டிருந்த ஒரு நல்ல மனிதரின் மனைவியிடம் ஓரிரு நிமிடங்கள் பேசத் தயங்கிய அந்தக் கோழைத்தனம் நிக்சனிடமிருந்து குடியரசுத் தலைவர் பதவியைத் தட்டிப் பறித்திருந்தது.

நீங்கள் யார், இதுவரை என்னவெல்லாம் செய்திருந்தீர்கள் என்பது ஒரு பொருட்டல்ல. அந்த நெருக்கடியான கணத்தில் நீங்கள் எப்படிச் செயல்படுகிறீர்கள் என்பதுதான் முக்கியம். அப்போது நீங்கள் செயலில் இறங்குவீர்களா? அல்லது பயந்து ஓடிவிடுவீர்களா?

உங்களுக்கு ஒரு சில கணங்கள்தாம் பிடிக்கும்...

...அந்த மின்னஞ்சலை அனுப்புவதற்கு.

...ஒரு சில வார்த்தைகளை உங்களுடைய வாயிலிருந்து உதிர்ப்பதற்கு.

...தன்னார்வ வேலைக்கு 'நான் வருகிறேன்' என்று கையை உயர்த்துவதற்கு.

...உங்களுடைய வாக்கை ஆமாம் என்பதிலிருந்து இல்லை என்று, அல்லது இல்லை என்பதிலிருந்து ஆமாம் என்று மாற்றுவதற்கு.

...தொலைபேசியை எடுத்து ஓர் அப்பாவியின் மனைவியை அழைப்பதற்கு.

அந்த நிகழ்வு முடுக்கிவிடப்பட்டவுடன் பிற அனைத்தும் இயல்பாக அரங்கேறத் தொடங்கிவிடும். உங்களுடைய கடமையை நிறைவேற்றுவது; ஒரு காலை முன்னே எடுத்து வைப்பது; கல்லூரியிலிருந்து விலகிச் சொந்தமாக ஒரு தொழிலைத் தொடங்குவது; விவாகரத்திற்கு விண்ணப்பித்துவிட்டு உங்களுடைய வாழ்க்கையை மீண்டும் கட்டமைப்பது; பங்குச் சந்தைக் கண்காணிப்பாளர் அலுவலகத்திற்குச் சென்று புகார் அளிப்பது என்று அடுக்கிக் கொண்டே போகலாம். அந்தக் காரியங்களில் நீங்கள் மும்முரமாக இறங்கிவிடுவீர்கள். பயப்படுவதற்கு உங்களுக்கு நேரமே இருக்காது. விஷயங்கள் உங்களுக்கு எதிராக வேலை செய்வதற்குப் பதிலாக, உங்களுக்குச் சாதகமாக இயங்குத் தொடங்கும்.

'நாங்கள் ஒரு விலங்குக் காட்சிச்சாலையை வாங்கினோம்' என்ற தலைப்பில் வெளியான ஒரு நூலை

அடிப்படையாகக் கொண்டு அதே தலைப்பில் ஒரு ஹாலிவுட் திரைப்படம் உருவானது. அதில் கதாநாயகனாக வருகின்ற மேட் டேமன், தன் இளம் மகனிடம், “சில வேளைகளில் உனக்குத் தேவைப்படுவதெல்லாம் வெறும் இருபது நொடித் துணிச்சல் மட்டும்தான். துணிச்சலை அரவணைத்துக் கொள்வதற்கு வெறும் இருபது நொடிகள் போதும். அதன் விளைவாக மாபெரும் விஷயங்கள் நிகழும். இதை உன்னிடம் என்னால் உறுதியாகக் கூற முடியும்,” என்று கூறுவார்.

அதுபோன்ற உத்தரவாதத்தை நம்மால் அளிக்க முடியுமா? முடியாது. நிஜ வாழ்க்கை, திரையில் ஓடுகின்ற திரைப்படம் அல்லவே. வாழ்க்கையில் விளைவுகளுக்கு ஒருபோதும் உத்தரவாதம் கிடையாது. நீங்கள் வெற்றி பெறாமல் போகலாம். ஆனாலும் முயற்சிக்க வேண்டும். செயல்நடவடிக்கையில் இறங்கத் தவறினால் என்னவாகும்? “அப்போது நான் பயத்தில் உறைந்து போயிருந்தேன்!” என்ற நினைப்பு நம் மனத்தில் உறுதியாகப் படிந்துவிடும். பின்னர் நினைத்துப் பார்க்கின்றபோது அது கண்டிப்பாக ஒரு நல்ல நினைவாக இருக்காது.

பிறருடைய துணிச்சலைக் கண்டு நாம் வியக்கின்றபோதும் சரி, மருட்சி அடைகின்றபோதும் சரி, நாம் ஒரு விஷயத்தைத் தவறவிட்டுவிடுகிறோம். அது விலாவாரியாகத் திட்டமிடப்பட்ட ஒரு செயல் அல்ல என்பதுதான் அது. அது ஓர் எளிய தீர்மானத்திலிருந்து தொடங்குகிறது. ஒரு திடீர்ப் பாய்ச்சலிலிருந்து ஆரம்பிக்கிறது. கென்னடியின் தீர்மானம் குறித்துக் கிங் பின்னர் இவ்வாறு கருத்துத் தெரிவித்தார்: “தன்னுடைய தீர்மானம் அரசியல்ரீதியாகச் சரியானதுதான் என்பதைக் கென்னடி அப்போது அறிந்திருக்கவில்லை.” அது கிங்கின் விஷயத்திலும் பொருந்தும். மான்ட்கோமெரியில் முதல் பேருந்துப் புறக்கணிப்புப் போராட்டத்தில் அவர் குதித்தபோது, அது எந்த அளவுக்குத் தன் வாழ்க்கையையும் இந்த உலகத்தையும் புரட்டிப் போடவிருந்தது என்பதைக் கிங் அறிந்திருக்கவில்லை.

துணிச்சல் கணநேரத்தில்தான் தீர்மானிக்கப்படுகிறது. நாம் அடுத்த அடி எடுத்து வைக்கின்ற அக்கணத்தில். நாம் முன்னே பாய முடிவெடுக்கின்ற அக்கணத்தில்.

ஒருவர் எல்லா நேரங்களிலும் தைரியசாலியாக

இருப்பதில்லை. குறிப்பிட்டக் கணங்களில் துணிச்சலுடன் நாம் செயல்படுகிறோம், அவ்வளவுதான்.

ஒரு சில நிமிடங்களுக்கு. ஒரு சில நிமிடங்களுக்குத் துணிச்சலை நாம் அரவணைத்துக் கொள்வதன் மூலம் நம்மால் மாபெரும் காரியங்களை நிகழ்த்த முடியும்.

ஆனால், அதுவே போதுமானது.

அதை ஒரு பழக்கமாக ஆக்கிக் கொள்ளுங்கள்

1920களில் ஹாரி பர்ன்ஸ், டென்னிசி மாநிலத்திலுள்ள ஒரு சாதாரணமான அரசியல்வாதியாக இருந்தவர். துணிச்சலான முடிவுகளை மேற்கொண்டதற்கோ அல்லது மாநிலத்தின் சட்டசபையில் தைரியமாக வாக்களித்ததற்கோ பெயர் போனவர் அல்லர் அவர். அவர் ஓர் இலட்சியவாதியோ அல்லது வளர்ந்து வருகின்ற ஓர் அரசியல் நட்சத்திரமோகூட அல்லர். அவருக்கு அப்போது வயது இருபத்தைந்து. அவர் இரண்டு ஆண்டுகளாக ஒரு சட்டசபை உறுப்பினராக இருந்து வந்திருந்தார்.

பெண்களுக்கு வாக்குரிமை வழங்குகின்ற சட்டத்திருத்த மசோதாவான பத்தொன்பதாவது திருத்த மசோதா, வாக்கெடுப்பிற்காகக் கொண்டுவரப்பட்டபோது, அதை எதிர்த்துக் கொண்டிருந்த அரசியல்வாதிகளிடம், ஹாரி, "நான் பெண்களுக்கு வாக்குரிமை வழங்குவதற்கு ஆதரவாகத்தான் வாக்களிப்பேன். ஆனால், என் ஒருவனின் வாக்கால் உங்களுடைய நிலைப்பாட்டுக்கு எந்தவிதமான ஆபத்தும் வந்துவிடாது," என்று உறுதியளித்தார்.

ஆனால், ஹாரியே நினைத்துப் பார்த்திராத ஒன்று நிகழ்ந்தது. ஆகஸ்ட் 18 அன்று, அவருடைய ஒரே ஒரு வாக்கின் காரணமாக அத்தீர்மானம் சட்டசபையில் நிறைவேறியதைக்

கண்டு ஹாரியே வியப்படைந்தார். அது மட்டுமல்லாமல், அந்த மாநிலத்தின் முன்னுதாரணம் தேசமெங்கும் எதிரொலித்தது. இறுதியில் அமெரிக்காவிலுள்ள இரண்டு கோடிப் பெண்கள் வாக்குரிமை பெற்றனர். ஹாரி எப்போதுமே 'அம்மா பிள்ளையாக' இருந்து வந்தார். விதவையாக இருந்த அவருடைய அம்மா, அவரைத் தன்னந்தனியாக வளர்த்திருந்தார். தன்னுடைய நிலைப்பாட்டின் காரணமாக ஹாரி ஒரு பெரிய கும்பலால் குறிவைக்கப்பட்டார். அவர் மீண்டும் சட்டசபைக்குத் தேர்ந்தெடுக்கப்படுவாரா என்பது சந்தேகமாக இருந்தது. அவருடைய தொகுதியிலிருந்த பெரும்பாலான வாக்காளர்கள் அவர்மீது அதிருப்தி கொண்டிருந்தனர்.

ஆனாலும் அவர் அதைச் செய்திருந்தார். அவருடைய வாழ்க்கையிலேயே அவரை மிகவும் பீதிக்கு உள்ளாக்கியிருந்த கணமாக அதுதான் இருந்திருக்கும்.

இதை நாம் ஜான் மெக்கெயின் என்ற மற்றோர் அரசியல்வாதியோடு ஒப்பிடலாம். ஹாரியின் மனசாட்சி அவரை வறுத்தெடுத்து ஒரு சரியான நிலைப்பாட்டை எடுக்க அவரைத் தூண்டியதற்கு நூறு ஆண்டுகள் கழித்து, அதேபோன்ற இக்கட்டானதொரு நிலையில் மெக்கெயின் மாட்டிக் கொண்டிருந்தார். இப்போது 'அஃபோர்டபிள் கேர் சட்டம்' விலக்கிக் கொள்ளப்பட வேண்டும் என்ற தீர்மானம் அமெரிக்க செனட்டில் கொண்டுவரப்பட்டது. 'ஒபாமாகேர்' என்று பத்திரிகைகளால் வர்ணிக்கப்பட்டிருந்த அந்தக் காப்பீட்டுத் திட்டத்தை மெக்கெயின் எப்போதுமே விமர்சித்து வந்திருந்தார். இன்னும் சொல்லப் போனால், அச்சட்டம் விலக்கிக் கொள்ளப்பட வேண்டும் என்று அவர் பிரச்சாரம் செய்து வந்தார். ஆனால், வாக்கெடுப்பு நடைபெற்றபோது, அவர் அச்சட்டம் விலக்கிக் கொள்ளப்பட வேண்டும் என்ற தீர்மானத்திற்கு எதிராக வாக்களித்தார்.

அதைக் கொண்டு வந்திருந்ததற்காக மெக்கெயின் 2010 இல் ஜனநாயகக் கட்சியைக் கடுமையாகச் சாடியிருந்தார். ஆனால், இப்போது, அச்சட்டத்தை விலக்கிக் கொள்ள வேண்டும் என்ற தீர்மானத்தைக் கொண்டுவந்திருந்த தன் சொந்தக் கட்சியான குடியரசுக் கட்சியின் காலை அவர் வாரியிருந்தார். இதை அவர் ஏன் செய்தார் என்பதை நாம் ஆராயப் போவதில்லை. அப்படிச் செய்தபோது அவர்

எவ்வாறு உணர்ந்தார் என்பதில்தான் நாம் நம்முடைய கவனத்தைக் குவிக்கப் போகிறோம்.

நாம் மேலே பார்த்த இரண்டு விஷயங்களிலும், ஒரே ஒரு நபரின் கணநேரத் துணிச்சலின் காரணமாகத்தான் அத்தீர்மானங்கள் நிறைவேறின. ஆனால், ஹாரி அளவுக்கு மெக்கெயின் தடுமாற்றம் கொண்டிருக்கவில்லை. தன்னிடம் முரண்பாடு இருந்ததாக மெக்கெயின் உணரவில்லை. தன் தீர்மானம் குறித்து அவர் தன்னைக் கேள்விக்குட்படுத்திக் கொள்ளவில்லை. ஏனெனில், அவர் தன் வாழ்க்கை முழுவதும் தன் செய்கைகளால் பிறரை ஆச்சரியத்திற்கு உள்ளாக்குவதையே வாடிக்கையாகக் கொண்டிருந்தார். தன் சொந்த நலனுக்கு எதிராகச் சென்ற சமயங்களில்கூட, மெக்கெயின் தன் கொள்கையில் உறுதியாக இருந்தார்.

ஹாரி அத்தீர்மானத்தை எடுத்தபோது, அது தனக்கு அரசியல் தற்கொலையாக இருக்கும் என்ற நினைப்பு அவருடைய மனத்தில் எழாமல் இல்லை. அவருக்கு அதில் எந்தவிதமான முன்னனுபவமும் இருக்கவில்லை. அதைப் போன்றதொரு சூழலை அவர் அதற்கு முன்பு ஒருபோதும் சந்தித்திருக்கவில்லை. அவர் ஒரு துணிச்சல்காரரர் அல்லர். அவருடைய அம்மாவிடமிருந்து அவருக்கு ஒரு துண்டுச்சீட்டு வந்திருக்காவிட்டால், அவர் தன் பயத்தை அவ்வளவு எளிதாக உதாசீனப்படுத்தி இருந்திருக்க மாட்டார். "எதிரணியின் பேச்சைக் கேட்டேன். அது மிகவும் கசப்பாக இருந்தது. பெண்கள் வாக்களிக்கின்ற உரிமைக்கு ஆதரவாக வாக்களி. சந்தேகத்திற்கு இடமளித்துவிடாதே. இப்போது இதற்கு மேல் நான் எதையும் பேசப் போவதில்லை. அன்புடன் – அம்மா!" என்று அதில் எழுதப்பட்டிருந்தது.

மெக்கெயின் தன் சொந்தக் கட்சியின் தீர்மானத்தை எதிர்த்து வாக்களிக்கத் தீர்மானித்தபோது, அவருக்கு அவருடைய அம்மாவின் நினைவூட்டல் தேவைப்படவில்லை. அப்போது அவருடைய அம்மாவின் வயது 105! ஏனெனில், அவர் பிறப்பிலிருந்தே தன் மகனை வலுவானவனாக வளர்த்து வந்திருந்தார். "கஷ்டங்களை வாழ்க்கையின் சுவாரசியமான அம்சங்களாகக் கருதி அவற்றை வரவேற்பதை நான் என் அம்மாவிடமிருந்து கற்றுக் கொண்டேன்," என்று மெக்கெயின் பின்னர் குறிப்பிட்டார். அவர் துணிச்சலை ஒரு பழக்கமாகவே ஆக்கிக் கொண்டிருந்தார். அவர் அத்தீர்மானத்தை

எடுத்தபோது, அவர் கண்களில் ஆனந்தம் துள்ளி விளையாடிக் கொண்டிருந்தது. தன் சொந்தக் கட்சியின் தலைமைத்துவத்திற்கு எதிராக ஓர் அடி போடுவது குறித்து அவர் மகிழ்ச்சி கொண்டிருந்தார். அவருடைய தனிப்பட்ட மற்றும் அரசியல் வாழ்க்கையில் அவர் கொடுத்திருந்த மரண அடி அது.

தேவைப்படுகின்ற நேரத்தில் நம்மால் துணிச்சலுடன் செயல்பட்டுவிட முடியும் என்று வெறுமனே நம்பிக் கொண்டிருந்தால் மட்டும் போதாது. அதை நாம் நமக்குள் வளர்த்துக் கொள்ள வேண்டும். வெற்றிக் கனியைத் தட்டிப் பறிக்கின்ற ஓர் அடியைத் தன்னால் நிகழ்த்த முடியும் என்று எந்தவோர் ஆட்டக்காரரும் வெறுமனே எதிர்பார்த்துக் கொண்டிருப்பதில்லை. அதற்காக அவர்கள் ஆயிரக்கணக்கான முறை பயிற்சி மேற்கொள்கின்றனர், பல விதங்களில் அதைச் செய்து பார்க்கின்றனர்.

"உங்களை பயமுறுத்துகின்ற ஏதாவது ஒன்றையாவது தினந்தோறும் செய்யுங்கள்," என்ற புளித்துப் போன கூற்றை நீங்கள் கேள்விப்பட்டிருக்கக்கூடும். ஆனால், இதில் அர்த்தம் இருப்பதை மறுக்க முடியாது.

பயிற்சி மேற்கொள்ளாவிட்டால், உங்களையும் பிறரையும் பயமுறுத்துகின்ற பெரிய காரியங்களில் எப்படி உங்களால் ஈடுபட முடியும்? இழப்பதற்குக் குறைவாக இருக்கின்றபோது, முயற்சிகளில் நீங்கள் ஈடுபடாமல் இருந்தால், இழப்பதற்கு அதிகமாக இருக்கின்றபோது அதில் எப்படி நீங்கள் ஈடுபடுவீர்கள்?

அதனால், நம்மை நாமே சோதித்துக் கொள்ள வேண்டும். துணிச்சலை ஒரு பழக்கமாக ஆக்கிக் கொள்ள வேண்டும்.

"எப்போதுமே நீங்கள் பயப்படுகின்ற விஷயங்களை நீங்கள் செய்ய வேண்டும்," என்று ரால்ஃப் வால்டோ எமர்சன் கூறியுள்ளார். அதையே வில்லியம் ஜேம்ஸ், "நம்முடைய நரம்பு மண்டலத்தை நாம் நம்முடைய எதிரியாக ஆக்கிக் கொள்வதற்குப் பதிலாக, அதை நம்முடைய நண்பனாக ஆக்கிக் கொள்ள வேண்டும்," என்று கூறுகிறார். காரியங்கள் தன்னிச்சையாக நடைபெறுவதை நாம் உறுதி செய்து கொள்கின்றபோது, அதைப் பற்றி நாம் அவ்வளவாக யோசிக்க மாட்டோம். அதனால், அதில் நாம் தவறிழைப்பதற்கான வாய்ப்புகள்

குறைவு. தீர்மானம் எடுக்காமையைப் பழக்கமாக ஆக்கிக் கொள்பவனைக் காட்டிலும் பரிதாபகரமான ஒருவர் இருக்க முடியாது. கோழைத்தனத்திற்குப் பின்னால் பதுங்கிக் கொள்பவர்களையும் நீங்கள் இந்தக் கணக்கில் சேர்த்துக் கொள்ளலாம்.

அப்படிப்பட்டவர்களின் அன்றாட வாழ்க்கை படுமோசமானதாக இருக்கும். அதோடு, முக்கியமான கணங்களின்போது அவர்களால் நிமிர்ந்து நிற்க முடியாமல் போய்விடும்.

அதனால், நீங்கள் சிறிய விஷயங்களிலிருந்து துவக்குவது உங்களுக்கு நல்லது. குளிரான நீரில் குளிக்கலாம். அடாவடிக் கும்பல் நிறைந்த கூட்டத்தில் பேச முன்வரலாம். பிறர் என்ன நினைப்பார்களோ என்று கவலைப்படாமல், குழந்தைகளை மகிழ்விப்பதற்காக, விநோதமான ஆடைகளை அணியலாம். பிறர் கண்களை உருட்டினாலும் பரவாயில்லை என்று நமக்குத் தெரியாத விஷயங்களை, நமக்குத் தெரியாது என்று அப்பட்டமாகக் கூறிவிடலாம். நாம் அதற்கு முன்பு ஒருபோதும் முயற்சி செய்திராத ஒன்றை முயன்று பார்க்கலாம்.

அப்படித் தொடர்ச்சியாகச் செய்து வருகின்றபோது, நெருக்கடியான நேரங்களில் என்ன செய்ய வேண்டும் என்பதை நாம் அறிந்திருப்போம். நாம் என்ன செய்யப் போகிறோம் என்பதையும் நாம் உணர்ந்திருப்போம்.

துணிச்சலான காரியம். சரியான காரியம். கொள்கைரீதியான காரியம்.

அதன் பின்விளைவுகள் என்னவாக வேண்டுமானாலும் இருந்துவிட்டுப் போகட்டும்.

முன்னேறித் தாக்கி உங்கள் பக்கத்தை வலுப்படுத்திக் கொள்ளுங்கள்

ஜெனரல் ஜேம்ஸ் மேட்டிஸிடம் ஒரு முறை ஒரு தொலைக்காட்சி நிருபர், "உங்களை இரவு கண்விழிக்க வைத்திருப்பது எது?" என்று கேட்டார்.

அந்தக் கேள்வியை அவர் கேட்டு முடிப்பதற்குள் ஜேம்ஸ் இவ்வாறு பதிலளித்தார்:

"நான் பிறரை இரவில் கண்விழிக்க வைத்திருப்பவன்."

அந்தப் பதிலில், அந்தப் போராளி, தன்னுடைய வாழ்க்கையின் தத்துவத்தைச் சாறாகப் பிழிந்து கொடுத்துவிட்டிருந்தார்: முன்னேறித் தாக்குகின்ற தத்துவம். தன்முனைப்புடன் செயல்படுதல் அது. எதிரியின் ஈரற்குலையில் பயத்தை ஏற்படுத்தி அவனைக் கலங்கடிப்பது அது. தன் படைகள் இரவில் முகாமிடுகின்றபோது, அதை 'v' வடிவத்தில் அவர் அமைப்பதற்குக் காரணம் அதுதான். அதன் கூர்பகுதி எப்போதும் எதிரியை நோக்கியே இருக்கும். வளைகுடாப் போரின்போது ஒரு சிறந்த இராணுவ அதிகாரி மிக மெதுவாகச் செயல்பட்டமைக்காக மேட்டிஸ் அவரைப் பணிநீக்கம் செய்ததற்கு இதுதான் காரணம். "எதிரியுடன் மோதுவதற்கான உண்மையான விருப்பம்தான் ஒவ்வொரு சிறந்த வீரனிடமும் கண்டிப்பாக இருந்தாக வேண்டிய பண்பு," என்று பிரித்தானிய ஜெனரல் சர் டக்லஸ் ஹெயிக்

கூறியிருந்தது மேட்டிஸுக்குக் கனகச்சிதமாகப் பொருந்தும். மேட்டிஸ் அதைத் தன் படைவீரர்கள் ஒவ்வொருவரிடமும் எதிர்பார்த்தார்.

உங்களுடைய எதிரி தன்னைத் தயார்படுத்திக் கொள்கின்றவரை நீங்கள் வேடிக்கை பார்த்துக் கொண்டு இருக்கப் போகிறீர்களா? அவர்களுக்கு அனுகூலமானதொரு சூழலை நீங்கள் உருவாக்கிக் கொடுக்கப் போகிறீர்களா?

கண்டிப்பாக மாட்டீர்கள்.

சாதாரண மக்களைப் பொறுத்தமட்டில் அதற்கு முன்னெடுப்பு என்று பெயர். விளையாட்டைப் பொறுத்தவரை, வெல்வதற்கான மன உறுதி என்று அது அழைக்கப்படுகிறது. இராணுவத்தில் அதற்குக் கடுமையானதொரு சொல் பயன்படுத்தப்படுகிறது: கொலைவெறி.

துணிச்சல் இல்லாமல் கொலைவெறி சாத்தியமில்லை. ஒன்றில்லாமல் மற்றது இருக்க முடியாது. இந்த இரண்டும் இல்லாமல், போரிலும் சரி, விளையாட்டு, தொழில் மற்றும் வாழ்க்கையிலும் சரி, எவரும் மிகச் சிறந்த சாதனைகளை ஒருபோதும் நிகழ்த்தியதில்லை.

எதிரிகள் எத்தனை பேர் இருக்கிறார்கள் என்று ஸ்பார்ட்டன்கள் ஒருபோதும் கேட்டதில்லை. “எங்கே இருக்கிறான் என் எதிரி?” என்று மட்டுமே அவர்கள் கேட்டனர். ஏனெனில், அவர்கள் எப்படியும் தாக்கத்தான் போகிறார்கள். வெற்றிதான் அவர்களுடைய குறிக்கோள்.

பீட்டர்ஸ்பர்க்கைப் பிடிப்பதற்கு கிரான்ட் முற்பட்டிருந்த அதே போரில் ஈடுபட்டிருந்த பிற இராணுவ அதிகாரிகள், முன்னேறித் தாக்க அஞ்சினர். கிரான்ட், மேற்கில் வெற்றிகரமாகப் போரிட்டுக் கொண்டிருந்தபோது, இந்த அதிகாரிகள் எதிர்ப்பக்கம் போரிட்டுக் கொண்டிருந்த ஜெனரல் ராபர்ட் லீயினால் வறுத்தெடுக்கப்பட்டிருந்தனர். அதனால், அவர்கள் அடாவடியாக முன்னேறித் தாக்க அஞ்சினர். அதோடு, கிரான்ட்டும் அப்படிச் செய்யாமலிருக்குமாறு அவர்கள் அவரிடம் கேட்டுக் கொண்டனர்.

எதிரியை அளவுக்கதிகமாக எடைபோடுவது, எதிரி குறித்து இருக்கின்ற இனம் புரியாத பயம் ஆகியவற்றைப் பற்றி கிரான்ட்டுக்கு ஏற்கனவே தெரியும். ராபர்ட் லீ குறித்து எச்சரிக்கையாக இருக்க வேண்டும் என்று

தன்னிடம் வந்து கூறிய ஒரு ஜெனரலிடம், கிராண்ட், "லீயால் என்னவெல்லாம் செய்ய முடியும் என்று நீங்கள் கூறுவதைக் கேட்டு எனக்குச் சலித்துவிட்டது. லீ திடீரென்று வானத்திலிருந்து வந்து குதித்து ஒரே நேரத்தில் நம் படைக்கு முன்னாலும் பின்னாலும் போரிடப் போவதாக உங்களில் சிலர் நினைத்துக் கொண்டிருக்கிறீர்கள். லீ என்ன செய்யப் போகிறார் என்று யோசித்துக் கொண்டிருப்பதற்குப் பதிலாக, நாம் என்ன செய்யலாம் என்று யோசியுங்கள்," என்று கடுமையாகக் கடிந்து கொண்டார்.

படைக்கு அவர் இட்டக் கட்டளை இதுதான்: "லீ எங்கெல்லாம் செல்கிறாரோ, அங்கெல்லாம் நீங்களும் பின்தொடர்ந்து செல்லுங்கள்!" இதை அவர் அழுத்தம் திருத்தமாகக் கூறினார். அவர்கள் ஒருபோதும் தற்காப்புப் போரில் ஈடுபடக்கூடாது என்று அவர் வலியுறுத்தினார்.

ஓராண்டு கழித்து லீ என்ன செய்தார் தெரியுமா? கிராண்ட்டிடம் சரணடைந்தார்.

வடக்கத்தியப் படை முன்னேறித் தாக்கியதுதான் அந்த உள்நாட்டுப் போரின் திருப்புமுனையாக அமைந்தது. அடிவாங்கிக்கொண்டிருந்ததை நிறுத்திவிட்டு, அடிகொடுக்க கிராண்ட் தீர்மானித்தார். முன்னெடுப்பு லீயின் பக்கம் இருந்தபோது, தெற்கு வென்று கொண்டிருந்தது. அக்கணத்தை லீ இழந்தவுடன், அவருடைய தோல்வி உறுதி செய்யப்பட்டுவிட்டது.

மிகத் தீவிரமான அடக்குமுறையாளர்கள் அனைவருக்கும் இது பொருந்தும். அவர்கள் நம்மை அடித்துத் துவைக்க நாம் அனுமதித்துக் கொண்டிருக்கின்றவரை, அவர்கள் அப்படித்தான் செய்து கொண்டிருப்பர். நாம் நம்முடைய போர்க்களத்தைத் தேர்ந்தெடுக்கின்றபோது, நாம் முன்னேறித் தாக்கத் துணிகின்றபோது, அவர்களின் பலவீனத்தைக் கண்டறிந்து அதைத் தாக்கத் தொடங்குகின்றபோது, வெற்றியை எட்டிப் பார்க்கின்ற வாய்ப்பாவது நமக்குக் கிட்டத் துவங்குகிறது.

அது எதுவாக இருந்தாலும் சரி, நீங்கள் எங்கு இருந்தாலும் சரி, நீங்கள் உங்களுடைய முயற்சியை மூர்க்கமாக முடுக்கிவிட வேண்டும். நீங்கள் பயத்தின் பின்புறம் ஒளிந்து கொண்டு இயங்குகின்றபோது, பிடரியில் கால்பட ஓடிக் கொண்டிருக்கின்றபோது, உங்களால் எப்படி வெற்றியை எட்டிப் பார்க்க முடியும்? அது தலைமை

தாங்குவது அல்ல. வெற்றி பெற வேண்டுமென்றால், முன்னேறித் தாக்கியாக வேண்டும். எச்சரிக்கையாக இருக்க நீங்கள் தீர்மானித்தால்கூட, முன்னேறுகின்ற போக்கை நிறுத்திவிடக்கூடாது. துடிப்பு நின்றுவிட அனுமதிக்கக்கூடாது. போர்க்களத்திலும் சரி, நிர்வாகக் கூட்டங்களிலும் சரி, சிறியது, பெரியது ஆகிய இரண்டிலும் நீங்கள்தான் தாளகதியை நிர்ணயிக்கின்ற நபராக இருக்க வேண்டும். நீங்கள் என்ன செய்யப் போகிறீர்களோ என்ற பயத்தை நீங்கள் அவர்களிடத்தில் ஏற்படுத்த வேண்டும்.

உங்கள் இடத்தை இம்மியளவுகூட விட்டுக்கொடுக்காதீர்கள்

ஒரு திங்கட்கிழமை காலையன்று, பொறுத்தது போதும் என்று இளம் ஃபிரெடரிக் டக்ளஸ் பொங்கி எழுந்துவிட்டார்.

கருப்பின அடிமைகளிடம் கொடூரமாக நடந்து கொண்ட எட்வர்டு கவி என்ற வெள்ளையர் டக்ளஸைத் தண்டிக்க வந்தபோது, அவர் பாய்ந்து எட்வர்டின் குரல்வளையைப் பிடித்துவிட்டார். அதைப் பார்த்துக் கொண்டிருந்த எவரொருவராலும் தாங்கள் கண்ட காட்சியை நம்ப முடியவில்லை. ஒரு கருப்பின அடிமை ஒரு வெள்ளையன்மீது கை வைத்தால் அவனுக்குச் சாவுதான் என்பது அங்கிருந்த அனைவருக்கும் தெரியும். ஆனாலும், டக்ளஸ் அப்படித் துணிந்திருந்தது அவர்களை வியப்பில் ஆழ்த்தியது. இவ்வளவுக்கும் டக்ளஸிற்கு அப்போது பதினேழு வயதுதான் ஆகியிருந்தது.

எட்வர்டு உதவி கேட்டுக் கதறினார். ஆனால், அவருடைய உதவிக்கு வந்தவரின் நெஞ்சின்மீது டக்ளஸ் எட்டி உதைத்தார். அதைக் கண்ட மற்றவர்கள் அவரை நெருங்கத் தயங்கினர். அதனால், இரண்டு மணி நேரம் டக்ளஸும் எட்வர்டும் சண்டையிட்டுக் கொண்டிருந்தனர். டக்ளஸ் தன் உயிரைக் காப்பாற்றிக் கொள்வதற்காக மட்டுமல்லாமல், ஒரு மனிதன் என்ற முறையில் தன்

கண்ணியத்தைக் காப்பாற்றிக் கொள்வதற்காகவும் போராடிக் கொண்டிருந்தார். எட்வர்டு தன் அவமானத்தைத் துடைத்தெறிவதற்காகத் தற்காப்புச் சண்டையில் ஈடுபட்டிருந்தார். இறுதியில், களைத்துப் போயிருந்த, பயத்தால் ஆட்கொள்ளப்பட்டிருந்த எட்வர்டு, டக்ளஸுடனான மோதலை நிறுத்தினார். தான் எப்படியோ தன் அடிமைக்குப் பாடம் புகட்டிவிட்டிருந்ததாக அவர் நினைத்துக் கொண்டார்.

"அடக்குமுறையின் கொடுங்கரத்தால் நசுக்கப்பட்டுக் கொண்டிருப்பதை மக்கள் சகித்துக் கொள்ளாத ஒரு கணம் கண்டிப்பாக வரத்தான் செய்யும்," என்று மார்ட்டின் லூதர் கிங் பின்னர் அது குறித்துக் கூறினார். அந்த வெகுண்டெழல், டக்ளஸின் வாழ்க்கையில் அனைத்தையும் மாற்றியது.

டக்ளஸ் பின்னர் அது குறித்து இவ்வாறு எழுதினார்: "நான் அதற்கு முன்பு ஒருபோதும் உணர்ந்திராத ஓர் உணர்வை நான் அனுபவித்தேன். அடிமைத்தனம் என்ற கல்லறையிலிருந்து எனக்குக் கிடைத்திருந்த மாபெரும் மீண்டெழுதல் அது. அப்போது, சுதந்திரம் எனும் சொர்க்கத்தை நான் அனுபவித்தேன். என்னுள் நீண்ட நெடுங்காலமாக அடக்கியொடுக்கி வைக்கப்பட்டிருந்த என் ஆத்மா சீறி எழுந்திருந்தது, என்னுள் படிந்திருந்த கோழைத்தனம் விடைபெற்றுக் கொண்டது. கீழ்ப்படியாமை அந்த இடத்தை எடுத்துக் கொண்டது. இன்னும் எவ்வளவு காலத்திற்கு நான் உடல்ரீதியாக ஓர் அடிமையாக இருக்க நேர்ந்தாலும் பரவாயில்லை. நான் அன்று ஆன்மரீதியாக அடிமைத்தளையிலிருந்து விடுபட்டுவிட்டேன்."

டக்ளஸிடம் இதற்கான விதை எப்போது தூவப்பட்டது என்பதைத் தெரிந்து கொள்வதற்கு, அவர் ஓர் எட்டு வயதுச் சிறுவனாக இருந்த காலகட்டத்திற்கு நாம் செல்ல வேண்டும். அப்போது அவர், நெல்லி என்ற ஓர் அடிமைப் பெண் கசையடி வாங்கிய காட்சியை நேரில் பார்த்தார். ஆனால், ஐந்து குழந்தைகளுக்குத் தாயாக இருந்த நெல்லி, தனக்கு இடப்பட்டிருந்த தண்டனையை அமைதியாகச் சகித்துக் கொண்டு ஏற்றுக் கொள்ளவில்லை. அவள் அவனைப் படாத பாடுபடுத்தினாள். அவனைப் பிராண்டினாள், குத்தினாள். தன்னைப் பிடிப்பதைக் கஷ்டமாக்கினாள். அவளுடைய குழந்தைகளில் ஒன்று

அவளை அடித்துக் கொண்டிருந்தவனின் கால்களைக் கடித்துவிட்டது. “தன்னை அடிப்பதற்கு அந்த மனிதன் அதிக விலை கொடுக்க வேண்டியதை அப்பெண்மணி உறுதி செய்தாள்,” என்று டக்ளஸ் எழுதினார்.

அவளுக்குக் கசையடி கொடுத்தவன் தன் தண்டனையை முடித்திருந்தபோது, அவனுடைய முகம் இரத்தக்களரியாக இருந்தது. அது நெல்லியின் வெற்றிக்கான சாட்சியாக விளங்கியது. அவன் வெற்றிகரமாக அவளை அடித்திருந்தபோதிலும், அவள் அடிபணிந்திருக்கவில்லை. அவள் அவனை வார்த்தைகளால் சபித்தாள், வசைமாரி பொழிந்தாள். அவளுடைய உடல் சின்னாபின்னப்பட்டிருந்தபோதிலும், அவளுடைய ஆத்மா உடைபடாமல் அப்படியே இருந்தது.

டக்ளஸின் மனத்திற்குள் வளர்ந்து கொண்டிருந்த அந்த விதை, அந்த நாளில் பயங்கரமாக வெடித்திருந்தது. அடுத்த 57 ஆண்டுகளுக்கு மக்கள் உரிமைக்காகத் தொடர்ந்து குரல் கொடுக்க அது அவரைத் தூண்டியது.

அதற்குப் பிறகு டக்ளஸைச் சீண்டுவதற்கு யாருக்குத் துணிவு இருந்திருக்கும்? அதற்குப் பிறகு அவருடைய எதிரிகளால் அவரை எப்படி அச்சுறுத்தி இருந்திருக்க முடியும்? அன்று அவர் இறப்பையே இளக்காரமாகப் பார்த்திருந்தார். சக்தியற்ற ஓர் அடிமையாக இருந்தபோதிலும், தன்னை அடக்கி ஆண்டு கொண்டிருந்தவனைப் பின்வாங்கச் செய்திருந்தார். நீங்கள் துணிச்சலையும் சுதந்திரத்தையும் சிறிது சுவைத்துவிட்டால், உங்களுக்காக நீங்கள் எழுந்து நின்றுவிட்டால், பயத்தின் சுவையை உங்களால் சகித்துக் கொள்ள முடியாமல் போய்விடும்.

“அராஜகத்திற்கான நிவாரணம் அடிபணிதல்தான் என்ற கோட்பாடு, அடிமைப் பண்ணை முறையில் இனியும் செல்லுபடியாகாது. எளிதாகக் கசையடிக்கு உட்படுத்தப்படுகின்ற ஒருவன் நிமிர்ந்து நிற்கத் துவங்குகின்றபோது, முதலில் சாத்தியமில்லாததுபோலத் தோன்றினாலும், இறுதியில் அவன் ஒரு சுதந்திர மனிதனாக ஆகிவிடுவான்,” என்று டக்ளஸ் எழுதியுள்ளார்.

“என்னை உன்னால் கொல்ல முடியலாம்; ஆனால், எனக்கு உன்னால் கசையடி வழங்க முடியாது,” என்பதை டக்ளஸ் தன்னுடைய இலட்சிய முழக்கமாகவே வைத்துக்

கொண்டார். உண்மையில் அதற்குப் பிறகு ஒரு முறைகூட அவர் கசையடி பெறவில்லை. கிளர்ந்தெழுந்தவுடன், அவரே கூறியதுபோல, அவர் பாதிச் சுதந்திரத்தைப் பெற்றுவிட்டிருந்தார். விரைவிலேயே அவர் அங்கிருந்து தப்பியோடி முழுச் சுதந்திரத்தையும் பெற்றார்.

"வளைந்த முதுகை நாம் நிமிர்த்திக் கொள்கின்றபோது, நம்மீது அடி விழலாம். ஆனால், எவரும் நம்மீது சவாரி செய்ய முடியாது," என்று கிங் இதைச் சக்தியுடன் கூறியுள்ளார். டக்ளஸைப் பொறுத்தவரை, அவர் உடல்ரீதியாகச் சண்டையிட வேண்டியிருந்தது. கிங்கும் அவருடன் போராடிய சக மக்கள் உரிமைப் போராளிகளும், கண்ணீர்ப்புகைக் குண்டுகளுக்கும், தண்ணீர் பீரங்கிகளுக்கும், துப்பாக்கிக் குண்டுகளுக்கும் எதிராகத் துணிந்து நின்றனர். அவர்களுடைய கைதுகளால் சிறைகள் நிரம்பி வழியத் தொடங்கின, மொத்த அமைப்புமுறையுமே சீர்குலையத் தொடங்கியது.

அநியாயங்கள், புறக் கட்டுப்பாடுகள் மற்றும் அதிகாரத் துஷ்பிரயோகங்களை நாம் சகித்துக் கொள்ளக்கூடாது. எவ்வளவு காலம்தான் நம்மால் பிரச்சனைகளை மூடி மறைத்துக் கொண்டிருக்க முடியும்? அடிபணிதல் அதற்கான தீர்வாக இருக்க முடியாது. அடக்குமுறைகள் தாமாகவே மாயமாக மறைந்துவிடும் என்று கைகட்டிக் காத்துக் கொண்டிருக்க முடியாது. ஏதாவது ஒரு கட்டத்தில் நாம் ஒரு கோட்டைக் கிழித்தாக வேண்டும். அதை நாம் இப்போது உடனடியாகச் செய்யவில்லை என்றாலும் மிக விரைவில் அதைச் செய்தாக வேண்டும். நம்முடைய சுதந்திரத்தை நாம் கோர வேண்டும், அதை வலியுறுத்த வேண்டும்.

நாம் நினைத்துக் கொண்டிருப்பதைக் காட்டிலும் நாம் அதிக சக்தி படைத்தவர்கள்.

அடக்குமுறைக்கு எதிராகக் கொந்தளித்து எழுவதன் மூலம், நம் உரிமைகளுக்காகக் குரல் கொடுப்பதன் மூலம், நாம் நம்முடைய தனிப்பட்டத் துணிச்சலை மட்டும் வெளிப்படுத்திக் கொண்டிருக்கவில்லை. டக்ளஸைப்போல, பலரும் அதே பாதையில் பயணிக்க நாம் உதவிக் கொண்டிருக்கிறோம்.

துணிச்சல் தொற்றிக் கொள்ளக்கூடிய ஒன்று

ஸ்பார்ட்டா எனும் கிரேக்க நகர அரசிடம் வேறொரு நாடு இராணுவ உதவி நாடியபோது, அது ஒரு படையை அனுப்பி வைப்பதற்குப் பதிலாக, ஒரே ஒரு இராணுவத் தளபதியை மட்டும் அனுப்பி வைத்தது. ஆனால், அதுவே போதுமானதாக இருந்தது.

ஏனெனில், பயத்தைப்போலவே துணிச்சலும் தொற்றிவிடக்கூடிய ஒன்றுதான். துளிகூட அச்சமில்லாத, ஒரு திட்டத்தைக் கொண்டிருக்கின்ற துணிச்சல்காரன் ஒருவனால், படைபலமிக்க ஓர் எதிரியின் முதுகெலும்பை எளிதாக முறித்துவிட முடியும். அதனால், அந்த ஒற்றை ஸ்பார்ட்டன் மட்டுமே அவர்களுக்குப் போதுமானவனாக இருந்தான்.

டெக்சாஸ் ரேஞ்சர் பில் மெக்டொனால்டைப் பற்றி ஒரு கதை உண்டு. 1900களின் தொடக்கத்தில், டல்லாஸ் நகரில் நடைபெற்றுக் கொண்டிருந்த சட்டத்திற்குப் புறம்பான குத்துச்சண்டைப் போட்டியைத் தடுத்து நிறுத்துவதற்காக, அந்த நகரின் மேயர், டெக்சாஸ் ரேஞ்சர் அமைப்பிற்கு அழைப்பு விடுத்தார். ஆனால், அந்த அமைப்பு பில் மெக்டொனால்டை மட்டுமே அனுப்பி வைத்தது. ஒரு பெரிய குழுவை எதிர்பார்த்திருந்த அந்த

மேயர், மெக்டொனால்டு தனியாக வந்திருந்ததைக் கண்டு திகைப்படைந்தார். "உங்கள் ஒருவரை மட்டும்தான் அனுப்பினார்களா?" என்று அவர் மெக்டொனால்டிடம் கேட்டபோது, அதற்கு அவர், "ஒரே ஒரு போட்டிதானே நடைபெற்றுக் கொண்டிருக்கிறது?" என்று பதிலளித்தாராம்.

"துணிவுள்ள ஒற்றை மனிதன் ஒரு பெரும் கூட்டத்திற்குச் சமம்," என்ற கூற்றுக்கான எடுத்துக்காட்டுகள்தாம் இவை.

ஒரு வித்தியாசத்தை ஏற்படுத்துவதற்கு நீங்கள் ஒரு ஸ்பார்ட்டன் தளபதியாகவோ அல்லது ஒரு டெக்சாஸ் ரேஞ்சராகவோ இருக்க வேண்டியதில்லை. "இராணுவத்தில் தன்னுடைய பதவி எதுவாக இருந்தாலும் சரி, தன்னைக் கட்டுப்படுத்திக் கொள்கின்ற ஒருவனால் பிறரைக் கட்டுப்படுத்துவதற்குப் பங்களிக்க முடியும். பயம் தொற்றிக் கொள்ளக்கூடியது. துணிச்சல் அதற்குச் சற்றும் சளைத்தது அல்ல," என்று போர் வரலாற்றியலாளரும் அமெரிக்க இராணுவ அதிகாரியுமான எஸ்.எல்.ஏ. மார்ஷல் குறிப்பிட்டுள்ளார்.

ஒரு படைப்பிரிவிலுள்ள சிறந்த புத்திசாலியாக நீங்கள் இருக்க வேண்டியதில்லை. அல்லது ஒரு வலுவான நபராகவோ, திறமையாகக் குறிபார்த்துச் சுடுபவராகவோ இருக்க வேண்டியதில்லை. அனைத்திற்கும் உங்களுக்கு விடை தெரிந்திருக்க வேண்டியதில்லை. உங்களை மட்டும் நீங்கள் கட்டுப்படுத்திக் கொண்டால் போதும். நீங்கள் அக்கணத்தில் என்ன வேலையைச் செய்ய வேண்டுமோ, அதைச் செய்து கொண்டிருந்தால் போதும். அதற்கு உங்களுடைய பயிற்சி உங்களை வழிநடத்த நீங்கள் அனுமதிக்க வேண்டும். சரியான காரியத்தைச் செய்யுங்கள். அதைத் துணிச்சலுடனும், தெளிவுடனும், அமைதியாகவும் செய்யுங்கள்.

இதில் நீங்கள் யாராக இருக்கிறீர்கள் என்பதோ, நீங்கள் என்ன செய்து கொண்டிருக்கிறீர்கள் என்பதோ ஒரு பொருட்டல்ல.

பக்கச்சார்புள்ள பிரச்சாரங்களால் கவனச் சிதறல்களுக்கு ஆட்படாத குடிமக்கள், அரசு பொறுப்புடன் நடந்து கொள்வதை உறுதி செய்கின்றனர். சந்தை இறங்குமுகமாக இருக்கின்றபோது, தங்களுடைய கணக்கில் இருக்கின்ற பணம் முழுவதையும் எடுப்பதற்காக வங்கியை நோக்கி ஓடாதிருக்கின்ற நபர்கள் பொருளாதாரம் சீராகச்

சென்று கொண்டிருப்பதற்குத் துணை புரிகின்றனர். பல்லைக் கடித்துக் கொண்டு நிலைமையைப் பொறுத்துக் கொண்டு, புறமுதுகு காட்டத் துணியாத வீரன் தன் சக வீரர்களுக்கு உத்வேகமூட்டுகிறான். மார்ஷல் கூறியதுபோல, "ஒரு தனி மனிதனின் துணிச்சல் அவன் பார்வையில் பட்டுக் கொண்டிருக்கின்ற அனைவரிடமும் கண்டிப்பாகப் பிரதிபலிக்கும்."

நீங்கள் துணிச்சலுடன் இருக்கின்றபோது, உங்களால் ஒரு வித்தியாசத்தை ஏற்படுத்த முடியும். ஏனெனில், உங்களின் நடவடிக்கை மூலம் நீங்கள் பிறரையும் துணிச்சல்காரர்களாக ஆக்குகிறீர்கள்.

ஒரு வைரஸைப்போல, அமைதியும் தொற்றிக் கொள்ளக்கூடிய ஒன்றுதான். அது காற்றில் பரவுகிறது. பிறரிடம் நாம் அதைப் பரப்புகிறோம். வைரஸைப்போல் அல்லாது, இது பிறருக்கு வலு சேர்க்கக்கூடியது.

பயம் கோலோச்சிக் கொண்டிருக்கின்ற ஓரிடத்தில் பெரும் பதற்றத்தைத் தோற்றுவிக்க ஒரு சிறு துாண்டுதலே போதுமானதாக இருக்கும். அது கட்டுப்பாட்டைச் சீர்குலைத்துத் தோல்விக்கு வழிவகுத்துவிடும். மறுபுறம், இந்த மொத்தப் போக்கையும் ஒரே ஒரு மனிதனால் மாற்றிவிடவும் முடியும்.

நீங்கள் அந்த நபராக இருக்கப் போகிறீர்களா என்பதுதான் உங்கள் முன் உள்ள கேள்வி. நீங்கள் பிரச்சனையின் ஓர் அங்கமாக இருக்கப் போகிறீர்களா அல்லது தீர்வின் ஒரு பகுதியாக இருக்கப் போகிறீர்களா? அவர்கள் அழைக்கின்ற ஒரு நபராக நீங்கள் இருக்கப் போகிறீர்களா அல்லது அவர்கள் அடக்கி வைக்க வேண்டிய ஒரு நபராக நீங்கள் இருக்கப் போகிறீர்களா?

நீங்கள் அதைச் சொந்தமாக்கிக் கொண்டாக வேண்டும்

இது எவ்வளவு அடிக்கடி நிகழ்கிறது என்பதைத் தெரிந்து கொண்டால் உங்களுக்கு வியப்பாக இருக்கும். துணிச்சலுக்குப் பெயர்போன நபர்கள்கூட ஒரு விஷயத்திற்கு பயப்படுவர். பொறுப்பேற்றல்தான் அது.

1854 அக்டோபர். பிரிட்டனின் 600 பேர் அடங்கிய குதிரைப்படை ஒன்று, பலம் வாய்ந்த ரஷ்யப் படையின்மீது தாக்குதலைத் தொடுத்தது. கார்டிகன் பிரபு அதற்குத் தலைமை தாங்கினார். அந்தக் குதிரைப்படையின் பொறுப்பாளராக இருந்த லூகன் பிரபுதான் அந்த உத்தரவைப் பிறப்பித்திருந்தார். அது ஒரு மடத்தனமான, அர்த்தமற்ற, துணிச்சலான செயல்.

ஆனால், அதற்கு லூகன், கார்டிகன் ஆகிய இருவருமே பொறுப்பேற்றுக் கொள்ள மறுத்துவிட்டனர்.

> அவர்களில் ஒருவர் இவ்வாறு கூறினார்: "அது ஒரு மடத்தனமான காரியம். ஆனால், அதில் என்னுடைய தவறு எதுவும் இல்லை."

> மற்றொருவர் இப்படிக் கூறினார்:

> "இதற்கு நான் துளிகூடப் பொறுப்பேற்றுக் கொள்ளத் தயாராக இல்லை. அது ஒரு தேவையான நடவடிக்கை என்று கருதித்தான் நான் அந்த உத்தரவை இட்டேன். ஆனால், அதற்காக எவரும் என்மீது பழி சுமத்த முடியாது."

அவர்கள் இருவரும் எதிரியின் இரக்கமற்றத் துப்பாக்கிக் குண்டுகளைத் துணிவுடன் எதிர்கொள்ளத் தயாராக இருந்தனர். ஆனால், விமர்சனத்தை எதிர்கொள்ள, பழியை ஏற்றுக் கொள்ள அவர்கள் தயாராக இருக்கவில்லை. பிற பலவீனமான தலைவர்களைப்போலவே அவர்களும் பொறுப்பேற்றுக் கொள்ளத் தயாராக இருக்கவில்லை. அது ஒரு மடத்தனமான உத்தரவு என்பதை உணர்ந்தும்கூட, அவர்கள் அதை எதிர்த்துக் கேள்வி கேட்கத் துணியவில்லை. அவர்கள் தங்களுக்குக் கீழே இருந்த வீரர்களை மரண மைதானத்திற்கு அனுப்பி வைத்தனர்.

ஆனால், விதி இப்படித்தான் இருக்க வேண்டும்: நீங்கள் ஒரு விஷயத்தைத் தீர்மானிக்கிறீர்கள்.

அதன் பின்விளைவுகளுக்கு நீங்கள்தான் பொறுப்பேற்றுக் கொள்ள வேண்டும்.

அங்குச் சாக்குப்போக்குகளுக்கு இடம் கிடையாது. அதற்கு விதிவிலக்குகளும் கிடையாது.

இந்த உலகில் நீங்கள் உங்களுடைய பங்கைச் சரியாகச் செய்ய வேண்டும் என்று உங்களிடமிருந்து எதிர்பார்க்கப்படுகிறது. உங்களுடைய செயல்களுக்கு நீங்கள் பொறுப்பேற்றுக் கொள்ள வேண்டும். குறிப்பாக, நீங்கள் தலைவராக இருக்கும் பட்சத்தில்!

பொறுப்பைத் தட்டிக்கழிப்பது என்ற பேச்சுக்கே அங்கு இடம் கிடையாது. எப்போதும்.

"இது என் தவறல்ல." "இது என் பிரச்சனை அல்ல." "இதற்கு என்னைக் குற்றம் சொல்லாதீர்கள்." இவை போன்ற வாசகங்கள் உங்களுடைய அகராதியில் ஒருபோதும் இடம்பெறக்கூடாது.

நீங்கள் ஒரு சிறந்த தலைவனாக இருக்க விரும்பவில்லை என்றால் இது ஒரு பிரச்சனையே அல்ல. நீங்கள் ஒரு கோழையாக இருக்கத் தீர்மானித்தால் இது ஒரு பொருட்டல்ல.

"ஒருவர் தன்னுடைய சொந்த வாழ்க்கைக்குப்

பொறுப்பேற்றுக் கொள்ள முனைவதிலிருந்துதான் அவருடைய சுயமரியாதை பிறப்பெடுக்கிறது," என்று ஜோன் டிடியன் கூறியுள்ளார்.

ஒரு தலைவருக்குக் கிடைக்கின்ற சலுகைகளுக்கு ஒரு விலை கொடுக்கப்பட்டாக வேண்டும். துணிச்சலுக்கு விதிக்கப்படுகின்ற வரி விகிதம் மிகவும் கடுமையானது. பழியை நீங்கள் தாங்கிக் கொண்டுதான் ஆக வேண்டும்.

இது உங்களைத் தொந்தரவு செய்கிறதா? அப்படியிருந்தால், நீங்கள் எதுவும் செய்யாமல், எதுவும் பேசாமல் இருப்பதே நல்லது.

பொறுப்பிலிருந்து தப்பித்துக் கொண்டுவிடலாம் என்றுதான் நாம் எப்போதுமே நினைத்துக் கொண்டிருக்கிறோம். நமக்கு ஒரு பாதுகாப்பு வளையம் அமைத்துக் கொண்டுவிடலாம் என்று நாம் மனப்பால் குடித்துக் கொண்டிருக்கிறோம்.

அந்தக் குதிரைப்படையைச் சேர்ந்த சாதாரண வீரர்களின் தியாகம் குறித்துப் பிரபல கவிஞர் டென்னிசன் ஒரு கவிதை எழுதினார் என்பது ஒரு சுவாரசியமான செய்தி:

அவர்களுக்கு வலப்புறம் பீரங்கிகள் இருந்தன.
அவர்களுக்கு இடப்புறம் பீரங்கிகள் இருந்தன.
அவர்களுக்கு முன்புறமும் பீரங்கிகள் இருந்தன.
துப்பாக்கிகளால் சுட்டுக் கொண்டே
குண்டுகளை எறிந்து கொண்டே
துணிச்சலுடன்
சாவின் தாடைக்குள்
நரகத்தின் வாயிலுக்குள்
வீராவேசமாகச் சென்றனர்
அந்த அறுநூறு பேரும்.

இதை அவர் எப்படிப் பிரசுரித்தார் தெரியுமா? அதை அவர் தன் சொந்தப் பெயரில் வெளியிடாமல், ஒரு புனைபெயரில் வெளியிட்டார். தான் அப்போது சமுதாயத்தில் வகித்து வந்த உயர்ந்த அஸ்தஸ்திற்கு அது பொருத்தமாக இருக்காது என்று டென்னிசன் நினைத்ததுதான் அதற்குக் காரணம்.

துணிச்சல் ஒரு தொற்றுவியாதியைப் போன்றது என்று நான் சொன்னேன். ஆனால், ஒரு நோயால்

பீடிக்கப்படுவதைப்போல, நீங்கள் துணிச்சலால் பீடிக்கப்பட வேண்டும். அந்தப் பாவப்பட்ட வீரர்களின் துணிச்சலைக் கொண்டாடிய டென்னிசன், பரிதாபகரமாக அந்த உயரதிகாரிகளின் எடுத்துக்காட்டுகளைப் பின்பற்றிவிட்டார்.

நீங்கள் துணிச்சலாக எதிர்த்து எழுதப் போகிறீர்களா? அப்படியெனில், அதற்குக் கீழே உங்களுடைய கையெழுத்தைப் போடுங்கள். நீங்கள் செய்கின்ற அனைத்தின் கீழேயும் உங்களுடைய முத்திரையை இடுங்கள். நீங்கள் செய்தாக வேண்டிய அடிப்படையான காரியம் அது.

நீங்கள் ஒன்றை உடைத்துவிட்டீர்களா? நீங்கள் அதற்கான விலையைக் கொடுத்து அந்த உடைந்த பொருளை வாங்கிக் கொள்ள வேண்டும். நீங்கள் ஒரு செயலில் இறங்கினீர்களா? அதற்குச் சொந்தம் கொண்டாடுங்கள். “அதை நான்தான் செய்தேன்!” என்று உரக்கக் கூறுங்கள். அதன் பின்னால் நிமிர்ந்து நில்லுங்கள். நீங்கள் உத்தரவு இட்டிருந்தீர்கள் எனில், அதற்கான பழியை ஏற்றுக் கொள்ளுங்கள்.

இந்த மூலத்திலிருந்துதான் சுயமரியாதை பிறக்கிறது. தலைவர்கள் முகிழ்த்தெழுகின்றனர்.

உங்களால் எப்போதும் எதிர்க்க முடியும்

வியட்நாம் போர்க் கைதிகளின் முகாம் ஒன்றில் அடைக்கப்பட்டிருந்த கமாண்டர் ஜெரெமியா டென்டனை, வியட்நாம் இராணுவம் ஒரு வீடியோ ஒளிப்பதிவு செய்து அதைத் தங்களுடைய பிரச்சாரத்திற்கு ஆதரவாகப் பயன்படுத்திக் கொள்ளத் திட்டமிட்டது.

அவர் அந்த முகாமில் பத்து மாதங்களாக அடைத்து வைக்கப்பட்டுக் கொடூரமான விசாரணைகளுக்கு உட்படுத்தப்பட்டிருந்தார்.

பசியாலும் களைப்பாலும் வலிகளாலும் அவதிப்பட்டுக் கொண்டிருந்த அவர், அந்தக் கேமராவின் முன் அமர்ந்தபோது, தன் முன் இருந்த சாத்தியக்கூறுகள் குறித்து யோசித்தார். ஒன்று, அவர் எதையுமே பேச மறுக்கலாம். அவர்களுடைய அனைத்துக் கேள்விகளுக்கும் பொத்தம்பொதுவான பதில்களை அளிக்கலாம். அவர் தேர்ந்தெடுக்கின்ற வார்த்தைகளின் மூலமாக, தன் மனைவிக்கும் குழந்தைகளுக்கும் அவர் மறைமுகமான செய்திகளை வெளிப்படுத்தலாம். தன்னைச் சிறைபிடித்திருந்தவர்கள் தன்னிடமிருந்து எதிர்பார்த்த விஷயங்களை அவர்களிடம் கூறிவிட்டு, சித்திரவதையின் தீவிரம் குறையும் என்று நம்பிக் கொண்டிருக்கலாம்.

ஆனால், அவர் முற்றிலும் வேறு ஒன்றைத் தேர்ந்தெடுத்தார். அது அவருடைய கீழ்ப்படியாமையை வெளிப்படுத்தியது. அவருக்கு முன்னால் இருந்த

விளக்குகளின் ஒளியால் தன் கண்கள் கூசிக் கொண்டிருப்பதைப்போல அவர் தன் கண்களைச் சிமிட்டத் தொடங்கினார்.

முதலில் ஒரு நீண்ட சிமிட்டல்.

அடுத்து மூன்று நீண்ட சிமிட்டல்கள்.

அடுத்து ஒரு குறுகிய சிமிட்டல், ஒரு நீண்ட சிமிட்டல், ஒரு குறுகிய சிமிட்டல்.

அடுத்து மீண்டும் ஒரு நீண்ட சிமிட்டல்.

அடுத்து இரண்டு குறுகிய சிமிட்டல்கள். பின் ஒரு நீண்ட சிமிட்டல்.

அடுத்து ஒரு குறுகிய சிமிட்டல், ஒரு நீண்ட சிமிட்டல், ஒரு குறுகிய சிமிட்டல்.

அடுத்து ஒரு குறுகிய சிமிட்டல்.

இப்படியாக அவர் 'சித்திரவதை' என்று பொருள்படுகின்ற ஆங்கில வார்த்தையின் ஒவ்வோர் எழுத்தையும் கண்சிமிட்டல் மூலமாகத் தெரிவித்தார்.

அவரைச் சிறைபிடித்திருந்தவர்கள் அவரைத் தாங்கள் முறியடித்துவிட்டிருந்தோம் என்று நினைத்துக் கொண்டனர். ஆனால், அவர் சாதுரியமாக அவர்களை முறியடித்துவிட்டார். அதற்கு அவர்கள் பயன்படுத்திய அதே உபகரணத்தை அவர் பயன்படுத்திக் கொண்டார். சர்வதேச அரங்கில் அவர்களுடைய செயல்களை அரங்கேற்றி, அவர்களை அம்பலப்படுத்திவிட்டார்.

ஒரு ஸ்டோயிக் என்பவன் விதியை நேருக்கு நேர் பார்த்து, "போடா, போ!" என்று கூறுபவன் என்று சொல்லப்படுவதுண்டு. அது சரிதான்.

அவர்கள் எதிர்த்துப் போராடுகின்றனர். சண்டையிடுகின்றனர்.

தவறான செயல்களைச் செய்யும்படி அவர்களை உங்களால் நிர்ப்பந்திக்க முடியாது. குறிப்பாக, அவர்களுக்கு அழுத்தம் கொடுத்து அதை உங்களால் சாதிக்க முடியாது.

ஒரு கட்டத்திற்கு மேல் பொறுத்துக் கொள்ள முடியாமல் நீங்கள் உங்கள் வேலையை உதறித் தள்ளிவிட்டு வந்த பிறகு, உங்களைத் தொடர்பு கொண்டு, நிறுவனத்துடன் நீங்கள் மேற்கொண்டிருந்த இரகசியக் காப்புப் பிரமாணத்தைப் பற்றி உங்களுக்கு நினைவுபடுத்துகின்ற அந்நிறுவனத்தின் வழக்கறிஞர். தங்களுடைய கோரிக்கையை ஏற்றுக் கொள்ளாவிட்டால்

உங்களைக் குழி தோண்டிப் புதைத்துவிடப் போவதாக உங்களை மிரட்டுகின்ற உங்களுடைய போட்டியாளர். தனக்கு நீங்கள் கீழ்ப்பணிதலுடன் நடக்க வேண்டும் என்று எதிர்பார்க்கின்ற அரசியல்வாதி. நீங்கள் கையிலெடுத்துள்ள காரியத்திலிருந்து உங்களைப் பின்வாங்கக் கோருகின்ற அரசு அதிகாரி. இன்னும் பலர்.

அவர்களில் சிலர் வெளிப்படையாகவே கூறக்கூடும். சிலர் மறைமுகமாக அதைச் செய்யக்கூடும். அது ஒரு பெரிய காரியமாக இருக்கலாம். அல்லது ஒரு சிறிய காரியமாகவும் இருக்கலாம். எவருக்கும் உங்களைப் பற்றிய அக்கறை எதுவும் கிடையாது. ஆனால், அவர்கள் உங்களுக்கு விடுக்கின்ற எச்சரிக்கை தெளிவானதாக இருக்கிறது: இல்லையென்றால்...

இங்கு மாவீரன் அலெக்சான்டரின் தந்தையான பிலிப் அரசர் தொடர்பான ஒரு சம்பவத்தை நினைவுகூர்வது பொருத்தமாக இருக்கும். ஒரு முறை, பிலிப், ஸ்பார்ட்டன் நகரை முற்றுகையிட்டார். அவர் ஸ்பார்ட்டன்களுக்கு இச்செய்தியை அனுப்பினார்: "நான் மட்டும் இந்த நகருக்குள் நுழைந்துவிட்டால், அது இனிமையானதாக இருக்காது. நான் வெற்றி பெற்றுவிட்டால், உங்கள் அனைவரையும் நான் கொன்றுவிடுவேன்!"

ஸ்பார்ட்டன்கள் அதற்கு இரத்தினச்சுருக்கமானதொரு பதிலை அனுப்பினர்: அது நடந்துவிட்டால் பார்த்துக் கொள்ளலாம்!

அதாவது, நாங்கள் அவ்வளவு எளிதாக அடிபணிந்துவிட மாட்டோம்.

கலப்படமற்றக் கீழ்ப்படியாமை. அது அவ்வளவாகப் பாராட்டப்படுவதில்லை. ஆனால், அதன் வீச்சு பெரிது. டக்ளஸாலும் நெல்லியாலும் அதை வசப்படுத்த முடியும் என்றால் – அதுவும், கொடூரமான கொத்தடிமைத்தனம் தலைவிரித்தாடிக் கொண்டிருந்த காலகட்டத்தில் – உங்களால் ஏன் முடியாது?

அமெரிக்க அரசின் அதிகாரபூர்வமான முத்திரையில் ஹெர்குலிஸை இடம்பெறச் செய்ய ஜான் ஆடம்ஸ் விரும்பினார் என்பதை நாம் ஏற்கனவே பார்த்தோம், இல்லையா? அதேபோல, பெஞ்சமின் பிராங்க்ளினும், "கொடுங்கோலர்களுக்கு அடிபணியாமை, கடவுளுக்குக் கீழ்ப்படிதல்," என்ற வாசகம் இடம்பெற வேண்டும் என்று

விரும்பினார்.

இதில் நாம் கொடுங்கோலர்களோடு, பொய்யர்கள், மிரட்டல்காரர்கள், துஷ்பிரயோகிகள், பொறுக்கிகள், பித்தலாட்டக்காரர்கள், வாக்குவாதக்காரர்கள் போன்றோரையும் சேர்த்துக் கொள்ள வேண்டும்.

துணிச்சல், "என்னைக் கொன்றால் ஒழிய..." என்று முழங்கும். துணிச்சல், "நான் இதில் இறங்காதவரை..." என்று கொக்கரிக்கும். துணிச்சல், "நீ என்னதான் சொன்னாலும், இதை நான் என் இஷ்டப்படிதான் செய்யப் போகிறேன்," என்று ஆர்ப்பரிக்கும்.

அவர்கள் உங்களைக் காயப்படுத்தக்கூடும். அவர்கள் உங்களை நோக்கிக் காட்டுக்கத்தல் போடக்கூடும். அவர்கள் படுபயங்கரமான விஷயங்களைச் செய்யக்கூடும்.

அதற்காக உங்களுக்கு சக்தியே இல்லை என்று அர்த்தமில்லை. உண்மையைச் சொல்ல வேண்டுமென்றால், நீங்கள் நினைத்துக் கொண்டிருப்பதைக் காட்டிலும் அதிக சக்தி மிக்கவர் நீங்கள். சார்ல்ஸ் டி கோல் தன்னுடைய பிரித்தானியக் கூட்டாளிகளிடம், "என்னால் உங்கள் தாளத்திற்கு ஏற்ப ஆட முடியாது," என்று கூறியது இந்த அர்த்தத்தில்தான். என்னால் கீழ்ப்படிந்து நடக்க முடியாது; அது எதிரியாக இருந்தாலும் சரி, நண்பனாக இருந்தாலும் சரி என்று 'வெட்டு ஒன்று துண்டு இரண்டு' என்ற ரீதியில் அவர் கூறிவிட்டிருந்தார். அவர் ஒரு போராளி. அவரால் வேறு எப்படியும் செயல்பட்டிருக்க முடியாது.

உங்களிடம் செயலாண்மை இருக்கிறது. உங்களிடம் பலம் இருக்கிறது. உங்களிடம் வாலாட்டியதற்காக அவர்களை வருத்தப்பட வைக்க உங்களால் முடியும்.

முன்கூட்டியே எட்டப்படுகின்ற முடிவுகளை ஒருபோதும் ஏற்றுக் கொள்ளாதீர்கள். தோல்வியாளர்கள் மட்டுமே, போட்டி முடிவடைவதற்கு முன்பாகவே ஆட்டத்தை நிறுத்திக் கொள்வர். ஒவ்வோர் அங்குலத்திற்காகவும் போராடுங்கள். உங்களுக்காகப் போராடுங்கள்.

"உன்னை வற்புறுத்த அவர்களை நீ அனுமதித்தால், எப்படி இறப்பது என்பதை நீ மறந்துவிட்டாய் என்று அர்த்தம்," என்று செனீக்கா, தன் நாடகத்தில் வருகின்ற ஹெர்குலிஸ் பாத்திரத்தைப் பேச வைத்திருப்பார்.

அதை நினைவில் வைத்துக் கொள்ளுங்கள்.

துணிந்தவனையே அதிர்ஷ்ட தேவதை அரவணைத்துக் கொள்கிறாள்

புராதன உலகில் பரவலாகப் பயன்படுத்தப்பட்டு வந்த பழமையானதொரு மேற்கோள் இது: "துணிந்தவனையே அதிர்ஷ்ட தேவதை அரவணைத்துக் கொள்கிறாள்." ரோமானிய நாடக ஆசிரியரான டெரன்ஸ்தான் இதை முதன்முதலாகப் பயன்படுத்தியதாகக் கூறப்படுகிறது.

உலகின் பல பகுதிகளில் இதே பொருளைக் கொண்ட பல பழமொழிகள் வழக்கில் இருக்கின்றன.

"துணிந்தவனுக்குச் சமுத்திரம் முழங்கால் மட்டும்!" என்பது அவற்றில் ஒன்று.

துணிந்து பெரிதாகத் திட்டமிடுங்கள். அதிலிருக்கின்ற ஆபத்தைக் கண்டு அஞ்சாதீர்கள்.

ஒரு படையை வழிநடத்திச் செல்லத் துணியுங்கள். அதிகார அடுக்கமைப்பு முறையில் நீங்கள் கீழ்நிலையில் இருந்தாலும் தலைமையேற்கத் தயங்காதீர்கள். புதிய ஒன்றை முயற்சி செய்யத் தயங்காதீர்கள். பைத்தியக்காரத்தனமான சவால்களை ஏற்றுக் கொள்ளுங்கள். "கண்ணே, என்னைத் திருமணம் செய்து கொள்கிறாயா?" என்று துணிந்து கேளுங்கள். அந்தப் பயணத்திற்கு உங்களைப் பதிவு செய்து கொள்ளுங்கள். அந்தக் கேள்விக்கு எனக்குப் பதில் தெரியும் என்று கையை உயர்த்துங்கள். உங்களுடைய

தேர்ந்தெடுப்பு வெற்றி பெறுவதற்கான சாத்தியக்கூறு அரிது என்றாலும்கூட, வரலாற்றின் போக்கு இரகசியமாக உங்கள் பக்கம் சாய்ந்துள்ளது என்பதை நினைவில் வைத்திருங்கள். நீங்கள் வெற்றியடைகின்ற தருணத்தில் உங்களுக்காக ஆரவாரக் குரல் எழுப்ப மக்கட்கூட்டம் உங்களுக்காகக் காத்துக் கொண்டிருக்கிறது. நீங்கள் எந்த அளவுக்குத் துணிந்து அதில் இறங்குகிறீர்களோ, அந்த அளவுக்கு உங்கள் பக்கம் வீச அதிர்ஷ்டக் காற்று காத்துக் கொண்டிருக்கிறது.

கட்டடக் கலைஞர் டேனியல் பர்ன்ஹாம் தன் மாணவர்களிடம், "ஒருபோதும் சிறிய திட்டங்கள் எதையும் தீட்டாதீர்கள்," என்று அறிவுரை கூறுவார். அதாவது, அவர்கள் பிரம்மாண்டமாகச் சிந்திக்க வேண்டும் என்று அவர் விரும்பினார். பெரிய பிரச்சனைகளைக் கையாள வேண்டும். வாழ்க்கையின் அற்ப விஷயங்களோடு அவர்கள் மாரடித்துக் கொண்டிருக்கக்கூடாது. அவர்களை பயமுறுத்துகின்ற அளவுக்குப் புதிய, வித்தியாசமான விஷயங்களை அவர்கள் முயன்று பார்க்க வேண்டும்.

வரலாற்றில் பெரும் தொழிலதிபர்களும் இராணுவத் தளபதிகளும் வெற்றியடைந்ததற்கு, அவர்கள் ஆபத்துகளைக் கண்டு அஞ்சாமல் இருந்ததுதான் காரணம். அவர்கள் பீதி அடைந்திருந்தபோதிலும், துணிச்சலைக் கைவிடாமல் இருந்தனர். அவர்கள் நெருப்புக்குள் குதிக்கத் தயாராக இருந்தனர். அவர்கள் பகடையை உருட்டினர். அவர்களிடம் விடாமுயற்சி இருந்தது.

அதோடு, அவ்வப்போது அதிர்ஷ்டமும் அவர்களுக்குக் கைகொடுத்தது. அப்படி இல்லாதிருந்தால், அவர்களைப் பற்றி நாம் இப்போது பேசிக் கொண்டிருக்க மாட்டோம்.

ஜெனரல் எர்வின் ரோம்மல் தான் எழுதியிருந்த ஒரு கடிதத்தில்இப்படிக்குறிப்பிட்டிருந்தார்:"என் அனுபவத்தைப் பொறுத்தவரை, துணிச்சலான முடிவுகள்தாம் வெற்றிக்கான உத்தரவாதத்தை அளிக்கின்றன. ஆனால், ஒருவர் சூதாட்டரீதியான முடிவுகளுக்கும் தந்திரோபாயரீதியான துணிச்சலுக்கும் இடையேயுள்ள வேறுபாட்டைப் புரிந்து கொள்ள வேண்டும். ஒரு துணிச்சலான இராணுவ நடவடிக்கை என்பது வெற்றி உத்தரவாதமாக இருக்கின்ற ஒன்றல்ல. தோல்வி ஏற்படுகின்றபோது, அச்சூழலைச் சந்திக்கப் போதுமான வலுவுடன் இருத்தலாகும். ஆனால், சூதாட்டரீதியான நடவடிக்கைகளில் ஈடுபடுகின்றபோது,

அது வெற்றிக்கு இட்டுச் செல்லலாம் அல்லது ஒட்டுமொத்த நிர்மூலத்திற்கு வழி வகுக்கலாம். சில சமயங்களில், சூதாட்ட அணுகுமுறையை நியாயப்படுத்தக்கூடிய சூழ்நிலைகள்கூட உருவாகலாம். தோல்வி என்பது காலப்போக்கில் எப்போது வேண்டுமானாலும் நிகழக்கூடும் என்பதால், காத்திருப்பது மூலம் நேரத்தை ஈட்டுவது என்பது அர்த்தமற்றது. அதனால், ஆபத்துகளைப் புறந்தள்ளிவிட்டுத் துணிந்து செயல்நடவடிக்கையில் ஈடுபடுவதுதான் அர்த்தமுள்ளதாக இருக்கும்."

இரண்டாம் உலகப் போரின் தொடக்கத்தில், ரோம்மல் எதிரிகளின் சிம்ம சொப்பனமாகத் திகழ்ந்ததற்கு, அவர் தடாலடியாக மேற்கொண்ட தந்திரோபாய இராணுவ நடவடிக்கைகள்தாம் காரணம். ஆனால், அப்போர் வெடிப்பதற்கு முன்பாக, அவர் ஹிட்லருக்கு எதிராகத் துணிச்சலான நடவடிக்கைகளை எடுக்காமல் போயிருந்தது குறித்து நம்மால் அவரைக் குற்றம் சாட்ட முடியும். அதேபோல, ஹிட்லர் கிட்டத்தட்ட ஒரு பைத்தியக்காரனைப்போல நடந்து கொண்டு, தங்களுடைய நாட்டை அழிவுப் பாதைக்கு அழைத்துச் சென்று கொண்டிருந்தார் என்பதை அறிந்திருந்தும், அதைத் தட்டிக்கேட்க, கிட்டத்தட்ட அனைத்து ஜெர்மானிய இராணுவ உயரதிகாரிகளும் துணியாமல் இருந்ததற்கும் துணிச்சலின்மைதான் காரணம். இவ்வளவுக்கும் அவர்கள் மகா துணிச்சல்காரர்களாகச் செயல்பட்டுக் கொண்டிருந்தவர்கள்தாம். உயிரைத் துச்சமாக மதித்து, களத்தில் வீரதீரமாகப் போரிட்டவர்கள்தாம். இருந்தும், ஹிட்லர் ஏற்பாடு செய்திருந்த இராணுவத் தலைவர்கள் அடங்கிய கூட்டங்களில், அவர்கள் அனைவரும், வேறு யாராவது பேசிக் கொள்ளட்டும் என்று வாயை மூடிக் கொண்டு மௌனிகளாக இருந்துவிட்டனர். தானாகவே ஏதாவது நடக்கும் என்று நம்பிக் கொண்டு கோழைத்தனமாகக் காத்துக் கொண்டிருந்ததன் மூலம், அவர்கள் படுபாதகமான கொடுஞ்செயல்களுக்குத் துணை போயினர். அவர்களுடைய தயக்கத்திற்கான உண்மையான காரணம் என்ன என்பதை நம்மால் ஒருபோதும் முழுமையாகப் புரிந்து கொள்ள முடியாது என்றாலும், அவர்களுடைய செயலின்மை அவர்களுடைய தலைவிதியை முடிவு செய்துவிட்டது.

இறுதியில், அதற்கான தீர்வு ரோம்மலின் கரங்களில் வந்து விழுந்தது. சரியான நேரத்தில் துணிச்சலுடன் அவர் செயல்படாமல் போயிருந்ததால், சூதாட்டரீதியான ஒரு நடவடிக்கை எடுப்பதைத் தவிர அவருக்கு வேறு வழியில்லாமல் போய்விட்டது. *1944* வாக்கில் அந்தச் சூதாட்டரீதியான முடிவுக்கான நியாயம் வலுப் பெற்றிருந்தது. தோல்வி என்பது கிட்டத்தட்ட உறுதியாகிவிட்டிருந்தது. எப்போது என்பது மட்டுமே கேள்விக்குறியாக இருந்தது. அதனால், சூதாட்டரீதியாக இருந்தால் என்ன, முயற்சி செய்து பார்த்துவிடலாம் என்ற மனநிலை உருவாகியிருந்தது. அதனால் ரோம்மல் அதில் இறங்கினார். ஜெர்மனியில் ஜூலை *20* அன்று, ஹிட்லரைக் கொல்வதற்காக ஜெர்மானிய இராணுவ அதிகாரிகளால் மேற்கொள்ளப்பட்டத் துணிகரமானதொரு சதி நடவடிக்கை தோல்வி அடைந்திருந்தபோதிலும், அந்த முயற்சிக்காக வரலாறு அவர்களை மதித்தது.

பின்னர் அசகாயசூரத்தனமான துணிச்சலான நடவடிக்கையில் ஈடுபடுவதைக் காட்டிலும், இக்கணத்தில் சிறு அளவில் தைரியத்தை வெளிப்படுத்துவது மேல். இதற்கு அதிர்ஷ்ட தேவதையின் அனுக்கிரகம் குறைவாக இருந்தாலே போதும்.

அமேசான் நிறுவனத்தைத் தோற்றுவித்திருந்த ஜெஃப் பீசோஸ், “நான் ஒருபோதும் என் நிறுவனத்தைப் பெரிய அளவிலான சூதாட்டரீதியான நடவடிக்கைகளில் ஈடுபடுத்தியதில்லை,” என்று கூறியுள்ளார். ஏனெனில், அவருக்கு அது தேவைப்படவில்லை. ஒரு நிறுவனம் வெகுகாலம் மெத்தனப் போக்குடன் இருந்துவிடுகின்றபோதுதான், அளவுக்கதிகமான ஆபத்துகளை உள்ளடக்கிய நடவடிக்கைகளைத் தேர்ந்தெடுக்க வேண்டிய கட்டாயத்திற்கு அது ஆளாகிறது. ஒரு நிறுவனம் பல ஆண்டுகளாகச் சந்தைப் போக்குகளை அலட்சியம் செய்துவிடுகின்றபோது, ஒரு கட்டத்தில், அது மாறாவிட்டால் மடிந்து போய்விட நேரிடும் என்ற இக்கட்டான நிலைக்கு அது தள்ளப்பட்டுவிடுகிறது. கடந்தகாலத்தில் நீங்கள் தவறவிட்டுள்ளவற்றைப் பிடிக்க நீங்கள் ஆசைப்படுகின்றபோது, சூதாட்டரீதியான நடவடிக்கைகளை எடுக்கத் தூண்டப்படுகிறீர்கள். பீசோஸ் தொடர்ந்து, “தினந்தோறும் சிறிய அளவிலான பணயம்

வைக்கின்ற நடவடிக்கைகளில் ஈடுபடுவது மேலானது," என்று அதற்கு விளக்கம் அளிக்கிறார். அலட்சியத்திற்குப் பதிலாக இங்குக் கணக்குப் போடுதல் இடம்பெறுகிறது. பெரும் ஆபத்தை ஒரேயடியாக விலைக்கு வாங்குவதற்குப் பதிலாக, படிப்படியாக ஆபத்திற்குள் நுழைவது நடைபெறுகிறது.

இக்கணத்தில் கடினமான விஷயங்களைச் செய்யுங்கள்.

இன்று உறுதியுடன் அர்த்தமுள்ள நடவடிக்கைகளைத் துணிச்சலுடன் மேற்கொள்ளுங்கள்.

நீங்கள் எதிர்பார்க்கின்ற அளவுக்கு அது ஆபத்தானது அல்ல என்று நீங்கள் நம்பத் தொடங்க வேண்டும். நீங்கள் நினைத்துக் கொண்டிருக்கும் அளவுக்கு நீங்கள் தனிமையாக இல்லை.

இப்போது அப்படி நீங்கள் உணராவிட்டாலும்கூட, உங்களுக்குப் பின்னால் ஏதோ ஒன்று இருக்கிறது. உங்களை நோக்கிப் புன்முறுவல் பூப்பதற்காக அதிர்ஷ்ட தேவதை காத்துக் கொண்டிருக்கிறாள். ஆனால், வெகு சீக்கிரமாகத் தன் கவனக்குவிப்பை இழந்துவிடுகின்ற இயல்புடையவள் அவள். அதனால், அவளை நீங்கள் நீண்ட நேரம் காக்க வைத்தால், அவளால் அதைச் சகித்துக் கொள்ள முடியாது.

பின்னர் சூதாட்டத்தில் இறங்குவதற்குப் பதிலாக, இப்போதே ஆபத்திற்குத் துணிவது நல்லது.

ஒன்றில் உங்களை அர்ப்பணித்துக் கொள்வதற்கான துணிச்சல்

"சிறு வயதிலேயே மாபெரும் தலைவர்களைப் பற்றிப் படித்துப் பின்னர் தானும் அவர்களைப்போல ஆக வேண்டும் என்று விரும்பிய ஒரு சிறுவனின் கதைதான் தியோடோர் ரூஸ்வெல்ட்டின் கதை," என்று அவருடைய வாழ்க்கை வரலாற்று ஆசிரியர் ஹெர்மன் ஹாகேடோம் எழுதியுள்ளார். இதைக் கேட்டு உங்களுக்குப் பரிகசிக்கத் தோன்றுகிறது, அப்படித்தானே?

ஆனால், ரூஸ்வெல்ட் உண்மையிலேயே அப்படித்தான் நம்பினார். தன்னை நம்பினார். தான் படித்தக் கதைகளை நம்பினார். தன்னைவிடவும் பிரம்மாண்டமான ஒன்றை நம்பினார். அப்போதும் சரி, இப்போதும் சரி, எண்ணற்ற மக்கள் அது அபத்தமானது, ஆபத்தானது என்று கருதினர். பைபிளில்கூட அப்படியொரு வாசகம் இடம்பெற்றிருப்பதை அவர்கள் சுட்டிக்காட்டினர்: "நான் வளர்ந்து பெரியவனானதும் சிறுபிள்ளைத்தனமான எண்ணங்களை ஒதுக்கித் தள்ளிவிடுவேன்."

சார்ல்ஸ் டி கோலும் இப்படித்தான் எள்ளி நகையாடப்பட்டார். அவர் உண்மையுடனும் உள்ளார்ந்த ஆர்வத்துடனும், பிரான்ஸின் மகத்துவத்தில் நம்பிக்கை வைத்திருந்தார். விதி என்ற ஒன்று உண்டு என்று அவர்

நம்பினார். "பிரான்ஸ் ஒரு மாபெரும் சக்தி," என்று அவர் மீண்டும் மீண்டும் முழங்கினார். ஒரு புறம், ஜெர்மனிக்கு அடிபணிந்து அதற்கு உதவிக் கொண்டும், மறுபுறம் நேச நாடுகளின் தயவில் காலந்தள்ளிக் கொண்டும் இருந்த, தலைகுனிந்த நிலையிலிருந்த பிரான்ஸ் குறித்து அப்படிப்பட்டதொரு நம்பிக்கையை அவர் கொண்டிருந்ததை என்னவென்று சொல்வது?

அவருடைய கூற்றுகளில் சிலவற்றைக் கேட்டு நீங்கள் புருவத்தை உயர்த்தக்கூடும். நம்மிடம் ஆழமாக ஊடுருவியுள்ள சந்தேகக் குணம் அப்படிச் செய்யத்தான் நம்மைத் தூண்டும். மக்கள் சிறுபிள்ளைத்தனமாகச் செயல்பட்டுக் கொண்டிருக்கக் கூடாது என்று நாம் நினைக்கிறோம். கட்டுக்கதைகளை நம்புவதை நிறுத்திக் கொள்ள வேண்டும் என்று நாம் ஆசைப்படுகிறோம்.

ஆனால், இந்த நம்பிக்கை இல்லையென்றால், இளக்காரமாகப் பார்க்கப்படுதல், விமர்சிக்கப்படுதல் போன்றவற்றை மீறிச் செல்கின்ற துணிச்சல் இல்லையென்றால், நாம் எங்குச் சென்றடைவோம்? கோல், பிரான்ஸ் குறித்து அந்த அளவு அக்கறை காட்டியிருக்கவில்லை என்றால், அதைக் காப்பாற்ற அந்த அளவுக்கு ஆபத்தை எதிர்கொள்ளத் தயாராக இருந்திருக்க மாட்டார். விதியின்மீது அவர் வைத்திருந்த ஆழமான விசுவாசம்தான் வரலாற்றை உருவாக்க அவரை உந்தித் தள்ளியது. தன்னை ஒரு மாபெரும் மனிதனாக ஆக்கிக் கொள்ள அவர் தன்னை உந்தித் தள்ளினார். அதன் ஊடாக, அவர் ஒரு மாபெரும் நாட்டை மீட்டெடுத்தார். ரூஸ்வெல்ட்டைப் பொறுத்தவரை, அக்கறை என்பது துணிச்சலில் உதயமாகின்ற ஒன்று. அவருக்குத் தயக்கம் இருந்தபோதிலும், புக்கர் டி. வாஷிங்டனை வெள்ளை மாளிகைக்கு வரும்படி அழைப்பு விடுக்க அதுதான் அவரைத் தூண்டியது. குன்றின்மீது ஏறிச் சென்று எதிரியை நேருக்கு நேர் சந்திக்க அதுதான் அவரை உந்தித் தள்ளியது. பெருநிறுவனங்களின் அழுத்தங்களுக்கு அடிபணியாமல் இருப்பதற்கும், தன் சொந்த வர்க்கத்தின் விட்டேத்தி மனப்பான்மைக்கு எதிராகக் கொடி பிடிப்பதற்கும் அதுதான் அவரைப் பிடித்துத் தள்ளியது.

ஜெனரல் மாட்டிஸ் கூறியுள்ளதுபோல, அதீத அவநம்பிக்கை கொள்ளுதல் கோழைத்தனம். அக்கறை

கொள்வதற்குத் துணிச்சல் தேவை. துணிச்சல்காரர்கள் மட்டுமே நம்பிக்கை வைக்கின்றனர். குறிப்பாக, மற்றவர்கள் அனைவரும் சந்தேகத்தில் மூழ்கிக் கிடக்கின்றபோது!

அவர்கள் உங்களை எள்ளி நகையாடக்கூடும். தோல்வியாளர்கள் ஒரு குழுவாகக் கூடி வெற்றியாளர்களைப் பற்றிப் புறம் பேசுவதை எப்போதுமே ஒரு வாடிக்கையாக வைத்துள்ளனர். நம்பிக்கையாளர்களைக் கிண்டல் செய்வது அவநம்பிக்கையாளர்களுக்கு ஒரு பொழுதுபோக்கு. தைரியசாலிகள் தங்கள் முயற்சிகளில் ஈடுபடுவதில் எந்தவிதமான அர்த்தமும் கிடையாது என்று அவர்களை நம்ப வைக்க பயந்தாங்கொள்ளிகள் தீவிரமாக முயற்சிப்பர். சோஃபிஸ்ட்களின் காலத்திலிருந்து கல்வியாளர்கள் அனைவரும் எப்போதுமே, தங்களுடைய மூளையை, தெளிவை ஏற்படுத்துவதற்குப் பதிலாகக் குட்டையைக் குழப்புவதற்கே பயன்படுத்தி வந்துள்ளனர்.

துணிச்சல்காரர்கள் கடந்தாக வேண்டிய மூடுபனி இது. கற்களும் முட்களும் நிறைந்த பாதையில் நாம் நடக்கின்றபோது, பாதையின் இருபக்கங்களிலும் கரகோஷக்காரர்கள் அணிவகுத்து நின்று கொண்டு நம்மை ஊக்குவிக்கப் போவதில்லை. மாறாக, நமக்குச் சபலத்தைத் தூண்டி, நம் இலக்கிலிருந்து நம்மைத் தடம்புரள வைக்கின்ற நபர்கள்தாம் அங்கு இருப்பர். நீங்கள் செய்ய முற்பட்டுக் கொண்டிருக்கின்ற காரியத்தை நீங்கள் கைவிட்டுவிடும்படியான மிரட்டல்கள் அல்லது நிர்ப்பந்தங்கள் ஏற்படுவதைக் காட்டிலும், அது எந்தவிதமான வித்தியாசங்களையும் ஏற்படுத்தாது, அதற்குப் பெரிய அர்த்தங்கள் எவையும் கிடையாது என்று உங்களை நம்ப வைக்கவே பிறர் முனைவர். இதில் மாட்டிக் கொள்ளாமல், தொடர்ந்து அக்கறை கொண்டிருப்பதற்கும், நீங்கள் எடுத்துக் கொண்ட காரியத்தில் உறுதியாக இருப்பதற்கும் நீங்கள் பெரும் முயற்சி செய்ய வேண்டியிருக்கும்.

துணிச்சலான நடவடிக்கைகளில் ஈடுபடுவதை விடுங்கள், துணிச்சலைப் பற்றி நாம் பேசுவதுகூட இல்லை. அதற்கு இதுதான் காரணம். அது நமக்கு அசௌகரிய உணர்வை ஏற்படுத்துகிறது. ஆனால், உங்களிடம் இருப்பதைவிட அதிகத் துணிச்சலுடன் நீங்கள் இருப்பதாகக் காட்டிக் கொள்வதே சிறந்தது. இல்லையெனில், உங்களிடம் போதுமான துணிச்சல் இல்லை என்றே பிறர் கருதுவர்.

ஆனால், தாங்கள் அக்கறை கொண்டிராத ஏதாவது ஒன்றில் எவராவது எதையாவது சாதித்திருக்கிறார்களா? கொள்ளைச் சந்தேகங்களுடன் இருக்கின்றபோது எவராவது சரியான காரியங்களில் ஈடுபட்டுள்ளார்களா? தாங்கள் செய்து கொண்டிருக்கின்ற காரியம் தகுதியானதுதான் என்று நம்பாமல் எவரொருவரும் தலைசிறந்தவர்களாக உருவெடுத்ததில்லை. அவநம்பிக்கையையும் விட்டேத்தி மனப்பான்மையையும் வெற்றி கொள்வதுதான் முதற்படி.

"மேதைமை குறித்து அஞ்சாதீர்கள்," என்று ஷேக்ஸ்பியர் கூறியுள்ளார். அது உங்களுடைய சுவாசக் காற்றாக மாறட்டும். அதற்காகப் போராடுங்கள்.

அவர்கள் அதைப் புரிந்து கொள்ளவில்லை என்றால் அதை எதற்காகப் பொருட்படுத்த வேண்டும்? உறுதியாக அடுத்த ஓர் அடியை எடுத்து வைப்பதைப் பற்றிக் கற்பனைகூடச் செய்ய முடியாதவர்கள்தாம், மலையை நோக்கிய உங்களுடைய துடிப்பான ஓட்டத்தைப் பரிகசிப்பர். அவர்களுடைய எண்ணங்கள் தவறு என்று நீங்கள் நிரூபிக்க வேண்டும். அப்படி நிரூபிக்கவில்லை என்றாலும்கூட, குறைந்தபட்சம், அதற்காக நீங்கள் துணிந்திருந்தீர்கள் என்பதை அழித்துவிட முடியாது.

இல்லாமைத் தத்துவம் தோல்வியாளர்களுக்கானது.

அண்டை வீட்டாரை நேசியுங்கள்

பின்வரும் கதை, அக்கறையின்மை மற்றும் கல்மனத்தின் உரைகல். நம்முடைய நவீனச் சமுதாயத்திற்குள் ஏதோ ஒரு பெரும் தவறு ஆழமாக ஊடுருவியுள்ளது என்பதை அது நிரூபித்தது.

1964 மார்ச் 13 அன்று அதிகாலை 3 மணிக்கு, கிட்டி ஜெனோவீஸ் என்ற ஓர் இளம்பெண், அவளுடைய வீட்டிற்கு வெளியே கொடூரமாக வன்புணர்வு செய்யப்பட்டுப் பல முறை கத்தியால் குத்தப்பட்டாள். அவளுடைய கூச்சலை அக்கம்பக்கத்தில் இருந்தவர்கள் அலட்சியம் செய்துவிட்டனர். அப்பகுதியில் இருந்த கிட்டத்தட்ட முப்பது பேர், அந்த இளம்பெண்ணின் சத்தத்தைக் கேட்டுவிட்டு, தங்களுடைய தொலைக்காட்சிப் பெட்டிகளின் ஒலியை அதிகரித்து வைத்துக் கொண்டனர். அந்தப் பெண்ணின் அலறல் குறித்துத் தாங்கள் அக்கறை கொள்ளத் தேவையில்லை என்று அவர்கள் கருதிவிட்டனர்போலும்.

அதற்கென்ன காரணம்? பயம். சுயநலம். அன்னியப்படுத்திக் கொள்ளுதல். அவளுக்கு வேறு யாராவது உதவி செய்யக்கூடும் என்று அவர்கள் நினைத்திருக்கலாம். அல்லது, தங்களால் எதுவும் செய்ய முடியாது என்று அவர்கள் எண்ணியிருக்கலாம். அந்தச் சமுதாயத்தின் கோழைத்தனத்தின் காரணமாக, விட்டேத்தி

மனப்பான்மை காரணமாக, ஒரு கொடூரன் தன் மாபாதகச் செயல்களைத் தொடர அனுமதிக்கப்பட்டான். அவன் மீண்டும் வந்து அப்பெண்ணின் பணப்பையிலிருந்து பணத்தை எடுத்துச் செல்கின்ற துணிச்சலை அவர்களுடைய மௌனம் அவனுக்குக் கொடுத்தது.

அது போன்றதொரு செயல் நம்முடைய வீட்டுக்கு அருகே நடந்திருந்தால் நாம் என்ன செய்திருப்போம்? ஆண்டுக்குப் பல நூற்றுக்கணக்கான கொலைகள் நிகழ்ந்து கொண்டிருக்கின்ற செய்திகளைப் படித்துப் படித்து, அந்தப் பெண்ணின் மரண ஓலம் நம் காதுகளில் விழாத அளவுக்கு நம் உணர்வுகள் மரத்துப் போயிருந்திருக்குமா?

இக்கதை, நம் சமுதாயத்தில் புரையோடிப் போயிருக்கின்ற அனைத்துத் தீமைகளையும் பறை சாற்றுகின்ற ஒன்றாக இருக்கலாம். ஆனால், உண்மையில் அங்கிருந்த நபர்களில் ஒருத்திக்குச் சிறிது துணிச்சல் இருந்தது. அண்டை வீட்டுக்காரர்களில் ஒருவரான சோஃபியா ஃபாரர் என்ற ஒரு முப்பது வயதுப் பெண்மணி, கிட்டியின் அலறல் சத்தம் கேட்டு அவளுக்கு உதவ நினைத்தார்.

தன் சொந்தப் பாதுகாப்பைப் பற்றிக் கவலைப்படாமல் அவர் உடனே கிட்டியின் வீட்டை நோக்கி ஓடினார். இவ்வளவுக்கும் அவருக்கு ஒரு சிறு குழந்தை இருந்தது. அவர் அவசர அவசரமாகத் தன் ஆடையை மாற்றிக் கொண்டு கிட்டியின் வீட்டுக்கு ஓடினார். அங்குக் கதவருகே விழுந்து கிடந்த கிட்டியைக் கண்டு பதறிய சோஃபியா, அவளுக்கு உதவ முயன்றார். மார்பில் கத்திக் குத்துகளால் பலத்தக் காயமடைந்திருந்த கிட்டியருகே மண்டியிட்ட சோஃபியா, அவளுடைய காதுக்கு அருகே அவளுக்கு ஆறுதல் வார்த்தைகளைக் கூறிவிட்டு, அண்டை வீட்டார்களைச் சத்தம் போட்டு அழைத்தார். பின்னர் அவசர உதவி எண்ணுக்குத் தொலைபேசியில் அழைப்பு விடுத்தார். உதவி வந்து கொண்டிருந்ததாகவும், அதுவரை உயிரைக் கெட்டியாகப் பிடித்துக் கொண்டிருக்கும்படியும் அவர் கிட்டியிடம் கூறினார்.

ஆனால், அதற்குள் காலம் கடந்துவிட்டிருந்தது. அவசர ஊர்தியிலேயே அதிக இரத்தப் போக்கின் காரணமாகக் கிட்டி இறந்து போனாள்.

“இறக்கும் தருவாயில் நான் அவள் அருகில்

இருந்ததையும், அவள் தனியாக இருக்கவில்லை என்பதையும் அவள் உணர்ந்திருப்பாள் என்று நான் எண்ணுகிறேன்," என்று சோஃபியா பின்னர் கூறினார்.

கிட்டியின் கதை, கோழைத்தனம் மற்றும் கல்மனத்தின் கதைதான். ஆனால், அது, ஒரு பெண்மணி தன் அண்டை வீட்டுக்காரி ஒருத்தியின் கடைசித் தருணத்தில் தன் பரிவால் அவளுக்கு ஆறுதல் அளித்திருந்த கதையும்கூட. கிட்டத்தட்ட முழுமையாகத் தொலைந்து போய்விட்டிருந்ததாகக் கருதப்பட்ட இப்படிப்பட்டத் தன்னலமற்றப் பரிவு காட்டல் இன்றும்கூட அது சாத்தியம்தான் என்பதை உலகிற்கு நிரூபித்தக் கதை அது.

நீங்கள் எப்படிப்பட்ட அண்டை வீட்டுக்காரர்?

தான் ஓர் ஓரினச் சேர்க்கையாளர் என்பதை வெளிப்படையாக அறிவிக்கக்கூடிய அளவுக்குத் துணிச்சல் வாய்ந்தவளாக இருந்தவள் கிட்டி. 1964 இல் அது ஒரு சாதாரணமான விஷயமல்ல. கிட்டிக்கு சோஃபியாவுடன் பெரிய அளவில் பரிச்சயம் கிடையாது என்றாலும், எப்போதாவது அவள் சோஃபியாவின் மகனைப் பள்ளிக்கு அழைத்துச் சென்றாள். அதேபோல, கிட்டி எப்போதாவது வெளியூருக்குச் சென்றால், அவளுடைய வளர்ப்பு நாயை சோஃபியா பார்த்துக் கொண்டார். நல்ல அண்டை வீட்டுக்காரர்கள் எப்படி இருக்க வேண்டுமோ அப்படி அந்த இருவரும் இருந்து வந்திருந்தனர். அண்டை வீட்டுக்காரர்கள், தேவைப்படுகின்றபோது ஒருவருக்கு ஒருவர் எப்படி உதவிக் கொள்வார்களோ அப்படி அவர்கள் பரஸ்பரம் உதவிக் கொண்டனர். அதனால், கிட்டியின் வாழ்க்கையின் ஓர் இக்கட்டான தருணத்தில் சோஃபியா ஓடோடி வந்தார்.

"பொதுவாகத் தங்களுடைய அண்டை வீட்டுக்காரர்கள் சார்பாகத் தாங்கள் வெளிப்படுத்துகின்ற துணிச்சலை மக்கள் பெரிதாகப் பாராட்டுவதில்லை," என்று நாவலாசிரியர் மேர் ஆன் இவான்ஸ் தெரிவிக்கிறார். சோஃபியா போன்றவர்கள்மீது நாம் நம்முடைய கவனத்தைக் குவிப்பதில்லை. பல இலட்சக்கணக்கானவர்களைச் சென்றடைகின்ற நியூயார்க் டைம்ஸ் பத்திரிகைக் கட்டுரைகளில் அவர் இடம்பெறுவதில்லை. சோஃபியாவிடம் எவரும் ஒரு பேட்டிகூட எடுக்கவில்லை.

சோஃபியாவுக்கு உரிய அங்கீகாரம்

வழங்கப்படாதிருக்கலாம், அவரால் கிட்டியைக் காப்பாற்ற முடியாமல் போயிருந்திருக்கலாம். ஆனால், அதற்காக அவருடைய துணிச்சலைக் குறைத்து மதிப்பிட முடியாது. அவர் கிட்டி விஷயத்தில் ஏதாவது ஒன்றைச் செய்ய முயன்றார் என்பதுதான் இங்கு முக்கியம். அவர் தன் உயிரைப் பற்றித் துளிகூடக் கவலைப்படாமல், சம்பவம் நடந்த இடத்திற்கு ஓடோடி வந்தார். உதவிக்கு மற்றவர்களை அழைத்தார். கிட்டிக்கு ஆறுதல் கூறினார். அவர்மீது அக்கறை காட்டினார். அதுதான் கதாநாயகர்களும் கதாநாயகிகளும் செய்கின்ற காரியம்.

எல்லா நேரங்களிலும் நமக்கு வெற்றி கிடைக்காமல் போகலாம் என்றாலும், நாம் முயற்சி செய்துதான் ஆக வேண்டும். நாம் நம்முடைய இதயத்தைக் கல்லாக்கிக் கொண்டு, தொலைக்காட்சிப் பெட்டிகளின் ஒலியை அதிகரிக்கக்கூடாது. ஒரு மாபெரும் கணத்திற்காக நாம் காத்துக் கொண்டிருக்க வேண்டிய தேவையில்லை. அன்றாடம் நாம் நமக்கும் பிறருக்கும் செய்து கொள்கின்ற காரியங்களைப் பற்றியது அது.

ரஷ்ய எழுத்தாளரும், சைபீரியாவிலுள்ள ரஷ்யக் கொடுஞ்சிறையில் பல ஆண்டுகளைக் கழித்தவருமான வர்லம் ஷலாமோவ், "என்னுடைய சுதந்திரம் மற்றொரு மனிதனின் மரணத்திற்கு இட்டுச் செல்லுமெனில், நான் ஒரு ஃபோர்மேனாக வேலை பார்க்க மாட்டேன் என்று நான் முதலிலேயே தீர்மானித்திருந்தது குறித்து நான் மிகவும் பெருமை கொள்கிறேன். ஆனால், இச்சோதனையில் நான் எதிர்பார்த்திருந்ததைக் காட்டிலும் நான் உடல்ரீதியாகவும் உளரீதியாகவும் வலுவானவனாகவே இருந்தேன்," என்று பிற்காலத்தில் கூறினார்.

வெற்றிக்கான உங்களுடைய சுதந்திரம், பிறர்மீது அக்கறையற்று இருப்பதற்கான சுதந்திரம் அல்ல. விட்டேத்தியாக இருப்பதற்கான சுதந்திரம் அல்ல அது. உங்களைச் சுற்றி ஏராளமான விஷயங்கள் நடந்து கொண்டிருக்கின்றன என்பது உண்மைதான். இந்த உலகிலுள்ள பெரும்பாலான கொடுமைகளுக்கு நீங்கள் காரணம் அல்லர் என்பதும் உண்மைதான். ஆனால், அதற்காக, ஓர் அப்பாவிப் பெண்ணின் அழுகுரல் கேட்கின்றபோது நீங்கள் உங்களுடைய காதுகளை மூடிக் கொண்டிருக்க முடியாது.

ஆன் ஃபிராங்க்கின் கதையின் முடிவு நமக்குத் தெரியும். அண்டை வீட்டுக்காரர் ஒருவரால் ஆன் காட்டிக் கொடுக்கப்பட்டதால், நாஜிக்களிடம் அவர் பிடிபட்டார். இக்கதையை நாம் உதாசீனம் செய்துவிட வேண்டும். ஏனெனில், சோஃபியாவைப்போலவே, மற்றோர் அண்டை வீட்டுக்காரியான மீப் கீஸ் என்ற இளம்பெண், தனக்கு ஆபத்து ஏற்படக்கூடும் என்பதைப் பொருட்படுத்தாமல் ஆன் ஃபிராங்க்கிற்கு உதவிக் கொண்டிருந்த கதைதான் இங்கு முக்கியம். அது குறித்துப் பல ஆண்டுகள் கழித்து மீப் இவ்வாறு நினைவுகூர்ந்தார்: “போராட்டம் எந்தவிதமான நம்பிக்கையையும் அளிக்காமல் இருந்தாலும் நாம் தொடர்ந்து போராடியே ஆக வேண்டும். ஒன்றுமே செய்யாமல் இருப்பதைக் காட்டிலும், எந்தவொரு முயற்சியும் மேலானதுதான். எந்தவொரு முயற்சியும் தவறாகப் போகலாம். ஆனால், வாளாவிருத்தல் எப்போதும் தோல்வியில்தான் முடியும்.”

நாம் முயற்சி செய்துதான் ஆக வேண்டும். ஏனெனில், நாம் அதைச் செய்யாவிட்டால், வேறு யார் செய்வார்கள்?

நாம் வாழ்ந்து கொண்டிருக்கின்ற இந்த உலகத்தின் இருள் குறித்து நம்மால் வெறுமனே புலம்பிக் கொண்டிருக்க முடியாது. வெளிச்சத்தை நாம் தேடியே ஆக வேண்டும். நாமே அந்த வெளிச்சமாக இருத்தல் வேண்டும்.

நம்முடைய அண்டை வீட்டுக்காரருக்கான வெளிச்சமாக நாம் இருக்க வேண்டும். பரஸ்பரம் ஒருவருக்கு ஒருவர் வெளிச்சம் பாய்ச்சிக் கொண்டிருப்பவர்களாக நாம் இருக்க வேண்டும்.

துணிச்சல் என்பது அவசரப்படுதல் அல்ல

துணிச்சலுடன் இருக்கின்ற ஒரு தனிமனிதனால் பெரும்பான்மையாகத் திகழ முடியும்.

அது உத்வேகமூட்டக்கூடியதாக இருக்கும். அதே நேரத்தில் ஆபத்தானதாகவும் இருக்கும்.

அந்த நபர் அகங்காரம் பிடித்தவராக இருந்தால்? அவர் பக்கம் நியாயம் இல்லாதிருந்தால்? இப்படித்தான் சர்வாதிகாரிகள் உருவாக்கப்படுகிறார்கள். பிறரை அடக்கி ஒடுக்குகின்ற இராஜாங்கங்கள் கட்டியெழுப்பப்படுகின்றன. இப்படித்தான் மதக் குழுக்கள், உலகத்தின் முடிவு நெருங்கிவிட்டதாக முழங்குகின்ற குழுக்களாக மாறுகின்றன.

ஒரு தனிமனிதனால் தன்னைத் தானே வழிநடத்திக் கொள்ள முடிவதோடு, பெரும்பான்மையினரையும் வழிநடத்திச் செல்ல முடியும்.

துணிச்சல் ஒரு நல்லொழுக்கப் பண்புதான் என்றாலும், மிதம் என்கின்ற மற்றொரு நல்லொழுக்கப் பண்போடு சேர்த்துத்தான் அது பார்க்கப்பட வேண்டும். இன்னும் சொல்லப் போனால், அரிஸ்டாட்டில் மிதத்தை விவரிப்பதற்குத் துணிச்சலைப் பயன்படுத்தினார். துணிச்சல் என்பது கோழைத்தனம் மற்றும் பொறுப்பற்றத்தனம் ஆகிய இரண்டுக்கும் நடுவேயுள்ள மையப்புள்ளி என்று அவர் கூறினார். இரண்டுமே ஆபத்தானவை.

நாம் முன்பு பார்த்திருந்த எடுத்துக்காட்டில், எதிரிமீது

பாய்ந்து தாக்குதலைத் தொடுக்க உத்தரவிட்டிருந்த லூகன் பிரபு, அளவுக்கதிகமான எச்சரிக்கையுடன் செயல்பட்டிருந்தார். கார்டிகன் பிரபு பொறுப்பற்ற முறையில் ஒரு தற்கொலைப் படையைப்போல எதிரியோடு மோதினார். இரண்டு செயல்களுமே மோசமானவை என்பதில் சந்தேகமில்லை. ஆனால், பொதுவாக நாம் லூகனின் செயலையே அதிகமாக விமர்சிக்கிறோம்.

அது தவறு. பயம் குறைந்தபட்சம் ஒரு நபரைக் காப்பாற்றும். ஆனால், பொறுப்பற்றத்தனத்துடன் போரிடுவது என்பது அழிவுக்கான உத்தரவாதமான வழிமுறை.

இதைத்தான் மார்க்கஸ் அரேலியஸும் வலியுறுத்தினார்: "தடாலடியாகவும் செயல்படாதீர்கள், தயக்கத்துடன் ஒன்றுமே செய்யாமலும் இருக்காதீர்கள். மலைத்துப் போயும் நிற்காதீர்கள், மருட்சியுடனும் நிற்காதீர்கள். மூர்க்கத்தனத்துடனும் மோதாதீர்கள், பீதியுடனும் பின்வாங்காதீர்கள். வம்புச் சண்டைக்குச் செல்கின்ற ஒரு விடலைப் பையனைப்போல ஒரு தலைவன் செயல்பட்டால், ஏதாவது ஒரு கட்டத்தில் எதிரிகளால் அவன் வீழ்த்தப்படுவான். அவன் அப்போது இழக்கப் போவது அவனுடைய புகழை மட்டுமல்ல. அவனோடு சேர்ந்து வேறு பலரும் அதில் பலியாகக்கூடும்.

தீப்ஸ்களோடு நடைபெற்றப் போரில் அதிமனிதனைப்போல வீரதீரமாகச் சண்டையிட்ட ஸ்பார்ட்டன் படைவீரன் ஒருவனைப் பற்றிய கதை ஒன்று உண்டு. போர் முடிவடைந்த பிறகு, அவன் போரில் கவச உடை அணியாமல் போரிட்டிருந்த காரணத்திற்காக அவனுக்கு அபராதம் விதிக்கப்பட்டது. அரிய ஸ்பார்ட்டன் சொத்து ஒன்றை அவன் தேவையில்லாமல் ஆபத்துக்கு உள்ளாக்கியிருந்தான். அவன்தான் அச்சொத்து!

துணிச்சல் என்பது அசட்டுத்தனமான நடவடிக்கைகளில் ஈடுபடுவதல்ல. வாய்ச்சொல் வீரமும் அல்ல அது. உங்களுக்கு எதுவும் ஆகாது என்ற நம்பிக்கையுடன் தலைக்கவசம் அணியாமல் மோட்டார் சைக்கிளில் செல்வதல்ல அது. துணிச்சல் என்பது ஆபத்தை உள்ளடக்கியது என்றாலும், தேவையில்லாமல் ஆபத்தை விலைக்கு வாங்குவதை உள்ளடக்கியதல்ல அது. எதிர்கொள்ளச் சாத்தியமுள்ள ஆபத்துகளைக் கவனமாகச்

சீர்தூக்கிப் பார்த்து மேற்கொள்ளப்படுகின்ற ஒரு காரியம் அது.

அதனால்தான் உண்மையான துணிச்சல்காரர்கள் அதிகமாகப் பேசுவதில்லை. அவர்களுக்குத் தற்பெருமை அடித்துக் கொள்வதில் ஆர்வம் கிடையாது. அதற்கு அவர்களுக்கு நேரமும் கிடையாது. அதோடு, தற்பெருமை கொள்வதால் எந்தவிதமான பயனும் விளையாது என்பதையும் அவர்கள் அறிவர். அதற்காக அவர்களை நீங்கள் கூச்ச சுபாவம் உடையவர்கள் என்றோ, சுயநிந்தனையாளர்கள் என்றோ எடுத்துக் கொள்ளக்கூடாது. இங்கு நாம் மீண்டும் அரிஸ்டாட்டிலைத்தான் துணைக்கு அழைத்துக் கொள்ள வேண்டும். ஒளிவுமறைவின்மை என்பது மிகைப்படுத்துதல் மற்றும் சிறுமைப்படுத்துதல் ஆகிய இரண்டுக்கும் நடுவேயுள்ள மையப்புள்ளி என்று அவர் கூறினார்.

இந்த உலகில் நீங்கள் உண்மையான துணிச்சலை எதிர்கொள்கின்றபோது, அதை நீங்கள் நேரடியாகத் தரிசிப்பதற்கு முன்பாகவே அதன் தீவிரத்தை உங்களால் உணர்ந்து கொள்ள முடியும். அது ஒரு சாகச விரும்பியின் கேலிச்சித்திரம்போலக் காட்சியளிக்காது. துணிச்சல்காரர்கள் ஒருபோதும் அரைவேக்காட்டுத்தனமாக நடந்து கொள்ள மாட்டார்கள். அவர்கள் மூடர்கள் அல்லர் என்பதால் வலிந்து முரண்பாட்டை நாட மாட்டார்கள். அவர்கள் ஒரு துணிச்சலான காரியத்தில் இறங்கியிருக்கும்போதுகூட, வெளியிலிருந்து பார்த்தால், அவர்கள் சாதாரணமாக இருப்பதாகவே உங்களுக்குத் தோன்றும். செயல்நடவடிக்கைகளில் இறங்கும்போது அவர்கள் அதை அமைதியாகவும், திட்டவட்டமாகவும் செய்வர்.

தலைசிறந்த மாலுமிகளில் ஒருவரான ஃபெர்டினன்ட் மெகல்லனின் வரலாற்றை எழுதியுள்ள ஸ்டீபன் ஸ்வீக், துணிச்சலுக்கு உதாரணமாக அவரைக் குறிப்பிடுகிறார்:

> *மெகல்லனின் அசாத்தியமான துணிச்சல் சிறந்த கூறுகளை உள்ளடக்கியிருந்தது. அவரைப் பொறுத்தவரை, துணிச்சலுடன் செயல்படுதல் என்பது, திடீர் உத்வேகத்துடன் ஏதோ ஒன்றில் கண்மூடித்தனமாகக் குதிப்பதல்ல. மாறாக, கவனமாக*

ஆராய்ந்து, திட்டவட்டமாகத் திட்டமிட்டு, மிகுந்த எச்சரிக்கையுணர்வுடன் ஆபத்தான காரியங்களில் இறங்குவதாகும். அவருடைய நடவடிக்கைகளை, தீயில் வாட்டிப் பனியில் உறைய வைக்கப்பட்ட இரும்போடு ஒப்பிடுவது பொருத்தமாக இருக்கும்.

அகங்காரச் செருக்குடன் செயல்படுவதல்ல நம்முடைய மாதிரி. நிதானப் போக்கைக் கடைபிடிப்பது அது. எவ்வளவு அழுத்தம் இருந்தாலும், நிதானம் தவறாமல் இருப்பது அது. எச்சரிக்கையுணர்வும் அக்கறை கொள்ளுதலும் துணிச்சலுக்கு எதிரானவை அல்ல. மாறாக, அதற்கு உறுதுணையாக இருப்பவை அவை.

அதனால், அவற்றை ஒன்றாகச் சேர்த்து ஒரு பொதிக்குள் முடிந்து வைக்க முயற்சி செய்யுங்கள்.

முரட்டுத்தனத்துடன் செயல்பட்டால், பின்வருத்தம் கொள்ளுதல் தவிர்க்கப்பட முடியாததாக ஆகிவிடும்.

துணிச்சல்?

துணிச்சலைப் பொறுத்தவரை அது ஒருபோதும் நிகழாது.

செயலாண்மை என்பது எடுத்துக் கொள்ளப்படுவது, கொடுக்கப்படுவது அல்ல

தரக்குறைவாக விமர்சிக்கப்பட்டிருந்தது குறித்து அவரால் எதுவும் செய்ய முடியாது என்று பீட்டர் தீலிடம் நான்கு ஆண்டுகளாக எண்ணற்றோர் கூறி வந்திருந்தனர். நான்கு ஆண்டுகளுக்குப் பிறகுதான் அவர் அது குறித்துத் தன் மனத்தை மாற்றிக் கொண்டார்.

அவர் தன் மனத்தை விசாலப்படுத்திக் கொண்டார் என்று கூறுவது இன்னும் பொருத்தமாக இருக்கும்.

2011இல் பீட்டர் தீல் பெர்லின் நகரில் ஓர் இளைஞருடன் இரவு உணவு சாப்பிட்டுக் கொண்டிருந்தார். அப்போது காக்கர் வலைத்தளத்தில் தன்னைப் பற்றி வெளியான விபரங்களைப் பற்றியும் அது தனக்கு எந்த அளவுக்கு மன உளைச்சலைக் கொடுத்தது என்பதைப் பற்றியும் தீல் அவரிடம் மனந்திறந்து பேசினார். தனிப்பட்ட நபர்களின் அந்தரங்கம் குறித்து வெளியிட்டும் அந்த வலைத்தளம் தண்டனை எதையும் பெறாமல் தப்பித்துவிட்டிருந்தது குறித்தத் தன்னுடைய ஆதங்கத்தையும் அவர் அந்த நபரிடம் வெளிப்படுத்தினார். ஆனால், அந்த இளைஞர் துணிச்சலாக, தீல் தன்னுடைய பெரும் செல்வத்தைப் பயன்படுத்தி அது குறித்து ஏதாவது செய்ய வேண்டும்

என்று அவரிடம் வலியுறுத்தினார். ஆனால், தீல், “அது சாத்தியமே இல்லை,” என்று பதிலளித்தார். ஏனெனில், கடந்த சில ஆண்டுகளாக அவர் அதைத்தான் தனக்குத் தானே கணக்கிலடங்காத முறை கூறிக் கொண்டிருந்தார்.

அப்போதுதான் அவருக்கு ஒரு விஷயம் பொறி தட்டியது. “இப்படியே உலகிலுள்ள அனைவரும் நினைத்துக் கொண்டிருந்தால் என்னவாகும்?” என்ற சிந்தனைதான் அது.

செயலாண்மை என்பது நம்முடன் ஒட்டிப் பிறந்த ஒன்றுதான் என்றாலும், நம்மில் வெகு சிலரே அதை உறுதியாகப் பயன்படுத்துகின்றனர். பிறர் நம்மீது விதிக்கின்ற கட்டுப்பாடுகளை நாம் கேள்வி கேட்காமல் அப்படியே ஏற்றுக் கொள்கிறோம். அவர்கள் கூறுவது சாத்தியமானதா இல்லையா என்று யோசிக்காமல் அவற்றைக் காது கொடுத்துக் கேட்கிறோம். பின்னர் அவற்றின் சாத்தியக்கூற்றை அலசுகின்றபோது, அவற்றை உண்மை என்று நாம் ஏற்றுக் கொள்கிறோம்.

உங்களால் ஒரு காரியத்தைச் செய்ய முடியும் என்ற நம்பிக்கை உங்களுக்கு இல்லாதிருந்தால், அதை நீங்கள் செய்து முடிப்பதற்கான வாய்ப்புகள் குறைவு என்பது மட்டுமல்லாமல், அதைச் செய்வதற்கு நீங்கள் முயற்சி செய்யக்கூட மாட்டீர்கள். இந்த மனப்போக்கிலிருந்து விடுபடுவதற்கு முயற்சிக்கின்ற மக்கள் நமக்கு இன்னும் அதிக எண்ணிக்கையில் தேவை.

தனக்குத் தேவைப்படுவது தன்னிடம் ஒருபோதும் கொடுக்கப்பட மாட்டாது என்பதை நைட்டிங்கேல் உணர்ந்து கொண்ட கணம்தான் அவருடைய வாழ்க்கையின் முக்கியமான தருணமாகப் பரிணமித்தது. தான் வாழ விரும்பிய வாழ்க்கையைத் தானே எடுத்துக் கொண்டாக வேண்டும் என்பதை அவர் உணர்ந்து கொண்டார். அதை அவர் தன் நாட்குறிப்பில் எழுதியும் வைத்தார்.

ஒரு பிரச்சனை தீர்க்கப்பட முடியாதது என்று ஒருவர் ஒரு முறை நெப்போலியனிடம் கூறியபோது, அதற்கு அவர், “அது பிரெஞ்சுக்காரனுக்கு அழகல்ல,” என்று பதிலளித்தார். சாத்தியமே இல்லை என்று பலரால் கூறப்பட்ட ஒன்றை அவர் தனக்காகவும் தன் நாட்டுக்காகவும் சாதித்துக் காட்டினார்.

“ஒருவேளை நடக்காமல் போகக்கூடும் என்ற

சாத்தியக்கூற்றை உதறித் தள்ளுவதிலிருந்தே அனைத்தும் தொடங்குகின்றன," என்று பீட்டர் தீல் எழுதியுள்ளார். அதை அவர் அறிந்திருந்தபோதிலும், அதை அவர் நம்ப வேண்டியிருந்தது.

தலைவிதியை உதறித் தள்ளுங்கள். நைட்டிங்கேலைப்போல, உங்களுடைய சொந்த வாழ்க்கையை உங்களுடைய கட்டுப்பாட்டிற்குள் எடுத்துக் கொள்ளுங்கள். நம் கட்டுப்பாட்டிற்கு அப்பாலுள்ள சக்திகளின் தயவில் நாம் இருக்கிறோம் என்ற அவநம்பிக்கைக் கண்ணோட்டத்தைத் தூக்கியெறியுங்கள். உங்களால் கண்டிப்பாக ஏதாவது ஒன்றைச் செய்ய முடியும். அதை நீங்கள் செய்தாக வேண்டும்.

வரலாறு என்பது மாபெரும் மனிதர்களால்தான் உருவாக்கப்படுகிறது என்பதை யாரும் நம்பாவிட்டால், பிறகு வரலாறு எப்படிப் படைக்கப்படும்? யார் அதைப் படைப்பார்கள்?

நமக்கு நாமே கட்டியெழுப்பி வைத்துள்ள சொந்தச் சிறைக்குள்ளிருந்து வெளியே வருவதற்கான ஆற்றல் நம் ஒவ்வொருவருக்குள்ளும் இருக்கிறது. நம்முடைய சொந்தச் செயலாண்மையை நிலைநிறுத்திக் கொள்வதற்கான வழிமுறைகளை நாம் ஒவ்வொருவரும் அறிவோம். தேர்ந்தெடுப்பில்துவங்குகின்ற அது, செயல்நடவடிக்கையால் உறுதிப்படுத்தப்படுகிறது. டாவின்சியின் கருத்துப்படி, தங்களுக்கு நேர்ந்துள்ள விஷயங்களின் ஊடாகச் சாதனைகளை மேற்கொண்டிருந்தவர்களின் எண்ணிக்கை மிகவும் குறைவு. மாறாக, மாபெரும் சாதனையாளர்கள்தாம் அவற்றை நிறைவேற்றியிருந்தனர்.

நீங்கள் எந்தப் பக்கம்? நகர்த்தப்பட முடியாதவரா அல்லது தடுத்து நிறுத்தப்பட முடியாத சக்தியா? தலைவரா அல்லது தொண்டரா? எல்லாவற்றையும் அப்படியே ஏற்றுக் கொள்பவரா அல்லது துடிப்புடன் எதிர்ப்பவரா?

உங்களால் ஒரு வித்தியாசத்தை ஏற்படுத்த முடியும் என்று நீங்கள் நம்ப வேண்டும். அப்படிப்பட்ட ஒரு நம்பிக்கையை உங்களுக்குள் வளர்த்துக் கொள்ள முயற்சி செய்ய வேண்டும். ஏனெனில், அதனால் விஷயங்களை நிஜமாக்க முடியும். அசாதாரணமான நபர்கள்தாம் உலகத்தை மாற்றுகின்றனர். கதையின் முடிவை மாற்ற முடியும் என்று நம்புகின்ற நபர்களுக்குத்தான் வரலாற்றை

எழுதுவதற்கான வாய்ப்புக் கிடைக்கிறது.

பெர்லினில் நடந்த அந்தச் சந்திப்பிற்குப் பிறகு, பீட்டர் தீல், பல ஆண்டுகளையும் பல இலட்சம் டாலர்களையும் செலவழித்து ஒரு சதி வலையைப் பின்னி, காக்கர் நிறுவனத்தைப் பழிதீர்த்துக் கொண்டார். காக்கர் நிறுவனம் மற்றொரு நபருக்கு அதே போன்றதொரு வழக்கில் 14 கோடி டாலர்கள் இழப்பீடு வழங்குகின்ற நீதிமன்றத் தீர்ப்பில் அது நிறைவடைந்தது. அத்துடன் காக்கர் நிறுவனத்தின் கதையும் முடிந்தது.

பீட்டர் தீலின் செயல்முறையோடு நீங்கள் உடன்பட வேண்டியதில்லை. காக்கர் நிறுவனத்தைத் திவால் நிலைக்குக் கொண்டு செல்வதற்கு வழிவகுத்தப் பல வழக்குகளுக்குப் பின்னால் தீல் மறைமுகமாக நின்ற செயல் உங்களை அதிர்ச்சிக்கு உள்ளாக்கக்கூடும். இன்னும் சொல்லப் போனால், நீங்கள் அதைக் கேள்வி கேட்பதுதான் சரியானதாக இருக்கும். ஏனெனில், செயலாண்மையைப் பயன்படுத்த வேண்டும் என்பதற்காக மட்டும் அதைச் செய்வதால் பெரிய பயன்கள் எதுவும் நிகழ்ந்துவிடாது. நம்மையும் நம்முடைய ஆற்றலையும் எந்த நோக்கத்திற்காக நாம் பயன்படுத்திக் கொள்கிறோம் என்பது முக்கியம்.

ஆனால், அவர் சாதித்திருந்த விஷயத்தை வெகு சிலரால் மட்டுமே சாதித்திருக்க முடியும் என்பதை யாராலும் மறுக்க முடியாது. அதற்குப் பலரும் துணிய மாட்டார்கள். சாத்தியமில்லை என்று பலரும் நினைத்திருந்த ஒன்றை அவர் சாதித்திருந்தார். நடவாத காரியம் ஒன்றை அவர் நடத்திக் காட்டியிருந்தார். விஷயங்கள் தனக்கு நேர்வதைச் சகித்துக் கொள்கின்ற நிலையிலிருந்து விஷயங்களை நிகழ்த்துகின்ற ஒருவராக அவர் உருவெடுத்திருந்தார். தான் விரும்பிய ஒன்றை, தேவை என்று தான் உணர்ந்த ஒன்றை, இந்த உலகைப் பாதுகாப்பான ஒன்றாக, சுதந்திரமான ஒன்றாக ஆக்கும் என்று அவர் நம்பிய ஒன்றை அவர் செய்திருந்தார்.

வன்முறையே பதிலாக இருக்கின்றபோது

நியூயார்க் காவல்துறையில் இருந்த ஊழல் பெருச்சாளிகளுக்கு எதிராக நீதிமன்றத்தில் சாட்சி சொல்லியதைத் தொடர்ந்து, ஃபிராங்க் செர்பிகோ, அதே நகரிலுள்ள வேறொரு பகுதிக்கு இடமாற்றம் செய்யப்பட்டார். அவர் புதிய இடத்திற்கு முதன்முதலாகச் சென்றபோது, ஏதோ சரியில்லை என்பதைப்போல அவர் உணர்ந்தார். அங்கிருந்த எவரும் அவரை நேரடியாகப் பார்த்துக் கொண்டிருக்கவில்லை என்றாலும், அந்த அறையில் நிலவிய ஆற்றல் முழுவதும் தன்மீது குவிக்கப்பட்டிருந்ததைப்போல அவருக்குத் தோன்றியது.

அப்போது அந்தக் காவல் நிலையத்திலிருந்த ஓர் அதிகாரி, செர்பிகோவை நோக்கி வந்தார். அந்த அறையிலிருந்தவர்கள் இக்காரியத்திற்காக அவரைத் தேர்ந்தெடுத்திருக்க வேண்டும். செர்பிகோவிற்கு அருகே வந்த அவர் தன் பாக்கெட்டிலிருந்து ஒரு கத்தியை வெளியே எடுத்தார். அதைச் செர்பிகோவை நோக்கி நீட்டியவாறு, "உன்னைப் போன்றவர்களை எப்படிக் கையாள வேண்டும் என்பது எங்களுக்குத் தெரியும். உன் நாக்கை வெட்டினால், எல்லாம் சரியாகிவிடும்," என்று அவரை மிரட்டினார்.

ஆனால், அந்தக் காவல் அதிகாரி செர்பிகோவைப் பற்றி அறிந்திருக்கவில்லை. ஃபிரெடரிக் டக்ளஸைப்போலவே செர்பிகோவும் பொறுமை இழந்திருந்தார். அதற்கு மேல்

அவரால் பொறுத்துக் கொள்ள முடியவில்லை. அவர் அந்த அதிகாரியின் கையை முறுக்கினார். அக்கத்தி தரையில் விழுந்தது. பின் அவரைத் தரையில் தள்ளி அவருடைய நெஞ்சின்மீது ஏறி அமர்ந்து தன் பாக்கெட்டிலிருந்த துப்பாக்கியை உருவி வெளியே எடுத்து, அவருடைய நெற்றிப் பொட்டின்மீது அதை வைத்து, "நாயே, இலேசாக அசைந்தாலும் உன்னைச் சுட்டுவிடுவேன்," என்று செர்பிகோ கத்தினார்.

அவருடைய துப்பாக்கியில் பதினான்கு குண்டுகள் இருந்தன. அந்த அறையிலிருந்த அனைவரையும் சுடுவதற்கு அது போதுமானது. ஆனால், சுட்டுவிடுவேன் என்ற மிரட்டலே அந்த அதிகாரிகளுக்குப் போதுமானதாக இருந்தது. அவர் பயமுறுத்தப்பட முடியாதவர் என்பதை அந்த அதிகாரிகள் புரிந்து கொண்டனர். அவர் தன் நிலையிலிருந்து பின்வாங்கப் போவதில்லை என்பதை அவருடைய செய்கை தெள்ளத்தெளிவாக வெளிப்படுத்திவிட்டது.

இந்த அளவு தீவிரமான வெளிப்பாடு தேவையா என்று கேட்டால், அது தேவையில்லை என்பதே அதற்கான பதில். அப்படிப்பட்ட ஒன்று நடக்காமல் இருந்திருந்தால் நன்றாக இருந்திருக்கும். ஒரு நல்ல மனிதன் ஒரு கெட்டவனை நோக்கித் தன் துப்பாக்கியை ஒருபோதும் உயர்த்தக்கூடாது. ஒரு நல்ல காரியத்தைச் செய்துள்ள ஒருவனுக்கு அதை நியாயப்படுத்த வேண்டிய அவசியம் ஒருபோதும் வரக்கூடாது.

ஆனால், எதார்த்த உலகம் இது குறித்து அக்கறை கொள்வதில்லை. இப்படித் தன் செயல்களை நியாயப்படுத்திக் கொள்வதற்குப் பதிலாக, செர்பிகோ அந்த ஊழல் கூட்டத்தோடு ஐக்கியமாகி இருந்திருக்க வேண்டும் என்று நீங்கள் நினைக்கிறீர்களா? மென்மைக்கும் தன்னடக்கத்திற்கும் பெயர்போன மகாத்மா காந்திகூட, சில நேரங்களில் ஓர் எல்லைக் கோட்டைத் தாண்டுவதில் தப்பில்லை என்று கூறியுள்ளார்: "கோழைத்தனம் மற்றும் வன்முறை ஆகிய இரண்டில் ஒன்றைத் தேர்ந்தெடுக்க வேண்டிய இக்கட்டான நிலைக்கு நீங்கள் தள்ளப்பட்டால், வன்முறையைத் தேர்ந்தெடுக்க வேண்டும் என்றுதான் நான் உங்களுக்கு அறிவுறுத்துவேன்."

செர்பிகோ வாயை மூடிக் கொண்டிருக்க வேண்டும்

என்று அவர்கள் எதிர்பார்த்தனர். அவர் தன் உயிர் மற்றும் தன் இலட்சியம் ஆகிய இரண்டில் ஒன்றைத் தேர்ந்தெடுத்துக் கொள்ள அவருக்கு அவர்கள் நெருக்கடி கொடுத்தனர். ஆனால், செர்பிகோ அதற்கு அடிபணியவில்லை. அவர் தன்னுடைய செயலின் மூலம் ஆடுகளத்தைத் தனக்குச் சாதகமாக ஆக்கிக் கொண்டார்.

எவரும் வலிந்து போய் இதுபோன்ற சூழல்களை உருவாக்கிக் கொள்ளக்கூடாது என்பது உண்மைதான். ஆனால், அது உங்கள்மீது திணிக்கப்படுகின்றபோது நீங்கள் என்ன செய்ய வேண்டும்? அதை எப்படிக் கையாள வேண்டும். தற்காப்புக் கலைகளைக் கற்றுக் கொடுப்பவர்கள் வழமையாகப் பயன்படுத்துகின்ற ஒரு வாக்கியம்தான் இதற்கு மிகவும் பொருத்தமாக இருக்கும்: "வன்முறை அரிதாகவே சரியான செயலாக இருக்கும். ஆனால், அதுதான் தீர்வாக இருக்கின்றபோது, அது மட்டுமே ஒரே தீர்வாக இருக்கும்."

ஒரு முறை, ஒரு ஸ்பார்ட்டன் தளபதி, கோழைத்தனமான தன் குடிமக்களுக்கு இதே செய்தியை வெளிப்படுத்தினார். ஒரு சிறுவன் ஓர் எலியை அதன் வாலைப் பிடித்துத் தூக்கியபோது, அது தன் தலையை வளைத்து அவனைக் கடித்துவிட்டது. அதைப் பார்த்த அந்தத் தளபதி, "ஓர் அற்பப் பிராணி தன்னைப் பிடித்தவனை நோக்கி இந்த அளவுக்கு மூர்க்கமாகப் போராடுகின்றபோது, மனிதர்களாகிய நாம் எப்படிச் செயல்பட வேண்டும் என்று நீங்கள் நினைக்கிறீர்கள்?" என்று மக்களைப் பார்த்துக் கேட்டார்.

அந்த எலி நிரூபித்ததைப்போல, தன்னைப் பாதுகாத்துக் கொள்ளக்கூடிய மன உறுதியைப் பெற்றிராத எந்தவோர் உயிரினமும் உயிர்பிழைக்காது. துணிச்சலின்றி, போராட்டக் குணமின்றி, தனிமனிதர்களும் சரி, ஒரு நாடும் சரி, வெகுநாட்கள் பிழைத்திருப்பது சாத்தியமில்லை. அகிம்சையான முறையில் போராடுகின்ற தன்னார்வலர்கள்கூடத் துணிச்சலின் துணையோடு அதை மேற்கொள்கின்றனர்.

தார்மிகரீதியான துணிச்சலைப் பாதுகாத்துக் கொள்வதற்கு, சில நேரங்களில் உடல்ரீதியான துணிச்சல் தேவைப்படும். நாமோ அல்லது நாம் மிகவும் நேசிக்கின்ற யாரோ ஒருவரோ ஆபத்தில் சிக்கிக் கொள்கின்ற

தருணங்களை நாம் எதிர்கொள்ள நேரிடலாம். அப்போது அன்பான வார்த்தைகள் பலனளிக்காது. மென்மையான அணுகுமுறை நம்மைப் பாதுகாக்காது. அப்போது, ஒருவிதமான தீவிரமும், மூர்க்கத்தனமும், ஆற்றலின் வெளிப்பாடும் தேவைப்படும். அதுபோன்ற தருணங்களில் நம்மால் பின்வாங்க முடியாது. நம் பொறுப்பைத் தட்டிக்கழிக்க முடியாது.

பிறர் மிரட்டுவதைப் பொறுத்துக் கொள்ள முடியாது. ஒன்றுமே செய்யாமல் இருந்துவிட முடியாது.

அதுபோன்ற கணங்களில், நாம் திருப்பி அடிக்கத்தான் வேண்டும். அதுவும், நாம் அடிக்கின்ற நபர் எழுந்திருக்க முடியாதவாறு அடிக்க வேண்டும்.

நாம் முஷ்டியை உயர்த்தித்தான் ஆக வேண்டும். நம் நிலைப்பாட்டை வெளிப்படுத்தித்தான் தீர வேண்டும். இல்லையெனில், நாம் மண்டியிட வேண்டிய நிலையை நாம் சந்திக்க நேரிடும்.

துணிச்சலான வெளியேற்றம்

ஃபிராங்க் செர்பிகோவின் அம்மா மரியா ஜியோவன்னா அமெரிக்காவை வந்தடைந்தது குறித்த ஒரு சுருக்கமான வரலாற்றை இப்போது பார்க்கலாம். இத்தாலியில் இருந்த அவரும் அவருடைய கணவரும், மேம்பட்ட வாய்ப்புகளைத் தேடி அமெரிக்காவிற்குக் குடிபெயரத் திட்டமிட்டனர். அதன்படி மரியா முதலில் செல்வதென்று தீர்மானிக்கப்பட்டது. அவரும் முதலில் அமெரிக்காவை வந்தடைந்தார். அப்போது அவருக்கு வயது இருபத்தேழு, ஏழு-மாதக் கர்ப்பிணி. அவர் கப்பலில் பயணப்பட்டார்.

கப்பல் பயணத்தின்போதே அவருக்குப் பிரசவ வலி ஏற்பட்டதால், அவர் கப்பலிலேயே குழந்தை பெற்றுக் கொண்டார். அவர் அந்தப் பச்சைக்குழந்தையுடன் அமெரிக்காவை அடைந்தபோது, அங்குக் கடுங்குளிர் நிலவியது. அவருக்குச் சுத்தமாக ஆங்கிலம் தெரியாது. கப்பல் துறைமுகத்தில் அவரைச் சந்திக்க வர வேண்டிய உறவினர் வரவேயில்லை. அக்காலகட்டத்தில் மருத்துவ வசதிகள் குறைவாக இருந்த காரணத்தால், அவர் தன் கைக்குழந்தையைப் பறி கொடுத்தார். பின் ஓர் இலவச மருத்துவமனையில் அவர் தஞ்சமடைந்தார். தனியாக.

ஒரு வாரம் கழித்து வேறு சில தூரத்து உறவுகள் அவரைத் தேடிக் கண்டுபிடித்துத் தங்களுடன் அழைத்துச் சென்றனர். அவர் புரூக்ளின் பகுதியில் ஓராண்டுகாலம் அவர்களுடன்

வசித்தார். அங்கிருந்த தொழிற்சாலை ஒன்றில் முதுகொடிய கடினமான வேலை பார்த்து வந்த அவர், தன் கணவரின் வருகைக்காகக் காத்துக் கொண்டிருந்தார்.

இறுதியில் ஒருவழியாக அமெரிக்காவுக்கு வந்து சேர்ந்த செர்பிகோவின் அப்பாவுக்கு, காலணிகளைப் பளிச்சூட்டுகின்ற வேலை மட்டுமே கிடைத்தது. செருப்புத் தைக்கும் கலைஞரான அவர், தன் சொந்தச் செருப்புக் கடையைத் திறப்பது குறித்துக் கொண்டிருந்த கனவு, பத்தாண்டுகளுக்குப் பின்னர் நிறைவேறியது. இதற்கிடையே அவர்களுக்கு மூன்று குழந்தைகள் பிறந்தனர். அவர்களில் ஒரு குழந்தை, தனியொருவனாக, நியூயார்க் நகரின் காவல்துறையின் ஊழல்களை அம்பலப்படுத்தி, அதில் மாபெரும் சீர்திருத்தங்கள் மேற்கொள்ளப்படுவதற்குக் காரணமானான்.

ஒரு மேம்பட்ட வாழ்க்கைக்கான நம்பிக்கைக்காக ஒரு மெல்லிய நம்பிக்கைக் கீற்றுக்காக – உங்களுடைய சொந்த மண்ணை விட்டுவிட்டு, உங்களுக்குப் பரிச்சயமான அனைத்தையும் உதறித் தள்ளிவிட்டு வருவது என்பதை என்னவென்று சொல்வது? கடல்களைக் கடந்து, பாலைவனங்களைக் கடந்து, துப்பாக்கிச் சூடுகள், பாகுபாடுகள், எல்லைச்சுவர் மதில்கள் ஆகியவற்றைக் கடந்து நிச்சயமற்ற ஒன்றை நோக்கி வருவதை என்னவென்பது? மனிதர்களால் மேற்கொள்ளப்படுகின்ற மிகத் துணிச்சலான ஒரு காரியம் அது என்றுதான் அதை அழைக்க வேண்டும்.

அது அழகான, உத்வேகமூட்டுகின்ற ஒன்று.

நாஜிக் கொடூரனான கோயபெல்ஸ், ஐரோப்பாவை வந்தடைந்திருந்த அகதிகள் மற்றும் புலம்பெயர்ந்தோரை, "விடுமுறையில் இருக்கின்ற சடலங்கள்," என்று அழைத்தான். அவர்கள் வெறும் உடல்கள். ஓரிடத்திலிருந்து மற்றோர் இடத்திற்கு இடம்பெயர்ந்து கொண்டிருக்கின்ற உடல்கள். அவர்கள் வேறு ஒருவரின் பிரச்சனை. எப்படியும் வேறு எங்கோ ஓரிடத்தில் மரிக்கப் போகின்றவர்கள்.

புலம்பெயர்பவர்களை எப்படிப் பார்க்க வேண்டும்? துணிச்சலுடன், மன உறுதியுடன், விடாமுயற்சியுடன், தங்கள் உயிரைப் பணயம் வைக்கத் துணிபவர்கள் என்றா? அவர்கள் பிரமாதமான கல்வியறிவு பெற்றிராதவர்களாக இருக்கலாம். அவர்கள் பெரும் செல்வந்தர்களாக

இல்லாமல் இருக்கலாம். அவர்களில் பலர் தங்களுடைய தோல்விகளையும் தவறுகளையும் தங்களுடைய சொந்த ஊர்களில் விட்டுவிட்டு அவற்றிடமிருந்து தப்பிக்க முனைபவர்களாக இருக்கலாம். ஆனால், புலம்பெயர்பவர்கள் நாம் மெச்சுகின்ற ஒரு பண்புநலனைக் கண்டிப்பாகக் கொண்டிருப்பர். தோற்கடிக்கப்பட முடியாத போர்க்குணம்தான் அது. முன்னோடிகள் மற்றும் சாகசக்காரர்களின் வழித்தோன்றல்கள் அவர்கள். இதைப் போன்ற துணிச்சல் இல்லாவிட்டால், இந்த உலகம் எப்படி இருந்திருக்கும்?

தங்களுடைய கலாச்சாரத்திலும் பொருளாதாரத்திலும் இதைப் புகுத்திக் கொள்ள யார்தான் விரும்பாதிருப்பர்? இவர்களிடமிருந்து பாடம் கற்றுக் கொள்ள யார்தான் தயாராக இருக்க மாட்டார்கள்?

ஆனால், புலம்பெயர்தல் மட்டுமே துணிச்சலான வெளியேற்றத்திற்கான ஒரே அடையாளம் அல்ல. சில நேரங்களில், ஒரு வேலையை உதறித் தள்ளுவதைக்கூட அந்தக் கணக்கில்தான் சேர்த்துக் கொள்ள வேண்டும். சில நேரங்களில் நாம் நம் வாழ்நாள் முழுவதையும் தொலைக்கத் தயாராக இருக்கின்ற ஒரு இலட்சியத் திட்டமாகவும் அது இருக்கலாம். ஓர் அரசியல் கட்சியிலிருந்து வெளியேறுவதாகவும் அது இருக்கலாம். பல ஆண்டுகளுக்குப் பிறகு ஒரு திருமண உறவை முறித்துக் கொள்கின்ற தீர்மானமாகவும் அது இருக்கலாம்.

நாம் நம்மால் முடிந்த அளவு முயற்சித்தோம். நாம் நம்மால் முடிந்த அளவு போராடினோம். நாம் நம்மால் முடிந்த அளவு தீவிரமாகவும் துணிச்சலாகவும் போராடினோம். ஆனால், அவை எதுவும் வேலை செய்யவில்லை.

எதுவும் செய்யாமல் இருப்பதற்கு, சிலர், நிலைமை மோசமாக இருப்பதை ஒரு சாக்குப்போக்காகப் பயன்படுத்திக் கொள்வர். சிலர் தங்களுடைய துயர நிலைக்குச் சூழ்நிலைமீது பழி போடுவர். சிலர் வாய்ப்பின்மையை ஒரு பிரச்சனையாகக் கருதினாலும், அது தானாகவே தீர்ந்துவிடும் என்று மனப்பால் குடிப்பர். வேறு சிலர் எழுந்து நின்று, அது குறித்து எதையாவது செய்ய முயற்சிப்பர்.

நீங்கள் எப்படி?

லாச்சஸுடனான விவாதத்தின்போது, சாக்ரடீஸ், துணிச்சலுக்கான வரையறை என்னவென்று கேட்கிறார். அதற்கு அவருக்கு ஒரு சிறப்பான பதில் கிடைக்கிறது. “துணிச்சலை ஆத்மாவின் ஒருவிதமான தாக்குப்பிடிக்கும் திறன் என்று அழைக்கலாம்.” ஆனால், சாக்ரடீஸ் எதையும் அரைகுறையாக நிறுத்திவிடுபவர் அல்லவே. அதனால் அவர் அந்த விளக்கத்தை நீட்டிக்கிறார். “அதற்காக, தவறான, சாத்தியமில்லாத, முட்டாள்தனமான ஒரு முயற்சியில் தொடர்ந்து ஈடுபட்டுக் கொண்டிருப்பதை அறிவார்ந்த செயலாகக் கருத முடியாது.”

ஒன்றிலிருந்து விலகுவது கடினமானது. ஒரு விஷயம் முடிவுக்கு வருவது ஒருவிதமான மரணத்தைப்போலத் தோன்றும். ஒரு புதிய விஷயம் அல்லது ஒரு புதிய இடம் என்பது நிச்சயமின்மையை உள்ளடக்கிய ஒன்று. அது ஆபத்தானது. அது வலி ஏற்படுத்தக்கூடியது. அதற்குக் கடினமான தீர்மானங்கள் தேவைப்படும். உங்களுடைய அடுத்த முயற்சி வெற்றியடையும் என்பதற்கான உத்தரவாதத்தை யாராலும் அளிக்க முடியாது. ஆனால், ஒரே இடத்தில் இருந்து கொண்டு, ஒரே விஷயத்தை ஒரே மாதிரியாகச் செய்து கொண்டிருப்பது என்பது மடத்தனம் மட்டுமல்ல, அது ஒருவிதமான கோழைத்தனமும்கூட.

ஒருவர் மெக்சிகோவிலிருந்து வருகிறாரா, அல்லது சிரியாவிலிருந்து அல்லது இலங்கையிலிருந்து வருகிறாரா என்பது முக்கியமல்ல. அல்லது அவர்கள் தோல்வியடைந்துள்ள ஒரு தொழிலிலிருந்து தப்பிப்பதற்காக வருகிறார்களா என்பதும் ஒரு பொருட்டல்ல. அவர்கள் சட்டத்தை இம்மியளவுகூடப் பிசகாமல் பின்பற்றுகிறார்களா என்பதோ, அவர்கள் கச்சிதமான தேவதைகளாக இருக்கிறார்களா என்பதோ ஒரு பொருட்டல்ல. அவர்கள் ஏதோ ஒன்றைச் செய்கின்றனர் என்பதுதான் இங்கு முக்கியம். அவர்கள் தங்களுக்கு நிகழ்வதைக் கட்டுப்படுத்துகின்றனர்; விஷயங்கள் அவர்களைக் கட்டுப்படுத்த அவர்கள் அனுமதிப்பதில்லை. அவர்கள் ஒரு பெரும் பணயத்தில் ஈடுபடுகின்றனர். அதற்கு உண்மையிலேயே பெரும் தைரியம் தேவை.

ஒரு பெரும் பாய்ச்சலில் ஈடுபடுவதற்கு நமக்கு என்ன தேவை என்பதை அறிந்து கொள்வதற்கு, அதை நாம் பிறரிடம் பார்க்கின்றபோது அதை மெச்சக் கற்றுக் கொள்ள

வேண்டியது அவசியம். அது நமக்கு உத்வேகமளிக்க நம்மை நாம் அனுமதிக்க வேண்டும். எந்தச் சூழ்நிலையும் அவ்வளவு அவநம்பிக்கையூட்டக்கூடியதல்ல. எந்தக் கணத்திலும் நம்மிடம் செயலாண்மை இருக்கிறது. எந்தத் தருணத்தில் வேண்டுமானாலும் நம்மால் துணிச்சலாக மூட்டை கட்டிக் கொண்டு கிளம்பிவிட முடியும்.

உங்கள் கடமையைச் செய்யுங்கள்

அது 1805 அக்டோபர் 21, 11.45 மணி. டிரஃபால்கர் போரின் துவக்கக் கணம் அது. தளபதி ஹோராசியோ நெல்சன் தன் படையினரிடம், "ஒவ்வொரு வீரனும் தன் கடமையைச் செய்ய வேண்டும் என்று இங்கிலாந்து எதிர்பார்க்கிறது," என்று முழங்கினார்.

எதிரியை நெருங்கிச் சென்று அவர்கள் போரிட வேண்டுமென்று நெல்சன் விரும்பினார். எதற்காக அவர்கள் பயிற்றுவிக்கப்பட்டிருந்தார்களோ, அதை அவர்கள் செய்ய வேண்டும் என்று அவர் நினைத்தார்.

பயம், நம்மால் ஒரு விஷயத்தை ஏன் செய்ய முடியாது என்பதற்கு ஏகப்பட்டக் காரணங்களை மிகச் சுலபமாக உற்பத்தி செய்து தள்ளும். அது கடினமானது என்று அது புலம்பும். அது ஆபத்தானது என்று அது அங்கலாய்க்கும். அதில் வெற்றி பெறுவதற்கான சாத்தியக்கூறு மிகவும் குறைவு என்று அது குமுறும். உத்தரவுகளில் குளறுபடி இருப்பதாக அது குத்திக்காட்டும். தலைமைப் பொறுப்பைத் தன்னிடம் விட்டிருக்க வேண்டும் என்று அது பொருமும்.

இவற்றைத் துணிச்சலால் சுக்குநூறாக்க முடியும். அச்சூழ்நிலை உங்களிடமிருந்து எதை எதிர்பார்க்கிறது என்பதை அது உங்களுக்கு நினைவூட்டும். அதைச் செய்வதற்கு நீங்கள் முதலிலேயே ஒத்துக் கொண்டிருந்தீர்கள் என்பதை அது உங்களுக்குச் சுட்டிக்காட்டும்.

நம் ஒவ்வொருவருக்கும் வெவ்வேறு விதமான கடமைகள் இருக்கின்றன. மருத்துவரின் கடமை. நீதிபதியின் கடமை. படைவீரனின் கடமை. குழந்தைகள் தொடர்பான பெற்றோரின் கடமை. கணவன் அல்லது மனைவி தொடர்பான வாழ்க்கைத்துணைவரின் கடமை. மனசாட்சியுள்ள குடிமகனின் கடமை. கடமை என்பது ஒருவர் சட்டப்படி நிறைவேற்ற வேண்டியவையோ, அல்லது சத்தியப் பிரமாணம் எடுத்துக் கொண்டு செய்வதாக வாக்களித்துள்ள விஷயங்களோ, அல்லது ஒரு சராசரி மனிதன் என்ற முறையில் நம்மிடமிருந்து எதிர்பார்க்கப்படுகின்ற விஷயங்களோ மட்டுமல்ல. சரியான காரியங்களை ஒரு கணம்கூடத் தாமதிக்காமல் உடனே செய்ய வேண்டியது நம்முடைய கடமை.

அதற்காக அதைக் கடனே என்று செய்யக்கூடாது. உற்சாகத்துடனும் அர்ப்பணிப்புடனும் அதைச் செய்ய வேண்டும். நாம் ஒரு வித்தியாசத்தை ஏற்படுத்திக் கொண்டிருக்கிறோம் என்ற நம்பிக்கையுடன் அதைச் செய்ய வேண்டும். அது நாம் கண்டிப்பாகச் செய்தே ஆக வேண்டிய ஒரு விஷயம் என்ற உறுதியுடன் அதை நாம் செய்ய வேண்டும்.

ஆனால், அது எளிதாக இருக்காது. நீங்கள் எடுத்துக் கொண்டுள்ள பதவிப் பிரமாண உறுதிமொழி உங்களைச் சங்கடத்திற்கு ஆளாக்கக்கூடும். ஹெல்விடியஸைப்போல, பின்வாங்க வேண்டும் என்ற பேரரசனின் உத்தரவுக்குக் கீழ்ப்படிந்தாக வேண்டிய நிலையில் நீங்கள் மாட்டிக் கொண்டிருக்கலாம். கடமை உங்களைத் தடுக்க முனையலாம், சுயமரியாதை அதற்குக் கீழ்ப்படிய உங்களை நெருக்கலாம். எந்தப் பக்கம் சாய்வது என்பதை முடிவு செய்ய முடியாமல் ஓர் இருதலைக்கொள்ளி எறும்பு நிலைக்கு நீங்கள் தள்ளப்படலாம். நீங்கள் செய்ய முனைகின்ற அல்லது செய்யாமல் இருக்க முனைகின்ற விஷயங்கள் குறித்து விமர்சனங்கள் எழலாம்.

ஆனால்?

நீங்கள் கடினமான விஷயங்களைத் தவிர்க்கின்றபோது என்ன நிகழும் தெரியுமா? இதைச் செய்யாமல் விட்டால் ஒன்றும் குடிமுழுகிப் போகாது என்று நமக்கு நாமே சொல்லிக் கொண்டால்? பின்னர் அதை வேறு ஒருவர் செய்ய வேண்டி வரும். அதற்கு நீங்கள் கூடுதல் விலை

கொடுக்க வேண்டியிருக்கும். காலதாமதம் செய்தலும் அடிபணிந்து போதலும் எதில் கொண்டுபோய் விடும் என்பதை வரலாறு நமக்குப் பல முறை வலியுறுத்தியிருக்கிறது: அதற்கான விலையை நீங்கள் வட்டியும் முதலுமாகத் திருப்பிச் செலுத்த வேண்டியிருக்கும்.

கடமையைப் பொறுத்தவரை, அதைச் செய்யாமல் இருப்பதைத் தேர்ந்தெடுப்பதற்கான வாய்ப்பு நமக்கு இருப்பதாகப் படும். ஆனால், அது உண்மையல்ல. மாற்று ஒன்றைத் தேர்ந்தெடுப்பதற்கு அங்கு உங்களுக்கு வாய்ப்பே இல்லை என்பதுதான் நிதர்சனம்.

டிரஃபால்கர் போரில் பிரிட்டனின் படை, ஐந்தரை மணி நேரத்திற்கும் மேலாக, பிரெஞ்சு மற்றும் ஸ்பானியப் படைகளோடு மோதிக் கொண்டிருந்தது. நெப்போலியனின் கொடி உச்சத்தில் பறந்து கொண்டிருந்த தருணம் அது. அதைத் தொடர்ந்து மொத்த ஐரோப்பாவையும் தன் குடையின்கீழ் கொண்டுவர நெப்போலியன் திட்டமிட்டிருந்தார். கடற்போர் வரலாற்றிலேயே மிகவும் உக்கிரமான போர் அதுதான்.

நெல்சன் அதைத் தொலைவிலிருந்தே அவதானித்துக் கொண்டிருந்திருக்கலாம். அதற்காக எவரும் அவரைக் கடுமையாக விமர்சித்திருந்திருக்க மாட்டார்கள். ஏனெனில், அதற்கு முந்தைய போரில்தான் அவர் தன்னுடைய கரங்களில் ஒன்றை இழந்திருந்தார். ஆனால், அதில் நெப்போலியன் வெற்றி பெற்றால், எதிரிகளுக்கு இழப்பு மிகவும் அதிகமாக இருக்கும். அத்துடன், தன் படைவீரர்களிடம் எதிர்பார்க்கின்ற அதே துணிவைத் தளபதிகளும் வெளிப்படுத்தியாக வேண்டும். அதனால், அவர் ஆபத்தைப் பற்றித் துளிகூடக் கவலைப்படாமல், தன் கப்பலின் மேல்தளத்தில் குறுக்கும் நெடுக்கும் நடந்தவாறு, போரின் நிலையை நுணுக்கமாகக் கண்காணித்தவாறு ஆணைகளைப் பிறப்பித்துக் கொண்டிருந்தார். தன் வசமிருந்த அனைத்தையும் எதிரியின்மீது ஏவிவிட்டுக் கொண்டிருந்தார்.

பின் ஒரு துப்பாக்கிக் குண்டு நெல்சனின் முதுகெலும்பை ஊடுருவிச் சென்றது.

உடனே அவர் பிறரால் கப்பலின் கீழ்த்தளத்திற்கு கொண்டு செல்லப்பட்டார். தன் இறுதி மூச்சை விட்டபோது அவர் உதிர்த்த வார்த்தைகள் இவைதாம்:

“கடவுளே, உனக்கு நன்றி! நான் கன் கடமையை நிறைவேற்றிவிட்டேன்!”

இதுபோன்றதொரு பெருமைமிக்கக் கணத்தில்தான் நாம் இந்த உலகிலிருந்து விடைபெற்றுச் செல்ல வேண்டும். “எந்தவோர் ஆபத்தான சூழலையும் வெற்றிகரமாகக் கடந்துவிட முடியும் – துணிச்சலான மனிதர்கள் அப்படி அதைக் கருதும்பட்சத்தில்!” என்று ஜான் எஃப். கென்னடி கூறியுள்ளார்.

தங்களுடைய கடமையைச் செய்துள்ள மனிதர்களால் அது சாத்தியப்பட்டுள்ளது. தங்களுக்கு விடுக்கப்பட்டுள்ள அழைப்பை ஏற்றுள்ள மனிதர்களால் அது நிறைவேற்றப்பட்டுள்ளது. தன்னை எதிர்த்த அதிகாரிகளை மண்ணைக் கவ்வச் செய்ததன் மூலம் செர்பிகோ அதைச் சாதித்துக் காட்டினார். வளைந்து கொடுக்க மறுத்த அரசதிகார அமைப்புமுறையின் முதுகெலும்பை முறித்து நைட்டிங்கேல் அதைச் சாதித்துக் காட்டினார். துணிந்து புக்கர் டி. வாஷிங்டனைத் தன் மாளிகைக்கு அழைத்ததன் மூலம் ரூஸ்வெல்ட் அதைச் சாதித்துக் காட்டினார்.

சரணடைய மறுத்து, எதிரியின் எதிரிகளை ஒன்றிணைத்து, பெரும் சவால்களுக்கு இடையே பிரிட்டனைக் காப்பாற்றியதன் மூலம் சர்ச்சில் அதைச் சாதித்துக் காட்டினார். நெல்சனைப்போல, சர்ச்சிலும் அந்த நேரத்தில் தான் ஆற்றியாக வேண்டிய கடமை அதுதான் என்று கருதினார்.

அவருக்கு அழைப்பு விடுக்கப்பட்டது. அவர் ஏற்றுக் கொண்டார். பலரும் அதைச் செய்துள்ளனர். நீங்கள் அதற்குத் துணிவீர்களா?

சாதகமற்ற நிலையையும் உங்களால் பயன்படுத்திக் கொள்ள முடியும்

இது அவராகவே வரவழைத்துக் கொண்ட ஒரு தலைவலி.

வட கொரியர்கள் தென் கொரியாவின்மீது படையெடுத்து அதை ஆக்கிரமித்தனர். அமெரிக்கா தென் கொரியாவின் உதவிக்கு வந்தது. ஆனால், அப்பகுதியை நிர்வகித்து வந்த அமெரிக்க இராணுவத் தளபதியான ஜெனரல் டக்ளஸ் மெக்ஆர்தர் அப்போது ஜப்பானில் இருந்தார். ஐக்கிய நாடுகள் சபையின் ஆசிர்வாதத்தோடு அமெரிக்கப் படைகள் தென் கொரியாவில் குவிக்கப்பட்டன. ஆனால், அது போதுமானதாக இருக்கவில்லை.

சியோல் நகரம் வீழ்ந்தது. தூக்குக்கயிற்றின் பிடி இறுகத் தொடங்கியது. பூசன் பெரிமீட்டர் என்று அழைக்கப்பட்ட இடத்தில் மாட்டிக் கொண்டிருந்த அமெரிக்கப் படைகளுக்கு, "வீர மரணம் அடைந்தாலும் பரவாயில்லை, எதிரியை முன்னேறவிடாதீர்கள்!" என்ற உத்தரவு பறந்தது.

ஆனால், அங்கு வெற்றிக்கான நம்பிக்கை மிகவும் மங்கலாகவே இருந்தது. அதற்கு மெக்ஆர்தர் மட்டுமே விதிவிலக்காக இருந்தார். அவர் மட்டும் நம்பிக்கை இழக்கவில்லை.

அவருக்குத் துணிகரமானதொரு யோசனை உதித்தது. எதிரிக்குப் பின்னால் இருந்த இன்ச்சான் என்ற

துறைமுகத்தைக் கடல்வழியாகப் படையெடுத்துக் கைப்பற்றி அவர்களைப் பின்பக்கமாகத் தாக்குவதுதான் அது. அதை எதிரி ஒருபோதும் எதிர்பார்த்திருக்க மாட்டான் என்பதால், அது போரின் போக்கைத் தங்களுக்குச் சாதகமாக மாற்றும் என்று மெக்ஆர்தர் நம்பினார்.

ஆனால், அத்துறைமுகம் கடல் வழியான படையெடுப்புக்கு மிகப் பெரிய சவாலாக அமைந்திருந்தது. அதன் கடற்கரை பாறைகளால் நிறைந்திருந்தது. கடலடி நீர் சேரும் சகதியுமாக இருந்தது. மற்றப் பகுதிகளில் அதைச் சுற்றியிருந்த தொழிற்சாலைகளின் கான்கிரீட் சுவர்கள் அரண்கள்போல அமைந்திருந்தன. மொத்தத்தில், மணற்பகுதிகளற்றக் கடற்கரையை அது கொண்டிருந்தது. இவை அனைத்தும் அலைகள் குறைவாக இருந்தபோது உள்ளே நுழைவதைக் கடினமாக்கின. அலைகள் அதிகமாக இருந்தபோது நீரோட்டம் வேகமாக இருந்தது. ஒட்டுமொத்தத்தில், ஒரு மாதத்தில் இரண்டு நாட்கள் மட்டுமே கடல்வழிப் படையெடுப்புக்குச் சாதகமாக அமைந்திருந்தன. அதுவும் ஒரு நாளைக்குச் சில மணி நேரங்கள் மட்டுமே.

அத்திட்டத்தின் சாத்தியம் குறித்து அனைவரும் சந்தேகம் கொண்டிருந்தனர்.

ஆனால், மெக்ஆர்தர் மட்டும் நம்பிக்கையுடன் இருந்தார். அவர் திட்டத்தை விவரித்துப் பேசியபோது, அங்கிருந்த கரும்பலகையில், "இதன் நோக்கம் என்ன?" என்ற கேள்வியை எழுதினார். பின் அவரே அதற்குப் பதிலும் அளித்தார். "எதிரிக்கு ஆச்சரியத்தை ஏற்படுத்துவதுதான் நோக்கம். அவன்மீது அழுத்தத்தைப் பிரயோகிப்பது." பின் அவர் அங்கிருந்த வரைபடத்தில் இன்ச்சான் துறைமுகத்தின்மீது ஒரு வட்டத்தை வரைந்து, "இங்கு நாம் இறங்கி, எதிரியின் குரல்வளையை நெரிக்க வேண்டும்," என்று முழங்கினார். "இங்கு நாம் பயத்தின் ஆலோசனைகளுக்குச் செவிமடுத்துக் கொண்டிருக்கக்கூடாது. இது மனஉறுதி மற்றும் துணிச்சல் தொடர்பானது."

மெக்ஆர்தருடைய திட்டத்தை அவருடைய மேலதிகாரிகள் ஆய்வு செய்தனர். அவர்களை அது பெரிதாகக் கவரவில்லை. அமெரிக்கக் கடற்படையின் உதவி அட்மிரல், மெக்ஆர்தரிடம், "இத்திட்டம் சாத்தியமற்றது என்று நான் கூற மாட்டேன். ஆனால், இதை நான்

பரிந்துரைக்க மாட்டேன்," என்று கூறினார்.

இது மெக்ஆர்தரை ஊக்கமிழக்கச் செய்திருக்க வேண்டும். மாறாக, அது அவரைப் பரவசமடையச் செய்தது. அவருடைய மேலதிகாரிகள் இதில் வெற்றிக்கு வாய்ப்பிருந்ததாகக் கருதியதை அவர் சிக்கென்று பிடித்துக் கொண்டார். அந்த வாய்ப்பு 1 சதவீதமாக இருந்தாலென்ன, 0.01 சதவீதமாக இருந்தாலென்ன? வெற்றிக்கு வாய்ப்பு இருந்தது என்ற செய்தியைச் செவிமடுக்கத்தான் துணிச்சல் ஏங்கிக் கொண்டிருந்தது.

அதை நிறைவேற்றுவது கடினமா என்று கேட்டால், ஆமாம் என்பதுதான் அதற்கான பதிலாக இருக்கும்.

அதன் சாத்தியக்கூற்றின் குறைவான சதவீதம்தான் மெக்ஆர்தரைக் கவர்ந்தது. "இன்ச்சானில் கரையிறங்குவது என்பது அமெரிக்கப் படைகளுக்குச் சாத்தியமற்றது என்றுதான் வட கொரியர்கள் நினைப்பர். அதனால், அங்கு இறங்குவதன் மூலம் என்னால் அவர்களைப் பெரும் வியப்பில் ஆழ்த்த முடியும்," என்று அவர் கூறினார். உயரமான, ஆனால், தாண்டப்படக்கூடிய தடைகளை, அசாத்தியமான வெற்றியை அடைவதற்கான அருமையான வாய்ப்புகளாகத் துணிச்சல்காரர்கள் பார்ப்பர்.

எதார்த்த நிலையைக் கணக்கில் எடுத்துக் கொள்ளுமாறு வாஷிங்டனிலிருந்து கிளம்பி வந்த ஆலோசனைக் குழுக்களின் வார்த்தைகளைச் செவிமடுக்க மெக்ஆர்தர் தயாராக இருக்கவில்லை. அவர் தன் தந்தையின் இந்த வார்த்தைகளை நினைவுகூர்ந்தார்: "டக்ளஸ், உக்கிரமான போர்ச் சூழலில், ஆலோசனைக் குழுக்களின் பேச்சைக் கேட்பது கோழைத்தனத்தையும் தோல்வி மனப்பான்மையையும்தான் வளர்த்தெடுக்கும்."

அதுவே அவருக்குப் போதுமானதாக இருந்தது. "விதியெனும் கடிகாரத்தின் முட்கள் நகர்ந்து கொண்டிருக்கின்ற சத்தத்தை என்னால் கேட்க முடிந்தது. ஒன்று, இப்போது செயலில் இறங்க வேண்டும். இல்லையெனில் செத்து மடிய வேண்டும். இன்ச்சான் தாக்குதல் வெற்றி பெறும். இலட்சக்கணக்கான உயிர்கள் காக்கப்படும்," என்று மெக்ஆர்தர் கூறினார்.

1950 செப்டம்பர் 15 அன்று பீரங்கிகளின் முழக்கத்தோடு இன்ச்சான் தாக்குதல் தொடங்கியது. பதினைந்தாயிரம் படைவீரர்கள் அங்குக் கரையிறங்கினர். மெக்ஆர்தர்

கடற்கரையில் வந்து இறங்கியதும் செய்த முதல் காரியம் வாந்தி எடுத்ததுதான்! ஆனால், அவர் நம்புதற்கரிய ஒன்றைச் சாதித்திருந்தார். அதிர்ஷ்டக் காற்று துணிச்சல்காரர்களின் பக்கமே வீசுகிறது.

வெற்றி வாய்ப்பு குறைவாக இருப்பதாகக் கருதப்படுகின்ற சூழலில் துணிந்து அதில் குதிப்பவர்கள் இல்லாவிட்டால் நாம் எங்கே இருந்திருப்போம்? ஒவ்வொரு படைத்தளபதியும், ஒவ்வொரு தொழில்முனைவோரும், ஒவ்வொரு களப் போராளியும், சாத்தியமற்றது என்று எழுப்பப்படுகின்ற குரல்களுக்குச் செவிசாய்த்திருந்தால்? புற்றுநோயாளிகளின் நிலைமை குறித்தப் பரிசோதனைத் தகவல்களை அடிப்படையாகக் கொண்டு புற்றுநோய் மருத்துவர்கள் ஒவ்வொருவரும் தீர்மானங்களை எடுத்திருந்தால், எந்தவொரு நோயாளியும் காப்பாற்றப்பட்டிருக்க மாட்டார். ஆட்ட இடைவேளையின்போது மிகவும் பின்தங்கி இருக்கின்ற விளையாட்டுக் குழுக்கள், தங்களுடைய கதை முடிந்தது என்ற நம்பிக்கையை சுவீகரித்துக் கொண்டிருந்தால், வீறுகொண்டு எழுதல் என்ற பேச்சுக்கே இடமில்லாமல் போய்விடும். இரண்டாம் உலகப் போரின்போது, சண்டைக்குப் போன விமானிகளின், வெற்றி வாய்ப்பு பத்து சதவீதம் மட்டுமே என்ற புள்ளிவிபரத்தை நம்பியிருந்தால், பிரிட்டனால் அந்தப் போரில் தாக்குப்பிடித்திருக்க முடியாது.

நமக்கு உறுதியாகத் தெரிந்தவற்றில் மட்டும் நாம் ஈடுபட்டிருந்தால், சூழ்நிலை நமக்குச் சாதகமாக இருக்கின்ற சமயங்களில் மட்டும் நாம் காரியத்தில் இறங்கியிருந்தால், பல வரலாறுகள் படைக்கப்படாமல் போயிருந்திருக்கும்.

இதுபோன்ற கருத்துக் கணிப்புகள், கணிதரீதியான தீர்க்கதரிசனங்கள், புள்ளியியல் மாதிரிகள் ஆகியவை வறட்டுத்தனமானவை என்பதை நீங்கள் ஞாபகம் வைத்துக் கொள்ள வேண்டும். அவற்றால், தனிமனிதச் செயலாண்மையை, நிகழ்வுகளை நிகழ்த்திக் காட்டுகின்ற மனிதத் துடிப்பை ஒருபோதும் கணக்கில் எடுத்துக் கொள்ள முடியாது.

சராசரிகள் குறித்தப் புள்ளிவிபரங்களை நேருக்கு நேர் நோக்கி, “நான் ஒரு சராசரி அல்லன்,” என்று சொல்வதற்குத் துணிச்சல் தேவை. “எப்போதுமே விதிவிலக்குகள் இருந்து

கொண்டேதான் இருக்கும். நான் ஏன் அந்த விதிவிலக்காக இருக்கக்கூடாது?"

அதுதான் துணிச்சல். இன்னும் சொல்லப் போனால், குறைவான சாத்தியக்கூறு என்ற அம்சம் இல்லாமல், வேலையை, விளையாட்டை, ஒரு பேரப்பேச்சை, மற்றும் உங்களுடைய வாழ்க்கையை இழப்பதற்குத் துணிகின்ற போக்கு இல்லாமல் துணிச்சல் இல்லை. வெற்றி உறுதியாகத் தெரிகின்ற காரியத்தில் இறங்குவதற்குத் துணிச்சலுக்கான தேவை எங்கே இருக்கிறது?

நீங்கள் ஒரு சராசரியானவர் அல்லர் என்பதை நீங்கள் புரிந்து கொள்ள வேண்டும். நீங்கள் ஒருபோதும் அப்படி இருந்ததில்லை. நீங்கள் தனித்துவமானவர். குறைவான சாத்தியக்கூறுள்ள ஒன்றில் வெற்றிக் கனியைத் தட்டிப் பறிக்கின்ற அம்சம் உங்களிடம் எப்போதுமே இருந்து வந்துள்ளது.

அப்படிப்பட்டதொரு நம்பிக்கை உங்களுக்கு இல்லையெனில்? உங்களுடைய பிறப்பே அதற்கான அத்தாட்சி என்பதை உங்களுக்கு நீங்களே நினைவுபடுத்திக் கொள்ள வேண்டும். உங்களுடைய பிறப்பின் சாத்தியக்கூறு, நான்கு இலட்சம் கோடியில் ஒன்று என்ற விகிதத்தில் இருப்பதாக அறிவியலறிஞர்கள் கணித்துள்ளனர். எதார்த்தத்தில் இது இன்னும் அதிகமாகவே இருக்கும். உங்களுடைய பெற்றோரின் சந்திப்பு, நீங்கள் உயிர் பிழைத்திருப்பது, இந்தக் கணத்தில் நீங்கள் இருப்பது, அடுத்து நீங்கள் எப்படி இருப்பீர்கள் என்பன போன்றவை குறித்துச் சிந்தித்துப் பாருங்கள். ஆனாலும், நீங்கள் இங்கே இருக்கிறீர்கள். நீங்கள் உண்மையிலேயே அதிசயத்தைத் தாண்டிய ஒன்று.

தடைகள் ஏதுமற்ற வெற்றி என்பது அரிது என்ற உண்மை உங்களைத் தடுத்து நிறுத்த நீங்கள் அனுமதிக்கப் போகிறீர்களா? உங்களால் என்ன செய்ய முடியும், என்ன செய்ய முடியாது என்பதைச் சடத்தனமான புள்ளிவிபரங்கள் தீர்மானிக்க நீங்கள் அனுமதிக்கப் போகிறீர்களா? அவை உங்களுக்குக் களைப்பேற்படுத்தி, நீங்கள் பாதுகாப்பானதோர் ஆட்டத்தை ஆடுவதைத் தேர்ந்தெடுக்க உங்களை அனுமதிக்கப் போகிறீர்களா? அல்லது ஆட்டத்தில் கலந்து கொள்வதிலிருந்து மொத்தமாக ஒதுங்கிக் கொள்ளப் போகிறீர்களா? அது மகத்தானதொரு

வாழ்க்கையை, நல்லதொரு வாழ்க்கையை வாழ்வதற்கான வழிமுறை அல்லவே.

அதற்காக நீங்கள் ஆபத்தைத் துச்சமாக மதிக்க முடியாது – குறிப்பாக, உங்களை நம்பிப் பிறர் இருக்கின்றபோது! நாம் ஏற்கனவே பார்த்திருந்ததைப்போல, சூதாட்டரீதியான போக்கை சுவீகரித்து ஒரு தொழில்முனைவோரால் தொடர்ந்து வெற்றி பெற்றுக் கொண்டிருக்க முடியாது. அவருடைய நிறுவனம் இழுத்து மூடப்பட வேண்டிய நிலையை அடையும். அந்த நபரால் மீண்டும் வேறொரு தொழிலைத் தொடங்க முடியலாம். ஆனால், அதில் வேலை பார்த்துக் கொண்டிருந்தவர்களின் நிலைமை?

நாம் துணிச்சலாகக் காரியத்தில் இறங்க வேண்டும் என்பது உண்மைதான். ஆனால், அதற்காக, வெற்றிக்கான வாய்ப்பு துளிகூட இல்லாத காரியத்தில் எப்போதும் இறங்கிக் கொண்டிருக்க முடியாது. நமக்கு வேறு வழி ஏதும் இல்லாத சமயங்களில் மட்டும் அரிதாக அப்படிச் செய்ய வேண்டும்.

அவர்கள் பெருமை கொள்ளும்படி செய்யுங்கள்

போர்க்களத்தில் வீர மரணம் அடைந்தபோது, மார்க்கஸ் போர்சியஸ் கேட்டோ உதிர்த்தக் கடைசி வார்த்தை அவருடைய தந்தையின் பெயர்.

சீசருக்கு எதிரான சதியில் ஈடுபட்டதாகக் குற்றம் சாட்டப்பட்டு மரண தண்டனை விதிக்கப்பட்டிருந்த, கேட்டாவின் மகளான போர்சியா, தூக்குக்கயிற்றை முத்தமிடுவதற்கு முன்பாக முழங்கிய வார்த்தைகள், "நான் கேட்டோவின் மகள்!" என்பதுதான்.

அவர்களுடைய தந்தையர் ஓர் எடுத்துக்காட்டாகத் திகழ்ந்திருந்தனர். தந்தையர் தங்கள்மேல் வைத்திருந்த நம்பிக்கையை அந்த மகனும் மகளும் ஒருபோதும் பொய்த்துப் போகச் செய்ய மாட்டார்கள். போராடியவாறேதான் தாங்கள் மரிப்போம் என்பதில் அவர்கள் உறுதியாக இருந்தனர்.

நம்மில் பெரும்பாலானோர், நெஞ்சுரம் குலையாத, மாசுமருவற்ற, கேட்டோ போன்ற நபர்களின் நேரடி வாரிசுகளாக இல்லாதிருக்கலாம். ஆனால், வேறு ஒரு கோணத்தில் பார்த்தால், நாம் அனைவருமே கேட்டோ மற்றும் அவரைப் போன்ற மாபெரும் கதாநாயகர்களின் வம்சாவளிகள்தாம். ஏனெனில், அவர்கள் இல்லையெனில்,

நாம் இங்கு இருந்திருக்கவே மாட்டோம்.

அப்படியானால், அவர்கள் நம்மீது வைத்துள்ள நம்பிக்கைக்கு மாறாக நம்மால் எப்படி நடந்து கொள்ள முடியும்?

இதைத்தான் மாபெரும் கவிஞர் லாங்ஃபெல்லோ இவ்வாறு கூறியிருந்தார்:

நம்மால் நம்முடைய வாழ்க்கையை உன்னதமானதாக
ஆக்கிக் கொள்ள முடியும்

இங்கிருந்து விடைபெறுகின்றபோது நமக்குப் பின்னால்

காலக் கடற்கரை மணலில் நம் காலடிச் சுவடுகளை
விட்டுச் செல்ல முடியும்

மாபெரும் மனிதர்களின் வாழ்க்கை நமக்கு
நினைவூட்டுவது இதைத்தான்

தனிப்பட்டரீதியாகவும் தொழில்ரீதியாகவும் அரசியல்ரீதியாகவும் நெருக்கடிமிக்கதாக விளங்குகின்ற இக்காலகட்டத்தில், கடந்தகால எடுத்துக்காட்டுகளில் நம்மால் நம்பிக்கையையும் வலிமையையும் கண்டறிய முடியும். மாபெரும் மனிதர்களின் செயல்களும் உத்வேகமூட்டும் வார்த்தைகளும் நம்முடைய உறுதியையும் அர்ப்பணிப்பையும் புடம்போட்டத் தங்கமாக மாற்ற உதவும்.

ஆப்பிள் நிறுவனம் தன்னுடைய மேன்மையான இலட்சியங்களிலிருந்தும் புரட்சிகரமான அணுகுமுறைகளிலிருந்தும் தடம் புரண்டபோதெல்லாம், அதை மீண்டும் சரியான பாதைக்குத் திருப்பிக் கொண்டுவருவதற்கு ஸ்டீவ் ஜாப்ஸ் இந்த உத்தியைத்தான் பயன்படுத்தினார். “நீங்கள் யார் என்பதை உங்களுக்கு நீங்களே நினைவுபடுத்திக் கொள்வதற்கான ஒரு வழி, உங்களுடைய கதாநாயகர்கள் யார் என்பதை நினைவுபடுத்திக் கொள்வதாகும்,” என்று ஜாப்ஸ் கூறினார்.

அது, தப்பியோட முயற்சிக்காமல் சிலுவையை நோக்கித் துணிச்சலுடன் நடந்த இயேசு கிறிஸ்துவாக இருக்கலாம். அல்லது, அது, அமெரிக்க வரலாற்றிலேயே மிக அதிகமான விருதுகளையும் பதக்கங்களையும் வென்றெடுத்திருந்த, எரிந்து கொண்டிருந்த பீரங்கிக்குள் நுழைந்து, தான் காயமடைந்திருந்தபோதிலும் உதவிக்குப்

படைகள் வரும்வரை தொடர்ந்து ஒரு மணி நேரத்திற்கு மேலாக எதிரிகள்மீது குண்டுமழை பொழிந்த ஆடி மர்ஃபியாக இருக்கலாம். அல்லது, அது, தன் வாழ்நாளில் அதுவரை தான் சம்பாதித்திருந்த புகழ் அனைத்தையும் பணயம் வைத்து வியட்நாம் போருக்கு எதிராகக் குரல் கொடுக்கத் துணிந்த முகம்மது அலியாக இருக்கலாம். அல்லது, அது, தன் பெற்றோரும் சமூகமும் ஏற்படுத்தியிருந்த தடைகளைத் தாண்டி, புதியதோர் உலகைப் படைக்கத் துணிந்த ஃபுளாரன்ஸ் நைட்டிங்கேலாக இருக்கலாம்.

பெண்களின் வாக்குரிமை தொடர்பான சட்ட நிறைவேற்றம் குறித்தத் தன்னுடைய நிலைப்பாட்டின் காரணமாகத் தன் அரசியல் வாழ்க்கைக்கு முடிவுரை எழுத ஹாரி பர்ன்ஸ் விரும்பவில்லை என்றாலும், தன் விதவைத் தாயின் அபிலாஷைகளுக்குக் குறுக்கே நிற்க விரும்பாததால் அவர் தன் அரசியல் நிலைப்பாட்டை மாற்றிக் கொண்டார். அவர் தன் தாய்க்காக மிகச் சரியான செயலையே புரிந்திருந்தார். நாமும் நம் குடும்பத்திற்கு இதுபோன்ற முக்கியத்துவத்தைக் கொடுக்க வேண்டும். அவர்களுக்குப் பெருமை சேர்க்கின்ற விதத்தில் நடந்து கொள்ள வேண்டும், அவர்களுக்கு நம்பிக்கைத் துரோகம் செய்யக்கூடாது.

துணிச்சல்மிக்க நம்முடைய மூதாதையரும் முன்னோர்களும் எப்போதோ மறைந்துவிட்டபோதிலும், அவர்களுடைய எடுத்துக்காட்டுகளை நாம் எப்போது வேண்டுமானாலும் எடுத்தாள முடியும். நம்முடைய நினைவுப் பெட்டகத்தில் நாம் பூட்டி வைத்திருக்கின்ற அவர்களுடைய மலரும் நினைவுகளை வெளியே எடுத்து, நமக்குத் தேவைப்படும் நேரங்களில் நம்மை ஊக்குவிப்பதற்கு நம்மால் பயன்படுத்திக் கொள்ள முடியும்.

அதேபோல, நம்முடைய வாழ்வின் இருண்ட கணங்களிலும் அவற்றின் பக்கம் நாம் நம் கவனத்தைத் திருப்பலாம். அடுத்து நாம் பயணிக்க வேண்டிய பாதையை அது நமக்கு வெளிச்சம் போட்டுக் காட்டும். நமக்குத் தடுமாற்றம் ஏற்படுகின்றபோது நாம் அதன் பக்கம் தஞ்சமடையலாம். உங்களுக்கு முன்பு துணிச்சலுடன் செயல்பட்டிருந்தவர்களைப் பற்றிச் சிந்தியுங்கள், அவர்களுடனான உங்களுடைய பிணைப்புகள் என்ன என்பதைப் பற்றி யோசியுங்கள்.

செனீக்காவின் அப்பா தன் குழந்தைகளிடம், "உங்களுடைய தாத்தா ஒரு துணிகரமான மனிதர்," என்று கூறினார். தன் குழந்தைகளும் பேரக்குழந்தைகளும் அதிலிருந்து உத்வேகம் பெற வேண்டும் என்று அவர் விரும்பினார். அத்துடன் நிற்காமல், "நீங்கள் அவரைவிடத் துணிச்சல்காரர்களாக இருப்பதை உறுதி செய்து கொள்ள வேண்டும்," என்று அவர்களிடம் வலியுறுத்தினார்.

துணிச்சலுக்குப் பெயர்போன உங்களுடைய சொந்த முன்னோர்கள் உங்களைக் கண்காணித்துக் கொண்டும் உங்களைப் பாதுகாத்துக் கொண்டும் இருப்பதாகக் கற்பனை செய்து கொள்ளுங்கள். இப்போது, இக்கணத்தில் அவர்கள் உயிருடன் இருந்தால் என்ன செய்வார்கள் என்று உங்களுக்கு நினைவுபடுத்திக் கொள்ளுங்கள். அவர்கள் உங்கள்மீது வைத்துள்ள நம்பிக்கைக்குக் குந்தகம் விளைவிக்கும்படி நீங்கள் நடந்து கொள்ளாதீர்கள்.

அவர்களைவிட அதிகத்துணிச்சலுடன் செயல்படுங்கள். இப்போது. இங்கே. தீர்க்கமான இக்கணத்தில்.

நம்மைத் தாண்டி நாம் மேலே எழுகின்றபோது...

மனிதன் தன்முனைப்பால் உந்தித் தள்ளப்படுகிறான்.
ஆனால், விழுமியங்களால் இழுக்கப்படுகிறான்.

— விக்டர் ஃபிராங்க்கெல்

துணிச்சலில் ஒருவிதமான நியாயமின்மை இருப்பதாக வைத்துக் கொண்டால், விளக்குவதற்கு அதைவிடக் கடினமான அம்சம் ஒன்றும் அதில் இருக்கிறது. பிறர்க்கென வாழ்தல்தான் அது. சுயநலமின்மை. அதைப் புரிந்து கொள்வதற்கு உளவியலாளர்களும், உயிரியலாளர்களும், இலக்கியகர்த்தாக்களும் பல்லாண்டு காலமாகப் போராடி வந்துள்ளனர்.

டி.ஆர். ஃபெஹ்ரன்பாக் என்ற வரலாற்றியலாளர், "மனிதனின் மடத்தனத்திற்கு எளிதாக விளக்கமளித்துவிடலாம். ஆனால், மனிதனின் வீரத்திற்கு விளக்கமளிப்பது கடினம்," என்று கூறியுள்ளார்.

துணிச்சல் தெளிவான வெகுமதிகளை உள்ளடக்கியுள்ளது. ஒருவர் ஆபத்திற்குத் துணிவதற்குக் காரணம் அதன் மூலம் அவர்கள் ஒன்றை அடைய விரும்புகின்றனர் என்பதுதான். மற்றவர்கள் பயப்படுகின்ற ஒன்று அது. ஆனால், ஒரு குறிப்பிட்ட விஷயத்திற்காகத் தன்னையே தியாகம் செய்யத் துணிவதைப் பற்றி என்ன

சொல்வது? ஒருபுறம் துணிச்சல் இருக்கிறது. மறுபுறம் கதாநாயகத்தனம் இருக்கிறது. கதாநாயகத்தனம் மிக உயர்ந்த வடிவிலுள்ள துணிச்சல். வேறு ஒருவருக்காக சகலத்தையும் கொடுக்கத் துணிகின்ற ஒன்று அது.

ஒரு காலத்தில், கோழையான ஒரு தலைவன் இருந்தான். பல நூற்றாண்டுகளின் ஊடாகத் தங்களுடைய நாட்டுக்காகத் தங்களுடைய இன்னுயிரைத் தியாகம் செய்திருந்த வீரர்களின் கல்லறைகளின் பக்கம் அவன் நின்று கொண்டிருந்தான். அவன் தனக்குத் தானே இவ்வாறு கூறிக் கொண்டான். "இதை என்னால் புரிந்து கொள்ள முடியவில்லை. இதில் இவர்களுக்கு என்ன இருக்கிறது?" பெரும்பாலான மக்கள் இதே கேள்வியைக் கேட்டுள்ளனர். ஆனால், அவர்கள் மலைக்க வைக்கின்ற அந்தத் தியாகத்தைப் புரிந்து கொள்கின்ற ஆவலோடு அதைக் கேட்டுள்ளனர். ஆனால், சுயநலக்காரர்களுக்கும் கோழைகளுக்கும் அந்த வீரர்களின் செயல் உண்மையிலேயே திகைப்பை ஏற்படுத்துகிறது. எதற்காக ஒருவர் மற்றொருவருக்காகத் தன் உயிரைத் தியாகம் செய்ய வேண்டும்?

எந்த மாதிரியான பரிவர்த்தனை இது?

சுயபேணல் என்பது வலிமைமிக்கது. குறிப்பாக, பகுத்தறிவுரீதியாகச் சிந்திக்கின்ற மக்களிடம் அது வலுவானதாக இருக்கும். ஆனால், வலிமைமிக்க ஒருவனாலேயே அதை மீற முடியும். இது ஒரு நகைமுரண்தான். தங்களுடைய சுயம் குறித்து வலிமையாக உணராதவர்களால் துணிச்சல்மிக்கவர்களாக இருக்க முடியாது. ஆனால், மிக உயர்ந்த துணிச்சலுக்கு சுயநலமின்மை தேவைப்படுகிறது. அது எப்படிச் சாத்தியப்படுகிறது? ஒருவேளை, அவற்றை வார்த்தைகளில் வடிப்பது கடினமானதாக இருக்கலாம். அல்லது, அது நிகழ்கின்ற கணத்திற்கு வெளியே இருப்பவர்களால் புரிந்து கொள்ளப்பட முடியாத ஒன்றாக அது இருக்கலாம். சில இக்கட்டான தருணங்களில் சிலர் கார் போன்ற கனமான ஒன்றைத் தூக்கிப் பிறரைக் காப்பாற்றுவது இதற்கான ஓர் எடுத்துக்காட்டு.

ஆனால், நம்முடைய இனத்தின் உயிர்பிழைத்திருத்தலுக்கு அது எந்த அளவுக்கு இன்றியமையாதது என்பதை நாம் அறிவோம். நம்முடைய ஆகச் சிறந்த கலைகள் அதைக் கொண்டாடுவதற்குக்

காரணம் இருக்கிறது. அந்தக் கதாநாயகர்களின் செயல்கள் பல நூற்றாண்டுகளுக்குப் பிறகும் பிறரால் பின்பற்றத்தக்க உரைகல்லாக இருந்து வருகின்றன.

துணிச்சலே அரிது. கதாநாயகத்தனம் அரிதிலும் அரிது. நேருக்கு நேர் உற்று நோக்க முடியாத அளவுக்கு ஆற்றல்மிக்கது அது. வீரப் பதக்கங்களைப் பெற்றுக் கொள்ளும்போது ஏற்புரை வழங்குகின்ற வீரர்களின் பேச்சுகளில் அதை நீங்கள் கேட்டிருக்கலாம். அல்லது, முன்பின் அறியாத ஒருவரைக் காப்பாற்றுவதற்காக, படுவேகமாக வந்து கொண்டிருக்கின்ற ஒரு இரயிலின் முன் பாய்ந்துள்ள கதாநாயகர்களின் பேட்டிகளில் அதை நீங்கள் பார்த்திருக்கலாம். "நான் செய்தது ஒன்றும் பிரமாதமான ஒரு காரியமல்ல. என் இடத்தில் யார் இருந்திருந்தாலும் அவர்கள் இதைத்தான் செய்திருப்பார்கள்," என்று அவர்கள் சர்வசாதாரணமாகக் கூறுவர். அது உண்மையாக இருக்கின்ற பட்சத்தில், நாம் அதை இப்படிக் கொண்டாடிக் கொண்டிருக்க மாட்டோம்.

உண்மையான கதாநாயகத்தனம் நம்மை வெட்கித் தலைகுனிய வைக்கிறது. நமக்கு அடக்கத்தைப் போதிக்கிறது. பகுத்தறிவின் உதவியோடு புரிந்து கொள்ளப்பட முடியாத ஒன்றாக விளங்குகிறது. அதனால்தான் அதை நாம் பூஜிக்கிறோம்.

இத்தகைய மாபெரும் சாதனைகளைத் தொடுவோர் எண்ணிக்கை மிகவும் குறைவாக இருப்பதற்கான காரணம் வெளிப்படையானது. ஆனால், அதில்தான் அதன் அழகு அடங்கியிருக்கிறது. சில நேரங்களில் நாம் வாழ்வதற்காக அவர்கள் மரணிக்கின்றனர். இத்தகைய தியாகத்திற்கான அர்த்தத்தைப் புரிந்து கொள்ள நாம் தீவிரமாக முயற்சிக்காவிட்டால், அவர்களுக்கு மட்டுமல்லாமல், நமக்கும் சேர்த்து நாம் துரோகம் இழைத்துக் கொண்டிருக்கிறோம் என்று பொருள்.

பகுதி 3

கதாநாயகத்துவம்

வாழ்க்கையெனும் பெரும் போராட்டக களத்தில்,
வாழ்க்கையெனும் திறந்த வெளி முகாமில்,
ஓட்டப்படுகின்ற மந்தமான கால்நடை மந்தையாக இருக்காதீர்!
முரண்பாடுகளுக்கு நடுவே கிளர்ந்தெழுகின்ற கதாநாயகனாகத் திகழுங்கள்!

— **ஹென்றி வேட்ஸ்வொர்த் லாங்ஃபெல்லோ**

உடல்ரீதியாகவும் தார்மிகரீதியாகவும் உங்களை ஆபத்திற்கு உள்ளாக்கிக் கொள்கின்ற ஒன்றுதான் துணிச்சல் என்று எடுத்துக் கொண்டால், கதாநாயகத்துவத்தை வர்ணிப்பது எளிது. பிறருக்காகத் தன்னை ஆபத்திற்கு உட்படுத்திக் கொள்வது அது. வேறு ஒருவருக்காக, வேறு ஒன்றுக்காக அல்லது ஓர் இலட்சிய நோக்கத்திற்காகத் தன்னை ஆபத்திற்குள் நுழைத்துக் கொள்ளத் தயங்காமை அது. மனிதகுலத்தின் தலைசிறந்த பண்பு வெளிப்பாடு இது. நம்பிக்கை மறைந்துவிட்ட,

உண்மையான ஆபத்து தலைதூக்கியிருக்கின்ற ஒரு சூழலில் எவரொருவரும் ஒரு நிர்வாகி வேண்டும் என்று அடம்பிடிப்பதில்லை; தர்க்கரீதியாகவும் பகுத்தறிவுபூர்வமாகவும் சிந்திக்கின்ற ஒருவரை நாடத் துடிப்பதில்லை. அப்போது நாம் ஒரு கதாநாயகனுக்காகத்தான் ஏங்குகிறோம். நம்மை நாமே காப்பாற்றிக் கொள்ள முடியாத ஒரு சூழலில், தனக்கு நேரக்கூடிய சாத்தியமுள்ள ஆபத்தைப் பொருட்படுத்தாமல் செயலில் இறங்குகின்ற ஒருவனைத்தான் நாம் விரும்புகிறோம். இந்த அழைப்புக்குச் செவி சாய்ப்பதன் மூலம், அந்தக் கதாநாயகன், அது மிகச் சுருக்கமாக இருந்தாலும்கூட, ஓர் உயர்ந்த நிலையை எட்டுகிறான். கிட்டத்தட்டக் கடவுளின் முகத்தைத் தொட்டுவிடுகிறான். ஸ்டோயிக்குகள் அதை “ஆத்மாவின் மகத்துவம்” என்று அழைத்தனர். துணிவையும் தாண்டிய ஒன்று என்று நாம் அதை அழைக்கலாம். சார்ல்ஸ் டி கோல் “பிரான்சின் மகத்துவம் என்று எதைக் குறிப்பிட்டார்?” என்று ஒரு முறை அவரிடம் கேட்கப்பட்டது. அதற்கு அவர், “ஒருவன் தன்னையே கடந்து செல்வதற்குத் தேர்ந்தெடுக்கின்ற பாதை அது,” என்று பதிலளித்தார். இத்தகைய துணிச்சலைத்தான் நாம் மற்றவற்றைவிட நெடிதுயர்ந்ததாகக் கருதுகிறோம். அது மிகவும் அரிதான ஒன்று. காணக் கிடைக்காத ஒன்று. கணநேரம் மட்டுமே தோன்றி மறைகின்ற ஒன்று. அதை அடைவதற்கு நாம் பயத்தை வெல்ல வேண்டும். அன்றாட வாழ்வில் துணிச்சலைப் பயிரிட வேண்டும். வாழ்க்கை நம் முன் தூக்கி எறிகின்ற வாய்ப்புகளை, அவை சிறியவையா அல்லது பெரியவையா என்று பார்க்காமல் கப்பென்று பிடித்துக் கொள்ள வேண்டும். கதாநாயகர்களுக்கான தேவை மிகவும் அதிகமாக இருக்கிறது. அந்த இடத்திற்கு வர நீங்கள் தயாரா?

அழைப்புக்கு அப்பால்

ஸ்பார்ட்டன்கள் கச்சிதமானவர்கள் அல்லர். ஆனால், துணிச்சலற்றவர்கள் என்று அவர்கள்மீது பழிபோட முடியாது.

கி.மு. 480 இல் அவர்கள்மீது நடத்தப்பட்டப் படையெடுப்பின்போது இது வெளிப்பட்டது.

பாரசீகப் பேரரசர் செர்செஸ் கிரேக்கத்தின்மீது படையெடுத்து அவர்களை அடிமைப்படுத்த விரும்பினார். ஏனெனில், கிரேக்கர்கள் அவருடைய தூதுவனை அவமதித்துவிட்டிருந்தனர். அதோடு, ஒரு பத்தாண்டுகளுக்கு முன்பு கிரேக்கர்கள் செர்செஸின் தந்தையின் படையெடுப்பை வெற்றிகரமாக முறியடித்திருந்தனர். இப்போது அவர் ஒரு மாபெரும் படையோடு கிரேக்கத்தை நோக்கி விரைந்தார்.

சூழ்நிலையின் எதார்த்ததை உணர்ந்த பல கிரேக்க நகர அரசமைப்புகள் எதிர்ப்பே காட்டாமல் செர்செஸிடம் சரணடைந்தன. ஒரு சிலர், பெரிய அளவில் கையூட்டு வாங்கிக் கொண்டு அணி மாறினர். ஸ்பார்ட்டா, ஏதென்ஸ், தீபெஸ், அர்கோஸ், கோரிந்த் போன்ற பல பெரிய நகர அரசமைப்புகளை உள்ளடக்கியிருந்த கிரேக்க ஒன்றியம் ஏற்கனவே நிலைகுலைவின் விளிம்பில் நின்று கொண்டிருந்தது. கிரேக்கத்தின் வீழ்ச்சி என்பது ஒட்டுமொத்த மேற்கத்திய நாகரிகத்தின் வீழ்ச்சியாக

இருந்திருக்கும். சுதந்திரம் மற்றும் சமத்துவத்தின் உருவமாக விளங்கிய கிரேக்கத்தின் முடிவுக்கு அந்த மாபெரும் மன்னன் சாவு மணி அடித்துவிடுவோனோ என்ற அச்சம் நிலவியது.

கிரேக்க நகர அமைப்புகளுக்குள் உட்குத்துகள் நடைபெற்றுக் கொண்டிருந்தபோதிலும், அவை ஒன்றிணைந்து எதிரியை எதிர்க்கத் தீர்மானித்தன. ஸ்பார்ட்டன்களின் ஆட்சியாளரான லியோனிடாஸின் தலைமையில் 300 ஸ்பார்ட்டன் வீரர்கள் அடங்கிய ஒரு சிறு படை, கிரேக்கத்தின் நுழைவாயிலான தெர்மோபைலேவுக்குச் சென்று பாரசீகர்களை உள்ளே வரவிடாமல் தடுப்பது என்று முடிவு செய்யப்பட்டது. அவர்கள் அதில் வெற்றி பெற்றுவிட்டால், மற்றவை சண்டையைத் தொடர்வதற்கு உத்வேகம் பெறும் என்று கருதப்பட்டது.

லியோனிடாஸ் தன் படைவீரர்களிடம் இவ்வாறு முழங்கினார்: “நாம் விவாதத்தில் நேரத்தை வீணாக்கிக் கொண்டிருந்த சமயத்தில் காட்டுமிராண்டிகள் நம் வாசல் கதவருகே வந்துவிட்டனர். இப்போது நாம் அவர்களை நேருக்கு நேராகச் சந்தித்து அவர்களோடு மோதுவோம். வெற்றி அல்லது வீர மரணம் மட்டுமே இதற்கு ஒரே தீர்வு!” அந்த 300 பேரும், 250 மைல்கள் அணிவகுத்துச் சென்றனர். ஆனால், போகின்ற வழியெல்லாம் அவர்களுக்கு ஆதரவு கூடிக் கொண்டே சென்றது. எண்ணற்றோர் அந்தப் படையுடன் தங்களை இணைத்துக் கொண்டனர். இறுதியில் பாராசீகப் படையுடன் மோதிய கிரேக்கர்களின் எண்ணிக்கை ஐந்தாயிரத்திலிருந்து ஏழாயிரம்வரை இருக்கும்.

அவர்கள் மோதிய பாரசீகப் படை அளவில் பெரியதாக இருந்தும், கிரேக்கர்கள் பக்கம் ஓர் அனுகூலம் இருந்தது. தெர்மோபைலேயின் இயற்கை அமைப்புதான் அது. ஏஜியன் கடலோரத்தில் ஒரு குறுகலான இடத்தில் தெர்மோபைலே அமைந்திருந்தது. அது செர்செஸின் படைபலத்தை மட்டுப்படுத்துகின்ற ஒரு காரணியாக அமைந்திருந்தது. அத்துடன் செர்செஸிடம் இல்லாத ஒன்று கிரேக்கர்களிடம் இருந்தது. கிரேக்கர்கள் தங்கள் மக்கள் சுதந்திரமாக இருப்பதற்காகத் தங்களுடைய உயிர்களைப் பணயம் வைக்கத் துணிந்திருந்தனர்.

லியோனிடாஸ் செர்செஸிடம் இவ்வாறு கூறினார்: “நீ வாழ்வின் உன்னதங்களைப் பற்றி அறிந்திருந்தால், பிறருடைய உடைமைகளை அபகரிக்க விரும்ப மாட்டாய். என்னைப் பொறுத்தவரை, நான் எப்படியாவது அரியணையில் ஒட்டிக் கொண்டிருப்பதைக் காட்டிலும், என் நாட்டுக்காக உயிர் துறப்பது மேலானது.”

ஆனால், தீராத் தாகம் கொண்ட ஆக்கிரமிப்பாளர்கள் எவரும் ஒருபோதும் இதுபோன்ற விஷயங்களைப் புரிந்து கொண்டிருந்ததாக வரலாறு இல்லை. செர்செஸ் முதலில் ஸ்பார்ட்டன்களுக்குக் கையூட்டு அளிக்க முன்வந்தார். அந்தச் சபலத்திற்குச் சிலர் பலியாயினர் என்பது உண்மைதான்.

ஆனால், அது லியோனிடாஸிடம் பலிக்கவில்லை. என்ன இருந்தாலும் அவர் ஹெர்குலிஸின் வழித்தோன்றல் அல்லவா! அவர் எப்படி ஒரு குறுக்குவழியைத் தேர்ந்தெடுப்பார்? தன் சொந்த நலனுக்காகப் பிறருக்கு நம்பிக்கைத் துரோகம் இழைக்க அவர் எப்படி முன்வருவார்? துரோகத்தின் மூலம் தன் நிலையை உயர்த்திக் கொள்வது குறித்து அவரால் சிந்திக்கக்கூட முடியாது. “கோழைத்தனத்தின் மூலமாக அல்லாது, வீரத்தின் மூலமாகவே நிலத்தைப் பெற வேண்டும் என்பதைக் கிரேக்கர்கள் தங்களுடைய தந்தையரிடமிருந்து கற்றுக் கொண்டுள்ளனர்,” என்று லியோனிடாஸ் மேலும் கூறினார்.

அவர் நல்லொழுக்கத்தைத் தேர்ந்தெடுத்தார், துணிவை அரவணைத்துக் கொண்டார்.

வீரமும் தங்களைவிட பிரம்மாண்டமான ஒன்றின்மீதான நம்பிக்கையும்தாம் கிரேக்கர்களை அந்த முயற்சியில் ஈடுபட வைத்தன. “அவ்வளவு பெரிய படையை இவ்வளவு சிறிய வீரர்கள் குழுவைக் கொண்டு எப்படி உங்களால் வீழ்த்த முடியும்?” என்று அவருக்கு உதவிக்கு வந்திருந்த மற்றொரு தலைவர் கேட்டபோது, அதற்கு லியோனிடாஸ், “நான் எண்ணிக்கையை நம்பியிருக்கிறேன் என்று நீங்கள் நினைத்தால், மொத்த கிரேக்கமும் இதற்குப் போதாது. ஆனால், நான் வீரத்தை நம்பியிருக்கிறேன். அதற்கு இந்த எண்ணிக்கை தாராளமாகப் போதும்,” என்று பதிலளித்தார். “உங்களுடைய ஆயுதங்களை ஒப்படைத்துவிட்டு எங்களிடம் சரணடையுங்கள்,” என்று

செர்செஸ் கூறியபோது, அதற்கு லியோனிடாஸ், "முடிந்தால் வந்து எடுத்துக் கொள்," என்று கர்ஜித்தார்.

செர்செஸ் கிரேக்கர்களை நான்கு நாட்கள் மரண பயத்திலேயே வைத்திருந்தார். ஐந்தாம் நாள் செர்செஸின் படைகள் தாக்குதலைத் தொடங்கின. பாரசீகப் படைவீரர்கள் அணியணியாக கிரேக்கர்களை நோக்கி வந்தனர். கிரேக்கர்கள் வீராவேசமாகப் போரிட்டனர். அவர்கள் தங்களுடைய தாய்நாட்டுக்காக மட்டுமல்லாது, தங்களுடைய சக வீரர்களுக்காகவும், தங்களுடைய சக குடிமக்களுக்காகவும் போரிட்டனர்.

முதல் நாள் போரில் செர்செஸ் பத்தாயிரம் படைவீரர்களை எதிரிகளை நோக்கி அனுப்பினார். ஆனால், மூர்க்கமாகப் போராடிய கிரேக்கர்கள் அவர்களைப் பின்வாங்க வைத்ததைக் கண்டு செர்செஸ் ஆடிப் போனார்.

முதல் நாள் வெற்றியால் லியோனிடாஸ் பெரிதாகக் களிப்படைந்துவிடவில்லை. தன் உதவிக்கு மேலும் கிரேக்கப் படைகள் வந்து சேரும் என்பதை அவர் அறிந்திருந்தபோதிலும், தன் நிலை என்னவாகும் என்பதை உணர்ந்தே அவர் அங்கு வந்திருந்தார். அவர் அங்கு ஒரு முக்கியமான கருத்தை நிலைநிறுத்த விரும்பினார். சரணடைய வேண்டுமா அல்லது எதிர்த்து நிற்க வேண்டுமா என்று ஊசலாடிக் கொண்டிருந்த கிரேக்கர்களுக்குத் துணிவூட்டுவதே அவருடைய இலட்சியமாக இருந்தது. இரண்டாவது நாள் போரிலும் கிரேக்கர்கள் ஆக்ரோஷமாகப் போரிட்டனர்.

மூன்றாம் நாளின்போது, கிரேக்கர்களைப் பின்னாலிருந்து தாக்கப் பாரசீகர்கள் ஒரு வழியைக் கண்டுபிடித்தனர். "எதிரிகள் சூரியனை மறைக்கும் அளவுக்கு அம்பு மழை பொழியப் போகின்றனர்," என்ற ஓர் எச்சரிக்கை லியோனிடாஸுக்கு வந்தது. "அதனாலென்ன? நாம் நிழலில் போராடுவோம்," என்று அவர் முழங்கினார். பின் அவர் தன் படைவீரர்களை வயிறார உண்ணச் சொன்னார். அது ஒருவேளை அவர்களுடைய கடைசி உணவாக இருக்கலாம் என்று அவர் அஞ்சியதுதான் அதற்குக் காரணம். இச்செய்தியைப் பின்னால் இருந்த படைவீரர்களுக்குத் தெரிவிக்கும்படி படுகாயம் அடைந்திருந்த மூன்று வீரர்களிடம் லியோனிடாஸ்

கூறினார். அவர்களுடைய உயிர்களைக் காப்பாற்றுவது அவருடைய மறைமுக விருப்பமாக இருந்தது. ஆனால், முதல் வீரன், "நான் இங்குப் போராடத்தான் வந்தேன், தூது செல்வதற்கு அல்ல!" என்று கூறிவிட்டான். இரண்டாமவன், "நான் இங்கு இருந்தால்தான் மேம்பட்டதொரு மனிதனாக இருப்பேன்," என்று பதிலளித்தான். மூன்றாமவன், "நான் பின்னே செல்ல மாட்டேன். முன்னே செல்வேன்," என்று கூறிவிட்டான்.

இதற்கு என்ன பதிலளிப்பது என்று லியோனிடாஸுக்குத் தெரியவில்லை. அவருடைய படையில் காயம் அடைந்திராதவர்கள் யார்தான் இருந்தனர்? களைப்படையாத நிலையில் யார்தான் இருந்தனர்? தங்களுடைய குழந்தைகளைப் பற்றிச் சிந்திக்காமல் யார் இருந்தனர்? தாங்கள் விட்டுவிட்டு வந்திருந்த நாட்டைப் பற்றிச் சிந்திக்காமல் யார் இருந்தனர்?

ஒன்பது மணி வாக்கில் முன்னேறிச் சென்று எதிரியைத் தாக்குமாறு லியோனிடாஸ் உத்தரவிட்டார். அவர்கள் தங்களுக்கு முன்னாலிருந்த பாறைகளை விலக்கி வைத்துவிட்டு, திறந்த வெளியில் எதிரியுடன் மோதுவதற்காக அவர்களை நோக்கிச் சென்றனர். அவர்கள் வீராவேசமாகப் போரிட்டாலும், எதிரிப் படைகள் சாரைசாரையாக அவர்களை நோக்கி வந்தபடி இருந்தன.

கிரேக்கர்கள் தீவிரமாகப் போரிட்டபோதிலும், தங்களுடைய முடிவு என்ன என்பதை அவர்கள் உணர்ந்திருந்தனர்.

இறுதி நாளின் நடுவில் லியோனிடாஸ் கொல்லப்பட்டார். நீண்டகாலமாகவே அவர் ஒரு தேவ வாக்கின்மீது நம்பிக்கை வைத்திருந்தார். ஒரு ஸ்பார்ட்ட மன்னன் உயிர்த் தியாகம் செய்தால்தான் கிரேக்கம் ஆக்கிரமிப்பாளர்களின் கரங்களில் வீழாதிருக்கும் என்பதுதான் அது. அவர் விஷயத்தில் அது உண்மையாகிவிட்டிருந்தது. அவருடைய வீரர்கள் மிகவும் போராடி அவருடைய உடலை மீட்டெடுத்தனர். பின்னர் அவர்கள் தொடர்ந்து சண்டையில் ஈடுபடத் தொடங்கினர்.

அவர்களுக்கு உதவியாக இன்னும் கிரேக்கப் படைகள் வந்து சேரவில்லை. அவர்கள் முன்கூட்டியே திட்டமிட்டபடி, பின்வாங்கி, பாறைகளுக்குப் பின்னால் பதுங்கினர். தங்களுடைய கைகளிலிருந்த வாள்களை

வைத்துப் போராடினர். அவற்றை இழந்தபோது, அவர்கள் வெறுங்கைகளால் போராடினர்.

இறுதியில் அவர்கள் முறியடிக்கப்பட்டனர். மொத்தத்தில் அவர்கள் தங்களுடைய நாட்டுக்கு ஏழு நாட்களைப் பெற்றுக் கொடுத்திருந்தனர். தான் இழந்திருந்த படைவீரர்களைவிட, தான் இழந்திருந்த நேரம்தான் செர்செஸை மிகவும் பாதித்தது. அதோடு, அவனுடைய தன்னம்பிக்கையும் பெரிய அடி வாங்கியிருந்தது. "கிரேக்கத்தில் இன்னும் எத்தனை ஸ்பார்ட்டன்கள் இருக்கின்றனர்?" என்று அவர் தன் ஆலோசனையாளர்களில் ஒருவரிடம் கேட்டார். "அவர்களும் இவர்களைப்போல இந்த அளவுக்கு ஆவேசமாகப் போரிடுவார்களா?" "ஆயிரக்கணக்கானவர்கள் இருக்கிறார்கள். அவர்கள் இந்த அளவுக்கு மூர்க்கமாகப் போரிட மாட்டார்கள் என்றாலும், அவர்களும் மிகச் சிறந்த வீரர்கள்தாம்," என்று அந்த ஆலோசனையாளர் பதிலளித்தார்.

எது ஆபத்தில் இருக்கிறது என்பதை கிரேக்கர்களும் உணர்ந்திருந்தனர். ஸ்பார்ட்டன்கள் மேற்கொண்டிருந்த தியாகம் ஈடு செய்யப்பட முடியாதது என்பதை அவர்கள் அறிந்திருந்தனர்.

பல நூற்றாண்டுகளுக்குப் பிறகு, பிரிட்டனுக்காக வீரதீரமாகப் போரிட்டு பிரிட்டனைக் காப்பாற்றிய விமானப் படையினரை நோக்கி, சர்ச்சில், "வரலாற்றில், இவ்வளவு பெரிய எண்ணிக்கையிலான மக்கள், இவ்வளவு சிறிய எண்ணிக்கையிலான வீரர்களுக்கு இந்த அளவுக்குக் கடன்பட்டிருக்கவில்லை," என்று தெரிவித்தார். அது உண்மைதான். ஸ்பார்ட்டன்களைப் பொறுத்தவரை அவர்களுடைய வீரத்தின் தாக்கம் அளப்பரியது. அவர்கள் அப்படிப் போரிட்டிருக்கவில்லை என்றால், மேற்கத்திய நாகரிகமே மரண அடி வாங்கியிருந்திருக்கும், மறுமலர்ச்சிக் காலம் மலராமல் போயிருக்கலாம், அமெரிக்கப் புரட்சி வெடிக்காமல் இருந்திருக்கலாம்.

"சுதந்திரம் இலவசமானதல்ல," என்ற இந்தப் புளித்துப் போன கூற்றை நீங்கள் கேள்விப்பட்டிருக்கலாம். ஆனால், அது உண்மை. அதற்குத் தெர்மோபைலேயில் ஸ்பார்ட்டன் படைவீரர்கள் தங்கள் இன்னுயிரை விலையாகக் கொடுத்தனர். அதையெடுத்து, கிரேக்கர்கள் சலாமிஸிலும் பிளாட்டியாவிலும் வெற்றி பெற்றனர். பிரான்சின்

மாக்னா கார்ட்டா, அமெரிக்க சுதந்திரப் பிரகடனம், ஐக்கிய நாடுகள் சபை ஆகிய அனைத்திற்குமான முகவுரை தெர்மோபைலேயில்தான் எழுதப்பட்டது. இன்று நாம் அனுபவித்துக் கொண்டிருக்கின்ற, இன்னும் சொல்லப் போனால், உண்மையிலேயே அதன் அருமையை முழுமையாக உணராமல் நாம் அனுபவித்துக் கொண்டிருக்கின்ற அனைத்துச் சுதந்திரத்திற்குமான விதை அங்கேதான் ஊன்றப்பட்டது. தங்களுடைய தியாகத்தின் விளைவைத் தாங்கள் நேரில் பார்க்க மாட்டோம் என்று அந்த ஸ்பார்ட்டன் படைவீரர்கள் அறிந்திருந்தும் அவர்கள் அந்தத் தியாகத்தைச் செய்திருந்தனர். என்றோ, யாரோ நட்ட மரத்தின் நிழலில் நாம் இளைப்பாறிக் கொண்டிருப்பதை ஒத்தது இது.

அவர்கள் காரண காரியங்களைப் பற்றி யோசித்துக் கொண்டிருக்கவில்லை. காரியத்தில் ஈடுபடுவதும், அது மரணத்தில் முடிந்தால்கூட அதைப் பற்றி அலட்டிக் கொள்ளாமல் இருப்பதும்தான் தங்களுடைய கடமை என்று அவர்கள் கருதினர். அவர்களுடைய துணிச்சலும் சுயநலமின்மையும் காலம் கடந்து நின்று கொண்டிருக்கின்றன. அவர்களில் ஒருவர்கூட உயிர் பிழைக்கவில்லை. ஆனால், அவர்களைக் கொன்றழித்தப் பாரசீகர்களைவிட அவர்கள்தாம் காலத்தால் அழிக்கப்பட முடியாத ஒரு நிலையை எய்தினர்.

ஸ்டீவன் பிரெஸ்ஃபீல்டு எழுதியுள்ள ‘கேட்ஸ் ஆஃப் ஃபயர்’ என்ற புகழ்பெற்ற வரலாற்று நாவல் இந்தப் போரை அடிப்படையாகக் கொண்ட ஒன்று. படைவீரர்களுக்குப் பரிந்துரைக்கப்படுகின்ற முக்கியமான புத்தகங்களில் அதுவும் தலையாயது. அந்தப் புத்தகத்தின் மையக் கருத்து, “பயத்திற்கு நேரெதிரானது எது?” என்பதுதான். வெறுமனே பயத்தை வெற்றிக் கொள்வதோ அல்லது அதை அடக்கி வைப்பதோ மட்டும் போதுமானதல்ல. பயம் மோசமானது என்றால், எது அதற்கான மாற்று? அது வெறும் துணிச்சல் மட்டும் அல்ல. ஏனெனில், நீங்கள் உங்களுடைய சுயநலனுக்காகக்கூடத் துணிச்சல்மிக்கவராகச் செயல்படலாம். ஒரு விமானத்திலிருந்து குதிப்பதற்குப் பெரும் துணிச்சல் வேண்டும் என்பது உண்மைதான். ஆனால், அதை நீங்கள் ஒரு வேடிக்கைக்காகச் செய்தீர்கள் என்றால், அத்துணிச்சலில் என்ன அர்த்தம் இருக்கிறது?

தெர்மோபைலேயில் வரலாறு படைத்திருந்தது அந்த வீரர்கள் மட்டும் அல்லர். அவர்களுடைய மனைவிமார்களையும் அதில் நாம் சேர்த்துக் கொள்ள வேண்டும். அவர்கள் தங்களுடைய கணவன்மார்களைத் துணிச்சலாகப் போருக்கு அனுப்பி வைத்தனர். அதோடு, அவர்களுடைய செயல் ஒட்டுமொத்த நாட்டு மக்களுக்கும் உத்வேகமளித்தது. ஸ்பார்ட்டன் பெண்களின் துணிச்சலும் சுயநலமின்மையும் பிரசித்தி பெற்றவை. ஒரு ஸ்பார்ட்டன் அரசன் ஒரு சதிவலையின் காரணமாகக் கொல்லப்பட்டபோது, அவனுடைய மனைவி அங்கு ஓடோடி வந்தாள். அந்த அரசனைக் கொன்றவர்கள் அவளிடம், "நீங்கள் வாயை மூடிக் கொண்டிருக்க ஒப்புக் கொண்டால், உங்களை உயிரோடு விட்டுவிடுகிறோம்," என்று தெரிவித்தனர். அவள் அதற்கு அடிபணியாமல் அவர்களை எதிர்த்து நின்றாள். அவளுடைய கழுத்து வெட்டப்படுவதற்கு முன்பாக அவள் உதிர்த்த வார்த்தைகள் இவைதாம்: "இது என் தாய்நாட்டுக்கான சேவையாக இருக்கட்டும்!"

ஸ்பார்ட்டன்களை வெறும் போராளிகளாகவும் துணிச்சல்மிக்கவர்களாகவும் மட்டுமே பார்ப்பது தவறு. பிரெஸ்ஃபீல்டு தன் நாவலில் கூறியுள்ளதுபடி, "பயத்திற்கு நேரெதிரானது துணிச்சல் அல்ல. அது நேசம்." மற்றவர்கள்மீதான நேசம். பரஸ்பரம் ஒருவர்மீது மற்றவர்கள் கொண்டிருக்கின்ற நேசம். கருத்துகள்மீதான நேசம். தேசத்தின்மீதான நேசம். பலவீனமானவர்கள்மீதான நேசம். அடுத்தத் தலைமுறைமீதான நேசம். அனைவர்மீதான நேசம். லியோனிடாஸ் தன் மனைவியிடமிருந்து விடைபெறுவதற்கு முன்பு கூறிய வார்த்தைகள் என்ன தெரியுமா? "உன்னை நன்றாகக் கவனித்துக் கொள்கின்ற ஒருவனை மணந்து கொள். குழந்தைகளைப் பெற்றுக் கொண்டு நல்லதொரு வாழ்க்கையை வாழ்!" என்பதுதான். இது உங்களுடைய இதயத்தை உலுக்குகிறது, இல்லையா?

எலும்பு மஜ்ஜைவரை ஆழமாக ஊடுருவியுள்ள இந்த நேசம்தான் ஒருவரைத் தன் சுய பாதுகாப்பை அலட்சியப்படுத்திவிட்டு உண்மையான மகத்துவத்தை அடையச் செய்கிறது. அது, மற்றொருவருக்காக ஒரு துப்பாக்கிக் குண்டைத் தான் வாங்கிக் கொள்வதாக இருக்கலாம். அல்லது, தன் வேலைக்கு ஆபத்து வரக்கூடும்

என்று தெரிந்தும் மற்றவருக்காகப் பரிந்து பேசுவதாக இருக்கலாம். அல்லது, நீங்கள் சரியென்று கருதும் ஒன்றுக்காகக் குரல் கொடுக்கத் துணிவதாக இருக்கலாம்.

நைட்டிங்கேல், நோயால் அவதிப்பட்டுக் கொண்டிருந்த தன் நாட்டு மக்களின் வேதனை குறித்து அக்கறை கொண்டிருந்தார். சார்ல்ஸ் டி கோல், தன் நாட்டின் சுதந்திரத்தை மீட்டெடுப்பதற்காகத் தன் உயிரைப் பணயம் வைத்துப் போராடத் துணிந்தார். ஆனால், தெர்மோபைலேயில் ஸ்பார்ட்டன்கள் காட்டியிருந்தது இவை அனைத்தையும் தாண்டிய ஒன்று. உச்சகட்டச் சுயநலமின்மை. எல்லாச் சுயநலமின்மைக்கும் உச்சகட்டத் தியாகம் தேவைப்படுவதில்லை. ஆனால், தியாகம் இல்லாமல் சுயநலமின்மை இருக்க முடியாது. அவர்களுடைய தியாகங்கள் மகத்தானவை. லியோனிடாஸ் நினைத்திருந்தால், அவர் உயிர் பிழைத்திருந்திருக்கலாம். கிரேக்கர்கள் அனைவரும் சுதந்திரமாக இருக்க வேண்டும் என்பதற்காக அவர் தன் இன்னுயிரைத் தியாகம் செய்தார். நாம் அனுபவித்துக் கொண்டிருக்கின்ற சுதந்திரம்கூட அதன் தொடர்ச்சிதான்.

துணிச்சல் அரிது என்றால், கதாநாயகத்துவம் அரிதினும் அரிது. துணிச்சல் பகுத்தறிவுக்குப் புறம்பானது என்றால், நேசத்தைப் பைத்தியகாரத்தனமானது என்றுதான் வர்ணிக்க வேண்டும். அதன் மகத்துவம் நமக்குத் திகைப்பூட்டக்கூடியது. தர்க்கம், சுயநலம், பல்லாயிரக்கணக்கான ஆண்டுகாலப் பரிணாமப் படிவு ஆகியவற்றைத் தாண்டிய ஒன்று அது.

இக்கருத்தை ஒட்டுமொத்தமாகப் பிரதிநுதப்படுத்துகின்றவர்களாக நாம் ஸ்பார்ட்டன்களைப் பார்க்கத் தேவையில்லை. அவர்கள் அதன் முதல் எடுத்துக்காட்டுகள். நீதிமன்றத்தில் துணிந்து சாட்சி சொல்லிவிட்டு அடக்குமுறையை எதிர்கொண்டவர்கள், பெரும் முதலாளிகளை எதிர்த்துக் கேள்வி கேட்டத் தொழிற்சங்கத் தலைவர்கள், இயற்கையின் சீற்றத்திற்குள் மாட்டிக் கொண்டவர்களைக் காப்பாற்றுவதற்காக சாகசப் பயணங்களை மேற்கொண்டவர்கள், விளையாட்டின் நடுவில் ஏற்பட்டக் காயத்தின் வலியைப் பொறுத்துக் கொண்டு தங்களுடைய அணியை வெற்றி பெற வைத்தவர்கள் போன்றவர்களும் இந்தக் கணக்கில் சேர்த்துக்

கொள்ளப்பட வேண்டியவர்கள்தாம்.

துணிச்சலோடு சேர்த்து அதற்கு உச்சகட்ட விலையைக் கொடுக்கத் தயாராக இருக்கின்றபோதுதான் நாம் கதாநாயகன் அந்தஸ்தை அடைகிறோம். அது ஒரு கணம் நீடிக்கலாம். அல்லது ஓர் ஒற்றை நபரோடு நின்று போகலாம். அல்லது வரலாற்றுப் புத்தகங்களில் காலங்காலமாக இடம் பெறுவதற்கு இட்டுச் செல்லலாம்.

காரணமே அனைத்தையும் தீர்மானிக்கிறது

பீட்டர் தீல் கொடுத்துக் கொண்டிருந்த மறைமுக அழுத்தம் மிகவும் அதிகரித்தபோது, காக்கர் தளத்தின் எடிட்டர்கள் தவியாய்த் தவிக்கத் தொடங்கினர். தங்களுடைய வலைத்தளத்திற்கு விஜயம் செய்பவர்களின் எண்ணிக்கையை அதிகரித்தாக வேண்டிய கட்டாயம் அவர்களுக்கு ஏற்பட்டது. தங்களுடைய அடாவடித்தனமான செயல்கள் தங்களுடைய தொழிலைப் பாதிக்கவில்லை என்று நிரூபிக்க வேண்டிய கட்டாயத்திற்கு அவர்கள் ஆளாகியிருந்தனர். காலம் மாறிக் கொண்டிருப்பதை அவர்கள் உணர்ந்திருந்திருக்கலாம். அதற்கு முன்பு அவர்கள் செய்திருந்த எதற்கும் பொறுப்பேற்றுக் கொள்ள வேண்டிய கட்டாயம் அவர்களுக்கு ஏற்பட்டிருக்கவில்லை என்பதால், தாங்கள் தோற்கடிக்கப்பட முடியாதவர்கள் என்ற இறுமாப்பு அவர்களிடம் குறையாமல் இருந்திருக்கலாம்.

2015 ஜூலையில் காக்கரில் ஏற்பட்ட ஒரு நிகழ்வு, நிலைமை கட்டுமீறிப் போயிருந்ததை உணர்த்தியது. ஓரினச் சேர்க்கையாளராக விளங்கிய ஒரு நிறுவன அதிகாரியின் கதையை அவர்கள் வெளியிட்டனர். அதற்கு முன்பு அவர்கள் அதுபோலப் பலரை அம்பலப்படுத்தியிருந்தனர். ஆனால், இப்போது அவர்கள் நிதி நெருக்கடி மற்றும் எதிர்மறையான பொதுமக்கள் அபிப்பிராயம் ஆகிய இரண்டையும் கவனத்தில் எடுத்துக்

கொள்ள வேண்டியிருந்தது. அதனால், அந்த நிறுவனத்தின் எஜமானர்கள் அக்கதையைத் தங்களுடைய தளத்திலிருந்து நீக்க வேண்டிய இக்கட்டான நிலைக்குத் தள்ளப்பட்டனர்.

ஆனால், நிர்வாகம் தங்களுடைய சுதந்திரத்தில் தலையிடுவதாக அதன் எடிட்டர்களில் இருவர் கருதினர். அதனால், அதற்கு எதிர்ப்புத் தெரிவிக்கும் விதமாக அவர்கள் தங்களுடைய வேலையை இராஜினாமா செய்தனர். தங்களுடைய வேலை தணிக்கை செய்யப்படுவதை அவர்களால் பொறுத்துக் கொள்ள முடியவில்லை. அதற்காக அவர்கள் தங்கள் வேலையைத் துறக்கவும் தயாராக இருந்தனர்.

கொள்கைப் பிடிப்பின் காரணமாக வேலையைவிட்டு விலகுவதற்குத் துணிச்சல் தேவை என்று நாம் வாதிடலாம்தான். ஆனால், அறநெறிக் கண்ணோட்டம் கொண்டவர்கள், அந்த எடிட்டர்கள் அந்த நிறுவனத்தில் வேலை பார்த்ததைக் கேள்விக்கு உட்படுத்துவர். அவர்களுக்கு கொள்கையைப் பற்றிப் பேசுவதற்கு அருகதை கிடையாது என்று அவர்கள் சுட்டிக்காட்டுவர்.

உண்மையான துணிச்சல் என்பது தங்களைத் தாங்களே கண்ணாடியில் பார்த்து, தாங்கள் செய்துள்ள காரியங்கள் தங்களுக்குப் பெருமை அளிக்கின்றனவா என்று ஆராய்வதே. அதை அவர்களால் செய்ய முடியாது என்பதால், தங்களுடைய நிலைப்பாட்டில் தாங்கள் உறுதியாக இருந்ததைத் தெரிவிப்பதற்காகத் தங்களுடைய வேலையைத் துறக்க அவர்கள் தயாராயினர்.

இதில் துணிச்சல் இருக்கிறது என்றாலும், லூகன் பிரபு மடத்தனமான உத்தரவைப் பிறப்பித்திருந்ததோடு இது துல்லியமாக ஒத்துப் போகிறது.

எடிட்டர்களுக்குச் சுதந்திரம் இருக்க வேண்டும் என்பதில் மாற்றுக் கருத்து இருக்க முடியாது. எதற்கான சுதந்திரம் அது?

அது என்ன என்று காக்கர் எடிட்டர்களால் உங்களிடம் வெளிப்படையாகக் கூற முடியாது.

அமெரிக்கச் சுதந்திரப் போரில், அமெரிக்க ஒன்றியத்திற்கு எதிராகப் போரிட்டத் தெற்கத்திய படைகளிலும் துணிச்சல்மிக்க வீரர்கள் எண்ணற்றோர் இருக்கத்தான் செய்தனர். இந்தியாவிலும் ஆப்பிரிக்காவிலும் பிரிட்டன் காலனியாதிக்கம் செலுத்தியபோது, அப்படையில்

இருந்தவர்களில் பலர் துணிச்சல்மிக்கவர்களாக இருந்தனர். இரண்டாம் உலகப் போரின்போது, ஜப்பான் படையிலும் துணிச்சல்காரர்கள் இருக்கத்தான் செய்தனர்.

இவர்களைப் பற்றி நீங்கள் படித்தால் அவர்களுடைய துணிச்சலைக் கண்டு நீங்கள் வாயைப் பிளப்பீர்கள்.

ஆனால், உள்ளுணர்வுரீதியாக, இது ஒரு வெற்றுவேட்டுத்தனமான துணிச்சல் என்பதை உங்களால் எளிதில் உணர்ந்து கொள்ள முடியும். ஏனெனில், அவர்கள் போரிட்ட நோக்கம் இங்குக் கணக்கில் எடுத்துக் கொள்ளப்பட வேண்டும்.

கவிஞர் பைரன் பிரபு கூறியுள்ளதைப்போல:

நோக்கம்தான் அனைத்தும்.

அது வீழ்கின்றபோது, துணிச்சலும் அதனோடு சேர்ந்து சறுக்கிவிடுகிறது.

துணிச்சலை அதன் நோக்கத்திலிருந்து பிரித்து, அது எப்படி இருந்தாலும் நல்லதுதான் என்ற முத்திரையை அதன்மீது குத்த முடியாது. கதாநாயகர்கள் ஒரு காரண காரியத்தோடுதான் இயங்குகின்றனர். ஒன்றைச் செய்ய வேண்டும் என்பதற்காக அதைச் செய்வதில் என்ன அர்த்தம் இருந்துவிட முடியும்? படாடோபத்தை வெளிக்காட்டிக் கொள்வதற்காக மேற்கொள்ளப்படுகின்ற ஒரு காரியத்தைத் துணிச்சல் என்ற அடைப்புக்குறிக்குள் எப்படி அடைக்க முடியும்? கீழ்ப்படிதலுக்காக அது மேற்கொள்ளப்பட்டிருந்தால்? அல்லது ஒரு தவறான காரியத்திற்காக அது நடத்தப்பட்டிருந்தால்?

'புரோஃபைல்ஸ் இன் கரேஜ்' என்ற தன்னுடைய நூலில், ஜான் எஃப். கென்னடி, அமெரிக்கக் குடியரசுத் தலைவராக இருந்த ஆன்ட்ரூ ஜான்சனைப் பதவி நீக்கம் செய்வதற்காகக் கொண்டுவரப்பட்ட வாக்கெடுப்பில் கட்சியின் கட்டளையை மீறி எட்மன்ட் ஜி. ராஸ் வாக்களித்ததைப் பற்றிக் குறிப்பிடுகிறார். ஒரு குறிப்பிட்ட விஷயத்தில் கூட்டத்தோடு சேராமல் தனித்து நிற்பது என்பது பொதுவாகக் கடினமானதுதான். ஆனால், எட்மன்ட், வெள்ளை இன ஆதிக்கத்தைத் தூக்கி நிறுத்துவதற்காக அவ்வாறு செய்தார் என்பதுதான் இங்கு முக்கியமாகப் பார்க்கப்பட வேண்டிய ஒன்று. ஆனால்,

மாற்றி வாக்களித்ததன் மூலம், வருங்காலத்தில் மோசமான குடியரசுத் தலைவர்கள் பதவி நீக்கம் செய்யப்படுவதை அவர் மிகக் கடினமானதாக ஆக்கிவிட்டார்.

ஒரு மோசமான தொழிலில் ஈடுபட்டிருக்கின்ற ஒரு தொழிலதிபர் அதில் மேலும் முன்னேற்றுவதற்குத் துணிகரமான முயற்சிகளை மேற்கொள்ளலாம். தடுப்பூசிகளுக்கு எதிரான ஒருவர் குணப்படுத்தப்பட முடியாத நோய்களால் பீடிக்கப்படுகின்ற ஆபத்து இருந்தும் அதைத் துச்சமாக மதித்துத் தடுப்பூசி போட்டுக் கொள்ளாமல் இருக்கலாம். துணிகரமான இராணுவ நடவடிக்கையின் மூலம் ஒரு சர்வாதிகாரி ஆட்சியைப் பிடிக்கலாம். ஒரு முதியவரைக் கீழே தள்ளியதற்காகத் தண்டிக்கப்பட்ட ஒரு காவல் அதிகாரிக்கு ஆதரவாகச் சில காவல் அதிகாரிகள் துணிச்சலான போராட்டத்தில் இறங்கலாம்.

ஒருபுறம் துணிச்சல் என்ற ஒன்று இருக்கிறது. மறுபுறம் வெறுமையான துணிச்சல் என்ற ஒன்று இருக்கிறது.

அமெரிக்கக் கப்பற்படைப் பயிற்சிக் கல்லூரியில் ஒரு பயிற்றுவிப்பாளராக இருந்த ஓர் அதிகாரி இவ்வாறு விளக்கமளித்துள்ளார்: கையெறி குண்டு ஒன்றின்மீது காலை வைப்பது, அது யாரோ ஒருவரைக் காப்பாற்றுவதற்காக என்றால் மட்டுமே துணிச்சலான காரியமாகக் கருதப்படும். ஒரு சாதாரணமான துணிச்சலுக்கும் கதாநாயகத்தனமான துணிச்சலுக்கும் இடையேயுள்ள வேறுபாடு, அது எதற்காக மேற்கொள்ளப்படுகிறது என்பதில்தான் இருக்கிறது. அது சுயநலத்திற்காக மேற்கொள்ளப்படுகிறதா, அல்லது பொதுநலனுக்காக மேற்கொள்ளப்படுகிறதா?

சிசேரோ இவ்வாறு கூறியுள்ளார்: "ஸ்டோயிக்குகள் துணிச்சலை ஒரு நல்லொழுக்கமாகக் கருதுகின்றனர். ஆனால் அதற்கு ஒரு நிபந்தனை இருக்கிறது. ஒரு சரியான இலட்சியத்திற்காக அது மேற்கொள்ளப்பட்டிருக்க வேண்டும். தந்திரம் மற்றும் சூழ்ச்சியைப் பயன்படுத்தித் துணிச்சலான காரியங்களில் ஈடுபட்டவர்கள் ஒருபோதும் புகழை ஈட்டியதில்லை."

துணிச்சலாக இருப்பது நல்லதுதான். உங்களுக்கு முதுகெலும்பு இருக்கிறதா என்பதைத் தெரிந்து கொள்ள இந்த உலகம் ஆவலாகக் காத்துக் கொண்டிருக்கிறது.

ஆனால், அத்துணிச்சல், எதற்காக, யாருக்காக,

எப்போது பயன்படுத்தப்படுகிறது என்பதும் இங்கு முக்கியம்.

நோக்கம்தான் எல்லாமே.

சண்டையிடாதிருத்தலே துணிச்சல்

ஆபிரகாம் லிங்கன் அமெரிக்க உள்நாட்டுப் போரில் வெற்றி பெற்றார்.

ஆனால் அப்படிப்பட்டப் போர் ஒன்று நடைபெறாதிருக்க அவர் மேற்கொண்ட கடுமையான முயற்சிகள் பெரிதாகப் பேசப்படவில்லை என்பது வருத்தமானதொரு விஷயம்.

அவர் குடியரசுத் தலைவர் பதவிக்குப் போட்டியிட்டு ஜனநாயகரீதியாக அதில் வெற்றியடைந்திருந்தார். அரசியல் சட்டம் தனக்கு அளித்திருந்த அதிகாரத்தைத் தான் ஒருபோதும் துஷ்பிரயோகம் செய்ய மாட்டேன் என்று தேர்தல் பிரச்சாரத்தின்போது அவர் மீண்டும் மீண்டும் வாக்குறுதி அளித்திருந்தார். ஆனால், அவர் பதவியேற்பதற்கு முன்பாகவே தெற்கத்திய மாநிலங்கள் பிரிந்து சென்றுவிட்டன.

ஆனாலும், அவர் தன்னுடைய பதவியேற்பு விழா உரையை எப்படி முடித்தார் தெரியுமா? ஒவ்வொரு நபருக்குள்ளும் இருக்கின்ற நற்குணங்களை வெளிக் கொண்டுவரும்படி அவர் அழைப்பு விடுத்தார். பிரிந்து சென்ற தெற்கத்திய மாநிலங்களைப் பற்றிக் குறிப்பிட்டபோது, "நாம் எதிரிகள் அல்லர், நண்பர்கள். நாம் கண்டிப்பாக எதிரிகளாக ஆகிவிடக்கூடாது. நமக்கிடையே இப்போது உணர்ச்சிகள் கரைபுரண்டு ஓடிக்

கொண்டிருக்கலாம். ஆனால், நாம் நம்முடைய நேசப் பிணைப்பை அறுத்தெறிந்துவிடக்கூடாது," என்று அவர் கூறினார்.

தெற்கத்தியப் படைகள் ஒன்றியக் கோட்டைகளை முற்றுகையிட்டுச் சூழ்ந்து கொள்ளத் துவங்கியபோதும் லிங்கன் தன்னுடைய இந்த நிலைப்பாட்டை மாற்றிக் கொள்ளவில்லை. அவர் கோபப்பட்டுத் தன் குரலை உயர்த்தவில்லை. சீண்டலுக்குப் பலியாகவில்லை. தெற்குக் கரோலினாவிலுள்ள சம்டர் கோட்டை முற்றுகையிடப்பட்டபோது, அவர் படைகளையும் ஆயுதங்களையும் அங்கு அனுப்பி வைக்கவில்லை. மாறாக, அங்கு மாட்டிக் கொண்டிருந்தவர்களுக்கு உணவையும் பிற அத்தியாவசியப் பொருட்களையும் மட்டுமே அவர் அனுப்பி வைத்தார். ஏற்கனவே இறுக்கமாக மாறிக் கொண்டிருந்த ஒரு சூழலுக்கு நெருப்பு மூட்ட அவர் விரும்பாததுதான் அதற்குக் காரணம்.

நிகழத் தேவையில்லாத ஒரு மோதல் நிகழ்நதுவிடக்கூடாது என்பதில் அவர் உறுதியாக இருந்தார். வேதனை, அசௌகரியம், கவலை ஆகியவற்றை எதிர்கொள்ள உங்களுக்குத் துணிச்சல் தேவை. தேவையில்லாதபோது, நாம் அவற்றை எதிர்கொள்வதைத் தவிர்ப்பதோடு, எதிராளியும் அதனால் பீடிக்கப்படாமல் இருக்கப் பாடுபட வேண்டும் என்றுதான் ஞானமும் கருணையும் வலியுறுத்துகின்றன. அதனால்தான், ஒரு கதாநாயகன், ஒரு மோதல் நிகழ்கின்றபோது எந்த அளவுக்கு வீரதீரத்துடன் போராடுகிறானோ, அதே அளவுக்கு அந்த மோதல் ஏற்படாமல் தடுக்கவும் அவன் பாடுபடுகிறான்.

தேவைப்பட்டால், கோழைத்தனத்திற்குப் பதிலாக வன்முறையையே தான் தேர்ந்தெடுப்பேன் என்று மகாத்மா காந்தியே கூறியிருந்தார். ஆனாலும் அவர் அதைவிட மேன்மையான ஒன்றைத்தான் தேர்ந்தெடுத்தார். ஆயுதங்கள் எதுவும் இல்லாமல் போராடுவதற்கு இன்னும் அதிகத் துணிச்சல் தேவை. ஆயுதம் தாங்கிய, கோபத்துடன் இருக்கின்ற ஓர் எதிரியை அகிம்சையான முறையில் எதிர்கொள்வது என்பது சாமானியமானது அல்ல. பள்ளிக்குச் செல்ல விரும்பிய காரணத்திற்காகச் சுடப்பட்டுப் படுகாயம் அடைந்த இளம் மலாலா யூசப்சாயி எவ்வளவு துணிச்சலுடன் செயல்பட்டிருந்தார் என்று

கற்பனை செய்து பாருங்கள். “அக்கணத்தில் என் கையில் ஒரு துப்பாக்கி இருந்திருந்தால்கூட நான் அவர்களைச் சுட்டிருக்க மாட்டேன்,” என்று மலாலா பின்னர் கூறினார்.

ஒரு தீவிரமான போர்வீரனைவிட அதிகத் தீவிரமான நிலைப்பாடு இது.

ஆனால், இதிலுள்ள பிரச்சனை என்னவென்றால், இது படைவீரன் பாய்ந்து சென்று தாக்குகின்ற அளவுக்கு நாடகத்தனமாக இருக்காது. மக்கள் போரைப் பற்றிப் படிப்பதையே விரும்புகின்றனர். அதைத் தடுப்பதற்கு மேற்கொள்ளப்படுகின்ற சாதுரியமான இராஜாங்க நகர்வுகள் குறித்து அவர்கள் அக்கறை காட்டுவதில்லை. ஒரு நிறுவனத்தின் திரைமறைவுத் தில்லுமுல்லுகளை அம்பலப்படுத்துகின்ற விசிலூதிகளைப் பற்றி அறிந்து கொள்ள மக்கள் ஆர்வம் கொண்டுள்ளனர். ஆனால், ஒரு நிறுவனத்தில் அது போன்ற காரியங்கள் நிகழாமல் இருப்பதற்குத் தேவையான சீர்திருத்தங்களை மேற்கொள்ள முனைகின்ற முதன்மை நிர்வாக அதிகாரியின் முயற்சிகள் சுவாரசியமாக இருப்பதாக மக்கள் நினைப்பதில்லை. விஷயங்களை வித்தியாசமாகச் செய்கின்ற இலட்சியவாதிகளைப் பற்றிய திரைப்படங்கள் எடுக்கப்படுகின்றன. ஆனால், இச்சமூகத்திற்குள் தங்களைக் கச்சிதமாகப் பொருத்திக் கொள்கின்ற அதே நேரத்தில் வித்தியாசமான விஷயங்களைச் செய்கின்ற நபர்களை நாம் கண்டுகொள்வதில்லை.

நடைபெற்றிராத நிகழ்வுகளுக்கு யாராலும் சொந்தம் கொண்டாட முடியாது. மாபெரும் பொருளாதார வீழ்ச்சியைச் சமாளித்திருந்த விதத்திற்காக நாம் ஃபிராங்க்ளின் டி. ரூஸ்வெல்ட்டைப் பெரிதும் மதிக்கிறோம். ஆனால் அவருடைய உண்மையான சாதனை, வருங்காலத்தில் அதுபோன்ற நிகழ்வுகள் ஏற்படாமல் தடுப்பதற்காக அவர் கொண்டு வந்தப் பொருளாதாரச் சீர்திருத்தங்கள்தாம். பொருளாதாரக் குற்றவாளிகளைப் பிடிப்பதற்கும், அவர்களுடைய தில்லுமுல்லுகளைத் தடுப்பதற்கும் அவை வழிவகுத்தன. அவை இன்றுவரை பின்புலத்தில் திறமையாகச் செயல்பட்டுக் கொண்டிருக்கின்றன.

ஒரு நாட்டுக்கு, உடல்ரீதியான துணிச்சலை வெளிப்படுத்துவதற்குப் படைவீரர்களும், தார்மிகரீதியான

துணிச்சலை வெளிப்படுத்துவதற்கு மேன்மையான அரசியல் தலைவர்களும் தேவை. இதில் ஒருவர், மோதல்களைச் சமாளித்துக் கொள்வார். மற்றொருவர் அப்படிப்பட்ட மோதல்கள் உருவாகாமல் இருப்பதற்குத் தேவையான கொள்கைகளை வகுத்துக் கொள்ளவும், நல்லுறவுகளைப் பேணுவதற்கும் உதவுவார். நமக்குத் தளபதிகள் தேவைப்படுகின்ற அதே நேரத்தில், மனசாட்சிப்படிப் பிறருடன் மோதுவதைத் தவிர்க்க விரும்புபவர்களும் தேவை. ஏனெனில், இருவரும் அவரவர் வழியில் துணிச்சல்காரர்களே.

அறநெறியற்ற அனுகூலங்களைப் பெறுவதை இலக்காகக் கொண்ட போர்களில் வெற்றி பெறுவதில் எந்தவிதமான பெருமையும் இருக்க முடியாது. தேவையற்ற மோதல்களை உருவாக்குவதைக் காட்டிலும் மோசமான ஒழுக்கக்கேடான விஷயம் வேறு எதுவும் இருக்க முடியாது.

உங்கள் பக்கம் நியாயம் இருக்கலாம். அது முக்கியமல்ல. அதைச் செய்வதன் மூலம் நீங்கள் அவமானப்படாமல் தப்பித்துக் கொள்ளக்கூடும். அதுவும் ஒரு பொருட்டல்ல. அதன் மூலம் யாருடைய நற்பெயருக்காவது களங்கம் ஏற்படக்கூடுமா? இதைத் தீர்ப்பதற்கு இதைவிட மேம்பட்டத் தீர்மானங்கள் எதையும் வருங்காலத்தில் உங்களால் எடுக்க முடியுமா?

இவை கதாநாயகத்துவமான கேள்விகள். அவை தவிர்க்கப்படக்கூடியவையாக இருந்தால், அவை தவிர்க்கப்பட வேண்டும். விருப்புரிமையே வீரம்.

உங்கள் விருப்புரிமையைப் பயன்படுத்துவதற்கு உங்களுக்குத் துணிச்சல் தேவைப்படும் என்பதால்தான் அது வீரத்தின் ஒரு பகுதியாகக் கருதப்படுகிறது. பிறருடைய விமர்சனங்களால் தாக்கப்படுகின்ற அபாயத்திற்கு உங்களை ஆட்படுத்திக் கொள்வதற்கும், இழப்பு ஏற்பட்டால் அதற்குப் பொறுப்பேற்றுக் கொள்வதற்கும், சரியான செயல்களைச் செய்வதற்கும் துணிச்சல் தேவை. “அமைதிக்குப் பரிந்து பேசினால் தான் கோழை என்று குற்றம் சாட்டப்பட்டுவிடுவோமோ என்ற பயத்தின் காரணமாகவே மக்கள் அதற்காகக் குரல் கொடுப்பதில்லை,” என்று பெண்ணுரிமைப் போராளி ஹன்னா ஜான்ஸ்டன் பெய்லி கூறியுள்ளார். வியட்நாம் போரின்போது லின்டன் ஜான்சன் இந்தப் பொறிக்குள்தான் மாட்டிக் கொண்டார்.

அத்திட்டம் தோல்வி அடையும் என்பதை அவர் அறிந்திருந்தபோதிலும், தன்னை மென்மையானவராகக் காட்டிக் கொள்ள அவர் விரும்பவில்லை.

இதுபோன்ற தீர்மானங்களைத் தவிர்க்கக்கூடிய தனித்துவமான ஆற்றல் பெண்களுக்கு உண்டு என்று ஹன்னா நம்பினார். அதற்கு என்ன காரணம்?

புரிந்துணர்வு அதற்குக் காரணமாக இருக்கலாம். அதைச் செய்வதால் தாங்கள் எப்படிப் பார்க்கப்படுவோம் என்று அலட்டிக் கொள்வதற்குப் பதிலாக, அதன் பின்விளைவுகள் எப்படி இருக்கும் என்றும் பெண்கள் சிந்திப்பது அதற்குக் காரணமாக இருக்கலாம்.

நீங்கள் பயத்தின் இடத்திலிருந்து அல்லது சுயநலப் புள்ளியிலிருந்து பார்க்கின்றபோது, அதை நீங்கள் தவறவிடக்கூடும். அதற்குள் இன்னும் ஆழமாகக் காலைவிட்டு மாட்டிக் கொள்ளக்கூடும். நிஜமாகவும் சரி, தத்துவார்த்தரீதியிலும் சரி, போரில் வெற்றியாளர்கள் என்று எவரும் இருப்பதில்லை. சண்டையிடாமலேயே வெல்வதுதான் சிறந்தது என்று சன் சூ கூறியுள்ளார். போர் துவக்கப்படுவதற்கு முன்பே எதிரி தோற்கடிக்கப்படுவதை உறுதி செய்து கொள்கின்ற விதத்தில் நீங்கள் காய்களை நகர்த்த வேண்டும்.

ஆம், அதுதான் சரியான வழி.

அதுதான் லிங்கனுக்கு உதவியது. நாடு ஒன்றுபட்டிருப்பதைவிடப் போருக்கு அதிக முக்கியத்துவம் கொடுக்க முனைந்தவர்களைத் தடுத்து நிறுத்த எவ்வளவோ முயற்சித்தும் லிங்கனால் முடியவில்லை. ஆனால், தன்னுடைய சாதுரியமான காய் நகர்த்தல்கள் மூலம், எதிரிகள் போரில் வெல்வதற்கான வாய்ப்புகளை அவர் வெகுவாகக் குறைத்துவிட்டார். தாங்கள் பலிகடாக்கள் என்று கூறிக் கொண்டிருந்தபோதிலும், அந்த எதிரிகள் முதல் குண்டுகளைச் சுடும் நிலைக்கு அவர் அவர்களைத் தள்ளிவிட்டார்.

லிங்கனுக்கு ஈடுகொடுக்க முடியாத ஒரு நிலைக்குத் தாங்கள் தள்ளப்பட்டிருந்ததை அவருடைய எதிரிகள் உணரவில்லை. அவர்களிடம் வளவசதிகள் குறைவாக இருந்தன. அவர்களிடம் தந்திரோபாய உத்திகள் குறைவாக இருந்தன. அவர்களுக்குத் துணை நிற்க எவரும் முன்வரவில்லை. சர்வதேசச் சமுதாயத்தின் ஆதரவையும்

அவர்களால் திரட்ட முடியவில்லை. தங்களுடைய கலகம் எந்த அளவுக்குச் செலவுமிக்கதாகவும் அழிவுமிக்கதாகவும் இருக்கும் என்பதை அவர்கள் உணர்ந்திருக்கவில்லை.

நாம் கலந்துரையாடல்களில் ஈடுபடுவதற்கும் விட்டுக்கொடுப்பதற்கும் தயாராக இருக்க வேண்டும். அதற்காக நாம் பயந்தோட வேண்டும் என்று அர்த்தமில்லை. அற்பச் சண்டைகளைத் தவிர்ப்பதன் மூலம் அர்த்தமுள்ளவற்றுக்குப் போராட நம்மை நம்மால் தயார்படுத்திக் கொள்ள முடியும். இறுதியில் தெற்கத்திய மாநிலங்கள் போர் தொடுத்தபோது, பின்னாட்களில் சர்ச்சிலும் டி கோலும் போரிட்டதைப்போலவே லிங்கனும் மூர்க்கமாக எதிர்த்துத் தாக்கினார்.

சாத்தியமற்றத்தை எப்படிச் சாத்தியமாக்குவது? பிரச்சனையின் தீவிரத்தை எப்போது மட்டுப்படுத்த வேண்டும்? எப்போது இறங்கி அடிக்க வேண்டும்?

போராட்டம் நிஜமானதோ அல்லது அறநெறிரீதியானதோ, நாம் ஷேக்ஸ்பியரின் அறிவுரையைப் பின்பற்றுவது நல்லது. ஹாம்லெட் நாடகத்தில் வரும் வசனம் இது:

எச்சரிக்கையாக இருங்கள்.

ஒரு போராட்டத்திற்குள் கிடுகிடுவென
நுழைந்துவிடாதீர்கள்.

ஆனால், நுழைந்துவிட்டால், எதிரி உங்களைக் கண்டு
அஞ்சி நடுங்கும்படி செய்யுங்கள்.

பள்ளத்தாக்கை நீங்கள் கடந்தே ஆக வேணடும்

செனீக்கா நாடுகடத்தப்பட்டிருந்தார். எபிக்டெட்டஸும்தான். ஜெர்மானியத் தத்துவவியலாளரான ஹன்னா அரேன்ட் நாஜிக்களுக்கு எதிராகப் பேசியதால் எட்டு நாட்கள் சிறையில் அடைக்கப்பட்டார். பின்னர் நாட்டைவிட்டு வெளியேற வேண்டிய நிலைக்குத் தள்ளப்பட்டார். பூமி சூரியனைச் சுற்றி வருகிறது என்ற உண்மையை உரக்கச் சொன்ன காரணத்திற்காக கலிலியோ தன் வாழ்நாள் முழுவதும் வீட்டுக் காவலில் வைக்கப்பட்டார்.

எலனோர் ரூஸ்வெல்ட் ஓர் இளம் பெண்ணாக இருந்தபோது பெற்றோர் பேச்சைக் கேட்க மறுத்ததால் வேறு ஓர் இடத்தில் வசிப்பதற்காக அனுப்பப்பட்டார். அமெரிக்கக் கதாசிரியரான ஹெர்மன் மெல்வில் விமர்சகர்களால் வறுத்தெடுக்கப்பட்டார். ஸ்டீவ் ஜாப்ஸ் தான் துவக்கியிருந்த நிறுவனத்திலிருந்தே தூக்கி எறியப்பட்டார். சார்ல்ஸ் டார்வின், பரிணாம வளர்ச்சி குறித்தத் தன் கண்டுபிடிப்பை இருபத்து மூன்று ஆண்டுகள் தன் மனத்திற்குள்ளாகவே பூட்டி வைத்திருந்தார்.

நீங்கள் செய்கின்ற வித்தியாசமான காரியங்களுக்காக நீங்கள் நேசிக்கப்படுவீர்கள், பாராட்டப்படுவீர்கள் என்று

நீங்கள் நினைத்துக் கொண்டிருக்கிறீர்களா?

நாம் நம்முடைய கதாநாயகர்களைக் கொண்டாடினால் நன்றாகத்தான் இருக்கும். நாம் நம்முடைய மேதைகளுக்குச் சிவப்புக் கம்பளம் விரித்தால் நன்றாகத்தான் இருக்கும். ஆனால், நாம் அப்படிச் செய்வதில்லை. நாம் அவர்களைச் சித்திரவதை செய்கிறோம், அவர்களைத் துரத்திவிடுகிறோம்.

தன் இளமைக்காலத்தில் சர்ச்சில் ஒரு போர்க் கைதியாக இருந்தார். அவருடைய அரசியல் வாழ்க்கை உச்சத்தில் இருந்தபோது, அதிலிருந்து வெளியேறும்படி அவர் நிர்ப்பந்திக்கப்பட்டார். அவர் செய்த குற்றம்? ஜெர்மனியைப் பற்றிய அவருடைய கணிப்புதான் அதற்குக் காரணம். ஹிட்லர் பின்னர் ஒரு பெரும் அச்சுறுத்தலாக உருவாவார் என்று அவர் கூறியதுதான் காரணம். ஏனெனில், எவரும் இன்னொரு போரை எதிர்கொள்ளத் தயாராக இருக்கவில்லை. அவர் கூறியதைத் தவறென்று நிரூபிப்பதைக் காட்டிலும் அவரைத் துரத்துவது அவர்களுக்கு எளிதாக இருந்தது.

கிட்டத்தட்டப் பத்து ஆண்டுகளாகச் சர்ச்சில் தன் மாளிகைக்குள் சுருண்டு கிடந்தார். இல்லையில்லை, அப்படி அவருடைய எதிரிகள் நினைத்துக் கொண்டிருந்தனர். உண்மையில் அவர் ஏராளமான புத்தகங்களைப் படித்துக் கொண்டிருந்தார். எழுதித் தள்ளிக் கொண்டிருந்தார். நன்றாக ஓய்வெடுத்துக் கொண்டும் இருந்தார். தன் தொடர்பு வட்டத்தை மதிப்புமிக்க விதத்தில் விரிவுபடுத்திக் கொண்டிருந்தார். தன் கணத்திற்காகக் காத்துக் கொண்டிருந்தார்.

"ஒவ்வொரு தீர்க்கதரிசியும் நாகரிகத்திற்கு உள்ளே இருந்துதான் வர வேண்டும். ஆனால், அதற்கு முன்பாக ஒவ்வொரு தீர்க்கதரிசியும் ஏகாந்த உலகிற்குச் சென்றாக வேண்டும். அவனுக்குச் சிக்கலான சமுதாயம் குறித்தத் தீவிரமான கருத்துகள் இருந்தாக வேண்டும். அவன் தன்னந்தனியாகச் சில காலம் செலவிட்டாக வேண்டும், உள்முகமாக மனத்தைத் திருப்ப வேண்டும். இயல்புமீறிய மன உறுதியைக் கொண்ட ஒரு மனிதன் இப்படித்தான் உருவாக்கப்படுகிறான்," என்று சர்ச்சில் எழுதி வைத்துள்ளார்.

அப்படிப்பட்ட மன உறுதிதான் ஸ்டீவ் ஜாப்ஸிடம் இருந்தது. எலனோர் ரூஸ்வெல்ட்டிடம் இருந்தது.

அதைத்தான் நைட்டிங்கேலும் செர்பிகோவும் தங்களிடம் வளர்த்துக் கொண்டிருந்தனர். அவர்களுடைய பாதை இலகுவானதாக இருந்திருந்தால், அவர்களிடம் இவை உருவாகி இருந்திருக்காது.

நீங்கள் தவறாகப் புரிந்து கொள்ளப்பட்டிருப்பதை எவ்வளவு காலம் சகித்துக் கொண்டிருக்க நீங்கள் தயாராக இருக்கிறீர்கள்? தன்னந்தனியாக உங்களால் எவ்வளவு காலம் தாக்குப்பிடிக்க முடியும்? உங்களுடைய நிறுவனத்தில் உங்களுடைய கருத்துகளைத் தைரியமாகப் பதிவு செய்கின்ற ஒரே ஆளாக இருக்க நீங்கள் தயாரா? உங்கள் வட்டாரத்தில் விமர்சனக் குரல் எழுப்புகின்ற ஒரே நபராக இருக்க நீங்கள் தயாரா? நீங்கள் நம்பிக் கொண்டிருப்பதை அப்படியே கடைபிடிக்கவும், எவை செய்யப்பட வேண்டுமோ அவற்றைச் செய்யவும் நீங்கள் தயாரா?

சர்ச்சில் தன் சொந்த நலனைப் பாதுகாத்துக் கொள்வதற்காகத் தன் நிலைப்பாட்டிலிருந்து விலகிக் கொண்டிருந்திருக்கலாம். 1929 இல் சர்ச்சிலுக்கு வயது ஐம்பத்து நான்கு. நினைத்திருந்தால் அவர் பொது வாழ்க்கையிலிருந்து ஓய்வு பெற்றிருந்திருக்கலாம். வன்மம் தீர்க்கின்ற காரியங்களில் இறங்கியிருந்திருக்கலாம்.

ஆனால், அவர் அப்படி எதையும் செய்யவில்லை.

இறுதியில் தாய்நாடு அவருக்கு அறைகூவல் விடுத்தபோது, அதற்கு வெறுமனே செவிசாய்க்க மட்டும் அவர் தயாராக இருக்கவில்லை. அப்போது நாடு எந்த நெருக்கடியை எதிர்கொண்டிருந்ததோ அதைச் சமாளிக்க அவர் ஏற்கனவே தன்னைத் தயார்படுத்தி வைத்திருந்தார். இந்த உலகிற்கு அப்போது தேவைப்பட்ட, குமுறத் தயாராக இருந்த ஒரு மாபெரும் சக்தியாக அவர் உருவெடுத்திருந்தார்.

ஜனரஞ்சகமற்ற யோசனையை முன்மொழிய அவர் தயாராக இருந்தார். தான் நம்பிக்கை கொண்டிருந்த விஷயத்திற்காகப் போராடவும், அதற்காக வேதனைகளை அனுபவிக்கவும் அவர் தயாராக இருந்தார். வாழ்வா-சாவா என்ற சூழ்நிலையிலிருந்து புடம்போட்டத் தங்கமாக மீண்டு வருவதற்குத் தன்னை முழுமையாக அர்ப்பணித்துக் கொள்ள அவர் தயாராக இருந்தார். அபூர்வமான சில தலைவர்கள் தங்களுடைய காலத்தோடு கச்சிதமாகப் பொருந்தி இருப்பதோடு நின்றுவிடாமல், காலம் கடந்து

நிற்கின்ற ஆற்றலையும் கொண்டிருப்பர். அதற்கு அவர்கள் முதலில் தன்னந்தனியாக நிற்பதற்கும், தொடக்கக் காலத்தில் மிகச் சிறிய தொண்டர் படையோடு திருப்தி அடைவதற்குமான மனப்பக்குவத்தையும் கொண்டிருத்தல் அவசியம்.

தாங்கள் சமூகத்தால் ஒதுக்கி வைக்கப்படுவோம் என்ற அச்சத்தின் காரணமாகத் தங்களுடைய நம்பிக்கைகளைக் குறைத்துக் கொள்வது மட்டும் அவர்களுக்குச் சாத்தியப்படாது.

சமூகத்தால் புறக்கணிக்கப்படுவதை எவரும் விரும்புவதில்லை. ஆனால், துல்லியமாக அதுதான் நமக்குத் தேவை. இப்படிப்பட்டதொரு விளைவு ஏற்படக்கூடும் என்ற அச்சம், நாம் செய்தாக வேண்டிய வேலைகளைச் செய்யாமல் தடுக்க நாம் அனுமதித்துவிடக்கூடாது. நீங்கள் சொந்தக் காலில் நிற்கின்ற, முன்னோக்கு கொண்ட, கொள்கைப் பிடிப்புள்ள ஒரு நபராக இருந்தால், ஒரு கட்டத்தில் நீங்கள் தன்னந்தனியாக நிறுத்தப்படுவீர்கள். உங்களுடைய சகாக்களிலிருந்து நீங்கள் அப்புறப்படுத்தப்படுவீர்கள். நீங்கள் உங்களுடைய வேலையிலிருந்து தூக்கியெறியப்படலாம். நீங்கள் ஒரு தீண்டத்தகாதவராக ஆக்கப்படலாம் அல்லது அலட்சியப்படுத்தப்படலாம்.

இது உங்களை உடைக்க நீங்கள் அனுமதிக்கலாம். அல்லது நீங்கள் யாராக உருவெடுக்க வேண்டும் என்று விதி விரும்புகிறதோ அந்த நபராக உங்களைச் செதுக்கிக் கொள்ள நீங்கள் அனுமதிக்கலாம். அதற்கு, நீங்கள் செய்கின்ற வேலை மிக மிக முக்கியமானது என்றும், அது உங்களைவிட பிரம்மாண்டமானது என்றும் நீங்கள் நம்ப வேண்டும்.

'பாலைவனத்தைக் கடக்கத் துணிகின்ற' அரசியல்வாதிகள்பால் டி கோல் தனிப்பட்ட அபிமானம் கொண்டிருந்தார். அவர் அதை இரண்டாம் உலகப் போர் நடந்து கொண்டிருந்தபோதும் செய்தார், அதற்குப் பிறகும் செய்தார். பிரான்ஸ் ஒரு பெரும் நெருக்கடியில் சிக்கிக் கொண்டு மூச்சுத் திணறிக் கொண்டிருந்த சமயத்தில், 1946லிருந்து 1958வரை கிட்டத்தட்டப் பன்னிரண்டு ஆண்டுகள் அவர் அதிகாரமின்றி இருந்தார். தன் தாய்நாட்டை மீண்டும் புகழின் உச்சிக்குக் கொண்டு செல்வதற்கான அழைப்பு வருகின்றவரை அவர்

தன்னந்தனியாகத் தவம் புரிந்து கொண்டிருந்தார். அவருடைய நாடு அவரைக் கைவிட்டிருந்தபோதிலும், அதைத் தன்னால் காப்பாற்ற முடியும் என்ற நம்பிக்கையை அவர் ஒருபோதும் கைவிட்டிருக்கவில்லை.

மலைகளுக்கு இடையேதான் பள்ளத்தாக்குகள் இருக்கின்றன என்பதை நீங்கள் மறக்கக்கூடாது. நீங்கள் ஒரு மலையுச்சியிலிருந்து உருட்டிவிடப்பட்டிருக்கலாம். அல்லது தூக்கிக் கீழே வீசப்பட்டிருந்திருக்கலாம். அல்லது வழி தவறிக் கீழே வந்து சேர்ந்திருக்கலாம். எது எப்படியோ, நீங்கள் இப்போது பள்ளத்தாக்கில் இருக்கிறீர்கள்.

ஒரு பெரிய பாலைவனம். அல்லது ஆளரவமற்றப் பள்ளத்தாக்கு. இரண்டில் எதில் நீங்கள் சிக்கிக் கொண்டிருந்தாலும், நீங்கள் அதைக் கடந்து சென்றாக வேண்டும். அதற்கு உங்களுக்குப் பொறுமையும் தாங்குதிறனும் தேவைப்படும். எல்லாவற்றையும்விட முக்கியமாக அன்பு தேவைப்படும். இந்தக் காலகட்டம் உங்களை ஒரு கசப்பானவராக மாற்றிவிட நீங்கள் அனுமதித்துவிடக்கூடாது. மாறாக, அது உங்களை மேம்பட்டவராக ஆக்குவதை நீங்கள் உறுதி செய்து கொள்ள வேண்டும்.

ஏனெனில், பிறர் உங்கள்மீது நம்பிக்கை வைத்துள்ளனர்.

உங்கள்மீது நீங்கள் வைத்துள்ள நம்பிக்கையைக் கைவிட்டுவிடாதீர்கள். மற்றவர்கள்மீது நீங்கள் வைத்திருக்கின்ற நம்பிக்கையையும் தொலைத்துவிடாதீர்கள். தாங்கள் என்ன செய்கிறோம் என்பதை அவர்கள் அறிய மாட்டார்கள். ஆனால், நீங்கள் அறிவீர்கள். கடக்கப்படுவதற்காகவே இந்தப் பாலைவனம், இந்தப் பள்ளத்தாக்கு உங்களுக்குக் கொடுக்கப்பட்டுள்ளது. இது உங்களுடைய பயணத்தின் ஒரு பகுதி.

அதில் நீங்கள் கஷ்டப்படுவது இலக்கை மேலும் மகத்துவமானதாகவும் கதாநாயகத்தனமானதாகவும் ஆக்கும்.

அன்பின் தன்னலமின்மை

1969 கோடையில், கேப்டன் ஜேம்ஸ் ஸ்டாக்டேலுக்கு வயது நாற்பத்தாறு. போர்க் கைதியான அவருக்கு நிகழ்ந்து கொண்டிருந்த அடி உதைகள், பட்டினிகள் ஆகியவை அவரால் தாங்கிக் கொள்ள முடியாத அளவுக்கு இருந்தன. அவர் மிகவும் கஷ்டப்பட்டுக் கொண்டிருந்தார். பயந்து போயும் இருந்தார்.

அவரைச் சிறைபிடித்திருந்தவர்கள் அவரை ஒரு கேமராவின் முன் கொண்டுவந்து நிறுத்தி, அவர் நன்றாக நடத்தப்பட்டுக் கொண்டிருந்ததாகக் கூறுமாறு அவரிடம் கூறினர். பின் அவர் தன் முகத்தைச் சவரம் செய்து கொள்வதற்காக அவரிடம் ஒரு ரேஸரையும் கொடுத்தனர்.

ஆனால், கேப்டன் ஜேம்ஸ் அந்த ரேஸரை வைத்துச் சவரம் செய்து கொள்வதற்குப் பதிலாக, தன் நெற்றியிலிருந்து இரத்தம் கொட்டுகின்ற விதத்தில் அதைக் கொண்டு கீறிக் கொண்டார். அதோடு நின்றுவிடாமல், அங்கிருந்த ஒரு முக்காலியை எடுத்துத் தன் முகத்தின் மேல் மீண்டும் மீண்டும் அடித்துக் கொண்டார்.

இப்படியாக ஜேம்ஸ் தன் ஆக்கிரமிப்பாளர்களுக்கு எதிரான ஒரு நிழல் யுத்தத்தைத் தொடங்கினார்.

அவர் ஒரு போர்க் கைதியாக இருந்தபோதிலும், தன்னுடன் சேர்த்து அங்கு மாட்டிக் கொண்டிருந்த தன் படைவீரர்களுக்காகப் போராடத் தொடங்கினார்.

தாய்நாட்டுக்காகப் போராடுவதைக் காட்டிலும் தன் படைவீரர்களுக்காகப் போராடுவதற்கு அவர் அதிக முக்கியத்துவம் கொடுத்தார்.

அந்த ஆண்டின் பிற்பகுதியில், சிறையில் அடைக்கப்பட்டிருந்த படைவீரர்கள்மீதான சித்திரவதை கடுமையாக அதிகரிக்கத் தொடங்கியது. அதைத் தடுத்து நிறுத்த ஜேம்ஸ் தீர்மானித்தார். அதற்காகத் தன் உயிரைத் தியாகம் செய்யவும் அவர் துணிந்தார்.

அவர் எப்போதும் ஒரு நாற்காலியோடு சேர்த்துக் கட்டப்பட்டு வைக்கப்பட்டிருந்தார். அவர் தன் நாற்காலியை இழுத்துக் கொண்டு, அந்தச் சிறையிலிருந்த ஒரே ஒரு கண்ணாடிச் சன்னலுக்குச் சென்று அதை உடைத்தார். அதில் சிதறிய ஒரு பெரிய கண்ணாடித் துண்டைக் கொண்டு அவர் தன் மணிக்கட்டை அறுத்துக் கொண்டார். பின்னர் அது பற்றி அவர் எழுதியபோது, “வடக்கு வியட்நாமியர் என்னைக் கடுமையாகச் சித்திரவதை செய்தாலும், நான் செத்துப் போவதை விரும்பவில்லை. நான் கண்விழித்தபோது, அங்கு வடக்கு வியட்நாம் உயரதிகாரிகள் பலர் என்னைச் சுற்றி இருந்ததை என்னால் பார்க்க முடிந்தது. அன்றோடு அந்தச் சிறையில் சித்திரவதை முடிவுக்கு வந்தது,” என்று குறிப்பிட்டார்.

அவர் தற்கொலை செய்து கொள்ள முடிவு செய்தது தனக்காக அல்ல. தற்கொலை முயற்சியிலிருந்து தான் காப்பாற்றப்படுவோம் என்பது அவருக்கு அப்போது தெரியாது. அவருக்கு ஒரு மனைவியும் குழந்தைகளும் இருந்தனர். அவர் நம்பிக்கைகளையும் கனவுகளையும் கொண்டிருந்தார். தன் உயிரை மாய்த்துக் கொள்வதன் மூலம் அவர் மதிப்புமிக்கப் பல விஷயங்களை இழக்கத் தயாராக இருந்தார். ஆனாலும், பிறருடைய துன்பங்களைப் போக்குவதற்காக அவர் தன் நம்பிக்கைகளைக் காவு கொடுக்கத் தயாராக இருந்தார்.

ஆனால், அவரைச் சிறைபிடித்திருந்தவர்களுக்கு இதைப் புரிந்து கொள்ளும் திறன் இருக்கவில்லை. அனைத்துக் கைதிகளும் கடும் வேதனையில் இருக்கின்றபோது, ஒருவர் மற்றொருவருக்காகப் போராட முன்வருவார் என்று அவர்கள் எதிர்பார்த்திருக்கவில்லை.

காலங்காலமாக மதங்கள் போதித்து வந்த விஷயம்தான் அது. “நீ உன் சகோரதரனின் காப்பாளன்.” இது, “இதில்

எனக்கு என்ன இலாபம்?" என்ற அணுகுமுறைக்கு நேரெதிரானது.

அண்டை வீட்டானை நேசிப்பது என்பது வேறு, உன் சகாதரனின் காப்பாளனாக இருப்பது என்பது வேறு. அவனுக்காகத் தியாகம் செய்வது என்பது? "தன் நண்பர்களுக்காக உயிரைத் தியாகம் செய்வதைவிட மேலான நேசம் வேறு எதுவும் கிடையாது," என்று பைபிள் முழங்குவது இதனால்தான்.

பொதுவாக மிகவும் கடினமான முயற்சிக்குப் பிறகே, இப்போது நாம் வந்து சேர்ந்திருக்கின்ற இடத்தை நாம் வந்தடைந்திருப்போம். அதனால், மற்றவர்களுக்காகப் பரிந்து பேசக்கூட நாம் யோசிப்போம்.

ஒரு கதாநாயகன் என்பவன் சூழல்களுக்கு எதிராகத் தன்னந்தனியாகப் போராடுபவன் அல்லன். அது, நீங்கள் ஒரு பக்கம், மொத்த உலகமும் மறுபக்கம் என்ற ரீதியானது அல்ல. உலகின்மீது நீங்கள் கடும் கோபம் கொள்வது தொடர்பானது அல்ல இது. உலகிற்காக நீங்கள் என்ன செய்யத் தயாராக இருக்கிறீர்கள் என்பதைப் பற்றியது இது.

ஜேம்ஸுக்கு முன்பு, புத்தமதத்தைப் பின்பற்றியவர்களைத் தெற்கு வியட்நாம் அரசு கொடுமைப்படுத்தியதற்கு எதிர்ப்புத் தெரிவிப்பதற்காகத் திக் குவாங் டாக் என்ற புத்தத் துறவி பொது இடத்தில் வைத்துத் தன்னைத் தானே தீக்கிரையாக்கிக் கொண்டார். அந்தக் காட்சி ஒரு புகைப்படமாக எடுக்கப்பட்டு உலகெங்கும் அதிர்வலைகளை ஏற்படுத்தியது. தீயின் நாக்குகள் அவருடைய உடலைச் சூழ்ந்து கொண்டிருந்த சமயத்திலும் அவர் அமைதியாக உட்கார்ந்திருந்தார்.

துணிச்சல் என்பதற்கான மூல வார்த்தையின் பொருள் இதயம். திக் குவாங் அத்தீயில் எரிந்து போனபோதிலும், அவருடைய இதயம் உருக்குலையாமல் அப்படியே இருந்தது என்பது வியப்பான செய்தி. இன்றுகூட அவருடைய இதயம் எதிர்ப்புக் குரலின் புனித நினைவுச்சின்னமாகக் காட்சிப்படுத்தப்பட்டுள்ளது.

அப்படிப்பட்டதொரு காரியத்தைச் செய்ய அவரை எது தூண்டியிருந்தது?

அதற்கு எதிர்ப்பு மட்டுமே காரணமல்ல. நேசம்தான் அதற்குக் காரணம். அப்பாவிகள்பால் அவர் கொண்டிருந்த நேசம். வருங்காலத்தின்மீது அவர் கொண்டிருந்த

நேசம். அதை அவர் பார்க்கப் போவதில்லை என்பதை அறிந்திருந்தபோதிலும் அதில் அவர் துணிச்சலாக இறங்கியிருந்தார்.

நேசம் ஒருவரைக் கதாநாயகனாக ஆக்கும்.

ஜேம்ஸுும் அவருடைய சக கைதிகளும் அவ்வப்போது ஒருவரோடொருவர் சைகை மூலம் 'U' மற்றும் 'S' ஆகிய ஆங்கில எழுத்துகளைப் பரிமாறிக் கொள்வர். அவை அமெரிக்க ஐக்கிய நாடுகளைப் பிரதிபலிக்கவில்லை. மாறாக, 'யூனிடி ஓவர் செல்ஃப்' என்பதைப் பிரதிபலித்தன. 'சுயத்திற்கு முன்பாக ஒற்றுமை' என்பது அதன் அர்த்தம். அவர்கள் தனிமையாக உணர்ந்தபோதும், சித்திரவதை செய்யப்படுவதற்காக அழைத்துச் செல்லப்பட்டபோதும், சித்திரவதையைத் தாங்க முடியாமல் சில தகவல்களைத் தெரிவித்திருந்ததற்காகத் தங்களைத் தாங்களே அடித்துக் கொண்டபோதும் அந்த எழுத்துகளைப் பரிமாறிக் கொண்டனர்.

நீங்கள் எந்த ஒற்றுமைக் குரலின் ஓர் அங்கம்?

எதன்மீதான நேசம் உங்களுக்கு அதிகாரமளித்துக் கொண்டிருக்கிறது?

தாய்நாடு? அர்த்தமுள்ள ஒரு காரணம்? தோழர்கள்?

'இதில் எனக்கு என்ன இலாபம்?' என்ற கேள்விக்கு நேரெதிரானது இது. இப்படித்தான் நாம் நம்முடைய கட்டுப்பாடுகளைத் தகர்த்தெறிந்துவிட்டு மேலே எழுகிறோம்.

மக்களைப் பெரியவர்களாக ஆக்குங்கள்

மார்ட்டின் லூதர் கிங் ஜூனியரைப் பற்றிக் கேள்விப்படாதவர்களே இருக்க முடியாது.

ஆனால், ரால்ஃப் அபர்நாதியைப் பற்றி வெகு சிலரே கேள்விப்பட்டிருப்பர். ஒரு பாதிரியார் என்ற முறையில் தனக்கு ஒதுக்கப்பட்டிருந்த வீட்டைத் துறந்து, கிங்கின் வலதுகரமாக ஆனவர் இவர். அடுத்தது, ஸ்டேன்லி லெவின்சன். இவரைப் பற்றி இன்னும் குறைவானவர்களே கேள்விப்பட்டிருப்பர். இவர் கிங்கின் இயக்கத்திற்கு நிதியுதவிகள் செய்து கொண்டிருந்தார், கிங்கின் சொற்பொழிவுகளுக்கு உரையெழுதிக் கொடுத்துக் கொண்டிருந்தார். ஆனால், அமெரிக்க எஃப்பிஐ உளவு அமைப்பு தன்னை ஒரு கம்யூனிஸ்டாகச் சந்தேகித்துக் கண்காணித்துக் கொண்டிருந்தது என்பதை ஸ்டேன்லி உணர்ந்து கொண்டவுடன், இயக்கத்திற்குத் தன்னால் பிரச்சனை எதுவும் வந்துவிடக்கூடாது என்பதற்காக அவர் கிங்குடனான தன் உறவைத் துண்டித்துக் கொண்டார்.

மார்ட்டின் லூதர் கிங் தன்னுடன் நட்புறவு வைத்திருந்தது குறித்து அமெரிக்கக் குடியரசுத் தலைவர் கிங்கிற்கு எச்சரிக்கை விடுத்ததைத் தெரிந்து கொண்டவுடன், "எங்களுடைய உறவு குறித்து முடிவெடுக்கின்ற பொறுப்பை நான் கிங்கிடம் ஒப்படைக்க விரும்பவில்லை," என்று ஸ்டேன்லி முடிவெடுத்தார். அது அவருக்கு ஒரு

கடினமானதொரு முடிவாகத்தான் இருந்தது. ஆனாலும், எந்தவிதமான முணுமுணுப்பும் இன்றி அவர் அந்த முடிவை மேற்கொண்டார்.

விளையாட்டில் இரண்டு விதமான வீரர்கள் இருப்பர். சிலர் அத்திறனுடனேயே பிறந்திருப்பர். வலுவான உடற்கட்டு, குறிப்பிட்ட விளையாட்டைச் சிறப்பாக விளையாடுகின்ற திறனோடு அவர்கள் இருப்பர். மற்றவர்கள் அப்படிப்பட்டப் பிறவிக் கொடைகள் எதுவுமற்றவர்களாக இருந்தும், அவர்கள் இல்லாமல் அந்த விளையாட்டு சாத்தியமில்லை என்ற அளவுக்கு அவர்களுடைய செயல்பாடுகள் அமைந்திருக்கும்.

அவர்கள் மற்ற வீரர்களுக்கு ஒரு முன்மாதிரியாகத் திகழ்வர். குழுவிலுள்ள சக ஆட்டக்காரர்களுக்கு முக்கியத்துவம் கொடுப்பர். பிறரை அரவணைத்துச் செல்லும் தலைமைப் பொறுப்பை எளிதாக ஏற்றுக் கொள்வர். பிறரை வென்றெடுக்கின்ற இதயம் படைத்தவர்களாக இருப்பர். அமெரிக்கக் கூடைப்பந்துப் பயிற்றுவிப்பாளரான ஜான் ஊடன், "நீங்கள் எவ்வளவு உயரமாக உள்ளீர்கள் என்பது ஒரு பொருட்டல்ல. விளையாட்டில் நீங்கள் எந்த அளவுக்கு உயர்ந்திருந்தீர்கள் என்பதுதான் முக்கியம்," என்று தெரிவித்துள்ளார். தன்னுடைய குழுவின் உயரத்தை அதிகரிக்கின்ற வீரனே இன்னும் சிறப்பானவன். சிகாகோ புல்ஸ் அணியைப் பற்றி நினைக்கின்றபோது நமக்கு மைக்கேல் ஜோர்டன் மட்டுமே நினைவுக்கு வருகிறார். ஆனால், அந்த அணியின் கேப்டனான பில் கார்ட்ரைட்டின் தலைமையில்தான் அந்த அணி தொடர்ந்து மூன்று முறை சாம்பியன் கோப்பையை வென்றெடுத்திருந்தது.

அபர்நாதியும் ஸ்டேன்லியும் கிங்கின் உயரத்தை அதிகரித்தனர். அந்த இயக்கத்தை வலுப்படுத்தினர்.

உங்களைப் பற்றி அப்படி உங்களால் கூற முடியுமா?

உங்களுடைய சகாவை ஒருபோதும் கைவிட்டுவிடக்கூடாது என்பதுதான் எப்போதுமே இராணுவத்தின் முழக்கமாக இருந்து வந்துள்ளது. ஆனால், ஒரு கதாநாயகன் அதைத் தாண்டிச் செல்கிறான். மேன்மைத்துவத்தின் சாராம்சம் திறமை மற்றும் திறனைத் தாண்டிய ஒன்று. ஜாக்கி ராபின்சன் கூறியதுபோல, "ஒரு வாழ்க்கை பிறர்மீது எத்தகைய தாக்கத்தை ஏற்படுத்துகிறது என்பதைத் தாண்டி அதற்கு எந்தவிதமான அர்த்தங்களும்

கிடையாது.” தன்னுடைய அணி உறுப்பினர்களை விளையாட்டு அரங்கிற்குள் மட்டும் மேம்படுத்துவதோடு நின்றுவிடாமல், அரங்கிற்கு வெளியேயும் அதைச் செய்கின்ற ஒரு விளையாட்டு வீரன்; தன்னைச் சுற்றியுள்ள மக்களிடமிருந்து அதிகமானவற்றை வெளிக் கொணர்கின்ற ஒரு தலைவன்; தன் பார்வையாளர்களிடம் உத்வேகத்தைத் தூண்டிவிடுகின்ற ஒரு கலைஞன். தன் அமைதியின் மூலம் துணிச்சலைப் பிறரிடம் தொற்றச் செய்கின்ற ஒரு படைவீரன்.

நாம் பேசிக் கொண்டிருப்பது இவர்களைப் பற்றித்தான்.

நைட்டிங்கேலின் கதாநாயகத்துவத்தைக் கவிஞர் லாங்ஃபெல்லோ ஒரு கவிதையில் மிகச் சிறப்பாகச் சொல்லியிருக்கிறார். அது நைட்டிங்கேலின் துணிச்சலையோ அல்லது தனக்கு அளிக்கப்பட்டு வந்த மறுதலிப்புகள் குறித்துப் பெரிதாகக் குறைகூறாமல் அவர் அவற்றைச் சகித்துக் கொண்டதையோ பற்றியது மட்டுமல்ல. அவர் மக்களுக்காகச் செய்த விஷயங்களைப் பற்றியது அது.

நம்முடைய அன்றாடத் தேவையில் நமக்கு உதவுகின்ற
பிறருடைய வார்த்தைகள் மற்றும் செயல்களை நாம் கௌரவிப்போமாக!
அவர்களிடமிருந்து பொங்கி வழிவதன் மூலம் அவர்கள்
நம்மிடம் பற்றாக்குறையாக இருப்பதை நிரப்புகின்றனர்.

நைட்டிங்கேல் மக்களைப் பெரிதாக்கினார். அவர் மக்களை மேம்படுத்தினார்.

தெர்மோபைலோவில் ஒற்றுமையுடனும் சுயநலமின்மையுடனும் நின்று கொண்டிருந்த வீரர்கள் கிரேக்கத்தைப் பெரிதாக ஆக்கினர். தாங்கள் சிந்திய இரத்தத்தின் மூலம் அவர்கள் கிரேக்கத்தின் அங்கங்களை இணைத்தனர். பிரான்ஸிற்காக டி கோல் செய்திருந்தவற்றை அவருடைய கடுமையான விமர்சகர்கள்கூட மறுக்க மாட்டார்கள். ஏனெனில், பிரான்ஸ் மண்டியிட வேண்டிய நிலையில் இருந்தபோது, அது நிமிர்ந்து நிற்க அவர் உதவினார்.

நைட்டிங்கேல் விஷயத்தில் கூடுதலாக இருந்தது பரிவு. அபர்நாதியின் விஷயத்தில் துணிச்சலும், ஸ்டேன்லியின்

விஷயத்தில் தொழில் உத்தியும் கூடுதலாக இருந்தன.

எடுத்துக்காட்டுகளின் மூலம் அவற்றை மேற்கொள்ளலாம். சர்ச்சில் ஊக்குவிப்பு வார்த்தைகளின் மூலம் அதைச் செய்தார். குழுவின் நலனுக்கு இன்றியமையாதது என்பதால், பிறர் செய்ய விரும்பாத கடினமான அல்லது இனிமையற்றக் காரியங்களைச் செய்ய நீங்கள் தீர்மானிக்கலாம். உண்மைகள் வெளிப்படுத்தப்பட்டாக வேண்டும் என்று முடிவு செய்கின்ற ஒரு நபராக நீங்கள் இருக்கலாம்.

துளிகளாகத் துவங்குவதுதான் வெள்ளமாக ஆகிறது என்பதை நினைவில் கொள்ளுங்கள். ஒரே ஒரு நாடகம் ஒரு கலைஞனுக்குப் புனர்வாழ்வை அளிக்கலாம். ஓர் ஒற்றை வார்த்தை ஒரு படையை முன்னேறச் செய்யலாம் அல்லது பின்வாங்க வைக்கலாம்; ஒரு பைத்தியக்காரக் கூட்டத்தைத் தடுத்து நிறுத்தலாம் அல்லது அதைக் கட்டவிழ்த்துவிடலாம்.

அந்த நபராக யார் வேண்டுமானாலும் இருக்கலாம். அந்த நாடகத்தைத் தயாரிப்பவராக நீங்கள் இருக்கலாம்; அந்த ஒற்றை வார்த்தையை உதிர்ப்பவராக நீங்கள் விளங்கலாம். அந்தச் சிறு துளியாக நீங்கள் திரளலாம்.

அதைத்தான் கதாநாயகர்கள் செய்கின்றனர். அவர்கள் தாக்கம் ஏற்படுத்துகின்றனர். பிறரிடம் வித்தியாசத்தை ஏற்படுத்த அவர்கள் முனைகின்றனர். என்றைக்கும், என்றென்றைக்குமாக.

இதற்கான வெகுமதி தங்களுக்கு வழங்கப்படுகிறதா என்பதை அவர்கள் பொருட்படுத்துவதில்லை. வெற்றி நம்முடைய ஊக்குவிப்பாக இருக்க முடியாது. "மற்றவர்களை மேம்படுத்துகின்ற மனிதனே மகிழ்ச்சியாக இருக்கிறான். அவன் அவர்களுடன் இருக்கின்றபோது மட்டுமல்லாமல், அவர்களுடைய நினைவில் இருக்கின்றபோதும் அத்தாக்கத்தை ஏற்படுத்துகின்ற ஒருவனாகத் திகழ்கிறான்," என்று செனீக்கா கூறியுள்ளார். நம்முடைய தியாகங்களின் பயன்களை அறுவடை செய்ய நாம் இல்லாதிருந்தாலும் அப்படிச் செய்வது மதிப்பானதுதான். சாட்சியாளர்களின் மனத்தில் நாம் நீங்கா இடம்பெற்றிருப்போம்.

அதற்காகத்தான் நாம் இங்கு அனுப்பப்பட்டிருக்கிறோம். நமது கடமை, நம்மை மட்டும் மேம்படுத்திக் கொள்வது அல்ல. தங்களுடைய ஆகச் சிறந்த திறமைகளைப் பிறர்

உணர்ந்து கொள்ள வைப்பதையும் அது உள்ளடக்கியது. சில நேரங்களில் அதற்கு நீங்கள் ஒரு பெரும் விலையைக் கொடுக்க வேண்டி வந்தாலும் அதை நீங்கள் பொருட்படுத்தத் தேவையில்லை.

தயங்குவதற்கு நேரமில்லை

வெசுவியஸ் எரிமலை வெடித்தபோது, ஓட முடிந்தவர்கள் ஓடித் தப்பித்துக் கொண்டனர். வெகு தூரத்தில் இருந்தவர்கள் அதன் வெண்புகையையும் அது கொப்பளித்துக் கொண்டிருந்த சாம்பலையும் மட்டுமே கண்டனர்.

அதைப் பார்த்தபோது, ரோமானியத் தளபதியும் இயற்கையியலாளருமான கையஸ் பிலினியஸ் செகன்டஸிடம் பெரும் ஆர்வம் தொற்றிக் கொண்டது. அதை ஆராய அவர் திட்டமிட்டுக் கொண்டிருந்தபோது, பிலினியஸின் நண்பர் ஒருவர் மலையடிவாரத்தில் மாட்டிக் கொண்டிருந்த தகவலோடு ஒரு தூதுவன் அவரிடம் வந்து சேர்ந்தான். உடனே ஒரு படையை அழைத்துக் கொண்டு, தன் நண்பரையும் பிறரையும் காப்பாற்றுவதற்காகப் பிலினியஸ் ஒரு கப்பலில் துணிச்சலுடன் புறப்பட்டார்.

அவர்கள் அந்த இடத்திற்கு அருகேயிருந்த கடற்கரையை அடைந்தபோது, கரையிறங்க முடியாத அளவுக்கு, எரிமலைச் சீற்றத்திலிருந்து வெடித்தப் பொருட்கள் சிதறிக் கிடந்தன. கப்பல் மாலுமி அங்கிருந்து திரும்பிவிடலாம் என்று பிலினியஸுக்கு அறிவுரை கூறினார்.

ஆனால், அதற்குப் பிலினியஸ் செவிசாய்க்க மறுத்துவிட்டார். "துணிந்தவனையே அதிர்ஷ்ட தேவதை அரவணைத்துக் கொள்கிறாள்," என்ற

வாசகத்தின் சொந்தக்காரர் அவர்தான். தன் நண்பரைக் காப்பாற்றுவதற்காக அவர் அந்த ஆபத்திற்குள் நுழையத் துணிந்துவிட்டார்.

அவர் எந்தவிதமான தயக்கத்தையும் காட்டவில்லை. பிறரைக் காப்பாற்றுவதற்காகத் தன் உயிரைப் பணயம் வைக்க அவர் துணிந்தார்.

அவருடைய உறவினர் ஒருவர் பின்னர், "அவர் ஆர்வத்தின் காரணமாக அங்குச் செல்ல விரும்பினார். ஆனால், ஒரு கதாநாயகனாக அங்கு அவர் தன்னை நிலைநிறுத்திக் கொண்டார்," என்று குறிப்பிட்டுள்ளார். அதில் பிலினியஸ் உயிர்பிழைக்கவில்லை என்பது சோகமான விஷயம். அதிர்ஷ்ட தேவதை துணிச்சல்காரனை அரவணைத்துக் கொள்கிறாள் என்றாலும், அங்கு வெற்றிக்கு உத்தரவாதமெல்லாம் கிடையாது. அங்குள்ள ஒரே நிச்சயமான விஷயம், நெருக்கடியான கட்டத்தில் நாம் தயக்கம் காட்டினால் நம்மால் எதையும் சாதிக்க முடியாமல் போய்விடும், எவரையும் காப்பாற்ற முடியாமல் போய்விடும் என்பதுதான்.

2008 இல், ஈராக்கிலுள்ள ரமாடி என்ற ஊருக்கு அருகே இருந்த அமெரிக்க முகாம் ஒன்றை நோக்கி, ஒரு டன் எடை கொண்ட வெடிகுண்டுகள் அடங்கிய ஒரு வாகனம் வேகமாக வந்தபோது, அமெரிக்கப் படைவீரர்களான ஜோனாத்தன் யேலும் ஜோர்டன் ஹார்ட்டரும் அதன் வாயிலைக் காத்துக் கொண்டு நின்று கொண்டிருந்தனர். அதைக் கண்டவுடன் உள்ளூர்க் காவல் அதிகாரிகள் ஓடிவிட்டனர். ஆனால், அந்த அமெரிக்கப் படைவீரர்கள் இருவரும் தங்கள் உயிரைக் காப்பாற்றிக் கொள்வதற்கு முனையாமல் அந்த வாகனத்தை நோக்கிச் சரமாரியாகச் சுட்டனர். அதில் அந்த வாகனம் வெடித்துச் சிதறியது.

அந்த வெடிப்பில் அவர்கள் இருவரும் வெடித்துச் சிதறினர். அப்போது அவர்களுடைய வயது வெறும் இருபது மற்றும் இருபத்திரண்டு மட்டுமே. அதைத் தொடர்ந்து அங்கு வந்த ஜெனரல் ஜான் கெல்லி, அச்சம்பவம் குறித்து அங்கிருந்த சாட்சிகளிடம் கேட்டறிந்துவிட்டு இவ்வாறு கருத்துத் தெரிவித்தார்: "அவர்கள் நினைத்திருந்தால், அங்கிருந்து ஓடித் தப்பித்திருந்திருக்கலாம். அவர்கள் அப்படிச் செய்திருந்தாலும் அவர்களை எவரும் கோழைகள் என்று கூறியிருந்திருக்க மாட்டார்கள்.

ஆனால், அவர்கள் அப்படிச் செய்யவில்லை. தங்களைக் கடந்து செல்ல எதிரியை அனுமதிக்க மாட்டோம் என்று கடமை தவறாது செயல்பட்டு அதற்காகத் தங்களுடைய உயிரைக் கொடுத்துள்ளனர். அவர்கள் அப்படிச் செய்திருக்காவிட்டால், இன்னும் ஐம்பது அமெரிக்க வீரர்கள் அந்தக் குண்டுவெடிப்பில் இறந்திருப்பர். அவ்விருவருடைய செயலால் இரண்டு குடும்பங்களுக்கு மட்டுமே மாபெரும் இழப்பு ஏற்பட்டுள்ளது. இல்லையெனில் இன்னும் ஐம்பது குடும்பங்கள் பெருந்துயரத்தைச் சந்தித்திருந்திருக்கும்."

அத்துணிச்சலுக்கு ஒரு சில கண நேரத் தீர்மானம் மட்டுமே தேவைப்பட்டது. இன்னும் சொல்லப் போனால், உங்களுக்கு அவ்வளவு நேரம்தான் கிடைத்திருந்திருக்கும்.

"அவர்களுக்குத் தேவைப்படுகின்ற பணத்தைக் கொடுப்பது எனக்கு இப்போது சாத்தியப்படாது என்றாலும், நான் கொடுக்கிறேன்." "நோயுற்றிருக்கும் என் அம்மாவைப் பார்த்துக் கொள்வதற்காக நான் என் வேலையை இராஜினாமா செய்யப் போகிறேன். அதற்கு எவ்வளவு காலம் செலவாகும் என்பது எனக்குத் தெரியாது என்றாலும், அதைப் பற்றி எனக்குக் கவலையில்லை."

உங்களுக்குக் கூடுதல் நேரம் இருந்தால், நீங்கள் அளவுக்கதிகமாகச் சிந்திப்பீர்கள். அதைச் செய்யாமல் இருப்பதற்கு ஏதாவது ஒரு காரணத்தை நீங்கள் கண்டுபிடிப்பீர்கள். சுயபாதுகாப்பு உணர்வு தலைதூக்கி உங்களைப் பயமுறுத்தும், முடக்கிப் போடும்.

அப்போது உங்களுடைய நண்பர்களின் கதி என்னவாகும்? உங்களுடைய இலட்சியம் என்னவாகும்?

நீங்கள் போய்த்தான் ஆக வேண்டும். அந்த மின்னஞ்சலை நீங்கள் அனுப்பித்தான் ஆக வேண்டும். அந்தக் குழந்தையைக் காப்பாற்றுவதற்காக, சீறி வருகின்ற அந்த வாகனத்தின் முன் நீங்கள் பாய்ந்துதான் ஆக வேண்டும். அந்த இடத்தில் நீங்கள் பேசித்தான் ஆக வேண்டும். தொண்டையைச் செருமிக் கொள்வதற்குக்கூட உங்களுக்கு நேரம் இருக்காது.

அதை ஊறப் போடுவதற்கு உங்களுக்கு நேரம் வழங்கப்படாது. அனைத்துச் சாத்தியக்கூறுகளையும் சீர்தூக்கிப் பார்த்து எடைபோடுவதற்கு உங்களுக்கு நேரம் கிடைக்காது. ஆலோசனைகளைப் பெறுவதற்குக்கூட உங்களுக்கு நேரம் இருக்காது. ஏனெனில், அக்கணத்தில்

பிறர் உங்களை நம்பி இருப்பர். அப்படிப்பட்டதொரு சூழலைக் கையாள்வதற்காகத்தான் நீங்கள் பயிற்றுவிக்கப்பட்டிருப்பீர்கள். அந்தச் சூழல் அதைத்தான் உங்களிடமிருந்து எதிர்பார்க்கும். உங்களுடைய இலட்சியங்களும் அதைத்தான் உங்களிடமிருந்து கோரும்.

உங்களுடைய உள்ளுணர்வை நம்புங்கள். கடமையைச் செய்யுங்கள்.

அது வேலை செய்யலாம். அல்லது செய்யாமலும் போகலாம்.

எப்படியிருந்தாலும், ஒரு கதாநாயகன் அதைச் செய்வான்.

ஜான் கெல்லி கூறியபடி, அந்த இரு வீரர்களுக்கு மொத்தத்தில் ஆறு நொடிகள் மட்டுமே கிடைத்தன. சூழலைப் புரிந்து கொள்வதற்கு ஒரு நொடி. தங்களுடைய ஆயுதத்தை உயர்த்திச் சுடுவதற்கு ஒரு நொடி. அவர்களுடைய துப்பாக்கிக் குண்டுகள் வெளிப்பட்டு அந்த வாகனத்தை அடைந்து அதைத் தாக்குவதற்கு மேலும் இரண்டு நொடிகள். இன்னும் வாழ்வதற்கு ஒரே ஒரு நொடி. இந்தப் பத்தியைப் படிப்பதற்கு உங்களுக்கு ஆகியுள்ளதைவிடக் குறைவான நேரம் அது.

வெறும் ஆறு நொடிகள்.

"அவர்கள் தங்களுடைய குடும்பத்தைப் பற்றியோ, தங்களுடைய நாட்டைப் பற்றியோ, தேசியக் கொடியைப் பற்றியோ, தங்களுடைய உயிரைப் பற்றியோ, ஏன், தங்களுடைய இறப்பைப் பற்றியோகூடச் சிந்திப்பதற்கு அந்த நேரம் போதுமானதாக இருந்திருக்காது. ஆனால், தங்களுடைய கடமையைப் பற்றிச் சிந்திப்பதற்கு அவர்களுக்குப் போதுமான நேரம் இருந்திருக்கிறது. இவர்களைப் போன்ற நபர்கள்தாம் உலகெங்கும் உங்களைப் பாதுகாத்துக் கொண்டிருக்கிறார்கள்."

அவர்களைக் கைவிட்டுவிடாதீர்கள்.

நம் அதிர்ஷ்டத்தை நாம்தான் உருவாக்கிக் கொள்கிறோம்

சமூகவியலாளர்களும் வரலாற்றியலாளர்களும் 'தார்மிக அதிர்ஷ்டம்' என்ற ஒன்றைப் பற்றிப் பேசுகின்றனர்.

உலகத்தையே மாற்றப் போகின்ற இரகசியத்தை வெளியிடக்கூடிய வாய்ப்பு எல்லோருக்கும் கிட்டுவதில்லை. நீச்சல் தெரியாத ஒரு நபர் ஒரு நீர்நிலையில் விழுகின்றபோது அவரருகே இருக்கின்ற வாய்ப்பு எல்லோருக்கும் வாய்ப்பதில்லை. செவிலிச் சேவை அளிக்கின்ற துறையில் நுழைகின்றபோது, அது புராதனமான நிலையில் இருப்பதால், சிறிய துறைசார் அறிவுகூடக் கொண்டாடப்படக்கூடிய சூழல் எல்லோருக்கும் அமைந்துவிடுவதில்லை.

லியோனிடாஸ் அந்த முந்நூறு படைவீரர்களைத் தேர்ந்தெடுத்தபோது, இராணுவத்தால் சேர்த்துக் கொள்ளப்படுகின்ற வயது வரம்புக்குள் இருக்கின்ற 'அதிர்ஷ்டம்' எல்லோருக்கும் கிடைப்பதில்லை. பெண்களுக்கு வாக்குரிமை கேட்டுப் போராடுகின்ற காலகட்டத்தில் ஒரு பெண்ணியவாதியாக இருக்கின்ற பொன்னான வாய்ப்பு எல்லோருக்கும் வாய்ப்பதில்லை. அதை அதிர்ஷ்டம் என்று அழைக்க முடியுமா?

ரோஸ்பெரி பிரபு குறித்துச் சர்ச்சில், "அற்புதமான தலைவர்களும் அற்ப நிகழ்வுகளும் இடம்பெற்றிருந்த

ஒரு காலகட்டத்தில் வாழ்ந்தவர் ரோஸ்பெரி," என்று குறிப்பிடுகிறார். அந்த விக்டோரியா காலகட்டம் அமைதியாக இருந்ததைத்தான் அவர் அப்படிக் குறிப்பிட்டிருந்தார்.

பத்தொன்பதாம் நூற்றாண்டின் மத்தியில் பிரம்மாண்டமான நிகழ்வுகள் அரங்கேறிக் கொண்டிருந்தன, அநியாயமான அநீதிகள் தலைவிரித்தாடிக் கொண்டிருந்தன. அப்பாவிகளின் உதவிக் குரல்கள் உரக்க ஒலித்துக் கொண்டிருந்தன.

அப்போது இந்த 'அற்புதமான தலைவர்கள்' எங்கே போயிருந்தனர்?

அமெரிக்கா 1865 வரையிலும், பிரேசில் 1888 வரையிலும் கொத்தடிமைத்தனத்தைத் தடை செய்திருக்கவில்லை. ரோஸ்பெரியின் காலகட்டம் முழுவதும் இங்கிலாந்திலுள்ள தொழிற்சாலைத் தொழிலாளர்களின் வேலைச் சூழல் படுபயங்கரமானதாக விளங்கிக் கொண்டிருந்தது. பிரிட்டனின் காலனியாதிக்கம் தட்டிக் கேட்க ஆளின்றித் தலைவிரித்தாடிக் கொண்டிருந்தது. அயர்லாந்துப் பிரச்சனைக்குத் தீர்வு காண முடியும் என்று பிரித்தானிய அரசியல்வாதிகள் எவருக்கும் நம்பிக்கை இருக்கவில்லை. மக்களைப் பற்றிய எந்தவிதமான கவலைகளும் இன்றி, எடுத்ததற்கும் தொடுத்தத்தற்கும் நாடுகள் போரில் ஈடுபட்டன. இலட்சக்கணக்கான மக்கள் பட்டினியால் வாடினர். இலட்சக்கணக்கான மக்கள் அடக்குமுறைக்கு ஆளாயினர். ஏராளமான விஷயங்கள் சீர்திருத்தப்படாமல் போயின.

அந்தக் காலகட்டத்தில் ஏகப்பட்ட விஷயங்கள் நிகழ்த்தப்பட்டிருந்திருக்கலாம். பெரும் நிகழ்வுகள் நிகழ்ந்திருந்த சர்ச்சில் காலகட்டத்திற்கும் இது பொருந்தும். 1943 இல் ஏற்பட்ட, பல இலட்சம் மக்களைப் பலி வாங்கிய மாபெரும் வங்காளப் பஞ்சத்தை அவர் இன்னும் சிறப்பாகக் கையாண்டிருந்திருக்கலாம். மகாத்மா காந்தியின் அறநெறி அறைகூவலை அவர் இன்னும் பொறுமையாகச் செவிமடுத்திருந்திருக்கலாம். வரலாற்றில் சர்ச்சில் மிகச் சிறப்பாகச் செயல்பட்டிருந்த தருணங்கள் ஏராளமாக இருந்திருந்தாலும், பல விஷயங்களை அவர் கோட்டைவிட்டிருந்தார் என்பதே உண்மை. இது உங்களுக்கும் பொருந்தும். நீங்கள் யாராக இருந்தாலும்

சரி, எந்த இடத்தில் இருந்தாலும் சரி, உங்களுடைய வாழ்க்கையில் இப்போது என்ன நடந்து கொண்டிருந்தாலும் சரி, உங்களால் இன்னும் அதிகமாகச் செய்ய முடியும் என்ற உண்மையை உங்களால் மறுக்க முடியாது.

தனக்காக அல்லாமல் பிறருக்காகச் செய்யப்பட வேண்டியவற்றைச் செய்பவன்தான் கதாநாயகன். விஷயங்களை நிகழ்த்துகின்றவன் அவன். தன்னுடைய சொந்த அதிர்ஷ்டங்களை அவன் உருவாக்கிக் கொள்கிறான். ஷேக்ஸ்பியர் கூறியுள்ளபடி, "நம்மைத் தேடிக் கொண்டிருக்கின்ற நேரத்தை நாம் சந்திக்கிறோம்." அதே சமயம், நாமும் வலிந்து நேரத்தைத் தேட வேண்டும்.

நாம் வாளாவிருக்க முடியாது. நாம் கையைக் கட்டிக் கொண்டு காத்துக் கொண்டிருக்க முடியாது. நாம் செயலில் இறங்கியாக வேண்டும்.

மார்க்கஸ் அரேலியஸ் கூறியுள்ளபடி, "நீங்கள் உங்களுக்காக உருவாக்கிக் கொள்வது நல்லதிர்ஷ்டத்தைத்தான். நல்ல பண்புகள், நல்ல நோக்கங்கள், நற்செய்கைகள் ஆகியவை அடங்கிய நல்லதிர்ஷ்டம் அது."

நாம் நினைத்துக் கொண்டிருப்பதைப்போல நம் கைகள் கட்டிப் போடப்பட்டிருப்பதில்லை. செய்வதற்குக் கதாநாயகனுக்கு எப்போதுமே ஏதாவது ஒன்று இருக்கத்தான் செய்யும். அவர்கள் உதவக்கூடிய யாரோ ஒருவர் இருந்து கொண்டுதான் இருப்பார்.

சார்ல்ஸ் டி கோல், சோஃபியா ஃபாரர், ஃபிரெடரிக் டக்ளஸ் ஆகியோர் சந்தித்திருந்த சவால்களை நாம் சந்திக்க வேண்டிய நிலை நமக்கு ஏற்படாதிருக்கலாம். நம்முடைய கணங்கள் அந்த அளவுக்கு பிரம்மாண்டமானவையாக இல்லாதிருக்கலாம். நாம் பணயம் வைக்க வேண்டிய விஷயம் அந்த அளவுக்குப் பெரிதாக இல்லாதிருக்கலாம். அப்படி இல்லாதிருப்பதும் ஒரு விதத்தில் நல்லதுதான். ஆனால், அதை நாம் ஒரு சாக்குப்போக்காகப் பயன்படுத்தக்கூடாது.

சிறியதோ அல்லது பெரியதோ, நம்முடைய சொந்த அதிர்ஷ்டத்தை நாம்தான் உருவாக்கிக் கொள்ள வேண்டும். நைட்டிங்கேல் போன்றவர்களுக்குத்தான் அழைப்புகள் வரும் என்று நாம் நினைக்கக்கூடாது. உள்ளூர் அளவிலோ அல்லது உலக அளவிலோ பெரும் தாக்கம் ஏற்படுத்தக்கூடிய ஒன்றைச் செய்வதற்கான

அழைப்பு நமக்கு அனுப்பப்பட்டிருக்கவில்லை என்று நாம் வாளாவிருந்துவிடக்கூடாது.

இருளைச் சபித்துக் கொண்டிருக்க வேண்டுமா அல்லது ஒரு மெழுகுவர்த்தியை ஏற்றி வைக்க வேண்டுமா? கடல் அமைதியாக இருப்பதற்காக அதை நொந்து கொள்ள வேண்டுமா அல்லது நம் படகில் ஒரு மோட்டாரைப் பொருத்திக் கொள்ள வேண்டுமா?

நம்முடைய மன உறுதியின் மூலம் நம்மால் நம்முடைய நோக்கத்தை நடைமுறைப்படுத்த முடியும். கதாநாயகர்களாக ஆவதை நம்மால் தேர்ந்தெடுத்துக் கொள்ள முடியும்.

பயமின்மையின் மூலம் உத்வேகமூட்டுங்கள்

1945 ஆக்ஸ்ட் 30 அன்று ஜெனரல் டக்ளஸ் மெக்ஆர்தர் ஜப்பானில் வந்திறங்கினார். நேச நாடுகளுக்கும் அச்சு நாடுகளுக்கும் இடையேயான போர் அப்போதுதான் முடிவுக்கு வந்திருந்தது. இரண்டாம் உலகப் போர் நடைபெற்றுக் கொண்டிருந்த ஆறு ஆண்டுகளில், எதிரிகளின் காலணிகள் ஒருபோதும் ஜப்பானிய மண்ணில் பதிந்திருக்கவில்லை.

மெக்ஆர்தருக்கு அங்கு ஆபத்து காத்துக்கொண்டிருக்கும் என்று உளவுத் துறை அவரை எச்சரித்தது. இன்னும் சில காலம் காத்திருக்கும்படி அவருக்கு ஆலோசனைகள் வழங்கப்பட்டன.

ஆனாலும், மெக்ஆர்தர் நிராயுதபாணியாக எதிரியின் குகைக்குள் நுழைந்தார்.

அவர் இராணுவத் தலைமையகத்திலிருந்து டோக்கியோவிற்குக் கிளம்பியபோது அவருடைய பாதுகாவலர்கள் தங்களுடைய துப்பாக்கிகளை எடுத்து இடுப்புகளில் செருகினர். அதைக் கண்ட மெக்ஆர்தர், அவர்களிடம் இவ்வாறு கூறினார்: "துப்பாக்கிகளை எடுத்து வர வேண்டாம். அவர்கள் நம்மைக் கொல்வதற்குத் திட்டமிட்டிருந்தால், இந்தத் துப்பாக்கிகளால் ஒரு பயனும் இருக்காது. நாம் முழுமையான பயமின்மையை வெளிப்படுத்துவதன் மூலம் நம்மால் அவர்களைக்

கலகலக்கச் செய்துவிட முடியும். தாங்கள் ஏற்கனவே மண்ணைக் கவ்விவிட்டோம் என்பதை அவர்கள் இதுவரை உணராதிருந்தால், நம்முடைய இச்செயல் அதை அவர்களுக்குத் தெள்ளத் தெளிவாக உணர்த்திவிடும்."

தற்கொலைப் படையினரை அனுப்பித் தாக்குதல் நடத்திக் கொண்டிருந்த ஜப்பான் எப்படி அமைதி விரும்பியாக ஆனது, தன் முதுகெலும்பை உடைத்த ஒரு நாட்டோடு கொஞ்சிக் குலாவ முடிவெடுத்தது என்பதற்கான விடை அந்த நாள்தான். அங்குச் சென்றிறங்கிய மெக்ஆர்தர் துளிகூட சந்தேகத்தையோ அல்லது பயத்தையோ வெளிப்படுத்தவில்லை. அங்கு இருந்தபோது அவர் மேற்கொண்ட ஒவ்வொரு நடவடிக்கையும் திட்டமிட்ட முறையில் செயல்படுத்தப்பட்டது. உணவில் நஞ்சு சேர்க்கப்பட்டதா என்பதைச் சோதிக்காமலேயே உண்டது அதற்கான எடுத்துக்காட்டுகளில் ஒன்று. அவர் இராணுவச் சட்டத்தை விலக்கிக் கொண்டார். தான் அமைதிக்காக வந்திருந்ததை அனைத்து விதங்களிலும் அவர் வெளிப்படுத்தினார். அவருடைய ஒவ்வொரு நடவடிக்கையும் அவருடைய தன்னம்பிக்கையைப் பறைசாற்றிக் கொண்டிருந்தது.

இது, எதிரியிடமிருந்து வருகின்ற பீரங்கிக் குண்டுகளை எதிர்கொள்வதற்கு ஒப்பானது அல்ல என்பது உண்மைதான். ஆனால், இதற்கு அதிகமான ஒழுங்கும் அர்ப்பணிப்பும் தேவை. இரண்டாம் உலகப் போரின் உச்சகட்டத் துணிகரமான செயல் அதுதான் என்று சர்ச்சில் அதைப் பாராட்டினார். மெக்ஆர்தர் தன்னுடைய தனிப்பட்டப் பாதுகாப்பு குறித்துத் துளிகூடக் கவலைப்படவில்லை. உலகில் அமைதி நிலவ வேண்டும் என்பதையும், உலகப் பொருளாதாரம் மறுகட்டமைப்பு செய்யப்பட வேண்டும் என்பதையும் மட்டுமே அவர் தன் நோக்கமாகக் கொண்டிருந்தார்.

மெக்ஆர்தர் எத்தனை உயிர்களைக் காப்பாற்றி இருந்தார்? அதனால் எத்தனை கொரில்லா அமைப்புகள் தலையெடுக்காமல் தடுக்கப்பட்டன? எத்தனை கலகங்கள் தடுக்கப்பட்டன? பசிபிக் கடலில் இருந்த அனைத்துத் தீவுகளும் ஏதோ ஒரு விதத்தில் போரால் பாதிக்கப்பட்டிருந்தன. ஆனால் டோக்கியோ மட்டும் ஒரு குண்டுத் தாக்குதல்கூட இல்லாமல் தப்பித்துவிட்டது.

மெக்ஆர்தர் அங்கு வருகை தந்ததன் மூலம் போருக்கு முற்றுப்புள்ளி வைக்கப்பட்டதை அவர் உறுதி செய்தார். அதை ஜப்பானியர்களும் நம்பினர். ஐயுறவு கொண்டிருக்கின்ற ஒரு இராணுவத் தளபதி அங்குச் சென்றிருந்தால் அவரால் இதைச் சாதித்திருந்திருக்க முடியுமா என்பது சந்தேகமே. அதேபோல, பழிவாங்குகின்ற மனநிலையைக் கொண்டிருந்த ஒருவர் சென்றிருந்தாலும் விளைவுகள் வேறு மாதிரியாக இருந்திருக்கும்.

மெக்ஆர்தரின் விமானம் ஓடுபாதைக்கு மேல் வட்டமிட்டுக் கொண்டிருந்தபோதோ, அவர் தங்கியிருந்த ஓட்டலில் அவர் சாப்பிட்டுக் கொண்டிருந்தபோதோ அவர் பயந்து போய் இருந்தாரா? தான் அங்கு இருந்திருக்காமல் இராணுவத் தலைமையகத்தில் இருந்திருந்தால் நன்றாக இருந்திருக்கும் என்று அவர் நினைத்தாரா? அதுபோன்ற எண்ணங்கள் கண்டிப்பாக அவர் மனத்தில் தலைதூக்காமல் இருந்திருக்காது. ஆனால், உலக அமைதிக்காக அவை அனைத்தையும் புறந்தள்ளியாக வேண்டிய நிலையில் அவர் இருந்தார். முழுமையான பயமின்மையை அவர் வெளிப்படுத்த வேண்டியிருந்தது, மிடுக்குடன் அதில் குதிக்க வேண்டியிருந்தது.

தலைசிறந்த தலைவர்கள் அனைவரும் இதை உணர்ந்திருந்தனர். டி கோல், பிரெஞ்சு மக்கட்கூட்டத்திற்குள் தன்னை மூழ்கடித்துக் கொள்வதை வழக்கமாகக் கொண்டிருந்தார். மெக்ஆர்தரின் பாதுகாவலர்களைப்போலவே, டி கோலின் பாதுகாவலர்களும் அவருடைய இந்தச் செய்கையைச் சந்தேகக் கண்களுடனேயே பார்த்தனர். ஆனாலும், டி கோல் அந்த எச்சரிக்கைகளை அலட்சியப்படுத்தினார்.

பாரீஸ் நகரம் விடுவிக்கப்பட்டவுடன், அதன் சாலைகளில் வெற்றி அணிவகுப்பை நடத்த டி கோல் திட்டமிட்டிருந்தபோது, அந்நகரின்மீது பாய்ந்து கொண்டிருந்த குண்டு மழை முழுமையாக நின்றிருக்கவில்லை. ஆங்காங்கே மோதல்கள் நடைபெற்றுக் கொண்டிருந்தன. ஆனால், அவர் துணிச்சலாக அதை மேற்கொண்ட காரணத்தால், மக்கள் அவர் பின்னால் பெரும் திரளாகத் திரண்டனர். அது பிரான்ஸின் விடுதலைக்கு வெகுவாக உதவியது. அதற்காக அவர் தன் உயிரைப் பணயம் வைத்தார். ஆனால், பிரெஞ்சு

மக்களுடன் அவர் கொண்டிருந்த வாழ்நாள் காலப் பிணைப்பை அது உறுதி செய்தது. போருக்குப் பிந்தைய நெருக்கடிகளை எதிர்கொள்ள அது பிரெஞ்சு மக்களைத் தயார்படுத்தியது.

ஒரு தலைவன் என்பவன் நெடிதுயர்ந்த மதில்களால் சூழப்பட்ட ஒரு கோட்டைக்குள் ஒரு தங்க சிம்மாசனத்தில் அமர்ந்து கொண்டிருக்க முடியாது. அவர்கள்மீது இந்த உலகம் தூக்கி எறிகின்ற அனைத்தையும் அவர்களுடைய பாதுகாவலர்களும் அதிகாரிகளும் தாங்கிக் கொண்டிருக்கும்படி விட்டுவிட முடியாது. எங்காவது முடங்கிக் கிடப்பதன் மூலம் அனைத்து விதமான அச்சுறுத்தல்களிலிருந்தும் அவர்களால் ஒருபோதும் தங்களை முழுமையாகப் பாதுகாத்துக் கொள்ள முடியாது.

தலைவர்கள் என்போர் களத்தில் இறங்கத் தயாராக இருக்க வேண்டும். அது, அரசியல் தலைவர் ஒருவர், மேற்கூரையில்லாத ஒரு வாகனத்தில் பயணிப்பதாக இருக்கலாம்; ஒரு நிறுவனத்தின் அதிகாரி தன் அறையின் கதவை எப்போதும் திறந்து வைத்திருப்பதாக இருக்கலாம்; பிறர் மறைக்க முயற்சிப்பதை வெளிப்படையாகக் காட்ட முயல்கின்ற துணிச்சலாக இருக்கலாம். இதுபோன்ற விஷயங்கள், ஆபத்துகளைத் தவிர்ப்பதற்கு எடுக்கப்படும் நடவடிக்கைகளைவிடக் கூடுதலான பாதுகாப்பைக் கொடுக்கும். ஒரு நிறுவனத்தின் தலைவர் பத்திரிகையாளர் சந்திப்பை ஏற்பாடு செய்து, குற்றம் சாட்டுகின்ற அல்லது அசௌகரியத்தை ஏற்படுத்துகின்ற கேள்விகள் உட்பட, அவர்கள் கேட்கின்ற அனைத்துக் கேள்விகளுக்கும் பதிலளிக்கத் தயாராக இருக்கலாம். தலைவர்கள் போர்முனையில் முன்னே இருந்து வழிநடத்த வேண்டும். எப்போதும் படையின் இறுதியில் நின்று கொண்டு உத்தரவுகளைப் பிறப்பித்துக் கொண்டிருக்க முடியாது. பெற்றோர்கள் தங்கள் குழந்தைகளிடம் அவர்கள் வெறுமனே பயப்படக்கூடாது என்று கூறுவது பலனளிக்காது. அவர்கள் தங்கள் குழந்தைகளின் முன்னால் அப்படிப்பட்ட மனப்போக்கைக் கடைபிடித்துக் காட்ட வேண்டும்.

உங்களுடைய பொறுப்பின் கீழ் இருப்பவர்கள்மீது நீங்கள் அக்கறை கொண்டுள்ளீர்கள் என்பதை நீங்கள் வெளிப்படுத்த வேண்டும். அவர்களுக்கு முன்னுரிமை

கொடுக்க வேண்டும். அதை நீங்கள் உங்களுடைய செயல்நடவடிக்கைகளின் மூலம் வெளிப்படுத்த வேண்டும். தங்களைவிட பிரம்மாண்டமான ஒன்றைச் செய்வதற்கு அவர்களுக்கு நீங்கள் அழைப்பு விடுக்க வேண்டும்.

மார்ட்டின் லூதர் கிங் ஜூனியர் சிறைக்குச் சென்றபோதுதான், அவர் ஒரு வெறும் மதபோதகர் மட்டும் அல்லர் என்பதை அவருடைய தொண்டர்கள் புரிந்து கொண்டனர். தங்களுக்காக நிற்கின்ற தலைவர், தங்களில் ஒருவர், தங்களுக்கான ஆபத்துகளை எதிர்கொள்ளத் தயங்காதவர் அவர் என்பதை அவர்கள் அறிந்து கொண்டனர்.

நாம் பயப்படக்கூடாது. இல்லையெனில், செய்யப்பட வேண்டிய காரியங்களை நம்மால் செய்ய முடியாமல் போய்விடும். நம்முடைய இலட்சியத்தை அடைவதற்காக நாம் இந்த பயமின்மையை வெளிப்படுத்துகின்றபோது அது பிறருக்கு உத்வேகமூட்டும்.

தலைவர்கள் நமக்காக ஆபத்துகளை வலிந்து ஏற்றுக் கொள்கின்றனர். அவர்கள் போர்க்களத்தில் முன்னால் நிற்கத் தயங்குவதில்லை. அதன் மூலம் அவர்கள் தங்களுடைய துணிச்சல் பிறரையும் தொற்றிக் கொள்ளும்படி செய்கின்றனர்.

எந்த விலை கொடுக்கத் தயாராக இருக்கிறீர்கள்?

"செத்துப் போவதைவிடச் சிவப்பாக இருப்பதே மேல்!" பெர்ட்ரன்ட் ரஸ்ஸல்தான் இந்த வரிகளுக்குச் சொந்தக்காரரர். மனிதகுலத்தின் அழிவா, கம்யூனிசமா என்ற இரண்டில் ஒன்றைத் தேர்ந்தெடுக்க வேண்டி வந்தால், கம்யூனிசமே மேல் என்ற அர்த்தத்தில் அவர் இதைச் சொல்லியிருந்தார்.

மற்றவருக்காக ஒருவர் ஏன் தன் உயிரைக் கொடுக்க வேண்டும் என்ற கேள்வியை எபிகியூரஸ் காலத்திலேயே பல தத்துவவியலாளர்கள் கேட்டுள்ளனர். இன்னும் ஒரு படி மேலே போய், ஓர் இலட்சியத்திற்காக ஆபத்தை விலைக்கு வாங்கிக் கொள்வதைக்கூட அவர்கள் கேள்விக்கு உட்படுத்தினர். நீ உயிர்வாழ்வதற்கு உனக்கு உத்தரவாதம் அளிக்கப்பட்டால், அடிவருடியாக இருப்பதில் என்ன தவறு என்று அவர்கள் கேட்டனர். ஒரு கொள்கைக்காக நீங்கள் உங்களுடைய வாழ்க்கையையே விலையாகக் கொடுக்க வேண்டியிருந்தால், அதனால் என்ன பயன்?

இது ஓர் அபத்தமான வாதம்.

ஆங்கிலேயே தத்துவவியலாளரான ஜான் ஸ்டூவர்ட் மில், "போர் அவலட்சணமானதுதான். ஆனால், போர் புரிவதற்குத் தகுதியான எதுவுமே இல்லை என்ற எண்ணம்

அதைவிட மோசமானது," என்று கூறியுள்ளார். நீங்கள் ஏதாவது ஓர் இடத்தில் கோடு போட்டுத்தான் ஆக வேண்டும். அப்படிச் செய்யத் தவறுகின்றபோது, அதன் விளைவுகள் வரலாற்றில் நிகழ்கின்ற அத்துமீறல்களைவிடப் படுமோசமாக இருக்கும்.

இறப்பைவிட மோசமான பல விஷயங்கள் இருக்கின்றன என்பதை நாம் உண்மையிலேயே உணர்ந்துள்ளோம் என்பது இதிலுள்ள நல்ல செய்தி. அதனால்தான் நாம் கதாநாயகர்களைக் கொண்டாடுகிறோம். அவர்கள் பிரபலமானவர்களாக இருக்கிறார்களா, இல்லையா என்பது ஒரு பொருட்டல்ல. தாங்கள் கொண்டிருந்த நம்பிக்கைக்காகப் போராடிய, அதற்காகத் தியாகங்களைச் செய்த நபர்கள் அவர்கள்.

கேட்டோ, ஜூலியஸ் சீசரை எதிர்ப்பதற்காகத் தன் உயிரையே தியாகம் செய்தார். திரேசியாவும், காலதாமதமாக செனீக்காவும் நீரோவுக்கு எதிராகக் குரலை உயர்த்தினர். செர்செஸின் கீழ் செழிப்பான அடிமைகளாக வாழ்வதைவிட, சுதந்திரமான மனிதர்களாக வாழ்வதற்குப் போராடுவதற்காக ஸ்பார்ட்டன்கள் தயாராக இருந்தனர். இதற்காகத்தானே நாம் சாக்ரடீஸைக் கொண்டாடுகிறோம்! அவர் நினைத்திருந்தால், மன்னிப்புக் கோரிவிட்டுச் சிறையிலிருந்து எளிதாக வெளியே வந்திருந்திருக்கலாம். ஆனால், அவர் அப்படிச் செய்யவில்லை. இது இயேசு கிறிஸ்துவுக்கும் பொருந்தும்.

பெரிதாக அறியப்படாத பல கதாநாயகர்களும் இருக்கின்றனர்.

அடித்துத் துன்புறுத்தப்பட்டிருந்தும், வேலைகள் பறிக்கப்பட்டிருந்தும், வாங்கியிருந்த கடன்களை உடனடியாக மொத்தமாகத் திருப்பிக் கட்டுமாறு நிர்ப்பந்திக்கப்பட்டிருந்தும், வாக்களிப்பதற்காகத் தங்களுடைய பெயர்களைப் பதிவு செய்து கொண்டிருந்த முகம் தெரியாத பல கருப்பர்கள்; நாஜிக்கள் மற்றும் தென்னாப்பிரிக்க இனவொதுக்கல் போன்றவற்றை எதிர்த்து, மாற்று இனத்தைச் சேர்ந்தவர்களைத் திருமணம் செய்து கொண்ட எண்ணற்றத் தம்பதிகள்; 2019 இல் யூதக் கோவில் ஒன்றில் குழுமியிருந்த கூட்டத்தினரை நோக்கித் துப்பாக்கிச் சூடு நடத்தப்பட்டபோது, அங்கிருந்த யூத மதத் துறவியின் உயிரைக் காப்பாற்றுவதற்காக, அவரை நோக்கிப்

பாய்ந்து வந்த குண்டுக்கு முன்னால் உயிரை விட்ட லோரி கில்பர்ட் கேய்; இரண்டாம் உலகப் போரின்போது, காயமடைந்திருந்த ஒருவரைக் காப்பாற்றுவதற்காகத் துப்பாக்கிக் குண்டுக்கு முன்னால் நின்ற, அமெரிக்கக் கப்பற்படைக் கப்பலில் பணியாற்றிய, கருப்பினத்தைச் சேர்ந்த சமையற்காரரான லியோனார்டு ராய் ஹார்மன்; ஓர் உல்லாசப் பயணத்திற்குச் சென்றிருந்தபோது, நீரில் மூழ்கவிருந்த இரண்டு குழந்தைகளைக் காப்பாற்றுவதற்காகத் தன் உயிரை விட்டப் பிரெஞ்சுத் தத்துவவியலாளரான அன்னே டூஃபார்மேன்டல்; போரை எதிர்த்தபோதும் அதன் கொடூரங்களைப் பதிவு செய்ய வேண்டும் என்பதற்காகப் போர்முனைக்குச் சென்று, போர் முடிவதற்கு ஒரு வாரத்திற்கு முன்பு கொல்லப்பட்டக் கவிஞர் வில்ஃபிரெட் ஓவன். இப்படி எண்ணற்றோர்.

"நாம் நம்முடைய உடலை ஆராதிக்க வேண்டும். அதே நேரத்தில், பகுத்தறிவு, சுயமரியாதை மற்றும் கடமை அழைக்கின்றபோது, அதே உடலைத் தீக்கிரையாக்கவும் தயாராக இருக்க வேண்டும்," என்று செனீக்கா கூறியுள்ளார்.

"அப்படி நடந்துவிட்டால்... இப்படி ஆகிவிட்டால்..." என்று பயம் நம்மைக் கலவரப்படுத்தும். ஆனால், கதாநாயகர்கள் அதற்குச் செவி சாய்ப்பதில்லை. சரியான செயலைச் செய்ய வேண்டியிருக்கின்றபோது, அதற்கு என்ன விலை கொடுக்கப்பட வேண்டுமோ அதைக் கொடுக்க அவர்கள் தயாராக இருக்கின்றனர்.

அடுத்தத் தலைமுறைக்கு வழிவிடுவதற்காக, தாங்கள் செய்து கொண்டிருந்தவற்றிலிருந்து ஓய்வெடுத்துக் கொள்ளத் தயாராக இருந்த தலைவர்கள். எடுத்துக்காட்டுகள்: அமெரிக்க ஜெனரல் மேட்டிஸ் மற்றும் அமெரிக்க பேஸ்பால் வீரர் லூ கெரிக். நல்லதொரு நோக்கத்திற்காகத் தங்களுடைய அரசியல் வாழ்க்கையைக் காவு கொடுக்கத் தயாராக இருந்த அரசியல் தலைவர்கள். எடுத்துக்காட்டு: குடிமை உரிமைச் சட்டத்தில் கையெழுத்திட்டதன் மூலம் தன் அரசியல் வாழ்விற்குத் தானே குழி பறித்துக் கொண்ட லின்டன் ஜான்சன். தங்களுடைய படைப்புச் சுதந்திரத்தை விட்டுக்கொடுக்க மறுத்துத் தங்களுடைய புரவலர்களையும் கலை இரசிகர்களையும் எதிர்க்கத் துணிந்த கலைஞர்கள். எடுத்துக்காட்டு: புகழின் உச்சத்தில் இருந்தபோது, அதிக வருவாய் ஈட்டிக் கொடுத்த வேலையை உதறித் தள்ளத்

துணிந்த அமெரிக்க ஓவியர் நார்மன் ராக்வெல். தன் கொள்கைக்காகக் கட்டாய இராணுவச் சேவையை மறுத்ததன் மூலம் முகம்மது அலிக்கு 1 கோடி டாலர்களுக்கும் மேலாக இழப்பு ஏற்பட்டது.

கொரோனா வைரஸ் பெருந்தொற்றின்போது, பல நிறுவனங்கள் பொதுமக்கள் பாதுகாப்பிற்காகச் சொந்த இழப்பை ஏற்கத் தயாராக இருந்தன.

கடினமான தீர்மானங்களை எடுக்க வேண்டியிருந்த தொழில்துறைத் தலைவர்களைப் பற்றி நாம் ஏற்கனவே பேசியிருந்தோம். ஒரு நிறுவனத்தின் இலாபங்களைவிடப் பொதுமக்களின் நன்மைக்கு முன்னுரிமை அளிப்பதற்கு அதன் தலைவர் தீர்மானிப்பதுதான் இருப்பதிலேயே கடினமான ஒன்று. ஆனால், எல்லாத் தலைவர்களும் அப்படிச் செய்யத் துணிவதில்லை. எடுத்துக்காட்டாக, சவுதி அரேபியா, அவர்களை எதிர்த்து எழுதிய எழுத்தாளர் ஒருவரைக் கொலை செய்ததை வெளிச்சம் போட்டுக் காண்பிக்கின்ற ஓர் ஆவணப்படத்தை நெட்ஃபிளிக்ஸ் நிறுவனம் தன் தளத்திலிருந்து அப்புறப்படுத்த வேண்டும் என்று அந்த நாடு கோரியபோது, நெட்ஃபிளிக்ஸ் எதிர்ப்பின்றி அதற்குப் பணிந்து போனது. "எங்களுடைய வேலை உண்மையை வெளிச்சம் போட்டுக் காட்டுவது அல்ல. பொழுதுபோக்குதான் எங்களுடைய நோக்கம்," என்று நெட்ஃபிளிக்ஸின் தலைவரான ரீட் ஹேஸ்டிங்ஸ் அதற்குச் சப்பைக்கட்டு கட்டித் தன் கோழைத்தனத்தை மேலும் உலகறியச் செய்தார்.

பத்திரிகையாளர்களின் அதிகாரத்தைப் பறிக்கின்ற ஒரு செயலைக் கண்டிக்கின்ற ஒரு நிலைப்பாட்டை எடுக்க முடியவில்லை என்றால் ஒரு பெரும் கோடீஸ்வரராக இருந்து என்ன புண்ணியம்?

மக்களைப்போலவே தொழில் நிறுவனங்களுக்கும் கடமை என்ற ஒன்று இருக்கிறது. டாலர்களைவிடப் பெரிதான ஒன்று இருக்கிறது. அதை நடத்திக் கொண்டிருப்பவர்கள் வெறுமனே அதன் நிர்வாகக் குழுவின் நலனை மட்டுமே கருத்தில் கொண்டு எல்லாக் காரியங்களையும் நடத்திக் கொண்டிருக்க முடியாது. இளம்பிள்ளைவாத நோய்க்கான தடுப்பு மருந்தைக் கண்டுபிடித்த ஜோனஸ் சால்க், அதற்குக் காப்புரிமை பெற மறுத்துவிட்டார். ஆண்டுக்கு 200 கோடி டாலர்கள் வருவாய்

ஈட்டிக் கொண்டிருந்த புகையிலைப் பொருட்களின் விற்பனையைத் துறக்க, அமெரிக்க மருந்தக விற்பனை நிறுவனமான சிவிஎஸ் துணிச்சலாக முடிவெடுத்தது. அந்தத் துணிச்சலான முடிவு ஒரு பெரும் வித்தியாசத்தை ஏற்படுத்தியது. அவர்களுடைய எடுத்துக்காட்டைப் பிற நிறுவனங்கள் எவையும் பின்பற்றவில்லை என்றபோதிலும், நாட்டின் மொத்தப் புகையிலைப் பொருட்களின் விற்பனை கணிசமாகக் குறைந்தது.

வேறு ஒன்றுக்காக அல்லது வேறு ஒருவருக்காகத் தாங்கள் அடி வாங்கிக் கொள்வதைக் கதாநாயகர்கள் வாடிக்கையாகக் கொண்டுள்ளனர். கோழைகள் தங்களைப் பற்றி மட்டுமே சிந்திக்கின்றனர்.

துணிச்சல், "இப்போது இல்லையென்றால் எப்போது?" என்ற கேள்வியை நம்மை நோக்கி வீசுகிறது. "நான் இல்லையென்றால் வேறு யார்?" என்று உங்களைச் சிந்திக்க வைக்கிறது. தைரியமாகச் செயல்பட நம்மை உந்தித் தள்ளுகிறது. "எல்லோருமே சுயநலவாதிகளாக இருந்தால் என்னவாகும்? அப்போது விஷயங்கள் எப்படி இருக்கும்?" என்ற கேள்விகளையும் அது நம்மை நோக்கி ஏவுகிறது. அசாதாரணமான பாதையில் பயணிக்க நமக்கு உத்வேகமளிக்கிறது. "நான் எனக்காக மட்டும் இருந்தால், உண்மையில் நான் யார்?" என்ற கேள்வியைக் கேட்குமாறு கூறிய யூத மதகுரு ஹில்லலையும் இங்கு நீங்கள் நினைவுபடுத்திக் கொள்ள வேண்டும்.

இல்லாமைத் தத்துவத்தின் வசீகரத்திற்கு அடிபணிந்துவிடாமல், விதியை எதிர்த்து நம்முடைய செயலாண்மையை உறுதிப்படுத்த நாம் எதற்காக முனைகிறோம்? "துணிச்சல் என்பது உங்களுக்காக மட்டுமல்லாமல் பிறருக்காகவும் எழுந்து நிற்பது," என்று மாயா ஏஞ்சலோ ஒரு முறை குறிப்பிட்டிருந்தார்.

அதைத்தான் நாம் செய்ய வேண்டும். அதற்காகத்தான் நாம் இங்கு இருக்கிறோம்.

பெரிய ஏன் என்ற கேள்வி

தன் பெற்றோர்களின் ஆட்சேபனைகளை மீறி, சமூகத்தின் எடைபோடுதல்களைத் தாண்டி, தன் கனவுகளை நோக்கிப் பயணிப்பது என்பது எப்படி இருக்கும்? இதைச் செய்வதற்கு நைட்டிங்கேலுக்கு ஏகப்பட்டத் துணிச்சல் தேவைப்பட்டிருக்கும் என்பதை நம்மால் புரிந்து கொள்ள முடிகிறது. ஒரு சிறு கிராமத்தில் இருக்கின்ற ஓர் இளைஞன் அல்லது யுவதி, தன் கனவுகளைப் பின்பற்றி ஒரு பெருநகரத்திற்குச் செல்வது என்பதும் இதேபோலக் கடினமானதுதான்.

மைக்கேல் ஜோர்டன் கூடைப்பந்து விளையாட்டில் ஒரு சக்கரவர்த்தியைப்போல வலம் வந்து கொண்டு, பெரும் பணம் ஈட்டிக் கொண்டிருந்த சமயத்தில், அவர் பேஸ்பால் விளையாட்டிற்குத் தாவப் போவதாகச் சொன்னபோது, அவருடைய மேலாளர்களும் விளம்பர நிர்வாகிகளும் அதற்குப் பெரும் ஆட்சேபனைகளைத் தெரிவித்தனர். அதை மீறித்தான் அவர் அதில் குதித்தார். ஜெஃப் பீசோஸ் அமேசான் நிறுவனத்தைத் துவக்குவதற்கு முன்பு வால் ஸ்டிரீட்டில் ஒரு பெரிய நிதி நிறுவனத்தில் வேலை பார்த்துக் கொண்டிருந்தார். அவர் தன் யோசனையைத் தன் மேலதிகாரியிடம் பகிர்ந்து கொண்டபோது, அவர் பீசோஸைத் தனியாக அழைத்துச் சென்று, "இது ஒரு மிகச் சிறந்த யோசனை என்பதில் சந்தேகமில்லை. ஆனால்,

வேலையில்லாமல் இருக்கின்ற ஒருவருக்குத்தான் இது சரிப்பட்டு வரும்," என்று அறிவுரை கூறினார்.

நைட்டிங்கேல், தனக்கு ஒரு நிலையான வாழ்க்கை அமைய வேண்டும் என்ற நோக்கத்துடன் ஒரு செவிலியாக ஆக விரும்பியிருந்தால், அவரை நாம் இந்த அளவுக்குக் கொண்டாடி இருந்திருப்போமா? கால்பந்து ஆட்டக்காரராகத் திகழ்ந்த பேட் தில்மேன், ஒரு துணிகர முதலீட்டாளராக ஆவதற்காகக் கால்பந்து விளையாட்டைத் துறந்தார். வழமையான பாதையிலிருந்து விலகிச் செல்வதற்குத் துணிச்சல் வேண்டும். சுயநலமற்றக் காரியங்களுக்காக அது செய்யப்படுகின்றபோது, அதைச் செய்பவர் கதாநாயகனாகக் கொண்டாடப்படுகிறார்.

கூடைப்பந்து ஆட்டக்காரரான மாயா மூர், தன் துறையில் உச்சத்தைத் தொட்டிருந்தார், பல விருதுகளையும் பதக்கங்களையும் வென்றிருந்தார், தன்னுடைய குழு எண்ணற்றச் சாம்பியன் கோப்பைகளை வெல்வதற்கு உதவியிருந்தார்.

பின் திடீரென்று அவர் விளையாட்டிலிருந்து விடைபெற்றுக் கொண்டார். தொலைக்காட்சி போன்ற வேறு ஒரு துறையில் பெரும் பணம் சம்பாதிப்பதற்காக அவர் அதைச் செய்யவில்லை. அநியாயமாகச் சிறையில் அடைக்கப்பட்டிருந்த ஒருவரை விடுவிப்பதற்காகத்தான் அவர் அவ்வாறு செய்தார். அதில் அவர் வெற்றியும் பெற்றார். இப்போது அவர் சமூக நீதிக்காகப் போராடுகின்ற ஒரு வழக்கறிஞராக இருக்கிறார்.

டேவிட் புரூக்ஸ் 'இரண்டாவது மலை' என்ற ஒரு கருத்தாக்கத்தைப் பற்றிப் பேசுகிறார். செல்வத்தை அடைய நாம் வேலை அல்லது தொழில் என்ற பாதையின் வழியாகக் கடினமாக உழைத்து முதல் மலையின்மீது ஏறிவிடுகிறோம். ஆனால், அதன் உச்சியை நாம் அடைந்த பிறகு, அது நமக்கு மனத்திருப்தியைக் கொடுப்பதில்லை. ஆழமான உறவு, சமூகப் பிணைப்பு மற்றும் சேவை போன்றவற்றை உள்ளடக்கிய ஒரு பயணம்தான் இரண்டாவது மலையின்மீது ஏறுதல்.

தியாகம் எந்த அளவுக்கு அதிகமாக இருக்கிறதோ, அந்த அளவுக்குப் புகழும் அதிகமாக இருக்கும். சாதனைகள் பெரிதாகக் கவனிக்கப்படாமல் இருக்கின்ற விஷயங்களுக்கும் இது பொருந்தும்.

தன் கனவுகளை ஓர் ஓரமாக வைத்துவிட்டுத் தன் குழந்தைக்கு உதவுகின்ற ஓர் அம்மா.

தன் நாட்டில் மருத்துவர் பட்டம் படித்திருந்தபோதிலும், குடியேறிய நாட்டில் ஒரு சமையற்காரனாக வேலை செய்யத் துணிகின்ற ஒரு மருத்துவர்.

தான் வேலை பார்த்துக் கொண்டிருக்கின்ற துறை இந்த உலகை மோசமாக ஆக்கிக் கொண்டிருப்பதால், அதிகச் சம்பளம் கொடுத்துக் கொண்டிருக்கின்ற வேலையை விட்டுவிட முயல்கின்ற ஒரு நபர்.

இப்படி அடுக்கிக் கொண்டே போகலாம்.

மாயா மூர் தன் தீர்மானத்தால் இலட்சக்கணக்கான பணத்தை இழக்க வேண்டியிருந்தபோதிலும் அதைச் செய்தார்.

அதற்காக மக்கள் அவரை விமர்சித்தனர். சிலர் அவருடைய நோக்கத்தையே சந்தேகித்தினர். அவர் விடுவிக்க முயற்சித்த நபர் உண்மையிலேயே நிரபராதியா என்றுகூட விவாதிக்கப்பட்டது. ஆனால், அவர் துணிந்து அதில் இறங்கினார். அதன் விளைவுகள் எப்படி இருக்கும் என்பது அவருக்குத் தெரியாது. ஆனால், தன் முடிவால் தான் எதையெல்லாம் இழக்க நேரிடும் என்பதை அவர் அறிந்திருந்தார்.

சார்ல்ஸ் டி கோல், தன் வாழ்க்கையின் இறுதியில், "பண்புநலன் என்பது தன்னுடைய சொந்த மக்களால் கைவிடப்படுவதை அல்லது அவமானப்படுத்தப்படுவதைச் சகித்துக் கொள்கின்ற தன்மையாகும். அனைத்தையும் இழக்க ஒருவர் தயாராக இருக்க வேண்டும். அரைகுறையான ஆபத்து என்ற ஒன்று கிடையவே கிடையாது," என்று கூறியுள்ளார்.

அது கதாநாயகத்தனத்திற்கும் பொருந்தும்.

பள்ளத்தாக்கிற்குத் திரும்பிச் செல்லுதல்

1939 இல் டீட்ரிச் போன்ஹோஃபர் எப்படியோ பாதுகாப்பாக அமெரிக்காவை வந்தடைந்துவிட்டிருந்தார். ஒரு பாதிரியாரான அவர், ஜெர்மனியில் இருந்தபோது, பெரும் கலக்கத்துடன் ஹிட்லரின் வளர்ச்சியை நேரில் பார்த்துக் கொண்டிருந்தார். இப்போது, அவர் ஒருவழியாக அமெரிக்காவை வந்தடைந்துவிட்டிருந்தார். ஆனால், நியூயார்க் நகரின் துறைமுகத்தில் கால் பதித்த உடனேயே தன் செயல் குறித்து அவர் வருந்தினார். ஜெர்மனியில் தான் விட்டுவிட்டு வந்திருந்த மக்களிடமே அவருடைய நினைவு தங்கியிருந்தது. இங்கிருந்து கொண்டு அவர்களுக்குத் தன்னால் என்ன செய்ய முடியும் என்று அவர் கவலைப்பட்டார்.

தன் நாடு பற்றி எரிந்து கொண்டிருக்கின்றபோது, உல்லாசப் பயணத்திற்குச் செல்வதைப் போன்று அது இருந்ததாக அவர் கருதினார்.

இறுதியில், தான் மீண்டும் ஜெர்மனிக்குத் திரும்பிச் செல்வது என்று அவர் முடிவு செய்தார். "நான் அமெரிக்காவுக்கு வந்தது தவறு என்ற முடிவுக்கு நான் வந்துவிட்டேன். ஜெர்மனியின் வரலாற்றில் ஒரு முக்கியமான காலகட்டத்தை நான் அந்த மக்களுடன்தான் செலவிட்டாக வேண்டும். கடினமான சமயத்தில் நான் அந்த மக்களுடன் இல்லாதிருந்துவிட்டு, எல்லாம் முடிந்த

பிறகு அங்குச் சென்று மறுசீரமைப்பில் ஈடுபடுவது என்பது சரியாக இருக்காது."

ஹிட்லர் மொத்த ஐரோப்பாவையும் போருக்குள் தள்ளிக் கொண்டிருந்த சமயத்தில், டீட்ரிச் மீண்டும் ஜெர்மனிக்குத் திரும்பினார். அது மயான பூமியை நோக்கிச் செல்வதற்கு ஒப்பானது என்பதை அவர் அறிந்திருந்தார்.

ஜெர்மனிக்குத் திரும்பிய பிறகு, அவர் நேரடியாக ஹிட்லருக்கு எதிரான நடவடிக்கைகளில் ஈடுபடத் துவங்கினார். இறுதியில் அவர் கைது செய்யப்பட்டுச் சிறையில் அடைக்கப்பட்டார். பின்னர் ஹிட்லரைக் கொலை செய்ய மேற்கொள்ளப்பட்டச் சதியில் அவருக்குத் தொடர்பு இருந்ததாகக் குற்றம் சாட்டப்பட்டு அவர் தூக்கில் இடப்பட்டார். டீட்ரிச் மற்றும் அவருடன் சதி செய்ததாகக் குற்றம் சாட்டப்பட்டிருந்தவர்களுக்காக எழுப்பப்பட்டிருந்த நினைவிடத்தில், "சர்வாதிகாரத்தையும் கொடூரத்தையும் எதிர்த்து, சுதந்திரம், நீதி, மனிதாபிமானம் ஆகியவற்றைக் காப்பாற்றுவதற்காக உயிர் நீத்தவர்கள்," என்ற வாசகம் பொறிக்கப்பட்டது.

ஒரு நாட்டைவிட்டு அகதியாக வெளியேறுவதற்கே கடும் துணிச்சல் தேவை. கொடூரங்கள் ஒரு நாட்டில் அரங்கேறிக் கொண்டிருந்த சமயத்தில் அங்குத் தங்கியிருப்பதற்கு அதைவிட அதிகமான துணிச்சல் தேவை.

ஃபிராங்க் செர்பிகோவின் தாயார் நல்லதொரு வாழ்க்கையைத் தேடி உலகின் மறு கோடிக்குக் குடிபெயர்ந்தார். அங்கு வளர்ந்த செர்பிகோ, தான் சேர்ந்திருந்த காவல்துறையில் தலைவிரித்தாடிக் கொண்டிருந்த ஊழலைக் கண்முன்னால் கண்டபோது, அங்கிருந்து விலகிக் கொள்ளலாமா என்று பல முறை யோசித்திருந்தார். ஆனால், அப்படிச் செய்யாமல் அங்கு இருந்து கொண்டே அதை எதிர்த்து அவர் குரல் கொடுத்தார். காவல்துறையினரை அம்பலப்படுத்தியதற்காக அவர் முகத்தில் சுடப்பட்டார். அதற்குப் பிறகும் அவர் அதை நிறுத்தவில்லை.

"நான் எதற்காக விலக வேண்டும்? தவறு செய்து கொண்டிருப்பவன் நான் இல்லையே!" என்று அவர் நினைத்தார்.

உயிருக்கு ஆபத்து நிலவியபோதும், எதிர்க்கட்சித் தலைவராக இருந்த அலெக்ஸி நாவல்னி, ரஷ்யாவைவிட்டு

வெளியேறாமல் அங்கேயே இருந்து போராடினார். குடிமை உரிமைப் போராளியான சூ ஜியோங், சீனாவைவிட்டு வெளியேற வாய்ப்புக் கிடைத்தும் அங்கிருந்து வெளியேற மறுத்துவிட்டார். நாவல்னி விஷயத்தில் அவர்மீது கொலை முயற்சி மேற்கொள்ளப்பட்டது. ஆனாலும், அவர் மீண்டும் நாடு திரும்பினார். வெளியே இருப்பவர்களுக்கு, இவர்கள் ஏன் மீண்டும் நாடு திரும்பினர் என்பதைப் புரிந்து கொள்வது கடினமாக இருக்கும்.

அவர்கள் ஏன் தங்களுடைய நாடுகளிலிருந்து வெளியேற மறுத்தனர்?

அவர்களைப் போன்ற சீர்திருத்தவாதிகள், தாங்கள் நாட்டைவிட்டு வெளியேறி வேறொரு நாட்டில் வசிப்பதைக் காட்டிலும், தங்கள் நாட்டில் தொடர்ந்து தங்கியிருப்பதன் மூலம் அல்லது தங்களுடைய நாட்டுக்குத் திரும்புவதன் மூலம் தங்களால் அதிக அளவு நல்ல விஷயங்களைச் செய்ய முடியும் என்று நம்புவதுதான் அதற்குக் காரணம். தங்களுடைய எதிர்ப்புக் குரலுக்கு அதிகாரத்தில் இருப்பவர்கள் எப்படி எதிர்வினையாற்றுவர் என்பதை அவர்கள் அறிந்திருந்தும், அதை எதிர்கொள்ள அவர்கள் துணிந்திருந்தனர். சமூகப் போராளியும் பாடகருமான பால் ரோப்சனிடம், “நீங்கள் ஏன் நிறவெறி பிடித்த அமெரிக்காவைவிட்டு வெளியேறி, உங்களை வரவேற்கத் தயாராக இருந்த ஐரோப்பாவுக்குச் செல்லவில்லை?” என்ற கேள்வி எழுப்பப்பட்டபோது, அதற்கு அவர் இவ்வாறு பதிலளித்தார்: “என் அப்பா ஓர் அடிமையாக இருந்தார். இந்த நாட்டைக் கட்டியெழுப்புவதற்காக என் மக்கள் தங்கள் உயிரைக் கொடுத்திருந்தனர். நான் இங்கு இருந்து கொண்டு அந்தப் பணியைத் தொடரப் போகிறேன். பாசிசப் போக்கு கொண்ட எவரும் என்னை இங்கிருந்து துரத்த முடியாது.”

நீங்கள் உங்களுடைய வேலையிடத்திற்குத் தினந்தோறும் செல்ல வேண்டியதற்கான காரணம் இதுதான். நம் பக்கம் எந்தவிதமான தவறுகளும் இல்லாதிருக்கின்றபோது நாம் எதற்காக பயப்பட வேண்டும்? பிறர் வெளியேற விரும்பினால், அது அவர்களுடைய விருப்பம். நீங்கள் அதனோடு உடன்படத் தேவையில்லை.

இன்னும் சொல்லப் போனால், அது நீங்கள் மேற்கொள்கின்ற மிகவும் ஆபத்தான ஒரு காரியமாகக்கூட

இருக்கலாம்.

ரோப்சனைப்போல, நாவல்னியைப்போல நாம் தியாகங்களை மேற்கொள்கின்றபோது, நம்முடைய முன்னுதாரணத்தைப் பின்பற்றும்படி நாம் பிறருக்கு அறைகூவல் விடுக்கிறோம். மற்றவர்கள் அங்கிருந்து விலகிச் சென்றால்கூட நாம் அதைத் தொடர்வோம். நாம் நம்முடைய அரசியல் கட்சியைவிட்டோ அல்லது நம்முடைய சொந்த ஊரைக் கைவிட்டுவிட்டோ ஓடிவிடப் போவதில்லை. நாம் அங்கேயே தொடர்ந்து தங்கியிருந்து அதைச் சரி செய்யவே முயல்வோம். ஏனெனில், அதுதான் சரியான காரியம் என்பதை நாம் அறிவோம்.

மான்ட்கோமெரியில் மேற்கொள்ளப்பட்டப் பேருந்துப் புறக்கணிப்புப் போராட்டத்தின்போது காவல்துறை கட்டவிழ்த்துவிட்ட அராஜகத்திலிருந்து தற்காலிகமாகத் தப்பிப்பதற்காக, கிங் தன் சொந்த ஊரான அட்லான்டாவுக்குச் சென்றுவிட்டார். அங்கு அவரால் சுதந்திரமாகவும் பாதுகாப்பாகவும் இருக்க முடிந்தது. அங்கு இருந்து கொண்டே போராட்டத்தை நடத்துமாறு அவருடைய அப்பாவும் பிறரும் அவரிடம் மன்றாடினர். ஆனால், அவர்களிடம் கிங் இவ்வாறு கூறினார்: "நான் மான்ட்கோமெரிக்குத் திரும்பியாக வேண்டும். அங்கு என் சகோதரர்களும் சகோதரிகளும் கைது செய்யப்பட்டுக் கொண்டிருக்கின்றபோது நான் இங்கு ஒளிந்து கொண்டிருப்பது கோழைத்தனம். அதை என் மனசாட்சி ஒத்துக் கொள்ளாது." நினைத்திருந்தால் அவரால் தொலைதூரத்திலிருந்தே இயக்கத்தை நடத்தியிருந்திருக்க முடியும். முதிய வயதுவரை வாழ்ந்திருக்கவும் முடியும். ஆனால், அவர் மீண்டும் மீண்டும் தன் சொற்பொழிவுகளில் குறிப்பிட்டதுபோல, அவர் 'பள்ளத்தாக்கிற்குத் திரும்பிச் செல்லவே' விரும்பினார். அவர் சார்ந்திருந்த இயக்கத்திற்கு அதை அளிக்க அவர் கடமைப்பட்டிருந்தார். அதற்கு அவருடைய நம்பிக்கை வழிகாட்டியது.

சில நேரங்களில் ஓரிடத்திற்குச் செல்லும்படி நமக்கு அழைப்பு விடுக்கப்படும். சில நேரங்களில் ஓரிடத்தில் தங்கியிருக்கும்படி விதி நமக்கு ஆணையிடும். நம்முடைய வேலைக்காக, நம்முடைய குடும்பத்திற்காக, நம்முடைய இலட்சியத்திற்காக, நம்முடைய அண்டை வீட்டுக்காரனுக்காகப் போராடுவதற்கான அழைப்பு அது.

கதாநாயகர்கள் இதைச் செய்வதற்கு எந்த விலையை வேண்டுமானாலும் கொடுக்கத் தயாராக இருக்கின்றனர்.

மௌனமும் வன்முறையே

பேரரசன் நீரோவுக்கு எதிராகச் சதி வலை பின்னியவர்களில் ஒருவன் பிடிபட்டான். அவன் விசாரிக்கப்பட்டான். "நீ எதற்காக இதைச் செய்தாய்?"

தன்னுடைய சொந்த மாயைகளுக்குள் சிக்கிக் கிடந்த அந்த அரசனிடம், அந்தப் படைவீரன், "இந்த ஒரு வழியில் மட்டுமே என்னால் உங்களுக்கு உதவ முடியும் என்பதே அதற்குக் காரணம்," என்று பதிலளித்தான்.

விசிலூதிகள், உண்மை விளம்பிகள் மற்றும் பிற போராளிகளும் இதையேதான் சொல்கின்றனர். "நீங்கள் ஏன் இப்படி இருக்கிறீர்கள்? உங்களுடைய நடவடிக்கைகளால் ஏற்படுகின்ற பிரச்சனைகளை உங்களால் பார்க்க முடியவில்லையா? இந்த விஷயத்தை இந்த அளவுக்குப் பெரிதுபடுத்த வேண்டுமா? எங்களுடைய அழுக்குகளை நாங்கள் எங்களுடைய விருப்பப்படி கழுவிக் கொள்ள நீங்கள் ஏன் எங்களை அனுமதிப்பதில்லை?"

அதற்கான பதில் இதுதான்: அவர்கள் அளவுக்கதிகமாக நேசிக்கின்றனர். அவர்கள் அளவுக்கதிகமாக அக்கறை செலுத்துகின்றனர். அவர்கள் தங்கள்மீது கொண்டுள்ள அக்கறையைவிட 'அந்த' விஷயங்கள்மீது அதிக அக்கறை கொண்டுள்ளனர். அவர்களைப் பொறுத்தவரை, எதுவும் செய்யாமல் இருப்பது அல்லது எதுவும் கூறாமல் இருப்பது என்பது அதனோடு ஒத்துப் போகின்றபோது ஏற்படுகின்ற

அசௌகரியத்தைவிட மிகவும் அதிகமானது.

அமெரிக்கா கொரியப் போரில் ஈடுபட்டிருந்தபோது, ஓர் இளம் உதவியாளர், அமெரிக்கப் பாதுகாப்பு அமைச்சர் டீன் அச்சேசனிடம், இராணுவத் தளபதி மெக்ஆர்தரின் ஆணை மிகவும் பொத்தம்பொதுவாக இருந்ததாகப் புகார் கூறினார். அது தேவையில்லாமல் போரின் போக்கை மேலும் தீவிரப்படுத்தவே உதவும் என்று அவர் கவலை தெரிவித்தார். அதைக் கேட்டு எரிச்சலடைந்த அச்சேசன், "உனக்கு என்ன வயது? இராணுவத் தளபதியின் வேலையை எடுத்துக் கொள்ள நீ தயாராக இருக்கிறாயா?" என்று கேட்டார்.

முப்பத்திரண்டு வயதான அந்த உதவியாளர் அதற்கு மேல் எதுவும் பேசாமல் வாயை மூடிக் கொண்டார்.

சில தினங்களுக்குப் பிறகு, மெக்ஆர்தரின் மூர்க்கத்தனமான நடவடிக்கையால் தூண்டப்பட்டச் சீனா, கொரியாவுக்குள் பெரும் எண்ணிக்கையில் படைகளை இறக்கியது. அது கிட்டத்தட்ட மூன்றாவது உலகப் போர் துவங்குவதற்கு வித்திட்டுவிட்டிருந்தது.

ஒரு விஷயத்திற்குள் தலையை நுழைக்காமல் நாம் ஒதுங்கிக் கொள்வதன் மூலம் நாம் நம்முடைய சொந்தப் பாதுகாப்பை வேண்டுமானால் உறுதி செய்து கொள்ளலாம். ஆனால், வேறு பெரிய விஷயங்களும் அதனால் பாதிப்புக்கு உள்ளாகக்கூடும். இரண்டாயிரம் ஆண்டுகளுக்கு முன், மார்க்கஸ் அரேலியஸ், "ஒன்றுமே செய்யாமல் இருப்பதன் மூலம் உங்களால் அநீதி இழைக்க முடியும்," என்று கூறியுள்ளார்.

நைட்டிங்கேல் செவிலித் துறையில் ஏற்படுத்தியிருந்த புரட்சிகரமான மாற்றங்கள் இல்லாத ஓர் உலகை உங்களால் நினைத்துப் பார்க்க முடிகிறதா? அவர் தன் பெற்றோர்களை எதிர்த்துப் பேச விரும்பாமல் இருந்திருந்தால்? டி கோல் பெட்டெயினின் படையில் தொடர்ந்து இருக்கச் சம்மதித்திருந்தால்? ஸ்பார்ட்டன்கள் தனிப்பட்ட முறையில் தங்களுக்குப் பயன்களைப் பெற்றுக் கொண்டு தெர்மோபைலேயில் போரிடாமல் போயிருந்தால்?

ஸ்பார்ட்டன்கள் அப்படி நினைத்திருந்தால், இன்று நாம் இங்கு இருந்திருக்க மாட்டோம்.

தடைகளை மீறத் துணிந்த கலைஞர்கள், கிறித்தவ மதத்திற்கு எதிராகப் பேசத் துணிந்த அறிவியலறிஞர்கள்,

பொதுமக்களுக்கு எச்சரிக்கை விடுத்திருந்த புதிய கண்டுபிடிப்பாளர்கள், கடும் அடக்குமுறைக்கு எதிராக ஊர்வலங்களை நடத்திய போராட்டக்காரர்கள் ஆகியோர் இல்லாமல் இருந்திருந்தால், இன்று நாம் இங்கு இருந்திருக்க மாட்டோம்.

இவர்களில் பலர் தங்களுடைய துணிச்சலுக்கு உயர்ந்தபட்ச விலையான உயிரைத் தியாகம் செய்துள்ளனர்.

சரியான காரியங்களில் ஈடுபடுவது சில சமயங்களில் தற்கொலை முயற்சிக்குச் சமானமாக அமைந்துவிடுகிறது என்ற நடைமுறை உண்மையை நாம் அலட்சியப்படுத்திவிட முடியாது. சில சமயங்களில், நாம் எரிகின்ற ஈட்டி, கேடயத்தில் பட்டு உடைந்து போகக்கூடும். அதற்காக நாம் தயங்கிக் கொண்டிருக்க முடியாது. இறுதிவரை சென்று ஒரு கை பார்த்துவிடத் துணிந்தாக வேண்டும். சில சமயங்களில், நாம் நம்முடைய வேலையை இழக்கவும், நம்முடைய வாடிக்கையாளர்கள் கை நழுவிப் போகவும், நம்முடைய நற்பெயர் நம் கையைவிட்டுப் போகவும், அல்லது நம் நண்பர்களிடமிருந்து விலகிக் கொள்ளவும் நேரிடும். இத்தகைய தியாகங்களை மேற்கொள்ள நாம் தயாராக இருக்க வேண்டும்.

இது பயமுறுத்துவதாகத்தான் இருக்கும் என்பதை மறுப்பதற்கில்லை. நம்முடைய இயல்பு எப்போதுமே சுயத்தைக் காப்பாற்றுவதாகத்தான் இருக்கும். அதனால், நாம் பயத்தை எதிர்த்துப் போராட வேண்டியிருக்கும்.

ஆனால், நாம் நம்முடைய வாழ்வில் துணிவை வளர்த்துக் கொண்டிருப்பதற்கு ஒரு காரணம் இருக்கிறது. நம்முடைய வெற்றியை மேலும் அதிகரித்துக் கொள்வதோ, அல்லது பயத்தின் மறுபக்கம் இருக்கின்ற அனுபவங்களைச் சுவைக்க விரும்புவதோ மட்டுமே நம்முடைய நோக்கம் அல்ல.

பிறர் நம்மிடமிருந்து எதிர்பார்க்கின்ற முக்கியமான வேலைகளைச் செய்வதற்கு நம்மைத் தயார்படுத்திக் கொள்வதற்காகத்தான் நாம் நம்மிடம் துணிச்சலை வளர்த்துக் கொள்கிறோம்.

மார்ட்டின் லூதர் கிங் கூறியதுபோல, “மௌனமாக இருத்தலே நம்பிக்கைத் துரோகமாக அமைந்துவிடுகின்ற சமயங்களும் வாழ்க்கையில் ஏற்படுவதுண்டு.”

கிங் அதைத் தனிப்பட்ட முறையிலும் அறிந்திருந்தார்.

கிங்கைச் சிறையில் தள்ளி அங்கிருந்த கைதிகளை வைத்து அவரைக் கொலை செய்ய மேற்கொள்ளப்பட்டிருந்த சதியிலிருந்து கென்னடி அவரை மீட்டெடுத்தார். ஆனால், அதில் கென்னடியின் மைத்துனர் சார்ஜென்ட் ஷிரீவருக்குப் பெரும் பங்கு இருந்தது என்பது பலருக்குத் தெரியாத விஷயம். கிங் விவகாரத்தில் தலையிடாமல் இருக்குமாறு கென்னடிக்கு நெருக்கமானவர்கள் அவரிடம் தெரிவித்தனர். அது கென்னடியிடம் தடுமாற்றத்தை ஏற்படுத்தியது. தான் தலையிடாமல் இருந்துவிடலாம் என்று அவர் சிந்தித்தார். அப்போது ஷிரீவர், கென்னடியின் பிரச்சாரக் குழுவின் ஆலோசனையாளராக இருந்த கென்னி என்பவரிடம், "நான் பொதுவாக என்னுடைய குடும்ப அந்தஸ்தைப் பயன்படுத்திப் பிறரிடம் அனுகூலங்களைப் பெற முயல மாட்டேன். ஆனால், கிங் விஷயத்தில் நீங்கள் செய்வது தவறு. நான் கென்னடியிடம் தனியாகப் பேச எனக்கு நேரம் பெற்றுத் தாருங்கள்," என்று கேட்டுக் கொண்டார்.

அதன்படி, ஓர் ஓட்டல் அறையில் ஷிரீவர் கென்னடியைச் சந்தித்தார். அங்கு அவர், கிங் விவகாரத்தில் கென்னடி அறநெறிப்படி நடந்து கொள்ள வேண்டியதன் அவசியத்தை வலியுறுத்தினார். ஷிரீவர் கென்னடியைச் சந்திப்பதற்கு முன்பாக, அவர், "கிங்கிற்கு ஆதரவாகச் செயல்படுவது கென்னடியின் தேர்தல் வெற்றிக்கு உதவும் என்கின்ற உங்களுடைய உத்தி வெற்றி பெற்றால், அதற்கான பெயர் உங்களுக்கு ஒருபோதும் கிடைக்காது. ஆனால், அது தோல்வியடைந்தால், அனைத்துப் பழியையும் நீங்கள் ஏற்றுக் கொள்ள நேரிடும்," என்று எச்சரிக்கப்பட்டார். தேர்தல் முடிவுகள், ஷிரீவரின் யோசனை சரியானதுதான் என்பதை நிரூபித்தன. ஆனால், அவருடைய பெயர் எங்கும் கூறப்படவில்லை. வெகு விரைவில் அவர் மிகச் சுலபமாக மறக்கப்பட்டார். ஷிரீவருக்கு அதில் ஈட்டுவதற்கு எதுவும் இருக்கவில்லை, மாறாக, இழப்பதற்கு மட்டுமே எல்லாம் இருந்தன. ஆனாலும், அவர் துணிச்சலாக அதில் இறங்கினார்.

அது போன்ற ஒரு மோசமான பரிவர்த்தனையில் குதிப்பதற்கே உங்களுக்குத் துணிச்சல் இருக்க வேண்டும்.

சரியான செயல்களை நாம் செய்யாவிட்டால் பின் யார் செய்வார்? யாராவது ஒருவர் அதைச் செய்யாவிட்டால் அதனால் எத்தனை பேர் பாதிப்புக்கு உள்ளாவர்?

நம்மால் மௌனமாக இருக்க முடியாது. நம்மால் கைகட்டிக் கொண்டு வேடிக்கை பார்த்துக் கொண்டிருக்க முடியாது.

அவற்றை நேரடியாக எதிர்கொள்ள நாம் தயாராக இருக்க வேண்டும்.

அந்த ஒரு வழியில் மட்டுமே நம்மால் உதவ முடியும்.

நம்பிக்கையின் துணிச்சல்

அது 1961 ஆம் ஆண்டு. தெற்குக் கரோலினாவிலுள்ள ஒரு பேருந்து நிலையத்தில், 'வெள்ளையர் மட்டும்' அனுமதிக்கப்படுகின்ற காத்திருப்பு அறைக்குள் நுழைய முயன்றதற்காக, ஜான் லூயிஸ் என்ற கருப்பர், நினைவிழக்கும்வரை தாக்கப்படுகிறார். மக்கள் குடிமை உரிமைப் போராளி என்ற முறையில் அவர் அனுபவித்திருந்த பல தாக்குதல்களில் அதுவும் ஒன்று. அக்காலகட்டத்தில், பேருந்துகளில் கடைபிடிக்கப்பட்டு வந்த கருப்பர் மற்றும் வெள்ளையர் பிரிவுகளை எதிர்த்து அமைதியான முறையில் போராடிய 'ஃபிரீடம் ரைடர்ஸ்' என்ற குழுவைச் சேர்ந்தவர் அவர். தங்களுடைய அடிப்படை உரிமையை நிலைநிறுத்துவதற்காகப் போராடியதற்காக அவருடைய நண்பர்கள் பலரும் வெள்ளையர்களின் தாக்குதல்களால் படுகாயம் அடைந்திருந்தனர், சிலர் கொல்லப்பட்டுமிருந்தனர்.

இப்படிப்பட்டச் செய்திகள் லூயிஸ் போன்றவர்களைப் பாதிக்காமல் எப்படி இருக்கும்? தங்கள் நடவடிக்கைகளை நிறுத்திக் கொள்ள எப்படித் தூண்டாமல் இருக்கும்? ஆனால், நாற்பத்தெட்டு ஆண்டுகள் கழித்து, தன்னை அப்போது தாக்கியவரைச் சந்திக்கின்ற வாய்ப்பு லூயிஸுக்குக் கிடைத்தது. ஏனெனில், அவரைத் தாக்கியிருந்த எல்வின் வில்சன் என்ற வெள்ளையர், லூயிஸை நேரடியாகச்

சந்தித்துத் தன் செயலுக்காக மன்னிப்புக் கேட்க விருப்பம் தெரிவித்திருந்தார்.

ஆனால், அதைவிட ஆச்சரியம், அவரை மன்னிக்க லூயிஸூம் தயாராக இருந்ததுதான்.

நம்மில் பெரும்பாலானோர், இதுபோன்ற அனுபவங்களைத் தொடர்ந்து பெற்றுக் கொண்டிருந்தால், ஒரு கட்டத்தில் மனிதகுலத்தின்மீது நம்பிக்கை இழந்திருப்போம். எத்தனை முறைதான் ஒருவர் சிறைக்குச் சென்று கொண்டிருப்பார்? (ஜான் லூயிஸ் நாற்பத்தைந்து முறை கைது செய்யப்பட்டிருந்தார்!) இயல்பாகவே ஒருவருக்குக் கோபம் வரத்தானே செய்யும்?

நேசம், இரக்கம், நன்னம்பிக்கை என்று பிதற்றிக்கொண்டு எவ்வளவு நாட்கள்தான் நீங்கள் தாக்குப்பிடிப்பீர்கள்?

இந்த அநியாயமான உலகில் துணிச்சலாகச் செய்யப்படக்கூடிய ஒரே காரியம், நம்பிக்கை இழக்காமல் இருப்பது மட்டும்தான்.

ஆனால் அதற்கு நீங்கள் பலவற்றைத் தாக்குப்பிடிக்க வேண்டியிருக்கும்.

நல்லவர்கள் அனுபவிக்கின்ற வலி.

அவர்களுக்கு நேர்கின்ற தோல்விகள்.

தண்டிக்கப்பட்டிருந்த நல்லவர்கள்.

மற்றவர்களின் பேராசை, சுயநலம் மற்றும் வெறுப்பு.

"இவற்றுக்கு எந்தவிதமான அர்த்தங்களும் கிடையாது," என்று எளிதாகக் கூறிவிட்டுச் சென்றுவிடலாம்.

ஆனால், கைவிட்டுவிட்டால், இழப்பு நமக்குத்தான்.

நீங்கள் கைவிட்டுவிட்டப் பிறகு, அதை உங்களால் எப்படி எதிர்க்க முடியும்? எப்படி மாற்ற முயல முடியும்?

ஜான் லூயிஸ் பின்வாங்க மறுத்துவிட்டார். எல்வின் வில்சன் தன்னைச் சந்திக்க வந்தபோது, லூயிஸ் தான் எழுதியிருந்த ஒரு நூலில், "எல்வின் வில்சனுக்கு! நம்பிக்கையுடன் லூயிஸ்!" என்று எழுதிக் கையெழுத்திட்டுக் கொடுத்தார்.

இதில் அந்த நம்பிக்கைதான் எல்லாவற்றையும்விட முக்கியம். நீங்கள் ஏதாவது ஒரு விஷயத்தில் நம்பிக்கை வைத்திருந்தால், பிற மக்களுடன் இணைந்து பணியாற்றுவதை அது இலகுவாக்கும். உங்களுடைய போராட்டத்தின்போது நீங்கள் சந்திக்கக்கூடிய வலிகளைத் தாங்கிக் கொள்ளவும், குறைபாடுகளைப் பொறுத்துக்

கொள்ளவும் அது உங்களுக்கு உதவும்.

“வேலை, நேசம், துணிச்சல், நம்பிக்கை ஆகியவைதாம் என்னை நல்லவளாக வைத்திருக்கின்றன, எதார்த்தத்தைச் சகித்துக் கொள்வதைச் சாத்தியமாக்கியுள்ளன,” என்று ஆன் ஃபிராங்க் தன் நாட்குறிப்பில் எழுதியுள்ளார். எக்கணத்தில் வேண்டுமானாலும் கதவைத் தட்டித் தன்னைக் கொலை முகாமிற்கு அழைத்துச் செல்ல நாஜிக்கள் வரக்கூடும் என்ற நிலைமையில்கூட, மனிதகுலத்தின்மீதான தன் நம்பிக்கையை இழக்காதிருந்தார் ஆன் ஃபிராங்க். உங்களுக்கு என்ன சாக்குப்போக்கு இருக்கிறது?

“இந்தக் கஷ்டமெல்லாம் டிசம்பரில் தீர்ந்துவிடும்,” என்பது போன்ற நம்பிக்கைகளைப் பற்றி நாம் இங்குப் பேசவில்லை. ஆழமான நம்பிக்கைகளைப் பற்றி நாம் பேசுகிறோம். அனைத்து விதமான இடையூறுகளையும் வெற்றி கொண்டு தன் சகாக்களைக் காப்பாற்றத் தாம் திரும்பி வருவோம் என்று ஷேக்கில்டன் கொண்டிருந்த நம்பிக்கையைப் பற்றியும், மீண்டும் தங்கள் தாய்நாட்டை நிமிர வைப்போம் என்று டி கோல் கொண்டிருந்த நம்பிக்கையைப் பற்றியும்தான் நாம் இங்குப் பேசிக் கொண்டிருக்கிறோம்.

விவாகரத்திற்குப் பிறகும், திருட்டு நடந்த பிறகும், எதிர்பாராத பெருந்தோல்விக்கும், அதைத் தொடர்ந்து வந்த திவால் நிலைக்கும் பிறகும் நாம் நம்பிக்கை இழக்காமல் இருக்க வேண்டும். மக்கள்மீதும் வளமான எதிர்காலத்தின்மீதும் நாம் நம்பிக்கை இழக்காதிருக்க வேண்டும். நீதி மறைந்து போய்விட்டது என்று நம்பாதிருத்தல் அது. அந்த மனிதனை மாற்றவே முடியாது என்று நம்பாதிருத்தல் அது. இதை என்னால் மேம்படுத்த முடியாது என்று நம்பாதிருத்தல் அது.

நம்பிக்கையில் நம்பிக்கை வைக்காதிருத்தல் கோழைத்தனம். இன்னும் சொல்லப் போனால், நம்பிக்கை வைத்தல் என்பது நம்முடைய கடமை. எமிலி டிக்கின்சன் கூறியபடி, “சிறகுகளைக் கொண்ட ஒன்று நம்பிக்கை.” நம் ஆத்மாவிற்குள் அரியாசனம் போட்டு அமர்ந்திருக்கின்ற ஒன்று அது. கொந்தளிப்பான காலகட்டத்தின் ஊடாக அது நம்மை வழிநடத்தும். குளிரான காலங்களில் நம்மைக் கதகதப்பாக வைத்திருக்கும்.

ஆனால், நம்மிடமிருந்து அது எதையும்

எதிர்பார்ப்பதில்லை என்று கூறிவிட முடியாது. அது நம்மிடமிருந்து துணிச்சலை எதிர்பார்க்கிறது.

நெருப்பைச் சுமந்து செல்வதைப் போன்றது அது. அதனால் நாமும் சுடப்படக்கூடிய ஆபத்து இருக்கிறது. நாம் சோதனைகளையும் வேதனைகளையும் அனுபவித்துக் கொண்டிருந்தாலும், நல்ல விஷயங்களை நாம் ஊக்குவிக்கிறோம். நம்முடைய இதயம் நொறுங்கிப் போயிருந்தாலும், அதைத் திறந்தே வைத்திருக்கிறோம். நமக்கு எதிராக அணிவகுத்து நிற்கின்ற அநியாயங்களை அலட்சியப்படுத்திவிட்டு நாம் முன்னே செல்கிறோம்.

நம்பிக்கை நம்மை முடுக்கிவிடுகிறது. அந்த நம்பிக்கையைப் பிறரிடம் விதைப்பதன் மூலம் நாம் கதாநாயகத்தனமான நடவடிக்கைகளில் ஈடுபடுகிறோம்.

தலைவர்கள் நம்பிக்கைகளில் புரள்கின்றவர்கள் என்பதை நினைவில் வைத்திருங்கள். நாளை என்பதே இல்லாத ஓர் உலகில், இருத்தலுக்கு ஓர் அர்த்தம் இல்லாத ஓர் உலகில் வாழ எவரும் விரும்புவதில்லை. அப்படிப்பட்டதொரு நம்பிக்கையை நாம் விரும்பினால், அதை நாமேதான் உருவாக்கிக் கொள்ள வேண்டும். அதை நாம் நமக்காகவும் பிறருக்காகவும் செய்தாக வேண்டும்.

நாம் எதைச் செய்தாலும் கசப்பிற்கு மட்டும் அடிபணிந்துவிடக்கூடாது. விரக்திக்கு இம்மியளவுகூட இடம் கொடுத்துவிடக்கூடாது. செயலாண்மை, முன்னேற்றம், மீட்புக்கான சாத்தியக்கூறு ஆகியவற்றுக்கு முக்கியத்துவம் கொடுக்கின்ற கதைகளை நமக்கு நாமே சொல்லிக் கொள்ள வேண்டும்.

ஆணித்தரமான நம்பிக்கையை நாம் கொண்டிருக்க வேண்டும். அதுதான் மகத்துவத்திற்கான விதை.

ஒரு மேம்பட்ட நாளைக்கான திறவுகோல்.

சமாதானக் கொடியை நீங்கள் எரித்தே ஆக வேண்டும்

தாக்குப்பிடித்தல் என்பது ஒன்று. சரணடைதல் என்பது வேறு.

எபிக்டெட்டஸைப் பற்றி ஒரு கதை உண்டு. பின்னர் ஒரு தலைசிறந்த கிரேக்கத் தத்துவ மேதையாகப் பரிணமித்த அவர் தொடக்கக் காலத்தில் ஒரு கொத்தடிமையாக இருந்தார். அப்போது அவருடைய எஜமானனாக இருந்தவர், எபிக்டெட்டஸுக்குப் பாடம் கற்பிப்பதற்காக அவரை அடிக்கத் தொடங்கினார். சித்திரவதையை நிறுத்துமாறு தன்னிடம் எபிக்டெட்டஸ் கதறி அழுவார் என்று அவருடைய எஜமான் எண்ணினார். ஆனால், எபிக்டெட்டஸோ, "நீங்கள் தொடர்ந்து அடித்தால், என் கால் உடைந்துவிடும்," என்று மீண்டும் மீண்டும் அவரிடம் கூறிக் கொண்டிருந்தார். இறுதியில் அவருடைய கால் எலும்பும் உடைந்தது. உடனே எபிக்டெட்டஸ் அவரிடம், "நான் சொன்னேன் இல்லையா?" என்று கேட்டார்.

இந்த விடாமுயற்சி வெறும் தாக்குப்பிடித்தலைத் தாண்டிய ஒன்று. இதற்கு அர்ப்பணிப்பு தேவை. எபிக்டெட்டஸ் தன் ஆத்மாவின் முதுகெலும்பு உடைந்து போவதை அனுமதிக்கவில்லை. நம்பிக்கை இழப்புக்கும் கசப்புணர்வுக்கும் இடம் கொடுக்க அவர் மறுத்தார்.

அவர் இப்படித்தான் தன்னுடைய முப்பதாண்டுகால அடிமைத்தனத்தைத் தாக்குபிடித்து வந்திருந்தார்.

கேட்டாவும் சீசரை எதிர்த்ததோடு, ரோமானியக் குடியரசைப் பாதுகாப்பதற்காகவும் போராடினார். அத்துடன், தனக்கு மன்னிப்பு வழங்குமாறு எவரொருவரும் கேட்கக்கூடாது என்றும் அவர் கேட்டுக் கொண்டார். அப்படிக் கேட்டால், தான் ஆக்கிரமிப்பாளர்களுக்கு மண்டியிட்டதுபோல ஆகிவிடும் என்று அவர் கருதியதுதான் அதற்குக் காரணம்.

கதாநாயகர்கள் இப்படித்தான் செய்வார்கள். அவர்கள் கரையிறங்கியவுடன் தாங்கள் பயணித்தக் கப்பல்களைத் தீக்கிரையாக்குவதோடு, சமாதானக் கொடியையும் எரித்துப் பொசுக்குவர்.

பிரிட்டனில் பெண்கள் வாக்குரிமை பெறுவதற்காகப் போராடிய அரசியல் போராளியான எம்மலைன் பாங்க்ஹர்ஸ்ட், "விடுதலை அல்லது வீர மரணம்" என்ற தன்னுடைய பிரபலமான உரையில் இத்தகைய அர்ப்பணிப்பை வெளிப்படுத்தியிருந்தார்.

தாங்கள் நியாயமற்ற முறையில் ஆளப்படுவதற்குப் பெண்கள் ஒப்புதல் தெரிவிக்கும்வரைதான் அவர்களைப் பிறரால் ஆள முடியும். "நாங்கள் எங்களுடைய ஒப்புதலைத் திரும்பப் பெற்றுக் கொள்கிறோம். நியாயமற்ற முறையில் நடந்து கொண்டிருக்கின்றவரை அரசாங்கத்தால் எங்களை ஆள முடியாது," என்று பெண்கள் கூறுகின்றபோது, அது ஆள்பவர்களுக்குச் சாத்தியப்படாமல் போய்விடும். இருப்பதிலேயே பலவீனமான பெண்களைக்கூட ஆதிக்க சக்திகளால் ஆள முடியாது. உங்களால் அவர்களைக் கொல்ல முடியும். அப்படி நீங்கள் செய்தால், அவள் உங்களால் ஆளப்படாமல் தப்பிவிடுகிறாள். தன்னுடைய ஒப்புதலை வழங்க மறுக்கின்ற ஒருவரை இந்த உலகிலுள்ள எந்தவொரு சக்தியாலும் ஆள முடியாது.

சில நேரங்களில் தந்திரோபாயத்திற்காகப் பின்வாங்க நேரிடலாம் என்றாலும், நாம் ஒருபோதும் சரணாகதி அடைந்துவிடக்கூடாது.

அவர்கள் உங்களைத் துண்டாடலாம்.

அவர்கள் உங்களுக்கு விலங்கிடலாம்.

அவர்கள் உங்களுடைய உடைமைகளைப் பறிமுதல் செய்யலாம்.

அவர்கள் உங்களைப் பொதுவெளியில் அவமானப்படுத்தலாம்.

அவர்கள் உங்கள்மீது அபாண்டமாக வழக்குத் தொடுக்கலாம்.

அவர்கள் தங்களுடைய பெருநிறுவன வளங்களைக் கொண்டு உங்களை ஒடுக்க முயலலாம்.

அவர்கள் உங்களை ஒரு பாறையில் பிணைத்து நடுக்கடலில் தூக்கி எறியலாம்.

அவர்கள் உங்களிடமுள்ள அனைத்தையும் அபகரித்துக் கொள்ளலாம்.

ஆனால், நீங்கள் உயிருடன் இருக்கின்றவரை, உங்களை அவர்களால் விலகிக் கொள்ளச் செய்ய முடியாது.

அமெரிக்கக் கருப்பின மக்கள் அகிம்சை முறையில் போராடியபோது, அவர்களுடைய 'ஃபிரீடம் ரைடர்ஸ்' போராளிகள் வந்த பேருந்துகள் தீக்கிரையாக்கப்பட்டன. அதற்கு அவர்கள் எப்படி எதிர்வினையாற்றினர் தெரியுமா? அவர்கள் அதற்கு அடுத்தப் பேருந்தில் ஏறிச் சென்றனர் மருத்துவமனைக்குச் சென்று தங்களுடைய காயங்களுக்கு மருந்து போட்டுவிட்டுத் தொடர்ந்து பயணித்தனர். ஏனெனில், போராடுவதற்கு அவர்களிடம் ஒரு மாபெரும் இலட்சியம் இருந்தது.

அமெரிக்க உள்நாட்டுப் போரில் எதிரிகளை நோக்கி முன்னேறிக் கொண்டிருந்தபோது ஜெனரல் கிராண்ட் பத்திரிகையாளர்களைச் சந்தித்தார். அவர்களிடம் அவர் இவ்வாறு கூறினார்: "நீங்கள் பின்னர் நம்முடைய குடியரசுத் தலைவரைச் சந்தித்தால், என்ன நடந்தாலும் நாங்கள் ஒருபோதும் பின்வாங்க மாட்டோம் என்று கூறுங்கள்!" தன் முயற்சியில் தான் வெற்றி பெறுவோமா என்று அவருக்குத் தெரியாது. இன்னும் சொல்லப் போனால், எவரொருவராலும் வெற்றிக்கு உத்தரவாதமளிக்க முடியாது. தன்னால் முடிந்த ஆகச் சிறந்த முயற்சியைத் தான் மேற்கொள்ளவிருந்ததைத்தான் கிராண்ட் அப்படிக் கூறியிருந்தார். அதில் உச்சகட்டத் தியாகமான உயிர்த் தியாகமும் அடங்கும்.

ஜேம்ஸ் ஸ்டாக்டேல், "பிறரால் உடல்ரீதியாக ஏற்படுத்தப்படுகின்ற காயங்களை ஸ்டோயிக்குகள் பெரிதுபடுத்தவில்லை. ஆனால், வீண் பெருமை அதற்குக் காரணமில்லை. நல்ல மனிதர்கள் தங்களுடைய சக

மனிதர்களுக்கு ஆற்ற வேண்டிய கடமைகளிலிருந்து தவறிவிடுகின்றபோது ஏற்படுகின்ற மனஉளைச்சலோடு உடல் காயங்களை ஒப்பிட்டே அவர்கள் அவ்வாறு கூறியிருந்தனர்," என்று தன் விடுதலைக்குப் பின் எழுதினார்.

கதாநாயகர்கள் தங்களுடைய ஆத்மாவிலிருந்துதான் உண்மையான சக்தியைப் பெறுகின்றனர். யாரிடம் பெரிய படைபலம் இருக்கிறது, யாரிடம் சிறந்த ஆயுதங்கள் இருக்கின்றன அல்லது யாரிடம் பெரும் பணபலம் இருக்கிறது என்பதைப் பற்றியது அல்ல இது. ஒருபோதும் விலகிக் கொள்ளாதவன்தான் இறுதியில் வெற்றி அடைகிறான். இன்று இல்லாவிட்டால் நாளை அது கிடைக்கும் என்பது அவனுக்குத் தெரியும்.

கால்களைப் பயன்படுத்த முடியவில்லை என்றால், அவன் மண்டியிட்டவாறே போராடுவான்.

இரண்டாம் உலகப் போரின்போது, பிரிட்டனால் தாக்குப்பிடிக்க முடியுமா என்று சர்ச்சிலுக்குத் உறுதியாகத் தெரிந்திருக்கவில்லை. ஆனால், நாஜிக்கள் தங்கள் நாட்டுக்குள் காலடி எடுத்து வைத்தால், அதற்கு எப்படிப் பதிலடி கொடுக்க வேண்டும் என்பதை அவர் அறிந்திருந்தார். அவருடைய மருமகள் அவரிடம், "நாஜிக்கள் நம்முடைய ஊருக்குள் நுழைந்துவிட்டால் என்ன செய்ய வேண்டும்?" என்று கேட்டபோது, அதற்குச் சர்ச்சில், "நீ கொல்லப்படுவதற்கு முன்பாக, சமையலறைக் கத்தியை எடுத்து ஆக்கிரமிப்பாளர்களில் சிலரையாவது கொல்வதை எது தடுக்கிறது?" என்று பதிலளித்தார்.

அவர்களால் உங்களை முறியடிக்க முடியாது என்று எவரும் சொல்லவில்லை. நீங்களாகவே விலகிக் கொள்ளக்கூடாது என்பதுதான் முக்கியம். அது நீங்களாகவே தேர்ந்தெடுத்துக் கொள்கின்ற ஒரு விஷயம்.

உங்களிடம் கடைசியாக மிச்சமிருக்கின்ற அனைத்தையும் கொண்டு நீங்கள் எதிர்க்க வேண்டும், அவ்வளவுதான்.

ஹெமிங்வே கூறியதுபோல, வாழ்க்கையால், எதிரியால், ஒரு துரதிர்ஷ்டத்தால் நீங்கள் அழித்தொழிக்கப்படுவதற்குச் சாத்தியம் இருக்கிறது என்பது உண்மைதான். ஆனால், எவரும் நம்மை விலகிக் கொள்ள வைத்துவிட முடியாது. அது நம் கைகளில்தான் இருக்கிறது, அது நம்முடைய சக்தி. நாம் கைவிடுகின்றபோதுதான் அது நிகழ்கிறது.

உங்களுடைய துணிவை நீங்கள் கை கழுவிவிடுவதன் மூலம் மட்டுமே உங்களால் இழப்பை எதிர்கொள்ள முடியும்.

தோற்கடிக்கப்படுதல் ஒரு தேர்ந்தெடுப்பு. தைரியசாலிகள் ஒருபோதும் அதைத் தேர்ந்தெடுப்பது கிடையாது.

உடைக்கப்பட முடியாதவர்கள் என்று எவரும் கிடையாது

உடைக்கப்பட முடியாமைதான் துணிச்சல் என்று நாம் நினைத்துக் கொண்டிருக்கிறோம்.

அது உண்மையல்ல.

உடைக்கப்பட்டப் பிறகும் மீண்டெழுதல்தான் அது.

அதை நீங்கள் செய்தாக வேண்டும். உங்களுக்காகவும் பிறருக்காகவும் அதை நீங்கள் செய்தாக வேண்டும்.

ஏனெனில், உங்களுடைய குழந்தைகள் உங்களை எப்போதும் உற்றுக் கவனித்துக் கொண்டே இருக்கிறார்கள்.

ஏனெனில், இலட்சியத்திற்கு நீங்கள் தேவைப்படுகிறீர்கள்.

ஏனெனில், தீமை வெல்ல நீங்கள் அனுமதிக்கக்கூடாது.

ஆனால், நம்மில் பலரும் அதைச் செய்யப் பயப்படுகிறோம். தொடர்ந்து சென்று கொண்டிருக்க நாம் பயப்படுவதில்லை. மாறாக, காயப்பட்டுவிடுகின்ற அளவுக்கு நாம் பலவீனமாக இருந்தோம் என்பதையும், நமக்குப் பின்னடைவு ஏற்பட்டுள்ளது என்பதையும், நமக்குப் பழுதுபார்த்தல் தேவைப்படுகிறது என்பதையும் வெளிக்காட்டிக் கொள்வதற்கு நாம் பயப்படுகிறோம்.

எர்னஸ்ட் ஹெமிங்வே இதை மிகவும் அழகாக வெளிப்படுத்தியுள்ளார்:

இந்த உலகம் ஒவ்வொருவரையும் உடைக்க முயலும். அவர்கள் நல்லவர்களா, மென்மையானவர்களா அல்லது துணிச்சல்மிக்கவர்களா என்று பாரபட்சம் பார்க்காமல் அது அதைச் செய்யும்.

இந்த உலகம் குரூரமான, கடுமையான ஓர் இடம். நானூற்றைம்பது ஆண்டுகளாக அது அப்படித்தான் இருந்து வந்துள்ளது. அது எதையும், எவரையும் விட்டுவைக்கவில்லை. ஹெர்குலிஸிலிருந்து ஹெமிங்வேவரை சகலரும் அதில் அடக்கம். அவர்கள் எல்லோரும் இப்போது எங்கே இருக்கிறார்கள்? மண்ணோடு மண்ணாகிப் போனார்கள். அவர்களில் பலர், தேவையில்லாமல் தங்களுடைய காலத்திற்கு வெகு முன்னாலேயே போய்ச் சேர்ந்துவிட்டனர். அவர்கள் மீண்டெழுதலை பலத்தோடு போட்டுக் குழப்பிக் கொண்டிருந்ததுதான் அதற்குக் காரணம்.

ஸ்டோயிசிசம் ஓர் ஆழமான துணிச்சலைப் பற்றிப் பேசுகிறது. நீங்கள் உடைக்கப்படுகின்றபோது, அதிலிருந்து மீண்டெழுந்து வருவதற்கு உதவுகின்ற துணிச்சல் அது. மீண்டெழுந்து வருகின்றபோது, முன்பைவிட வலுவானவராக உருவாவதற்குக் கைகொடுக்கின்ற துணிச்சல் அது. தங்களுடைய கட்டுப்பாட்டில் இருக்கின்ற விஷயங்களின்மீது மட்டுமே கவனத்தைக் குவிப்பதன் மூலம் ஸ்டோயிக்குகள் தங்களைக் குணப்படுத்திக் கொள்கின்றனர். அதிலிருந்து அவர்கள் பாடங்களைக் கற்றுக் கொண்டு வருங்காலத்திற்குத் தங்களைத் தயார்படுத்திக் கொள்கின்றனர். அதன் மூலம் பிறரிடம் வித்தியாசத்தை ஏற்படுத்த முயல்கின்றனர்.

இக்கருத்து மேற்கத்திய உலகிற்கு மட்டுமே சொந்தமானதல்ல. ஜப்பானில் ‘கின்ட்சுகி தத்துவம்’ என்ற ஒன்று இருக்கிறது. அது பதினைந்தாம் நூற்றாண்டில் தொடங்கியது. உடைந்து போன பீங்கான் தட்டுகள், கோப்பைகள், கிண்ணங்கள் போன்றவற்றை ஒட்டுகின்ற ஒரு கலை அது. அவற்றை வெறுமனே ஒட்டாமல், அவற்றை மேம்படுத்துவதைப் பற்றியது அது. ஒட்டுவதற்கு அவர்கள் தங்கம் அல்லது வெள்ளி கலந்த ஒரு பசையைப் பயன்படுத்துவர். அதன் தொடக்கம் குறித்து ஜப்பானில் இப்படி ஒரு கர்ண பரம்பரைக் கதை நிலவுகிறது: ஒரு முறை, உடைந்த கோப்பை ஒன்று ஜப்பானிலிருந்து சீனாவுக்குப்

பழுது பார்ப்பதற்காக அனுப்பி வைக்கப்பட்டது. அது பழுது பார்க்கப்பட்டுத் திரும்பி வந்த பிறகு, அது முன்பைவிட அசிங்கமாக இருந்ததாகக் கருதப்பட்டதால், அதை மேம்படுத்துவதற்காக உருவாக்கப்பட்டக் கலை வடிவம்தான் கின்ட்சுகி. உடைசலின்போது ஏற்படுகின்ற தழும்புகளை அழகானவையாக மாற்றுவதுதான் அதன் நோக்கம்.

சில நேரங்களில் இந்தக் கேள்வியைத்தான் உலகம் நம்மிடம் கேட்கிறது. நாம் துணிச்சல்மிக்கவர்கள் என்பதை அது அறியும். அதனால், அது இதை அறிந்து கொள்ள விரும்புகிறது: மரணமா அல்லது கின்ட்சுகியா?

உடைக்கப்பட்டப் பின்பு நீங்கள் அதிலிருந்து வலுவாக மீண்டெழுவீர்களா? அல்லது துவண்டு போய் வீழ்ந்துவிடுவீர்களா?

கதாநாயகர்கள் மீண்டெழுவர். உடைக்கப்பட்டுள்ள பகுதியைக் குணமாக்கிக் கொள்வர். மேலும் வளர்வர். தங்களுக்காகவும் பிறருக்காகவும்.

ஆடி மர்ஃபி தன்னுடைய சுயசரிதையை இக்கருத்தோடு நிறைவு செய்கிறார். போர் தன்னை உடைத்திருந்ததை அவர் அறிந்திருந்தார். பார்த்திருக்கக்கூடாத விஷயங்களை அவர் பார்த்திருந்தார். எண்ணற்றப் பிற போர்வீரர்களைப்போல அவரும் 'பேரதிர்ச்சிக்குப் பிந்தைய மன உளைச்சலால்' பாதிக்கப்பட்டிருந்தார். ஆனால், அது தன்னை வடிவமைக்க அனுமதிப்பதை அவர் விரும்பவில்லை. அது குறித்து அவர் இவ்வாறு எழுதியுள்ளார்: "திடீரென்று வாழ்க்கை நம்மை நெருக்குகிறது. நான் அதை எதிர்த்து நிற்பேன் என்று எனக்கு நானே சத்தியம் செய்து கொண்டேன். போர் என்மீது பெரும் தாக்கம் ஏற்படுத்தியிருக்கலாம். ஆனால், அது என்னைத் தோற்கடிக்க நான் ஒருக்காலும் அனுமதிக்கப் போவதில்லை."

தான் பின்வாங்கப் போவதில்லை என்று அவர் உறுதி பூண்டார். அவரோடு சண்டை போட்டுக் கொண்டிருந்த அரக்கர்கள் வெற்றி பெற அவர் அனுமதிக்கப் போவதில்லை. தான் ஒரு புதிய இலட்சியத்தை உருவாக்கிக் கொள்வோம், ஒரு புதிய வேலையைத் தேடிக் கொள்வோம், தன் கனவுக்கன்னியைக் கண்டுபிடிப்போம், அவளை மணம் புரிந்து கொள்வோம், ஒரு குடும்பத்தை உருவாக்குவோம் என்று அவர் உறுதி பூண்டார்.

“வாழ்க்கையை விரக்தியற்ற நோக்கோடு பார்க்க நான் கற்றுக் கொள்வேன். வாழ்க்கைமீதும் பிறர்மீதும் நம்பிக்கை வைக்கவும் அன்பு செலுத்தவும் நான் கற்றுக் கொள்வேன். இறுதியாக, எண்ணற்றப் பிறரைப்போலவே, மீண்டும் வாழ நான் கற்றுக் கொள்வேன்,” என்று அவர் தனக்குத் தானே கூறிக் கொண்டார்.

துணிச்சலே நல்லொழுக்கம், நல்லொழுக்கமே துணிச்சல்

நல்லொழுக்கம் என்பது இசையைப் போன்றது. அது ஓர் உயர்ந்த, உன்னதமான சுருதியில் அதிர்கிறது.

— ஸ்டீவன் பிரெஸ்ஃபீல்டு

ஜெர்மானிய எழுத்தாளரான கதே, 'ஃபாஸ்ட்' என்ற தன்னுடைய நாடகத்தை, "ஆதியில் 'சொல்' இருந்தது," என்று தொடங்குகிறார்.

பின் உடனே சுதாரித்துக் கொண்டு, "ஆதியில் 'செயல்' இருந்தது," என்று அவர் திருத்திக் கொள்கிறார்.

இப்புத்தகம் துணிச்சலைப் பற்றியது. அடிப்படையான நல்லொழுக்கங்கள் பற்றிய வரிசை நூல்களில் முதலாவது இது. அதன் இறுதியில் அவர் மீண்டும் அறுதியிட்டுக் கூறுகிறார். "சொற்கள் முக்கியமானவை அல்ல, செயல்களே முக்கியம்."

நிதானம், நீதி, ஞானம் ஆகிய பிற மூன்று நல்லொழுக்கங்களுக்கும் துணிச்சலுக்கும் இடையேயான உறவை இதைவிடச் சிறப்பாக வேறு எதுவொன்றாலும் எடுத்துரைக்க முடியாது. துணிச்சல் இல்லாமல் இந்த மூன்று நல்லொழுக்கங்களையும் கைக்கொள்வது சாத்தியமற்றது. அப்படிப் பெறப்பட்டால் அவை மதிப்பற்றவையாக இருக்கும்.

சி.எஸ். லூயிஸ் இவ்வாறு எழுதுகிறார்: "துணிச்சல் என்பது நல்லொழுக்கங்களில் ஒன்று மட்டும் அல்ல. பிற நல்லொழுக்கங்களைச் சோதிக்கின்ற ஒரு வடிவமும்கூட." நிதானத்துடன் வாழ முயற்சி செய்யுங்கள். நேர்மையுடன் இருக்க முயற்சி செய்யுங்கள். அறிவைத் தேட முயற்சி செய்யுங்கள். நிதானம், நீதி மற்றும் ஞானத்தைக் கைகழுவிவிட்டுள்ள ஒரு சமுதாயத்தில் இவற்றை முயற்சித்துப் பாருங்கள். அப்போது என்ன நடக்கும் என்பதை நீங்கள் அறிவீர்கள்.

துணிச்சல் உங்களை எதுவரை கொண்டு செல்கிறது என்பதைப் பாருங்கள். நீங்கள் பரிகசிக்கப்படுவீர்கள். நீங்கள் விமர்சிக்கப்படுவீர்கள். நீங்கள் குறைத்து மதிப்பிடப்படுவீர்கள். உங்களுக்கு முட்டுக்கட்டை போடப்படும். உங்களுடைய வங்கிக் கணக்கு பூஜ்ஜியத்திற்கு நெருக்கமாகும். இவை அனைத்துமே உங்களுக்கான சோதனைகள்தாம்.

துணிச்சல் இல்லாமல் இவற்றில் உங்களால் தேற முடியாது. கலகக் கும்பல் உங்களைக் குறி வைக்கும். அல்லது நீங்கள் அதில் கலந்துவிடக்கூடும். புற அழுத்தங்கள் உங்ளுடைய அர்ப்பணிப்பைக் களவாடிவிடக்கூடும். அல்லது அந்த அழுத்தங்களிலிருந்து விடுபடுவதற்கு நீங்கள் உங்களையே அடகு வைத்துவிடக்கூடும்.

துணிச்சலே ஒரே வழி. மற்ற அனைத்தின் முதுகெலும்பும் அதுதான்.

அது உங்களுக்கு அவசியம் தேவைப்படும்.

ஏனெனில், நல்லொழுக்கங்களைப் பற்றிப் பேசுவது எளிது. காலங்காலமாக அது கவிதைகளை அலங்கரித்து வந்துள்ளது, இலக்கியங்களுக்குள் ஊடுருவி உயர்ந்த இடத்தைப் பிடித்துள்ளது, நினைவுகளில் குடியேறி அமர்ந்துள்ளது. இந்தப் புத்தகத்தை எழுதுவதற்காக நான் செலவிட்டிருந்த நேரத்தையும், அதைப் படிப்பதற்காக நீங்கள் ஒதுக்கியுள்ள நேரத்தையும் ஒரு பொழுதுபோக்கான விஷயமாக எடுத்துக் கொள்ள முடியாது.

நாம் நம்மை உண்மையாகவே மேம்படுத்திக் கொள்ள முயன்று கொண்டிருக்கிறோம். நமக்கு விடப்பட்டுள்ள மேலான அழைப்பை ஏற்றுக் கொள்ள நாம் முயன்று கொண்டிருக்கிறோம். ஹெர்குலிஸ்தனமான காரியங்களில் ஈடுபட நாம் அல்லாடிக் கொண்டிருக்கிறோம். இன்று.

நாளை. ஒவ்வொரு கணத்திலும்.

ஒரு நல்லொழுக்கம் வெறும் காகிதத்தில் மட்டும் இருந்தால் அதனால் என்ன பயன்? அதன்படி ஒட்ட ஒழுக நீங்கள் துணியவில்லை என்றால், அதனால் என்ன பிரயோஜனம்?

படித்தலுக்கும் நடைமுறைக்கும் ஓர் உறவு இருக்கிறது என்பது உண்மைதான். ஆனால், ஒரு கட்டத்தில் நீங்கள் சாலையில் இறங்கி நடந்தாக வேண்டும். உண்மை குறித்து அலசினால் போதாது, அதன்படி செயல்படத் துணிய வேண்டும். நாம் அதை நம்முடைய ஆத்மாவிற்குள் கிரகித்துக் கொள்ள வேண்டும். பண்புநலனே தலைவிதி என்று நம்முடைய மூதாதையர் அதை அழைத்தனர்.

நீங்கள் செய்யவிருப்பதை உங்களுடைய நம்பிக்கைதான் தீர்மானிக்கும் என்பது அதற்கு அர்த்தம். அந்த நான்கு நல்லொழுக்கங்களும் நற்பண்புகளை ஒருவரிடம் விதைக்கவல்லவை. துணிச்சல் என்பது உங்களிடம் இருக்கின்ற ஒன்றைப் பறைசாற்றிக் கொள்கின்ற ஒன்றல்ல. அதை நீங்கள் சம்பாதிக்க வேண்டும், அது உங்களுடைய ஓர் அம்சமாக ஆக வேண்டும். எப்படி ஒருவன் தொடர்ந்து எழுதி ஓர் எழுத்தாளனாக ஆகிறானோ, அதைப்போலவே, வாழ்க்கையின் ஊடாக எடுக்கப்படுகின்ற தைரியமான சின்னஞ்சிறு நடவடிக்கைகளின் ஊடாகத்தான் துணிச்சலும் ஒருவரிடம் வளர்த்தெடுக்கப்படுகிறது.

நாம் இதுவரை பின்பற்றியிருந்த சார்ல்ஸ் டி கோல், லியோனிடாஸ், ஃபிரெடரிக் டக்ளஸ், தியோடோர் ரூஸ்வெல்ட், எலனோர் ரூஸ்வெல்ட், மார்க்கஸ் அரேலியஸ், சோஃபியா ஃபாரர், ஃபிராங்க் செர்பிகோ, ஜேம்ஸ் ஸ்டாக்டேல் போன்றோர் கச்சிதமானவர்கள் அல்லர். சில சமயங்களில் அவர்கள் நல்லொழுக்கம் என்று கருதப்பட்ட விஷயங்களுக்கு நேரெதிரானவற்றைக்கூடச் செய்திருந்தனர். ஆனால், ஒரு முக்கியமான, இக்கட்டான தருணத்தில், அவர்களிடம் வேரூன்றியிருந்த பண்புநலன், மாபெரும் காரியங்களை நிகழ்த்துவதற்கு அவர்களை உந்தித் தள்ளியது. அது அவர்களுக்கு மட்டுமல்லாமல் எண்ணற்ற மக்களுக்கும் உதவியிருந்தது. இன்றளவும் பலருக்கும் உத்வேகமூட்டி வருகிறது.

அவர்களுடைய வார்த்தைகள் இங்கு முக்கியமானவையாக இருக்கவில்லை. அவர்கள் யாராக

ஆகி இருந்தார்களோ அதுதான் முக்கியமானதாக இருந்தது.

கெட்டிஸ்பர்க்கில் லிங்கன் அதைத்தான் வெளிப்படுத்தினார். அவர்களைப் பற்றி இங்கு நாம் என்ன கூறிக் கொண்டிருக்கிறோம் என்பது முக்கியமல்ல. அவர்கள் அங்கு என்ன செய்தார்கள் என்பதுதான் முக்கியம். கி.மு. 480 இல் தெர்மோபைலேயில் கிரேக்கப் படைவீரர்கள் எடுத்த நிலைப்பாடாகட்டும், நைட்டிங்கேல் எடுத்தத் துணிகர முடிவாகட்டும், மாயா மூர் மேற்கொண்ட செயலாகட்டும், அவர்கள் அனைவரும் தாங்கள் எத்தகைய தியாகத்தை மேற்கொண்டிருந்தோம் என்பதையும், அவற்றின் பின்விளைவுகள் என்னவாக இருக்கும் என்பதையும் நன்றாகவே அறிந்திருந்தனர். அதற்கு அவர்களுடைய துணிச்சல் உரம் போட்டது.

அதன் மூலம் அவர்களுடைய நல்லொழுக்கம் பிரகாசித்தது.

அதை நாம் புனிதப்படுத்தத் தேவையில்லை. தானாகவே காலாகாலத்திற்கும் நிலையாக நிற்கக்கூடிய வலிமை அதற்கு இருக்கிறது.

நமக்கு முன்னால் வந்திருந்தவர்களின் துணிச்சல் இல்லாதிருந்தால், நாம் இன்று எப்படி இருக்கிறோமோ அது சாத்தியப்பட்டிருக்காது.

இவற்றுக்காக அவர்களுக்கு நன்றி செலுத்துவதற்கு நமக்கு ஒரே ஒரு வழிதான் இருக்கிறது.

நம்முடைய சொந்தச் செயல்களை அவற்றோடு இணைத்துக் கொள்வதுதான் அது. அவர்கள் முடிக்காமல் விட்டுவிட்டிருந்த செயல்களை நம் கையில் எடுத்துக் கொண்டு அவற்றைச் செய்து முடிப்பது அது. நாம் எந்தப் பாரம்பரியத்தின் அங்கமாக இருக்கிறோமோ, அது தொடர்வதற்கு நாம் பாடுபட வேண்டும். நாம் ஹெர்குலிஸைப் பின்பற்றியாக வேண்டும்.

நல்லொழுக்கங்களைத் தேர்ந்தெடுப்பதிலிருந்து அது தொடங்குகிறது. அதைப் பற்றிப் பேசுவதன் மூலம் அல்ல. அதன்படி வாழ்வதில்தான் சூட்சுமம் இருக்கிறது.

நல்லொழுக்கத்தைப் பற்றி வேண்டிய மட்டும் நாம் கற்றுக் கொள்ளலாம். ஆனால், அந்தக் குறுக்குச்சாலையில் வந்து நிற்கின்றபோது, எந்தப் பாதையில் பயணிக்க வேண்டும் என்பதை நாம் தீர்மானித்தாக வேண்டும்.

நாம் இந்தப் புத்தகத்தை ஜான் ஸ்டீன்பெக்கிடமிருந்து

தொடங்கினோம். இந்நூலை முடிப்பதற்கு நாம் அவரிடமே மீண்டும் தஞ்சமடையலாம். ஸ்டீன்பெக் தன்னுடைய 'ஈஸ்ட் ஆஃப் ஈடன்' நூலில், கிறித்தவ மதத்திலுள்ள பத்துக் கட்டளைகளைப் பற்றிப் பேசுகிறார். அவை ஹீப்ரு மொழியிலிருந்து ஆங்கிலத்திற்கு மொழிபெயர்க்கப்பட்டபோது அவை கட்டளைகள் என்று அர்த்தப்படுத்தப்பட்டுவிட்டன என்றும், அவை உண்மையில் வேண்டுகோள்களாக இருந்திருக்க வேண்டும் என்றும் அவர் கருத்துத் தெரிவிக்கிறார்.

"ஏனெனில், அப்படிக் கூறுகின்றபோது, இதில் தனிநபர்களுக்கான பொறுப்பு வந்துவிடுகிறது. அத்துடன், மனச்சாட்சிப்படி நடக்க வேண்டிய தேவையும் உருவாகிவிடுகிறது. நீங்கள் விரும்பினால் அதைச் செய்யலாம். ஆனால், அது உங்களுடைய தேர்ந்தெடுப்பு என்றாகிவிடுகிறது," என்று ஸ்டீன்பெக் அதை விளக்குகிறார்.

இத்தகவல், பைபிள், ஈஸ்ட் ஆஃப் ஈடன் அல்லது ஃபாஸ்ட்போல எங்கிருந்து வந்திருந்தாலும் சரி, அதை ஹெர்குலிஸ்போல யார் கூறியிருந்தாலும் சரி, அது உணர்த்துகின்ற விஷயம் ஒன்றுதான். தேர்ந்தெடுப்பதற்கு நமக்கு ஒரு வாய்ப்பு இருக்கிறது. துணிச்சல் அல்லது கோழைத்தனம் ஆகிய இரண்டில் ஒன்றைத் தேர்ந்தெடுப்பதற்கு, நல்லொழுக்கம் அல்லது தீமை ஆகிய இரண்டில் ஒன்றைத் தேர்ந்தெடுப்பதற்கு நமக்கு ஒரு வாய்ப்பு இருக்கிறது.

நாம் பயந்து போயிருக்கின்றபோது, துணிச்சல் நமக்கு அறைகூவல் விடுக்கிறது. நாம் நம்முடைய கடமைகளை நிறைவேற்றுவதற்கு நமக்குத் தேவைப்படுகின்ற தைரியம் மற்றும் விடாமுயற்சியை நம்மிடமிருந்து அது எதிர்பார்க்கிறது. நம்முடைய சொந்த நலனைக் கடந்து பொதுநலனுக்காக, நம்மைவிட பிரம்மாண்டமான ஒன்றில் ஈடுபடுவதற்காக அது நமக்கு அழைப்பு விடுக்கிறது.

அந்த அழைப்பை ஏற்க வேண்டுமா அல்லது மறுக்க வேண்டுமா என்பதைத் தீர்மானிக்க வேண்டியது நாம்தான். அத்தீர்மானத்தை நாம் நம்முடைய வாழ்க்கையில் ஒரே ஒரு முறை எடுப்பதோடு அது முடிந்துவிடுவதில்லை. நாம் தொடர்ந்து ஓராயிரம் முறை அத்தீர்மானத்தை எடுத்தாக வேண்டும். கடந்தகாலத்தில் எடுத்துவிட்டோம் என்று வாளாவிருந்துவிட முடியாது. இக்கணத்திலும் நாம்

அதை எடுத்தாக வேண்டும், வருங்காலத்திலும் எடுத்தாக வேண்டும்.

அது என்னவாக இருக்கும்?

உங்களால் துணிச்சலுடன் செயல்பட முடியுமா? அதை நீங்கள் யாருக்காக, எதற்காகச் செய்யப் போகிறீர்கள்?

அதைத் தெரிந்து கொள்ள இந்த உலகம் விரும்புகிறது.

முடிவுரை

தன்மீது வழக்குத் தொடுத்திருந்த ஒரு பெண்மணியின் நிர்வாணப் புகைப்படங்களைத் திருட்டுத்தனமாகப் பத்திரிகைகளுக்குக் கசியவிடுமாறு என்னுடைய நிறுவனத்தின் முதன்மை நிர்வாக அதிகாரியான டோவ் சார்னி என்னிடம் கேட்டுக் கொண்டபோது எனக்கு வயது இருபத்து மூன்று.

அதைச் செய்ய நான் மறுத்துவிட்டேன்.

அப்புகைப்படங்களும் அது தொடர்பான விவரங்களும் தன்மீது சாட்டப்பட்டிருந்த குற்றச்சாட்டுகளிலிருந்து தன்னை விடுவிடுவித்துவிடும் என்று சார்னி நம்பினார். அது ஓரளவுக்கு உண்மைதான். ஆனால், அப்படிப்பட்டச் செயல், 'பழிக்குப் பழி வாங்குவதற்கான ஆபாசப் பட வெளியீடு' என்று கருதப்படுகின்ற ஒன்றுக்குச் சமானமானதாகவும் இருந்தது.

"அந்த விவகாரத்திற்குள் என்னை இழுத்துவிடாதீர்கள்," என்று நான் அவரிடம் கூறிவிட்டேன்.

அக்கணத்தில் நான் வெளிப்படுத்தியிருந்த தார்மிகரீதியான துணிச்சல் குறித்து நான் திருப்தி கொண்டிருந்தேன். ஆனால், இப்போது திரும்பிப் பார்க்கின்றபோது, என்னுடைய நடவடிக்கை போதுமானதாக இருந்திருக்கவில்லை என்று எனக்குத்

தோன்றுகிறது. அந்த நிறுவனத்தில் அதுவரை எவரும் சார்னியின் உத்தரவுகளுக்குக் கீழ்ப்படியாமல் இருந்ததில்லை. அப்படிச் செய்தால், அதற்கு அவர்கள் தங்களுடைய வேலையை விலையாகக் கொடுக்க வேண்டியிருக்கும் என்பது அனைவரும் அறிந்த ஒன்று. எனக்கு அந்த நிலை ஏற்படவில்லை என்றாலும், அவர் கூறியதைக் கேட்ட அடுத்தக் கணம், நான் என் வேலையை உதறித் தள்ளிவிட்டு அங்கிருந்து கிளம்பிவிடவில்லை.

அதற்குச் சில வாரங்களுக்குப் பிறகு ஒரு நாள் நான் சார்னியின் அறைக்குச் சென்றபோது, அவர் சில முக்கியமான பத்திரிகையாளர்களுடன் ஒரு வீடியோ அழைப்பில் பேசிக் கொண்டிருந்தார். அவர்கள் அந்த ஆபாசப் படங்கள் பற்றி விவாதித்துக் கொண்டிருந்தனர். அதாவது, சார்னி அவற்றை வேறொரு வழியில் கசியவிட்டிருந்தார் என்பதை நான் புரிந்து கொண்டேன். அவருடைய வேண்டுகோளை மறுதலித்ததன் மூலம் அந்த விவகாரத்திலிருந்து நான் கழன்று கொண்டிருந்தேன், அவ்வளவுதான். அது நிகழாமல் தடுப்பதற்கு நான் எந்த முயற்சியும் மேற்கொண்டிருக்கவில்லை.

என் துணிச்சல் என்னை ஏன் கைவிட்டது?

இந்தக் கேள்வியை நான் அதற்குப் பின்பு பல முறை கேட்டுள்ளேன். அந்த நிறுவனத்திலிருந்து நான் விலகாமல் இருந்ததற்கு, அந்த நிறுவனம் நல்ல விஷயங்களைச் செய்து கொண்டிருந்தது என்று நான் நம்பியது ஒரு காரணம். தனிப்பட்ட முறையில் நான் அவர்களைப்போல இல்லை என்று என் செயல்களுக்கு நான் நியாயம் கற்பித்துக் கொண்டேன். ஆனால், கடினமான, சரியான செயல்களைச் செய்யாமல் இருப்பதற்கு நம்மால் ஆயிரம் சாக்குப்போக்குகளைக் கண்டுபிடிக்க முடியும். அந்த வயதில், பெரும் சம்பளத்துடன்கூடிய அந்த வேலையை உதறித் தள்ளுவது என்பது என் வாழ்க்கை இலட்சியங்களைத் தடம்புரளச் செய்துவிடும் என்று நான் அஞ்சினேன்.

இதில் ஒரு நகைமுரண் இருந்தது. ஏனெனில், பெருநிறுவன வேலைகளிலிருந்து ஒதுங்கிக் கொண்டு ஓர் எழுத்தாளராக ஆக வேண்டும் என்ற உறுதியும் அக்கணத்தில்தான் என்னிடம் ஏற்பட்டது. அந்த வேலையை விட்டுவிட்டால் நான் நடுத்தெருவுக்கு வந்துவிடுவேன் என்று நான் தயங்கினேன். ஆனால், என்

தயக்கத்தின் மூலம், நான் சரியான செயலைச் செய்வதற்கு முக்கியத்துவம் கொடுக்காமல் என் சொந்தப் பாதுகாப்பிற்கு முன்னுரிமை அளித்தேன்.

அதற்குப் பிறகு நான் அந்த நிறுவனத்தில் ஓர் ஆலோசனையாளராகவும் உத்தி வகுப்பாளராகவும் மூன்று ஆண்டுகளுக்குத் தொடர்ந்து வேலை பார்த்து வந்தேன். அந்த நிறுவனத்தில் மோசமான முடிவுகள் எடுக்கப்படாமல் தடுத்தேன். நெறிமுறைரீதியான திசையில் தீர்மானங்கள் எடுக்கப்படுவதற்கு நான் உதவினேன். சார்னிக்குக் கடிவாளம் போட முயன்றேன். என்னால் முடிந்த அளவு, ஆடைத் தொழிலில் ஈடுபட்டிருந்த ஆயிரக்கணக்கான நபர்களின் வேலை பறிபோகாமல் காப்பாற்றிக் கொண்டிருந்தேன். அதோடு, நான் தொடர்ந்து அங்கு நல்ல சம்பளத்தைப் பெற்றுக் கொண்டிருந்ததால், அங்கு நடந்திருந்த மோசமான விஷயத்திற்கு நான் துணை போயிருந்தேன்.

ஒட்டுமொத்தத்தில், துணிவிற்கான ஒரு முன்னுதாரணமாக நான் இருக்கவில்லை.

2014 வாக்கில் என்னுடைய மூன்று புத்தகங்கள் வெளியானதைத் தொடர்ந்து என்னை நான் ஓர் எழுத்தாளராக நிலைப்படுத்திக் கொண்டிருந்தேன். அப்போது என் வாழ்க்கையில் திடீரென்று ஒரு திருப்புமுனை ஏற்பட்டது. சார்னியின் போக்கின் காரணமாக நிறுவனத்தின் பங்குகளின் விலை படுவேகமாக வீழ்ச்சியடைந்து கொண்டிருந்தது. அவர்மீது ஏகப்பட்ட வழக்குகள் தொடுக்கப்பட்டன.

அச்சமயத்தில் நான் அந்த நிறுவனத்தின் நிலை குறித்து அதன் நிர்வாகக் குழு உறுப்பினர்களுடன் அடிக்கடிப் பேச்சுவார்த்தை நடத்திக் கொண்டிருந்தேன். நிலைமை படுமோசமாகத் தொடங்கியதும், நிர்வாகக் குழு என் குரலுக்குச் செவி சாய்க்கத் தொடங்கியது. அவரை நிறுவனத்திலிருந்து நீக்குவது ஒன்றுதான் சரியான காரியமாக இருக்கும் என்று நான் ஆணித்தரமாக வாதிட்டேன். அந்த முடிவுக்கு வருவதற்கு எனக்கு நீண்ட நாட்கள் பிடித்திருந்தன. ஆனால், நான் அத்தீர்மானத்தை எட்டியவுடன், நான் சரியான பாதையில்தான் சென்று கொண்டிருந்தேன் என்பதில் எனக்கு எந்தவிதமான சந்தேகமும் இருக்கவில்லை. ‘தடைக்கற்களே

வெற்றிக்கான படிக்கட்டுகள்' என்ற என்னுடைய நூலை விளம்பரப்படுத்துவதற்காக நான் மேற்கொண்டிருந்த பயணத்தின் இறுதி நாளில் சார்னியிடமிருந்து எனக்கு ஒரு தொலைபேசி அழைப்பு வந்தது. அவர் நிறுவனத்திலிருந்து ஒருவழியாக நீக்கப்பட்டிருந்தார்.

இதை நான் இன்னும் முன்பாகவே வழிமொழிந்திருந்தால், இந்த விஷயத்தில் என்னால் ஏதாவது ஒரு பெரிய வித்தியாசத்தை ஏற்படுத்தி இருந்திருக்க முடியுமா? அல்லது நான் என் வேலையை இழந்திருந்தால்? 2011 இல் என் எதிர்ப்பைத் தெரிவிக்கும் விதத்தில் நான் என் வேலையை இராஜினாமா செய்திருந்தால் அது இதே விளைவுகளை ஏற்படுத்தி இருந்திருக்குமா? அல்லது கண்டுகொள்ளப்படாமல் விடப்பட்டிருக்குமா? அதற்குப் பிறகும் நான் அங்கே தொடர்ந்து நீடித்ததால்தான் இறுதியில் சார்னி பதவியிலிருந்து தூக்கி எறியப்பட்டார் என்று நான் நம்பினேன். அல்லது அப்படி எனக்கு நானே சமாதானம் கூறிக் கொண்டேன்.

என் நிலைப்பாட்டை அறிந்திராத சார்னி, அந்தக் கணத்தில் என்னுடைய விசுவாசத்தை விலைக்கு வாங்க முயற்சித்தார். "நான் உனக்கு ஒரு பதிப்பகத்தை ஏற்படுத்திக் கொடுக்கிறேன்," என்று அவர் என்னிடம் கூறினார். அந்த வாக்குறுதியை அவரால் நிறைவேற்றி இருந்திருக்க முடியுமா? சாத்தியமில்லை என்றே நான் கருதுகிறேன். ஆனால், அது ஒரு பொருட்டல்ல. ஏனெனில், அதில் எனக்கு விருப்பம் இருக்கவில்லை. அக்கட்டத்தில் நான் திரும்பிச் செல்ல முடியாத ஓர் எல்லையை வந்தடைந்திருந்தேன். அந்நிறுவனம் அளிக்க முன்வந்த இலட்சக்கணக்கான டாலர்களை வாங்கிக் கொண்டு இடத்தைக் காலி செய்ய சார்னியின் அகங்காரம் இடம் கொடுக்கவில்லை. தான் அரும்பாடுபட்டு உருவாக்கியிருந்த அந்த நிறுவனத்தை அழித்தொழிக்க அவர் சபதம் பூண்டார். அந்த நிறுவனம் தரைமட்டமாகிவிடாமல் காக்கின்ற பொறுப்பு என் வசம் ஒப்படைக்கப்பட்டது.

வலுக்கட்டாயமாக எங்களுடைய நிறுவனத்தை வாங்க வேறொரு நிறுவனம் முயன்றது. எங்கள் நிறுவனத்தின் நிர்வாகக் குழு அதை முறியடிப்பதற்குப் பல தந்திரங்களைக் கையாளத் தொடங்கியது. நான் அதுவரை அப்படிப்பட்டதொரு சூழலை எதிர்கொண்டதில்லை.

எங்கள் நிறுவனம் உட்படுத்தப்பட்டிருந்த பல விசாரணைகளுக்கு நான் முழு ஒத்துழைப்புக் கொடுத்தேன். எங்கே இரகசியங்கள் புதைக்கப்பட்டிருந்தன என்பதையும், எங்கே பணம் வீணாக்கப்பட்டது என்பதையும் நான் ஒளிவுமறைவின்றி வெளிப்படுத்தினேன். மற்றவர்களும் உண்மையைத் தைரியமாகச் சொல்வதற்கு நான் அவர்களை ஊக்குவித்தேன். அதற்காக அவர்கள் பழிவாங்கப்படாமல் இருப்பதை நான் உறுதி செய்தேன். பல காலமாகச் சேர்ந்திருந்த குப்பைகளை அப்புறப்படுத்தினேன். அப்போது நடைமுறையில் இருந்த பல கொள்கைகளை நான் மாற்றினேன். மக்களுக்கு ஆறுதல் கூறினேன். ஒட்டுமொத்தத்தில், நான் விஷயங்களைச் சரிப்படுத்த முயன்றேன். என் மனைவியை ஊரில் விட்டுவிட்டு நான் தனியாக அந்த நிறுவனத்தின் தலைமையகத்தில் இராப்பகலாக உழைத்தேன். அது எனக்குக் கடுமையான மனச்சோர்வை ஏற்படுத்தியது.

ஆனால், எனக்கு எல்லா முனைகளிலும் வெற்றி கிடைக்கவில்லை. புதிதாக உருவாக்கப்பட்டிருந்த நிர்வாகத் தலைமை, ஒரு முக்கியமான கட்டத்தில் உறுதியான தீர்மானத்தை எடுக்காமல் தயங்கியது. அந்த நிறுவனத்தில் நீண்டகாலமாக ஊழலுக்குத் துணை போய்க் கொண்டு காலந்தள்ளி வந்திருந்த பலரை வேலையிலிருந்து நீக்குமாறு நான் பரிந்துரைத்தேன். அதைச் செய்ய அவர்கள் தயங்கினர். அவர்கள் மூலமாக, சார்னி, நிறுவனத்தைக் கவிழ்க்கும் முயற்சிகளை மேற்கொண்டார். எங்கள் நிறுவனத்தை வாங்கியிருந்த நிறுவனம், சார்னி கொடுத்த அழுத்தத்தைத் தாங்க முடியாமல் அவரை மீண்டும் நிறுவனத்திற்குள் கொண்டு வந்தது. அந்த முயற்சியை முதலிலிருந்தே எதிர்த்து வந்த நான் உடனடியாக என் வேலையைத் துறந்தேன். அதனால் எனக்கு ஏற்படவிருந்த பெரும் வருவாய் இழப்பைப் பற்றி நான் கவலைப்படவில்லை.

இறுதியில் அந்த நிறுவனம் திவாலானது. 10,000 பேர் வேலை இழந்தனர்.

இதைப் பற்றிப் பகிரங்கமாக எழுதியதற்காக இதற்கு முன்பும் பல முறை எனக்குக் கொலை மிரட்டல் விடப்பட்டது. சார்னியின் அடியாட்களில் ஒருவர் என்னை நேரடியாகத் தொலைபேசியில் மிரட்டினார். நான் மதிப்பும் மரியாதையும் வைத்திருந்த ஒருவர்

இப்படி நடந்து கொண்டதை என்னால் சகித்துக் கொள்ள முடியவில்லை. நான் நம்பிக்கை வைத்திருந்த விஷயங்களில்தான் அவர்களும் நம்பிக்கை வைத்திருந்தனர் என்று நான் அப்பாவித்தனமாக நம்பிக் கொண்டிருந்தேன். அவை அனைத்தும் பொய் என்பது எனக்குப் புரிந்தது. என் உயிருக்கும் உடைமைக்கும் அச்சுறுத்தல் ஏற்பட்டிருந்தது.

அப்போது என்னிடம் பயமும் வருத்தமும் ஏற்பட்டிருந்தாலும், வியப்பளிக்கும் விதமாக அங்கு ஒரு நிச்சயத்தன்மையும் நிலவியது. அங்கிருந்து வெளியேறுவது கடினமாக இருந்தாலும், சரியான செயலைச் செய்வது எனக்கு நல்லவிதமான உணர்வைக் கொடுத்தது.

அந்த நிறுவனம் உள்ளுக்குள் நொறுங்கிக் கொண்டிருந்தபோது, நான் செனீக்காவைப் படித்துக் கொண்டிருந்தேன். செனீக்கா ஒரு வியப்பான மனிதராக எனக்குக் காட்சியளித்தார். அவர் துணிச்சல் மற்றும் நீதி உட்பட ஸ்டோயிக் கருத்துகளைப் பற்றி எழுதிக் கொண்டிருந்த அதே நேரதிதல், நீரோ மன்னனிடம் வேலை பார்த்துக் கொண்டிருந்தார். அவருடைய இருபத்தொன்றாம் நூற்றாண்டு வாரிசா நான்? தான் எழுதிக் கொண்டிருந்தவற்றின்படி ஒட்ட ஒழுகாதிருந்த ஓர் எழுத்தாளரா நான்? ஒரு விதத்தில் அது உண்மைதான். நான் தரம் தாழ்ந்து போயிருந்தேன் என்பதை மறுப்பதற்கில்லை. நான் சமரசம் செய்து கொண்டிருந்தேன். நான் இன்னும் துணிச்சலுடன் செயல்பட்டிருந்திருக்க வேண்டும்.

அனைத்தும் படிப்படியாகவும் மிக மெதுவாகவும் நடந்து கொண்டிருந்தது என் நிலைக்கு ஒரு காரணம் என்று நான் நினைக்கிறேன். எனக்குப் புரிந்த தகவல்களை அடிப்படையாக வைத்து எனக்கு நானே ஒரு யூகத்தை உருவாக்கிக் கொண்டிருந்தேன். அதற்காக நான் சில சமரசங்களைச் செய்து கொள்ளவும் தயாராக இருந்திருந்தேன். செனீக்கா நீரோவைச் சந்தித்தபோது நீரோ இளம் வயதில் இருந்தார். நான் சார்னியைச் சந்தித்தபோது நான் பதின்ம வயதில் இருந்தேன். விஷயங்கள் மாறும். நீங்கள் மேலும் மேலும் கற்றுக் கொள்வீர்கள். பல நிகழ்வுகள் அரங்கேறும். ஆனால், அந்த மாற்றங்கள் நிகழ்ந்து கொண்டிருக்கின்றபோது கடினமான தீர்மானங்களை மேற்கொள்ள நீங்கள் தயாராக இல்லையெனில், நீங்கள் ஒரு கோழை.

செயலாண்மை இல்லாமை ஒரு தொற்றுநோய். நான் அந்த நிறுவனத்தில் வேலை பார்த்து வந்தபோது, ஊழியர்களாகிய நாங்கள், 'சார்னியின் நாடகங்கள்' அரங்கேறிக் கொண்டிருக்கின்றன என்று எங்களுக்கு உள்ளாகவே பேசிக் கொள்வோம். ஆனால், அது குறித்து ஏதாவது செய்வது குறித்து நான் உட்பட எங்களில் எவரும் ஒருபோதும் வாயைத் திறந்தது இல்லை. நாங்கள் அவருடைய பிதற்றல்களையும் முழக்கங்களையும் வெறுமனே வேடிக்கை பார்த்துக் கொண்டிருந்தோம், அவ்வளவுதான். சில நேரங்களில் அவருடைய போக்கு பிரமாதமாக இருந்தது. சில நேரங்களில் அது மோசமான நோக்கத்தைக் கொண்டிருந்தது. ஆனால், அது குறித்து எங்களால் ஏதாவது செய்ய முடியும் என்று எங்களில் எவருக்குமே தோன்றியிருக்கவில்லை என்பது வியப்பானதுதான். ஒருவேளை, வேறு யாராவது அதைச் செய்வார்கள் என்று நாங்கள் எதிர்பார்த்திருந்திருக்கலாம். நாங்கள்தான் அதைச் செய்திருந்திருக்க வேண்டும் என்பதை நாங்கள் சௌகரியமாக மறந்துவிட்டிருந்தோம்.

இரகசியக் காப்பு ஒப்பந்தங்கள், அவற்றை மீறுகின்ற பட்சத்தில் வேலையிலிருந்து நீக்கப்படுவதற்கான விதிமுறைகள், கார், வீடு போன்ற எங்களுக்கு வழங்கப்பட்டிருந்த சலுகைகள், தனிப்பட்ட நட்பு, தனித்தனிக் குழுக்களாக இயங்கிய முறை போன்றவை எங்களைக் கட்டிப் போட்டிருந்தன. சார்னிதான் எங்களுடைய முதலாளி. அவர்தான் எங்களுக்குப் படியளந்து கொண்டிருந்தார். அதனால், அவருடன் எங்களுக்கு ஒரு நெருக்கமான உறவு இருந்தது. அது எங்களுடைய கண்களை மறைத்தது. எங்களிடம் அப்போது யாராவது கேட்டிருந்தால்கூட நாங்கள் துணிச்சலுடன் செயல்பட்டிருந்திருப்போமா என்பது சந்தேகமே. பயத்தில் நாங்கள் எதையும் கூறுவதற்கு முன்வந்திருக்க மாட்டோம். பயம் துணிச்சலை வென்றுவிட்டிருந்தது. குறைந்தபட்சம், என் விஷயத்தில் அது முழுக்க முழுக்க உண்மை.

நல்லொழுக்கம் இரண்டு பகுதிகளை உள்ளடக்கியது என்று செனீக்காவே கூறியுள்ளார். முதல் பகுதி, உண்மையை ஆராய்வதைப் பற்றியது. இரண்டாவது, நடத்தை தொடர்பானது. மூன்றாவது பகுதி என்ற ஒன்று இருக்குமானால், அது, அலசி ஆராய்ந்து நம்முடைய

அனுபவங்களின் அடிப்படையில் விதிமுறைகளை உருவாக்கிக் கொள்வதாகும் என்று அவரே கூறியுள்ளார். இவை அனைத்திலும் நடத்தையே முக்கியமானது. என் கதையே அதற்கான நல்லதோர் எடுத்துக்காட்டு. அது மட்டுமல்லாமல், தோல்வியடைந்து, பின்னர் அதை அசைபோட்டுப் பார்த்து, அதிலிருந்து பாடங்களைக் கற்றுக் கொண்டு, அடுத்த முறை மேம்பட்ட விதத்தில் செயல்படுவதும் அதில் அடங்கும். அப்படித்தான் செனீக்காவுக்கு நடந்தது. இறுதியில் அவர் நீரோவிடமிருந்து தன்னைத் துண்டித்துக் கொண்டார். இறுதியில் செனீக்கா ஒரு கதாநாயகன் அந்தஸ்தைப் பெற்றார்.

2016 உருண்டோடியபோது, நானும் என் அனுபவங்களிலிருந்து பாடம் கற்றுக் கொண்டுவிட்டிருந்தேன். அப்போது நான் ‘நியூயார்க் அப்சர்வர்’ என்ற பத்திரிகையில் ஒரு பத்தி எழுதிக் கொண்டிருந்தேன். அந்தப் பத்திரிகை ஜாரெட் குஷ்னருக்குச் சொந்தமானது. அவர் வேறு யாருமில்லர், டொனால்டு டிரம்பின் மருமகன், இவாங்காவின் கணவர். அந்தப் பத்திரிகையில், அந்த ஆண்டின் கோடையில், டொனால்டு டிரம்ப் ஏன் குடியரசுத் தலைவர் பதவிக்குத் தகுதியானவர் அல்லர் என்று விவரித்து அந்தப் பத்திரிகைக்காக ஒரு கட்டுரையை நான் எழுதிக் கொடுத்தேன். அதுவரை, அந்தப் பத்தியில் நான் எழுதிக் கொண்டிருந்தவற்றை அதன் எடிட்டர் தணிக்கை செய்ததில்லை. ஆனால், இந்தக் கட்டுரை பிரசுரிக்கப்படவில்லை. ஒரு சில ஆண்டுகளுக்கு முன்பு எனக்கு இப்படி ஒரு சம்பவம் நடந்திருந்தால், நான் இக்கட்டுரை மூலம் எனக்குக் கிடைத்துக் கொண்டிருந்த பணத்திற்காக அதற்கு எதிராக முணுமுணுத்துக்கூட இருந்திருக்க மாட்டேன். ஆனால், இப்போது அதை என்னால் எளிதாக எடுத்துக் கொள்ள முடியவில்லை. நான் முக்கியமாகக் கருதிய ஒரு கட்டுரையைப் பிரசுரிக்க அவர்கள் எப்படி மறுக்கலாம் என்று நான் கொதித்தெழுந்தேன்.

அதோடு, நான் சரியான விஷயத்தைப் பற்றித்தான் எழுதியிருந்தேன் என்று நான் நம்பினேன்.

அதனால், அதை நான் வேறோர் இடத்தில் பிரசுரித்தேன். அது உடனே பிரபலமடைந்தது. இனி, ‘நியூயார்க் அப்சர்வர்’ பத்திரிகையில் என் நாட்கள் எண்ணப்பட்டுவிடும் என்ற உணர்வு எனக்கு ஏற்பட்டது. அதைத் தொடர்ந்து

நான் எழுதிய மற்றொரு கட்டுரையையும் 'நியூயார்க் அப்சர்வர்' நிராகரித்துவிட்டது. அது, 'பிரெய்ட்பார்ட்' என்ற தீவிர வலதுசாரி வலைத்தளத்தைக் கடுமையாக விமர்சித்திருந்தது. அக்கட்டுரையை நானே சொந்தமாக வெளியிட்டேன். சில நாட்களுக்குள், டொனால்ட் டிரம்பின் பிரச்சாரத்தோடு தொடர்புடைய ஒருவர், நான் எழுதியிருந்த ஒரு புத்தகம், பிற எழுத்தாளர் ஒருவருடைய எழுத்தைத் திருடி எழுதப்பட்டது என்ற அபாண்டமான குற்றச்சாட்டை வைத்தார். அது அபாண்டமானது என்பது அதை எழுதியவருக்கும் தெரியும். ஆனால், அவருடைய நோக்கம் அதுவல்ல. அது எனக்கு விடுக்கப்பட்ட ஓர் எச்சரிக்கை. நான் வாயை மூடிக் கொள்ளாவிட்டால் என் தொழில்வாழ்க்கையை அவர்களால் அழித்துவிட முடியும் என்பதை நான் தெரிந்து கொள்ள வேண்டும் என்று அவர்கள் விரும்பினர்.

ஆனால், அவர்களுடைய பாச்சா என்னிடம் பலிக்கவில்லை.

டிரம்பிற்கு எதிராக ஒரு கட்டுரையை எழுதிய காரணத்தால் நியூயார்க் அப்சர்வரில் என் பத்தி நிறுத்தப்பட்டால்? என்மீது சுமத்தப்படுகின்ற போலி அவதூறுகளுக்கு எதிராகப் போராடுவதற்கு நான் நிர்ப்பந்திக்கப்பட்டால்? யாராவது என்னைத் தாக்க முற்பட்டால்? என் வேலை பறிபோகின்ற நிலை வந்தால் நான் எந்த நிலைப்பாட்டை எடுப்பேனோ அதே நிலைப்பாட்டையே நான் இப்போதும் எடுத்தேன். இக்கட்டத்தில் நான் என் பயங்களுக்கு இடம் கொடுப்பது என்பது, என்னை இந்த இடத்திற்கு அழைத்து வந்திருந்த திறமைகளையும் திறன்களையும் மறுப்பதற்குச் சமானம் என்பதை நான் உணர்ந்தேன். அது, பிறப்பிலேயே எனக்கு வழங்கப்பட்டிருந்த ஒரு செயலாண்மையைப் பிறர் கவர்ந்து கொள்ள அனுமதிப்பதாகிவிடும்.

அப்போது, அமெரிக்கன் அப்பாரல் நிறுவனத்தில் எனக்குக் கிடைத்திருந்த அனுபவத்தை நான் நன்றிப்பெருக்கோடு நினைத்துக் கொண்டேன். ஒருவர் தனக்குள்ளே இருக்கின்ற அகக்குரலைச் செவிமடுப்பதன் முக்கியத்துவத்தை அந்த அனுபவம் – காலதாமதாக இருந்தபோதிலும் – எனக்குக் கற்றுக் கொடுத்தது. குழப்பமிக்க ஒரு சூழலில் நீங்கள் மாட்டிக் கொண்டிருக்கின்றபோது,

துணிச்சலின் அறைகூவலை உங்களால் அவ்வளவு எளிதாகச் செவிமடுத்துவிட முடியாது. சில நேரங்களில், தயக்கத்தின் ஆபத்தை, அதிகாரத்திற்கு எதிராக உண்மையை உரத்துத் கூறாமல் போய்விடுவதன் பின்விளைவை, அது நிகழாமல் போகின்றபோது, உங்களுக்கு நிகழ்பவற்றை நீங்கள் காண்கின்றபோதுதான் உங்களால் புரிந்து கொள்ள முடியும்.

நான் இங்குக் குறிப்பிட்டுள்ளதைப் போன்ற நேரடி மிரட்டல்களை ஒருவர் அபூர்வமாகவே வாழ்க்கையில் சந்திக்க நேரிடும். பெரும்பாலும், வாழ்க்கை அளிக்கின்ற சலுகைகள்தாம் அதைவிட அதிக வலுவுள்ளவையாக அமையும். மக்கள் எதைக் கேட்க விரும்புகிறார்களோ அதை அவர்களிடம் கூறுங்கள், உங்களுக்குக் கூடுதலான பார்வையாளர்கள் கிடைப்பர். அரசியலில் மூக்கை நுழைக்காதீர்கள். ஒருவருடைய ஆளுமையைக் கேள்வி கேட்காதீர்கள். சுட்டெரிக்கின்ற உண்மைகளை வெளியிடுவது சமூக ஊடகங்களில் உங்களுடைய செல்வாக்கைக் குறைக்கும் என்பதையும், அது மறைமுகமாக உங்களுடைய வருவாயின்மீது எதிர்மறைத் தாக்கம் ஏற்படுத்தும் என்பதையும் சமூக ஊடகங்களில் உலா வருகின்ற எவரொருவராலும் எளிதாகப் புரிந்து கொள்ள முடியும். சர்ச்சைக்குரிய விவகாரங்களில் நீங்கள் மூக்கை நுழைக்கின்றபோது, உங்களுக்கு வருகின்ற விசிறிகளின் அஞ்சல்களைப் படித்தாலே எதார்த்தத்தை உங்களால் புரிந்து கொள்ள முடியும்: “எதற்காக நீங்கள் அப்படிக் கூறினீர்கள்? இனி நான் உங்கள் எழுத்துகளைப் படிக்கப் போவதில்லை.”

நான் கச்சிதமானவன் அல்லன். நான் விரும்புகின்ற அளவுக்கு நான் எப்போதும் துணிச்சல்மிக்கவனாகச் செயல்பட்டிருந்திருக்கவும் இல்லை. என்னுடைய எழுத்து அனுபவம் அதிகரித்தபோது, ஒன்றை மட்டும் நான் தெளிவாகப் புரிந்து கொண்டேன்: உண்மைக்கு மட்டுமே நாம் பதில் சொல்லக் கடமைப்பட்டுள்ளோம். மக்களுக்கு அது பிடித்திருக்கிறதா இல்லையா என்பது ஒரு பொருட்டல்ல. ஹெல்விடியஸுக்குச் செய்ததுபோல உங்களையும் அவர்கள் தண்டிக்கக்கூடும். உங்களுடைய சமூக ஊடகப் பக்கங்களிலிருந்து அவர்கள் தங்களைத் துண்டித்துக் கொள்ளக்கூடும். ஏன், உங்களைக் கொல்லவும்

துணியக்கூடும். என்னுடைய கோபமான வாசகர்களிடம் நான் அதற்கு இப்படித்தான் பதிலளிக்கிறேன்: "நான் நம்புவதைக் கூறாமல் இருப்பதற்காக நான் இந்தத் தளத்தைக் கஷ்டப்பட்டுக் கட்டியெழுப்பி இருக்கவில்லை."

நான் என்னுடைய இந்தச் சொந்தக் கதையை இந்தப் புத்தகத்தின் இறுதியில் கூறுவதற்குக் காரணம், இது ஒரே நேரத்தில் அற்பமானதாகவும் இருக்கிறது, சிக்கலானதாகவும் இருக்கிறது என்பதுதான். அமெரிக்கன் அப்பாரல் நிறுவனத்தில் பத்தாயிரம் பேர் வேலை பார்த்து வந்தனர். அவர்களில் யார் தீவிரமான குற்றவாளி? அதை யாராலும் அறுதியிட்டுக் கூற முடியாது. இணையத்தில் கசியவிடப்பட்டிருந்த அந்த ஆபாசப் புகைப்படங்களின் கதையை நீங்கள் இணையத்தில் படித்தால், நிலைமை எந்த அளவுக்கு ஒரு கலங்கிய குட்டையைப்போல இருந்தது என்பதை நீங்கள் புரிந்து கொள்வீர்கள். டிரம்ப் குறித்த என்னுடைய கட்டுரையை நீங்கள் படித்துவிட்டு, அது எவ்வளவு தவறாக இருக்கிறது என்றும், அது பிரசுரிக்கப்பட்டிருக்கவே கூடாது என்றும் நீங்கள் கருதக்கூடும்.

துணிச்சலை வெளிப்படுத்துவதற்கு நாம் நம்முடைய வாழ்க்கையில் நம்முடைய சொந்த வழிகளை உருவாக்கிக் கொள்ள வேண்டும் என்பதை வலியுறுத்துவதற்காகத்தான் நான் இந்தக் கதைகளை உங்களுடன் பகிர்ந்து கொண்டேன். "தான் ஒரு படைவீரனாக இல்லாதிருப்பது குறித்து ஒவ்வொரு மனிதனும் தன்னைக் குறித்து அவமானம் அடைகிறான்," என்று சாமுவேல் ஜான்சன் கூறியுள்ளார். அதை நான் நன்றாகவே புரிந்து கொண்டேன். இந்தப் புத்தகத்தை எழுதிக் கொண்டிருந்தபோதும் அது என்னைப் பிடித்தாட்டிக் கொண்டிருந்தது. இதை எழுதுவதற்கு நான் தகுதியுடையவனா? தனிப்பட்ட முறையில் என் உயிரைத் துச்சமாக மதித்து வேறு எவருடைய உயிரையும் காப்பாற்றி இருக்காத நான், துணிச்சலைப் பற்றி எழுதுவது சரியாக இருக்குமா?

நான் எல்லா நேரங்களிலும் துணிச்சலுடன் செயல்பட்டிருக்கவில்லை. இப்போதும் நான் எல்லா நேரங்களிலும் துணிச்சலுடன் செயல்பட்டுக் கொண்டிருக்கவில்லை. இந்த அத்தியாயத்தை எழுதுவதற்குக்கூட நான் முதலில் தயங்கினேன்.

நான் இதை எழுத வேண்டாம் என்று பலர் எனக்கு அறிவுரை வழங்கினார். தயக்கம் உங்களுடைய மன உறுதியை வலுப்படுத்த வேண்டும் என்பதை நான் நினைவுகூர்ந்தேன். எதார்த்தமான வாழ்க்கையில் துணிச்சலை நடைமுறைப்படுத்துவதிலுள்ள சவால்களை எதிர்கொள்வதில் நான் தேர்ந்து வருகிறேன் என்று என்னைப் பற்றி நானே பெருமையாகக் கூறிக் கொள்ள முடியும். மக்கள் என்ன நினைக்கிறார்கள் என்பதைப் பற்றி நான் முன்பு அளவுக்கு அலட்டிக் கொள்வதில்லை. முன்பு அளவுக்கு நான் பின்வாங்குவதில்லை. முடிந்த அளவுக்கு முன்னே செல்லவே நான் எத்தனிக்கிறேன். இந்தப் புத்தகத்தை எழுதிப் பிரசுரித்ததே அதற்கான ஓர் எடுத்துக்காட்டு. ஆனால், என்னுடைய எழுத்துகளைக் காட்டிலும் என்னுடைய தனிப்பட்ட வாழ்க்கையும் என்னுடைய தனிப்பட்ட நடவடிக்கைகளும் உரத்துப் பேச வேண்டும் என்று நான் விரும்புகிறேன்.

துணிச்சல் என்பது போர்க்களங்களில் அல்லது 'ஃபிரீடம் ரைட்ஸ்' பேருந்துகளில் மட்டுமே நிகழ்கின்ற ஒன்று என்று எண்ணுவதற்கு நாம் முற்றுப்புள்ளி வைத்தாக வேண்டும். அதேபோல, இதை, உங்களுடைய மேலதிகாரி குறித்த அல்லது உண்மையைப் பேசுவது குறித்த பயத்தோடு குறுக்கிக் கொள்ளவும் கூடாது. நீங்கள் தேர்ந்தெடுத்துள்ள உங்களுடைய சொந்தப் பாதையைப் பின்பற்றிச் செல்வதற்கான தீர்மானத்தை எடுப்பதைப் பற்றியது இது. அறநெறிரீதியான ஒரு கோட்டை வரைவதைப் பற்றியது இது. நீங்கள் மற்றவர்களிடமிருந்து வித்தியாசமாக இருந்தால், அதை அப்படியே வெளிப்படுத்துவதைப் பற்றியது இது. உங்களுடைய மனசாட்சிப்படி வாக்களிப்பதைப் பற்றியது இது. உங்களுடைய பெற்றோரோ அல்லது ஒரு கும்பலோ விரும்புவதை அப்படியே பின்பற்றுவதைப் பற்றியது அல்ல இது.

பிரபஞ்சம் உங்களுக்கு அழைப்பு விடுத்தால் அதற்குச் செவி சாய்க்க நீங்கள் தயாராக இருக்க வேண்டும். ஆனால், நீங்கள் அத்துடன் நிறுத்திக் கொள்ளாமல், துணிச்சலை ஒரு பழக்கமாக ஆக்கிக் கொள்ள வேண்டும். அதை நீங்கள் அன்றாடம், இராப்பகலாக, சிறிய விஷயம்-பெரிய விஷயம் என்ற பாகுபாடு இல்லாமல் அனைத்து விஷயங்களிலும் கடைபிடிக்க வேண்டும். அதற்கு நீங்கள் கொடுக்க

வேண்டியிருக்கின்ற விலையைப் பற்றிய கவலையின்றி, யார் உங்களைக் கண்காணித்துக் கொண்டிருக்கிறார்கள் என்ற பிரக்ஞையின்றி, அது உங்களுடைய இயல்பாக மாறிவிட்டுள்ள உணர்வோடு அதை நீங்கள் கடைபிடித்து வர வேண்டும்.

துணிச்சல் நம் ஒவ்வொருவருக்கும் அறைகூவல் விடுக்கிறது.

அதற்கு நாம் செவி சாய்க்கப் போகிறோமா?

எல்லா நேரங்களிலும் இல்லாவிட்டாலும், குறைந்தபட்சம் அடிக்கடியாவது அதற்குச் செவி சாய்ப்போமா? பின்வாங்குகின்ற சமயங்களைவிடக் கூடுதலான நேரம் துணிச்சலாக முன்னே செல்ல முயற்சிப்போமா?

நாம் அங்கிருந்து தொடங்கலாம்.

— **ரயன் ஹாலிடே**

நன்றியுரை

இந்நூல், கோவிட் பெருந்தொற்று உச்சத்தில் இருந்தபோது எழுதப்பட்டது. பிற மக்கள் அனைவரும் பிழைத்திருப்பதற்காக தினந்தோறும் பணிக்கு வந்து தங்களுடைய பங்களிப்புகளை நல்கியிருந்த மருத்துவர்கள், அறிவியலறிஞர்கள், முன்னணியிலிருந்து செயல்பட்ட சுகாதாரப் பணியாளர்கள், சரக்கு வாகன ஓட்டுநர்கள், மளிகைக்கடை ஊழியர்கள் ஆகியோரின் துணிச்சல் இல்லாமல் இது சாத்தியப்பட்டிருக்காது. நான் இங்குத் துணிச்சல் என்று குறிப்பிடுகின்றபோது, இராணுவ வீரர்களின் துணிச்சலைப் பற்றி மட்டும் குறிப்பிட்டுக் கொண்டிருக்கவில்லை. பயம், கஷ்டம், சந்தேகம் போன்றவை கோலோச்சிக் கொண்டிருந்த ஒரு சூழலிலும் விடாப்பிடியாகச் செயல்பட்டுக் கொண்டிருந்த ஒவ்வொருவரையும் இதில் நான் சேர்த்துக் கொள்கிறேன். 2020 மற்றும் 2021 இன் கதாநாயகர்களுக்கு நாம் என்றென்றும் நன்றிக் கடன்பட்டிருக்கிறோம். இதை அடித்தளமாக வைத்துக் கொண்டு, அந்த நேரத்தில் பொது நன்மைக்கு நம்முடைய சொந்தப் பங்களிப்பு எவ்வளவு தூரம் இருந்தது என்பதை நாம் அவதானிக்க வேண்டும்.

நான் இந்தப் புத்தகத்தை எழுதிக் கொண்டிருந்தபோது, துளிகூட அலுத்துக் கொள்ளாமலும் சலித்துக் கொள்ளாமலும் எங்களுடைய குடும்பத்தைப் பாதுகாப்பதற்காக அயராது உழைத்த என் மனைவி சமந்தாவுக்கு நான் நன்றி கூறிக் கொள்ள ஆசைப்படுகிறேன்.

என்னுடைய கேரவன் வாகனத்தைத் தங்களுடைய வீட்டுத் தோட்டத்தில் நிறுத்த அனுமதித்ததற்காகவும், அதில் அமர்ந்து நான் இந்நூலின் இரண்டாவது பகுதியை எழுதிக் கொண்டிருந்தபோது எங்களுடைய குழந்தைகளைப் பார்த்துக் கொண்டிருந்ததற்காகவும் நான் என்னுடைய மாமனார் மற்றும் மாமியாருக்கு நன்றி தெரிவித்துக் கொள்கிறேன். எனது ஆய்வாளர்களான பில்லி ஓப்பன்ஹைமர் மற்றும் ஹிரிஸ்டோ வாசிலேவ், எனது எடிட்டர் நில்ஸ் பார்க்கர், எனது இலக்கிய முகவர் ஸ்டீபன் ஹான்சல்மேன் மற்றும் போர்ட்ஃபோலியோ பதிப்பகத்திலுள்ள குழுவிற்கு (அட்ரியன் சாக்ஹெய்ம், நிக்கி பாபடோபௌலோஸ், ஸ்டெபானி பிராடி, தாரா கில்பிரைட், மேகன் மெக்கார்மேக்) நான் நன்றி தெரிவித்துக் கொள்ள விரும்புகிறேன். ஜெனரல் மேட்டிஸ், ஜெனரல் லசிகா, பிராட்லி ஸ்னைடர், மேத்யூ மெக்கோனாஹே, எனது அயராத வழிகாட்டியான ராபர்ட் கிரீன் மற்றும் ஸ்டீவன் பிரெஸ்ஃபீல்ட் ஆகியோருக்கு, எனக்கு ஆலோசனை மற்றும் குறிப்புகளை வழங்கியதற்காக நன்றி தெரிவித்துக் கொள்கிறேன். நான் எந்த அளவுக்குத் துணிச்சலாக இருந்திருக்க வேண்டுமோ அந்த அளவுக்கு எப்போதும் துணிச்சலாக இல்லாதிருந்தபோதிலும், அமெரிக்கன் அப்பாரல் நிறுவனத்திலுள்ள எனது பழைய குழுவினர், என்னைக் கைவிட்டுவிடாமல் எனக்கு உதவியிருந்ததற்கு அவர்களுக்கு என்னுடைய நன்றிகள் உரித்தாகுக.

இந்தப் புத்தகமும், பொதுவாக, கலை, இலக்கியம், தொழில்நுட்பம் ஆகியவையும், கடந்தகாலத் தலைமுறைகளின் தியாகங்களும் துணிச்சலும் இல்லாமல் சாத்தியமாகியிருக்காது. அவர்களுடைய அந்த முயற்சிகளுக்காக நம்மால் ஒருக்காலும் எந்தவிதத்திலும் கைம்மாறு செய்ய முடியாது. நம்மால் செய்ய முடிந்ததெல்லாம் அவர்களுடைய காலடிச்சுவடுகளைப் பின்பற்றி நடந்து, நாம் செய்கின்ற காரியங்களுக்கான உத்வேகமாக அவற்றைப் பயன்படுத்தி அவர்களைக் கௌரவிப்பது மட்டும்தான். இதிலும் இன்ன பிற விஷயங்களிலும் நான் இதில் எந்த அளவுக்கு வெற்றி பெற்றிருக்கிறேன் என்று எனக்குத் தெரியாது. ஆனால், நான் அவர்களின் பெருங்கடனாளியாக நின்று கொண்டிருக்கிறேன் என்பது மட்டும் உறுதி.

PSV குமாரசாமி

மொழிபெயர்ப்பாளர்

கடந்த நாற்பது ஆண்டுகளில், இலக்கியம், சுற்றுச்சூழல், பொருளாதாரம், அறிவியல், சுயமுன்னேற்றம் போன்ற பல்வேறு துறைகள் சார்ந்த நூல்களையும் கவிதைகளையும் இவர் ஆங்கிலத்திலிருந்து தமிழுக்கு மொழிபெயர்த்துள்ளார். ரோன்டா பைர்னின் உலகப் புகழ்பெற்ற நூலான 'இரகசியம்', ஜே. கே. ரோலிங்கின் புகழ்பெற்ற ஹாரி பாட்டர் நூல் வரிசையில் முதல் இரண்டு நூல்கள், ஸ்டீபன் ஹாக்கிங்கின் 'ஆழமான கேள்விகள், அறிவார்ந்த பதில்கள்', டோனி ஜோசஃபின் 'ஆதி இந்தியர்கள்', ஹெக்டர் கார்சியாவின் 'இக்கிகய்', அகதா கிறிஸ்டியின் நான்கு சிறுகதைத் தொகுப்புகள் ஆகியவை இவருடைய மொழியாக்கத்தில் வெளிவந்துள்ள நூல்களில் குறிப்பிடத்தக்கவை.

2022 ஆம் ஆண்டு, தமிழக அரசு இவருக்குச் 'சிறந்த மொழிபெயர்ப்பாளர் விருது' வழங்கி இவரைக் கௌரவித்துள்ளது.

இவர் தன் மனைவி நாகலட்சுமி சண்முகத்துடனும் தன் மகன்கள் இருவருடனும் தற்போது மும்பையில் வசித்து வருகிறார்.

ரயன் ஹாலிடே

நூலாசிரியர்

ரயன் ஹாலிடே ஓர் எழுத்தாளர் மற்றும் ஊடக உத்தியாளர் ஆவார். அவர் தன்னுடைய 19-வது வயதில் கல்லூரிப் படிப்பைப் பாதியில் விட்டுவிட்டு, மிகப் பிரபலமான நூலாசிரியரான ராபர்ட் கிரீனிடம் உதவியாளராகச் சேர்ந்தார். சில காலம் மார்க்கெட்டிங் துறையில் பணியாற்றிவிட்டு, அவர் தன்னுடைய சொந்த மார்க்கெட்டிங் நிறுவனத்தை நிறுவினார். பத்துக்கும் மேற்பட்ட நூல்களை அவர் எழுதியுள்ளார். அவருடைய நூல்கள் 40க்கும் மேற்பட்ட மொழிகளில் மொழிபெயர்க்கப்பட்டுள்ளன, 40 இலட்சம் பிரதிகள் விற்பனையாகியுள்ளன. அவர் தன் மனைவியுடனும் இரண்டு மகன்களுடனும் அமெரிக்காவிலுள்ள ஆஸ்டின் நகருக்கு வெளியே உள்ள ஒரு பண்ணை வீட்டில் வசித்து வருகிறார்.